AF517732

*'द फर्स्ट इंडियन' हे पुस्तक तुम्हाला पाच वर्षं चाललेल्या 'सागर परिक्रमा' या मोहिमेची संपूर्ण सफर घडवतं, भारतात प्रथमच झालेल्या 'म्हादेई' या शिडाच्या बोटीच्या बांधणीपासून ते तिला 'सागरांचा एव्हरेस्ट' मानल्या गेलेल्या सागरी प्रदेशांमधून प्रवास करण्यासाठी कसं तयार केलं गेलं आणि कमांडर दिलिप दोंदे यांनी ही अविश्वसनीय पृथ्वीप्रदक्षिणा कशी पूर्ण केली इथपर्यंत. या संपूर्ण प्रवासाची त्यांनी सांगितलेली कहाणी ही वाचकाला खिळवून ठेवणारी आणि एकदा हातात घेतलेलं पुस्तक खाली ठेवू न देणारी आहे. सागरी इतिहासात एका नव्या अध्यायाची सुरुवात करणाऱ्या या मोहिमेचं वर्णन पूर्वी मानवाने निसर्गाशी दोन हात करताना केलेल्या साहसांचं स्मरण करून देतं.*

***— संदीप उन्नीथन, उपसंपादक, इंडिया टुडे***

*अडचणींचे डोंगर पार करून आपलं ध्येय साध्य करणाऱ्या दिलिप दोंदे यांची ही कहाणी स्वप्नं पाहणाऱ्या कुणाहीसाठी अतिशय प्रेरक ठरणारी आहे. आयुष्यात शिकता येण्यासारखे अनेक धडे हे प्रांजळ कथन तुम्हाला देतं; पण शेवटी सर्वांत ठळकपणे जाणवणारी गोष्ट ही आहे की, कोणत्याही पथप्रदर्शक प्रवासामध्ये निर्धार, निश्चय आणि मनोबल यांच्याशिवाय संयम, विनोदबुद्धी आणि साहाय्य करणारी समर्पित वृत्तीची मंडळी, या गोष्टी जास्त गरजेच्या असतात.*

***— निलोफर वेंकटरमण, मुख्य संपादक, नॅशनल जिओग्राफिक मॅगझीन, इंडिया, नॅशनल जिओग्राफिक ट्रॅव्हलर इंडिया***

*स्वतःवरचा अढळ विश्वास आणि दृढनिश्चय यांची अत्यंत दिलचस्प कहाणी. या निडर पथप्रवर्तक प्रवासाच्या सुखद आठवणी जागवणारी कमांडर दोंदे यांची रसाळ शैली वाचकाला त्या सर्व अनुभवांची सफर घडवते. या मोहिमेची टप्प्याटप्प्याने झालेली प्रगती, अचानक समोर येणाऱ्या गुंतागुंतीच्या घडामोडी आणि अखेरीस झळाळणारं रंगीबेरंगी यशाचं इंद्रधनुष्य, याविषयीचे अनुभव वाचताना वाचक रममाण होतो. भूमीवरील उदासीन नोकरशाही आणि सागरावरची भयकारी वादळं यांना लीलया तोंड देणारा हा शूर सागरवीर गोष्ट रंगवून सांगण्यातही तेवढाच निपुण आहे.*

***— एस. आनंदन, विशेष प्रतिनिधी, द हिंदू***

*या पुस्तकात वर्णन केलेले अनुभव किती हतोत्साहित करणारे असतील या वास्तवाचा विसर पाडण्याची शक्ती कमांडर दोंदे यांच्या उपरोधिक विनोदबुद्धीत आहे. कोणत्याही क्षेत्रात अकल्पनीय कामगिरी करणारे पहिले लोक अभावानेच सापडणाऱ्या या आजच्या काळात अशा पथप्रदर्शक आणि धाडसी कामगिरीच्या वास्तव कहाण्या दुर्मिळ होत चालल्या आहेत. अनेक बंधनं आणि अडथळे झुगारून देऊन एखाद्या भारतीयाने असं ध्येय साध्य करावं, हे अधिकच असामान्य म्हटलं पाहिजे.*

***— सुखवंत बसरा, नॅशनल स्पोर्ट्स एडिटर, हिंदुस्तान टाइम्स***

'The First Indian' या इंग्रजी पुस्तकाचा अनुवाद

# सागरी परिक्रमेचा पराक्रम

पहिल्या दर्यावर्दी भारतीयाची यशोगाथा

**दिलिप दोंदे**

अनुवाद

**मुक्ता देशपांडे**

**मेहता पब्लिशिंग हाऊस**

**THE FIRST INDIAN** by **DILIP DONDE**

dilipdonde@gmail.com
Translated into Marathi Language by Mukta Deshpande

**सागरी परिक्रमेचा पराक्रम** / अनुवादित अनुभवकथन

अनुवाद : मुक्ता देशपांडे
Email : author@mehtapublishinghouse.com

प्रकाशक : सुनील अनिल मेहता, मेहता पब्लिशिंग हाऊस,
१९४१, सदाशिव पेठ, माडीवाले कॉलनी, पुणे ४११०३०.

मुद्रक : ट्रिनिटी अॅकॅडमी फॉर कॉर्पोरेट ट्रेनिंग लिमिटेड

मुखपृष्ठ : चंद्रमोहन कुलकर्णी

प्रथमावृत्ती : ऑगस्ट, २०१९

किंमत : ₹ ३९५

P Book ISBN 9789353172169
E Book ISBN 9789353172176
E Books available on : amazonkindle Apple Books Google Play Books

लेखकाच्या विनंतीनुसार 'दिलीप' हे नाव **'दिलिप'** असे वापरण्यात आले आहे.

# प्रस्तावना

१९४८ सालच्या उन्हाळ्यात ग्रीनविच येथील रॉयल नेव्हल कॉलेजमध्ये असताना किनाऱ्यावरील मुक्कामाच्या काळात टॉटनहॅम कोर्ट रोडवरच्या एका फुटपाथवर पुस्तके विक्रीसाठी ठेवलेली दिसली; त्यात मला जोशुआ स्लोकम याचे 'सेलिंग अलोन अराउंड द वर्ल्ड' हे पुस्तक दिसले आणि मी ते विकत घेतले. त्या पुस्तकाने मला कित्येक दिवस खिळवून ठेवले. अमेरिकेच्या अटलांटिक महासागरावरील किनाऱ्यावर मॅसाच्युसेट्स येथे जुन्या जहाजाच्या अवशेषांपासून बोट तयार करून त्या पन्नाशी पार केलेल्या मुरब्बी दर्यावर्द्याने एकट्याने जगप्रवास केला होता, यावर माझा विश्वास बसेना. पण, ती खरी कहाणी माझ्यासमोर पुस्तकरूपाने प्रत्यक्ष होती. समुद्रावर प्रेम करणाऱ्या लोकांसाठी हे कथन आजही अत्यंत खिळवून ठेवणारे ठरेल, असेच आहे. विसाव्या शतकाच्या सुरुवातीच्या काळात त्याच 'स्प्रे' बोटीतून स्लोकमने पुन्हा हीच कामगिरी करण्याचा प्रयत्न केला, तेव्हा त्या सफरीहून तो परत आलेला कोणी पाहिला नाही! माझ्या मनात विचार आला, 'हे जग सोडून जाण्याचे हे किती सुंदर उदाहरण आहे.' मी त्या वेळी वीस वर्षांचा होतो; मुंबईच्या 'डफरीन'मधून नुकताच बाहेर पडून रॉयल इंडियन नेव्हीत सब-लेफ्टनंट पदावर रुजू झालो होतो.

बराच काळपर्यंत स्लोकमचे अनुकरण कोणी केले नाही. दरम्यान, सुसंस्कृत म्हणवल्या गेलेल्या युरोप व अन्य जगाचा खूपसा वेळ दोन महायुद्धे लढण्यात व्यर्थ दवडला गेला आणि तोही अगदी क्षुद्र विवादांवरून एकमेकांना मारण्यात, अपमान करण्यात. स्लोकमने दाखवून दिलेल्या मार्गाने जाऊन मनोरंजन करण्यासाठी किंवा धाडसी उपक्रम हाती घेण्यासाठी कोणाकडेही वेळ नव्हता. १९५० सालानंतर विशेष करून युरोप व अमेरिकेत भर समुद्रात नौकानयन करण्याची जणू साथच

पसरली. १९६९ मध्ये ब्रिटिश इंडिया स्टीम नॅव्हिगेशन कंपनीतील एक तरुण अधिकारी रॉबिन नॉक्स-जॉन्स्टन याने भारतात बनवल्या गेलेल्या 'सुहेली' या सागवानाच्या बोटीमधून प्रथमच एकट्याने पृथ्वीप्रदक्षिणा करण्याची कामगिरी यशस्वीपणे पूर्ण केली. इंग्लंडच्या दक्षिण किनाऱ्यावरील फॉलमाउथपासून सुरुवात करून पुन्हा फॉलमाउथपर्यंत, अशी ती प्रदक्षिणा होती.

मला समुद्राचे आणि त्याहूनही त्यावर डोलणाऱ्या लहान बोटींचे नेहमीच आकर्षण वाटत आले आहे. सर्वसाधारणपणे, भारतीयांच्या मनात समुद्राविषयी एक विचित्र भीती असलेली दिसून येते. आपल्या दीर्घ सागरी इतिहासात मी या भीतीचे मूळ शोधण्याचा प्रयत्न केला आहे. या भीतीचा संबंध भारतीय समाजातील वरच्या स्तरामधील लोकांच्या मानसिकतेशी आहे, असे दिसून आले आहे. समुद्र पार करणे ही बाब धार्मिकदृष्ट्या निषिद्ध मानली गेली आहे. मुंबई, चेन्नई आणि इतरत्र ज्या सुखवस्तू लोकांकडे स्वतःच्या मालकीच्या यॉट्स आणि बोटी आहेत, ते लोक चार महिने मॉन्सूनच्या काळात त्या घेऊन समुद्रात जात नाहीत; कारण त्या काळात बंदरात व खुल्या सागरात समुद्र खवळलेला असतो, असा एक सर्वसाधारण समज (गैरसमज) आहे. खरेतर, वास्तव हे आहे की, आजच्या आधुनिक आणि सर्व साधनांनी युक्त यॉट्स घेऊन या चार महिन्यांच्या काळात भारताच्या भोवतालच्या समुद्रात मनोरंजन करण्याच्या दृष्टीने विहार करण्यात खरेच खूप मजा असते. जे असेल ते असो, जगातील महान खलाशांच्या यादीत एका भारतीयाचं नाव सामील व्हावे, ही हृदयाशी दीर्घ काळापासून जपलेली महत्त्वाकांक्षा काही विशेष प्रगती करू शकली नव्हती. पृथ्वीप्रदक्षिणा एखाद्या भारतीयाने करावी यासाठी मी माझ्या नोकरीच्या सरत्या काळात भारतीय नौदलात आणि कॉर्पोरेट भारतात बरीच खटपट केली. निवृत्त झाल्यावरही मी या मोहिमेसाठी मदत मिळवण्यासाठी शोध आणि प्रयत्न सुरूच ठेवले. नौदलप्रमुख बदलत राहिले; पण माझ्या विनंतीला कोणी उत्तर दिले नाही

आणि कॉर्पोरेट क्षेत्राला तर क्रिकेट सोडून अन्य कोणत्याही खेळात रसच नव्हता.

पुढची पंचवीस वर्षे मी या मोहिमेचा, माझ्या स्वप्नाचा पाठपुरावा करत राहिलो, तेव्हा कोठे मला यासाठी पैशाचे पाठबळ मिळवण्यात यश मिळाले. २००६ सालच्या एप्रिल महिन्यात माझ्या हाका कोणाच्या तरी उत्सुक कानांवर पडल्या. नौदलप्रमुख ॲडमिरल अरुण प्रकाश यांनी माझ्या पत्राला उत्तर दिले. 'का नाही?' त्यांचे उत्तर होते आणि त्यांनी पुढे लिहिले होते, 'तुम्ही का नाही?' वयाच्या ऐंशीव्या वर्षाकडे वाटचाल करत असताना मला येणाऱ्या मर्यादा त्यांना चांगल्याच माहीत होत्या; कारण ते मला चांगले ओळखत होते. मी अशा प्रकारच्या मोहिमेचे सारथ्य भूषवू शकत नाही, हे माहीत असताना ते केवळ माझी थट्टा करत होते; परंतु पुढच्याच पत्रात या मोहिमेला किती खर्च अपेक्षित आहे याची चौकशी त्यांनी केली आणि मी जर तिचा मार्गदर्शक म्हणून काम करायला तयार असेन तर ते सरकारशी या खर्चाबद्दल बोलतील, असे त्यांनी सुचवले. त्यांनी नेव्हीतून एक इच्छुक उमेदवारही निवडला आणि त्याला माझ्याकडे पाठवले. हाच उमेदवार पुढे जाऊन एकट्याने पृथ्वीप्रदक्षिणा करणारा पहिला भारतीय ठरला, माझा मित्र बनला आणि देशवासीयांसाठी एक आदर्श बनला. अशा प्रकारे ही 'सागर परिक्रमा' सुरू झाली. पृथ्वीप्रदक्षिणा या अर्थाला समर्पक असा हा संस्कृत शब्द आहे. या मोहिमेच्या यशस्वी परिणतीमुळे माझे स्वप्न साकार झाल्याचे समाधान मला लाभले आणि ज्या व्यक्तीने हे स्वप्न साकार केले तिच्याच शब्दांत हा संपूर्ण प्रवास उलगडताना वाचणे, हा अत्यंत अद्‌भुत अनुभव आहे, असे मला वाटते.

**– व्हाइस ॲडमिरल मनोहर आवटी (निवृत्त)**

परम विशिष्ट सेवापदक, वीर चक्र

(Patron Emeritus) मॅरिटाइम हिस्टरी सोसायटी

१९ ऑगस्ट २०१३

# पुस्तकाविषयी

१९ मे २०१० या दिवशी कमांडर दिलिप दोंदे यांनी आयएनएसव्ही (INSV) 'म्हादेई' मुंबई बंदरात आणली तेव्हा शिडाच्या बोटीतून एकट्याने पृथ्वीप्रदक्षिणा करणारे भारताच्या सागरी इतिहासातील पहिले भारतीय म्हणून त्यांचे नाव कोरले गेले. जगातील २०० पेक्षाही कमी लोकांनी साध्य केलेली ही कामगिरी करण्याचा प्रयत्न यापूर्वी आपल्या देशात कोणीही केला नव्हता. या पुस्तकात त्यांचा चार वर्षांतील प्रवास व प्रगती त्यांच्याच शब्दांत मांडण्यात आली आहे. त्यांनी भारतीय बोटनिर्मात्यासह सुयोग्य बोट कशी बांधली, 'समुद्रांध' असलेल्या आणि बऱ्याच वेळा विक्षिप्त वर्तन करणाऱ्या नोकरशाहीच्या जंजाळातून आपला मार्ग कसा शोधला, देशात या विषयावर कोणत्याही प्रकारचे ज्ञान व मार्गदर्शन उपलब्ध नसताना स्वतःला प्रशिक्षित कसे केले आणि अखेरीस एकट्याने पृथ्वीप्रदक्षिणा कशी पूर्ण केली, याचे अत्यंत रोचक वर्णन केले आहे. विपरीत परिस्थितीचा सामना करताना एका माणसाने आपली स्वप्ने कशी साध्य केली, याची गुंगवून टाकणारी ही कहाणी एक साहसयात्रा तर आहेच, पण त्याबरोबर स्वतःवरच्या अटळ विश्वासाची विजयगाथाही आहे.

# ऋणनिर्देश

एखादा मनुष्य जेव्हा विनासाहाय्य एकट्याने पृथ्वीप्रदक्षिणा करायला निघतो, तेव्हा त्या मोहिमेच्या नियोजनाची, तयारीची आणि प्रत्यक्ष कामांची धुरा उचलणाऱ्या अनेकांच्या सहभागाशिवाय ती मोहीम पूर्ण होऊ शकत नाही. एक तर, त्यांच्याशिवाय एखादा खलाशी मुळात समुद्रावर जाऊच शकणार नाही. म्हणूनच, या प्रकल्पाचं यश हे सांघिक यश आहे आणि तो एकटा खलाशी हा त्या सगळ्यांच्या वतीने शाबासकी स्वीकारणारा एक प्रतिनिधी आहे. या सगळ्या संघसदस्यांच्या योगदानाची दखल घेणं म्हणूनच महत्त्वाचं आहे; त्यातल्या काहींचा या प्रकल्पातल्या विविध टप्प्यांवर प्रत्यक्ष सहभाग होता, तर इतर लोकांनी प्रत्यक्ष सहभागी न होता मदत केली.

आधुनिक बोटींमधून पृथ्वीप्रदक्षिणा करणं ही बाब खर्चीक आहे. त्यासाठी आवश्यक असणारं पैशांचं पाठबळ मिळवणं, ही गोष्ट पर्यायानं आलीच. माझ्या बाबतीत हा अडथळा पार करणं सोपं गेलं. कारण भारतीय नौदलानं म्हणजेच अप्रत्यक्षपणे भारतीय करदात्यांनी उदारपणे हे पाठबळ पुरवलं. आवश्यक असलेला पैसा उपलब्ध होत असल्याची खात्री करण्याबरोबरच नौदलानं मला योग्य वाटेल त्या त्या ठिकाणी तो खर्च करण्याची पूर्ण मुभा दिली. माझ्याकडे असलेला अनुभवाचा अभाव पाहता आणि प्रत्येक टप्प्यावर येत असलेल्या अडचणी पाहता, त्यांनी हा विश्वास दाखवावा, ही बाब लक्षणीयच म्हटली पाहिजे.

नौदल आणि भारतीय करदाते यांना स्वतःचा असा चेहरा नसूनही स्वतंत्र अस्तित्व आहे आणि ते अत्यंत सद्‌हेतुपूर्ण आहे; पण मी अशीही काही नावं सांगू शकतो, ज्यांनी हा प्रकल्प पूर्ण होण्यासाठी त्यांच्या आवाक्याबाहेर जाऊन किंवा नेहमीचा शिरस्ता मोडून मदत केली. सुमारे चार वर्षं चालू असलेल्या प्रकल्पासाठी

मदत करणाऱ्यांची यादी काही पानं लांबू शकते. म्हणून, मी काही लोकांचा नामनिर्देश करून इतरांची नावं इथे देता येत नसल्याबद्दल त्यांची क्षमा मागतो— मात्र, त्यामुळे त्यांच्याप्रति माझ्या मनात असलेल्या कृतज्ञतेच्या भावनेला यत्किंचितही धक्का लागणार नाही, याची ग्वाहीही देतो.

सगळ्यात आधी, एका भारतीयाने भारतीय बनावटीच्या बोटीतून एकट्याने पृथ्वीप्रदक्षिणा करावी या कल्पनेचे जनक असलेल्या आणि या मोहिमेचे मार्गदर्शक असलेल्या व्हाइस ॲडमिरल मनोहर आवटी (निवृत्त) यांचे मला आभार मानले पाहिजेत. ही कल्पनाच इतकी अद्भुत आणि अचाट होती की, ती फक्त त्यांच्याच डोक्यात येऊ शकत होती आणि केवळ तेच तिचा पाठपुरावा करू शकत होते. ही कल्पना उचलून धरण्यासाठी व या कामगिरीसाठी माझी निवड केली म्हणून त्या वेळचे नौदलप्रमुख ॲडमिरल अरुण प्रकाश (निवृत्त) यांचाही मी आभारी आहे. त्याचबरोबर, त्यांच्यानंतर पदभार सांभाळणारे ॲडमिरल सुरीश मेहता (निवृत्त) यांनी ही मोहीम सुरू ठेवली म्हणून, व्हाइस ॲडमिरल सुनील दामले (निवृत्त), व्हाइस ॲडमिरल शेखर सिन्हा (निवृत्त), रिअर ॲडमिरल एन. के. मिश्रा (निवृत्त), कमोडोर आर.एस. धनखर, कमोडोर सुखदेव विर्क (निवृत्त), कॅप्टन सुबीर सेनगुप्ता, त्यांचे वारसदार आणि ही मोहीम चालवणारे नौदल मुख्यालयातले सगळे अधिकारी यांचा मी आभारी आहे. बोटीचं डिझाइन निवडणारे व आमची सर रॉबिन नॉक्स-जॉन्स्टन यांच्याशी भेट घालून देणारे कॅप्टन एस.जे. कॉन्ट्रॅक्टर (निवृत्त) यांचे आणि न थांबता एकट्याने पृथ्वीप्रदक्षिणा करणारे मानवी इतिहासातले पहिले सर रॉबिन नॉक्स-जॉन्स्टन यांनी आम्हाला योग्य मार्गावर ठेवण्याचं आणि मला व्यक्तिशः मार्गदर्शन करण्याचं काम केलं म्हणून त्यांचे मी आभार मानतो. खरंतर, २००६ मध्ये, प्रत्येक जण माझ्याविषयी शंका व्यक्त करत असताना त्यांनी मी प्रदक्षिणा पूर्ण झाल्यावर भविष्यात लिहिणार असलेल्या पुस्तकाची पहिली प्रत मोठ्या

विश्वासानं स्वतःसाठी आरक्षित केली होती. आणि मोहीम पूर्ण झाल्यानंतर तीन वर्षांनी मी पुस्तक पूर्ण करण्यासाठी झगडत असताना त्यांनी यूकेमधल्या त्यांच्या अत्यंत रमणीय घरात मला 'स्वेच्छा एकांतवासा'त डांबून ठेवलं, याची खात्री करण्यासाठी की आता हे जे पुस्तक तुम्ही वाचणार आहात ते मला पूर्ण करता यावं!

एका उत्तम पद्धतीनं बांधलेल्या बोटीतून कुणीही पृथ्वीप्रदक्षिणा करू शकतं, तर बोट चुकीच्या पद्धतीने बांधली असेल तर अनुभवी खलाशीही अपयशी ठरू शकतो, हे आता मला पक्कं कळून चुकलं आहे. म्हणूनच, मी बोटनिर्माता श्री. रत्नाकर दांडेकर आणि गोव्याच्या ॲक्वेरियस फायबरग्लास प्रा.लि.मधले त्यांचे सगळे सहकारी यांचा ऋणी आहे. माझ्यासाठी जशी ही मोहीम नवी होती, तशीच त्यांच्यासाठीही होती आणि त्यांनी हे आव्हान स्वीकारून ते अपेक्षेबाहेर यशस्वी करून दाखवलं. रत्नाकर हा त्या कंपनीचा चेहरा आहे, पण त्याच्या सोबतीला खूप मोठी टीम आहे. त्या सगळ्यांनी त्यांचं सर्वोत्तम ते देऊन 'म्हादेई'सारखी उत्कृष्ट बोट निर्माण केली. त्यातले काही जण हे पुस्तक वाचतील, तर काहींना ती संधी मिळणारही नाही; तरीसुद्धा माझी त्यांच्याबद्दलची कृतज्ञता तशीच असेल.

'म्हादेई'सारखी बोट तयार करण्यासाठी माहीत असाव्या लागणाऱ्या खाचाखोचा आम्हाला शिकवल्याबद्दल मि. जोहान व्हेल्स यांचा, बोट सुंदर दिसण्यासाठी काय करावं लागतं हे दाखवून दिल्याबद्दल 'इंटरनॅशनल पेंट्स'च्या मि. ॲलन कोह यांचा, बोट डिझायनर व्हॅन द स्टाट डिझाइन ब्यूरोचा आणि दक्षिण महासागर व आमचा अननुभव यांना पुरून उरणारी साधनं, उपकरणं आणि डिझाइन पुरवणाऱ्या सर्व पुरवठादारांचा मी आभारी आहे. तसंच, विंड वेन स्टिअरिंग बसवण्याची सूचना करणाऱ्या मि. नायजेल रोव यांचेही मी आभार मानतो; कारण पॅसिफिक महासागरात या विंड वेननंच बहुधा माझे प्राण वाचवले.

अशा प्रकारची सफर यशस्वीपणे पूर्ण होणं जेवढं महत्त्वाचं आहे, तेवढंच

तिचा वृत्तान्त मोठ्या प्रमाणावर वाचकांपर्यंत पोचणंही महत्त्वाचं आहे, जेणेकरून त्यांना या साहसात सहभागी होता येईल. मी समुद्रावरून लिहिलेल्या ब्लॉगनं हे योग्य रीतीनं साध्य केलं. माझा जवळचा मित्र कमांडर अंशुमन चॅटर्जी याच्या प्रयत्नांनी हा ब्लॉग मला लिहिता आला म्हणून त्याचे आभार; त्यानं हा ब्लॉग डिझाइन करून दिला. मि. मंदार करमरकर यांचेही मी आभार मानतो; त्यांनी मी समुद्रावर असताना नियमितपणे माझ्या स्थितीची नोंद केली आणि संपूर्ण प्रवासाचा आलेख तयार केला. मी सफरीवर निघण्यापूर्वी काही दिवस आधी कमोडोर अमर महादेवन यांच्या प्रयत्नांनी मला उत्तम कॅमेरा मिळाला आणि त्यामुळे या पुस्तकात व ब्लॉगमध्ये समाविष्ट केलेले फोटो मी काढू शकलो, म्हणून त्यांचेही आभार.

माझ्या प्रस्थानाच्या आधी काही महिने मला येऊन मिळालेल्या आणि नंतर या उपक्रमाचा आणि माझ्या जीवनाचा अविभाज्य भाग झालेल्या कमांडर अभिलाष टॉमीचे मी आभार मानतो. तो माझ्या प्रशिक्षणातला सहभागीदार होताच आणि प्रवासादरम्यान किनाऱ्यावरचा एकमात्र सहायकही होता. यापेक्षा अधिक चांगला सहायक व साथीदार मला मिळाला नसता, हे मी आवर्जून नमूद करू इच्छितो! या मोहिमेत मनापासून सहभागी झाल्याबद्दल मी माझ्या आईच्या आणि अन्य कुटुंबीयांच्या प्रती कृतज्ञता व्यक्त करतो. त्यांनी त्यांच्या मनातली धास्ती कधीही चेहऱ्यावर वा वागण्यात उमटू दिली नाही आणि जेव्हा गरज पडेल, तेव्हा मदतीचा हात पुढे केला.

शेवटी, पुस्तकाच्या अनुवादक मुक्ता देशपांडे, तसेच अनुवादित पुस्तक वाचकांसमोर आणणाऱ्या मेहता पब्लिशिंग हाऊसचे आभार.

**– कमांडर दिलिप दोंदे**

# अनुक्रमणिका

Please contact us at **Mehta Publishing House,** Pune 411030.
✆ +91 020-24476924 / 24460313 / Mob. No. 954500513
Email : production@mehtapublishinghouse.com
Website : www.mehtapublishinghouse.com

# उपोद्घात

*जो करमणूक म्हणून समुद्रावर जाईल, तो वेळ घालवण्यासाठी म्हणून नरकातसुद्धा जाईल.*

*- एक फ्रेंच वाक्प्रचार*

*(He who would go to sea for pleasure, would go to hell for a pastime.)*

२७ एप्रिल २००६ रोजी मी ज्या एका प्रकल्पासाठी इच्छुक उमेदवार म्हणून माझं नाव दिलं तो प्रकल्प म्हणजे त्या वेळी एक चक्रम कल्पनाच वाटत होती. 'सागर परिक्रमा प्रकल्प' असं लवकरच नाव धारण करणारा तो प्रकल्प होता भारतात शिडाची नौका तयार करायची आणि तिच्यात बसून एकट्याने पृथ्वीप्रदक्षिणा पूर्ण करायची. कोणताही विचार न करता मी यामध्ये भाग घेण्याची ज्या वेळी इच्छा प्रदर्शित केली, त्या वेळी आपण काय करायला चाललो आहोत, याची मला कणभरदेखील कल्पना नव्हती. तोपर्यंत मला लोक मोठ्या यॉट्समधून एकट्याने प्रवास करतात हे माहीत नव्हतं, तसंच मी स्वतः कधी मोठ्या यॉटवर पायही ठेवला नव्हता. नेव्हीत नोकरी करायला लागल्यापासून मी नेहमीच एक विरंगुळा म्हणून नौकानयन करणारा नाविक राहिलो होतो. आठवड्याच्या अखेरीला छोट्या होड्या घेऊन नौकाविहाराला जाणं आणि जेव्हा वेळ मिळेल तेव्हा समुद्रावर आनंद लुटायला जाणं, एवढाच माझा मर्यादित अनुभव होता. फर्स्ट मेट म्हणून मी अल्पकाळासाठी नेव्हीच्या नौकाविहार प्रशिक्षण जहाजावर 'आयएनएस तरंगिणी'वर काम केलं होतं, पण तिथे आजूबाजूला सत्तरपेक्षाही जास्त नाविक, कर्मचारी असताना एकट्याने बोट चालवण्याचा विचारही माझ्या मनाला कधी शिवला नव्हता! नौकानयनाविषयीचं हे अज्ञान माझं एकट्याचं नव्हतं, अब्जावधी भारतीयांचा त्यात सहभाग होता. दुसरा कोणताच विचार न करता या मोहिमेसाठी नाव देणं म्हणजे पोहण्यासंबंधी काहीही माहिती नसताना जलतरण तलावाच्या सगळ्यात

खोल बाजूकडच्या पाण्यात स्वतःला झोकून देण्यासारखंच होतं.

पण अखेरीस मी माझं डोकं पाण्याबाहेर ठेवण्यात यशस्वी ठरलो आणि त्याचाच परिपाक म्हणजे हे पुस्तक आहे. मी या मोहिमेत सहभागी होण्याचं ठरवलं, त्याआधी सुमारे १७० लोकांनी एकट्याने पृथ्वीप्रदक्षिणा पूर्ण केली होती. त्यामुळे मी एक प्रकारे मळलेल्या वाटेवरूनच चालत होतो, असं म्हटलं पाहिजे. मात्र, खूप मोठा आणि महत्त्वाचा फरक हा होता की, ही गोष्ट मी भारतात करण्याचा प्रयत्न करणार होतो; म्हणजेच मला, या विषयावरचं जवळजवळ संपूर्ण अज्ञान असलेले लोक, कोणतीही नवीन गोष्ट करून पाहण्याविषयी त्यांच्यात असलेली उपजत अनिच्छा आणि दुराग्रही व विक्षिप्त मानसिकता असलेली नोकरशाही यांना तोंड द्यायचं होतं.

माझी ही सागरी सफर संपल्यानंतर मी ज्या ज्या लोकांशी बोललो, त्यांतल्या बहुतेकांनी माझे समुद्रावर असतानाचे अनुभव ऐकण्याची इच्छा व्यक्त केली. मी सुरक्षित परत आलो त्याचं श्रेय ही मोहीम सुरू करण्यापूर्वी तीन वर्षं जे अपार श्रम केले त्यांना जातं, याची जाणीव बहुधा त्यांना नव्हती. या तीन वर्षांबद्दल मी जर काही बोललो नाही तर 'सागरपरिक्रमा' मोहिमेची गोष्ट अपुरी राहील. माझ्यासाठी ही वर्षं दक्षिण महासागर उल्लंघून जाण्यापेक्षाही जास्त रोमांचकारी आणि अतर्क्य अशी होती. मी या मोहिमेसाठी तयारी दर्शवली तेव्हापासून ते पृथ्वीप्रदक्षिणा पूर्ण करेपर्यंतच्या प्रवासाकडे मागे वळून पाहताना जाणवतं, की या कहाणीत अनेक कथानकं-उपकथानकं होती, फक्त मी मात्र प्रत्येक ठिकाणी हजर होतो. म्हणूनच, हे पुस्तक म्हणजे तो संपूर्ण प्रवास मी कसा जगलो, त्याची समग्र कहाणी आहे.

'सागर परिक्रमा प्रकल्पा'कडे मी पूर्णांशाने जेव्हा बघतो, तेव्हा मला जाणवतं की यामध्ये बोटबांधणी आणि एकट्याने ती बोट घेऊन जगाला गवसणी घालणं हे आव्हान नव्हतंच मुळी. बोट बांधायची कशी किंवा ती दक्षिण महासागरातून पार करायची कशी, हा सगळ्यात मोठा किंवा एकमेव अडथळा नव्हताच; तर तो होता, सर्व प्रकारच्या विपरीत परिस्थितीला तोंड देत असताना स्वतःवरचा विश्वास कायम ठेवण्याचा. नेव्हीनं हा प्रकल्प देऊ केलेला मी काही एकटाच नव्हतो. पण ती आलेली संधी घट्ट पकडून ठेवणारा मात्र मीच पहिला होतो, हे नक्की. मी जर ही मोहीम केली नसती तर दुसऱ्या कुणीतरी ती नक्कीच केली असती. पण मग जेव्हा जेव्हा मी आरशात स्वतःला पाहिलं असतं, तेव्हा तेव्हा आयुष्यभर हाच विचार मला छळत राहिला असता की, 'माझ्याकडे ही संधी चालून आली होती आणि मी हे करू शकलो असतो, पण मी ते केलं नाही!' ही भावना पुढे जाऊन किती भयंकर ठरली असती! अशा प्रकारचा सल, शल्य मनाशी बाळगून मला उर्वरित आयुष्य काढावं लागणार नाही, हेच या मोहिमेनं मला दिलेलं सगळ्यात

*मोठ्ठं बक्षीस होतं- त्यासाठी घ्याव्या लागणाऱ्या कष्टांना आणि कराव्या लागलेल्या प्रयत्नांना साजेसंच हे बक्षीस होतं.*

*भारतात, एखादा सरकारी प्रकल्प सगळ्या कालमर्यादा सांभाळून पूर्ण व्हावा, ठरवलेल्या उद्दिष्टांपेक्षा त्यानं जास्त काहीतरी साध्य करावं, एक समृद्ध वारसा देऊन जाताना त्यानं ठरवलेल्या अंदाजपत्रकाचं पालन करावं आणि पुढच्या पिढ्यांसाठी काही कोटी किमतीची एक वस्तू ठेवून जावं, या सगळ्या गोष्टी नियमभंगाचंच उदाहरण ठरल्या असत्या- पण नेमक्या याच गोष्टी या मोहिमेनं साध्य केल्या. म्हणूनच, अनेक अर्थांनी, ही भारताचीच यशोगाथा आहे, असं म्हणणं अधिक उचित ठरेल.*

***– कमांडर दिलिप दोंदे***

# न मळलेली वाट

“दिलिप, नेव्हीच्या या नोकरीत तुझं बरं चाललंय ना की काही बिनसलंय?” पोर्ट ब्लेअरच्या घरी रात्री जेवण झाल्यावर आईनं विचारलं.

विचारात गढलेल्या अवस्थेतच मी रिकामं झालेलं जेवणाचं ताट बाजूला सरकावून लॅपटॉपवर कामाला सुरुवात केली होती.

शक्य तितक्या सहज स्वरात मी तिला विचारलं, “का गं, असं का वाटतं तुला?” एकीकडे आईला हे विचारत असताना माझा मेंदू योग्य उत्तर देण्यासाठी शब्दांची जुळवाजुळव करत होता. गेले दोन महिने ज्या क्षणाच्या विचारानं माझ्या पोटात गोळा येत होता, तो क्षण आता येऊन ठेपला होता.

“नौदलाच्या मुख्यालयातून तुला अचानक एवढे फोन कॉल्स कसे काय यायला लागले? अगदी नौदलप्रमुखांकडूनही? हे सगळं मला जरा विचित्रच वाटतंय. नेमकी काय भानगड आहे ते मला नीट सांगशील का?” आई गेली नऊ वर्षं माझ्याबरोबर राहत होती आणि दोन महिन्यांपूर्वी मुंबईच्या सागरी सफरीहून परत आल्यापासून माझ्या दैनंदिन कार्यक्रमात झालेला बदल तिच्या नजरेतून सुटला नव्हता. ऑफिसचं काम कितीही तातडीचं असलं तरी घरी आणायचं नाही, हा नियम मी स्वतःला इतकी वर्षं घालून घेतला होता. मात्र, मुंबईहून परतल्यावर रोज संध्याकाळी ऑफिसमधून घेतलेला लॅपटॉप उघडून मी काम करत होतो. शिवाय, रात्री उशिरापर्यंत माझं वाचन आणि लेखन सुरू असायचं.

“माझं काही बिनसलंय असं नाही म्हणता येणार, पण मुंबईला गेलो होतो तेव्हा असं एक प्रकरण मी अंगावर ओढवून घेतलंय की मलाच ते अजून अवास्तव आणि कपोलकल्पित वाटतंय, म्हणून मी तुला काही सांगितलं नाही,” बातमी सांगण्यासाठी नेमके शब्द जुळवताना मी चाचरत बोललो. समोरून येणाऱ्या प्रतिक्रियेची धार जरा बोथट करावी, असाही माझा प्रयत्न होता.

“जे काही असेल ते तू मला सांगच,” आईनं आग्रह धरला.

“शिडाच्या बोटीतून एकट्यानं पृथ्वीप्रदक्षिणा करण्यासाठी नेव्ही योग्य व्यक्तीच्या

शोधात होती आणि मी ही कामगिरी करण्याची तयारी दाखवली. अर्थात, हे सगळं कसं करायचं याबद्दल मला फारसं काही माहीत नाही.'' मी स्पष्टपणे काय ते बोलण्याचं ठरवलं, कारण मुत्सद्देगिरी या विषयाचं माझं प्रगतिपुस्तक लाल रेघांनी भरलेलं होतं, हे मी पक्कं जाणून होतो! अईच्या प्रतिक्रियेकडे माझं लक्ष लागलं होतं आणि आश्चर्य म्हणजे ती प्रतिक्रिया फारच सकारात्मक होती! अर्थात, अशी प्रतिक्रिया माझ्या आईकडून येणं फार अनपेक्षित नव्हतं.

''अरे वा! अगदी जीव तोडून प्रयत्न कर. अशी संधी रोज रोज येत नसते. पण लक्षात ठेव; हा वन-वे आहे! परत माघारी फिरण्याचा विचारदेखील मनात आणू नकोस,'' क्षणभर थांबून आई म्हणाली.

तिचं हे प्रोत्साहन क्षणिक उत्साहाच्या भरात दिलेलं आहे की पूर्ण विचारांती हे तपासून पाहण्यासाठी मी म्हणालो, ''अशा सफरीवरून माणूस जिवंत परत येईलच, याची शाश्वती नसते. आजवर कुणाही भारतीयाने अशी सफर केलेली नाही. जगभरात दोनशे पेक्षाही कमी वेळा असे प्रयत्न यशस्वी झाले आहेत आणि अपयशी ठरलेल्या मोहिमांची तर गणतीच नाही.'' माझ्या या बोलण्याने तिची क्षणभरही चलबिचल झाली नाही. उलट ''प्रत्येकालाच एक ना एक दिवस जायचं आहे, तर काहीतरी भव्यदिव्य करण्याच्या प्रयत्नांत दुःख कसलं!'' असं ती म्हणाली.

तिनं देऊ केलेल्या या संपूर्ण आधाराच्या बदल्यात या विषयावर आपल्याला जास्तीत जास्त माहिती वाचायला मिळावी, एवढीच अपेक्षा तिनं व्यक्त केली. अशा प्रकारे आईचा खंबीर आणि आश्वासक हात पाठीवर घेऊन गेल्या दोन महिन्यांमधल्या घडामोडींबद्दल मी तिला सांगायला सुरुवात केली...

*मी भाग घेतलेल्या मुंबई ते कोची या बोटींच्या शर्यतीला सुरुवात होण्यापूर्वी (म्हणजे २७ एप्रिल २००६ रोजी) माझी भेट नेव्हीच्या क्रीडा आणि साहसी उपक्रम विभागाचे प्रमुख संचालक कॅप्टन धनखर यांच्याशी झाली. शर्यतीला हिरवा झेंडा दाखवण्यासाठी ते नौदलप्रमुखां (सीएनएस) बरोबर तिथे आले होते, त्यामुळे साहजिकच बोलण्याचा विषय नौदलाच्या सागरी सफरी हा होता. मी त्यांना बोटींच्या धक्क्यावर घेऊन जात असताना बोलण्याच्या ओघात त्यांनी सहजपणे असं सांगितलं की, एखाद्या नौदल अधिकाऱ्याने एकट्याने शिडाच्या बोटीतून पृथ्वीप्रदक्षिणा करण्याची कल्पना पुढे आली आहे आणि नेव्ही या मोहिमेचा सगळा खर्च करण्याचा विचार करत आहे.*

*''मी याचा एक हिस्सा बनू शकतो का?'' त्यांचं वाक्य मध्येच तोडत आणि नेव्हीचे सगळे शिष्टाचार वाऱ्यावर उधळून लावत मी अचानक विचारलं. मला अगदी राहवलंच नाही, कारण ही सगळी कल्पना खूप अद्‍भुत आणि अनोखी वाटत*

होती! अशी सफर करायची म्हणजे नेमकं काय करायचं हे मला त्या वेळीसुद्धा माहीत नव्हतं.

"तुला खरंच यात भाग घ्यायचा आहे? तू आपण होऊन यात सहभागी होऊ इच्छितोस असं मी नौदलप्रमुखांना सांगू, की विचार करायला तुला थोडा वेळ हवा आहे?'' त्यांच्या नेहमीच्या तोलूनमापून बोलण्याच्या पद्धतीनं त्यांनी विचारलं; पण त्यांच्या आवाजाला एक उपरोधिक धार होती.

"हो सर, तुम्ही प्लीज नौदलप्रमुखांना सांगा की मी तयार आहे. मला विचार करायला आणखी वेळ नको!'' मी उत्साहाच्या भरात बोललो. माझं मन नुसतं थुइथुइ नाचत होतं. एका क्षणापूर्वी त्या मोहिमेत छोटी-मोठी मदत करण्याची तयारी दाखवली होती; कारण ही कल्पना मला फारच आवडली होती आणि आता ही सगळी मोहीमच माझ्या पदरात पडू पाहत होती. नेव्हीची नक्की काय योजना आहे याच्या तपशिलात जाण्याच्या भानगडीतही मी पडलो नाही. सातव्या आसमानात गेलेल्या माझ्या मेंदूला फक्त एवढंच कळत होतं की हे काहीतरी भन्नाट आहे आणि ही संधी मी गमावता कामा नये.

"ठीक आहे, आता तू इच्छा व्यक्त केलीच आहेस तर एक प्रोजेक्ट रिपोर्ट तयार करून पुढच्या महिन्यात मला पाठवू शकशील?'' कॅप्टन धनखरांनी विचारलं.

अगदी सहज म्हणून सुरू झालेल्या या संभाषणाला पाचच मिनिटांत असं काही वळण मिळालं, की त्यानं मला माझ्या आयुष्यातल्या आजवरच्या सगळ्यात मोठ्या टप्प्यावर आणून सोडलं. पण गंमत अशी होती की, त्याच्या स्वरूपाविषयी मला अगदी अंधूकशीच कल्पना होती!

१९९२ मध्ये पाणबुड्या होण्यासाठी घेतलेल्या प्रशिक्षणात, कॅप्टन धनखर हे माझे प्रशिक्षक होते; आणि त्या तणावपूर्ण दिवसांमध्ये त्यांनी मला चांगलंच पारखलं होतं. जगभर भटकंती करण्याच्या आणि शिडाच्या बोटी चालविण्याच्या माझ्या उत्साहाबद्दल ते सुपरिचित होते. २००२-२००३ सालात 'आयएनएस तरंगिणी'च्या पहिल्या जगप्रवासात मी कार्यकारी अधिकारी म्हणून घेतलेल्या अनुभवामुळे या प्रकल्पात मला रुची आहे किंवा काय, हे चाचपून पाहण्यासाठी ते उद्युक्त झाले असावेत. अर्थात, त्यांनी विचारणा केलेली मी काही पहिलीच व्यक्ती नसणार; पण ती कल्पना उचलून धरणारा मात्र पहिलाच माणूस असणार. म्हणूनच बहुधा, त्यांचा शोध तिथेच संपला असावा.

नंतर त्या दिवशी नौदलप्रमुख ॲडमिरल अरुण प्रकाश यांनी शर्यतीचं उद्घाटन केलं. त्यांनी त्यांच्या भाषणात जाहीर केलं की, शिडाच्या बोटीतून एकट्यानं पृथ्वीप्रदक्षिणा करण्याचं आव्हान स्वीकारणाऱ्या नाविकाचं प्रायोजकत्व स्वीकारण्याची नेव्हीची तयारी आहे. आम्ही सगळे ग्रुप फोटो काढण्यासाठी तयार होत असताना

*ते माझ्याजवळ आले आणि म्हणाले, ''दिलिप, मी असं ऐकलं की तू या मोहिमेत सहभागी होण्याची तयारी दाखवली आहेस?'' मी फक्त मान हलवली आणि पुटपुटलो, ''हो सर, बघू या कसं होतंय ते.''*

''तर, अशी ही आतापर्यंतची कहाणी,'' मी आईला म्हणालो. ''आता मला सविस्तर प्रोजेक्ट रिपोर्ट बनवायचा आहे आणि नौदल मुख्यालया (एनएचक्यू)ला पाठवायचा आहे. खरंतर हे काम गेल्या महिन्यात व्हायला हवं होतं. म्हणून मला दिल्लीहून सारखे फोन येताहेत. खरं सांगू? मला या विषयातली काही माहिती नाही. इंटरनेटवरून मिळेल तेवढी माहिती जमवण्याचा मी प्रयत्न करतोय. इथे सध्या माहिती मिळवण्याचा हा एकच मार्ग आहे.'' या विषयासंदर्भात जी काही माहिती मिळेल ती आईलाही सांगण्याचं आश्वासन मी दिलं आणि रिपोर्ट पूर्ण करण्याच्या कामाला लागलो. तिचा मला पूर्ण पाठिंबा मिळाल्यामुळे माझ्या डोक्यावरचं मोठं ओझं उतरलं होतं. मला त्या वेळी ही गोष्ट जाणवली नाही, पण माझ्या 'सागर परिक्रमा' या मोहिमेच्या पाठीशी असणाऱ्या टीमचा पहिला सदस्य आईच्या रूपानं मी जोडला होता!

एक महिना उलटून गेला तरी मी माझा अहवाल सादर केला नव्हता. त्यामागे एक कारण हे होतं की, कार्यबाहुल्यामुळे रात्रीच्या जेवणानंतरच मला या विषयावर वाचन करायला वेळ मिळायचा आणि दुसरं कारण म्हणजे, या विषयाबाबत माझं असलेलं प्रगाढ अज्ञान! मी अक्षरशः अंधारात चाचपडत होतो, असं म्हटलं तरी ती अतिशयोक्ती ठरणार नाही. जसजसा मी वाचत गेलो तसतशी मला ही जाणीव होत गेली की, आधी वाटलं होतं त्याप्रमाणे ही सागरी सफर स्वप्नाळू, रोमांचक आणि काव्यात्मक वगैरे नसून, त्यासाठी खूप कठोर परिश्रम घ्यायला लागणार होते आणि वाटलं होतं त्यापेक्षाही हे आव्हान फार मोठं असणार होतं. आश्चर्याची बाब म्हणजे, या विचारानं मला आणखी स्फूर्ती आली. हे आव्हान स्वीकारण्याचा माझा निश्चय अधिकच दृढ झाला.

२००६ च्या जुलैमध्ये मी नौदल मुख्यालयाकडे अहवाल पाठवू शकलो. मी असं ठरवलं की माझी सागर परिक्रमा ही खरीखुरी प्रदक्षिणा ठरली पाहिजे, म्हणजे दक्षिण महासागरापासून सुरू होऊन ती तीनही 'ग्रेट केप्स'ना- केप लीऊविन, केप हॉर्न आणि केप ऑफ गुड होप- वळसा घालून पूर्ण झाली पाहिजे. 'तृष्णा', 'समुद्र' आणि 'आयएनएस तरंगिणी' या बोटींवर यापूर्वी झालेल्या भारतीय सफरींनी पत्करलेल्या सुएझ आणि पनामा कालव्यांमधून जाणाऱ्या मार्गाने मीही जाऊ शकलो असतो आणि त्या प्रवासाला पृथ्वीप्रदक्षिणा असं संबोधलं असतं तरी निदान आपल्या देशात कुणाला काही वावगं वाटलं नसतं! आता मागे वळून पाहताना असं वाटतं

की, यामुळे गोष्टी बऱ्याच प्रमाणात सोप्या झाल्या असत्या. विशेषतः लाल फितीच्या कारभारानं मला झुकतं माप दिलं असतं. एक-दोन वर्षांच्या कालावधीत मला ४० ते ५० बंदरांवर मुक्काम करता आला असता आणि व्यापारी वाऱ्यांच्या साथीनं प्रवास बराच सोपा झाला असता. पण मग ही खरीखुरी सागरी परिक्रमा कशी ठरली असती? ही गोष्ट नेव्हीच्या आणि पर्यायानं माझ्या परिक्रमेला आर्थिक साहाय्य करणाऱ्या करदात्या देशबांधवांच्या जरी लक्षात आली नसती तरी माझ्या लक्षात आली आणि मला ते योग्य वाटलं नाही!

मी रिपोर्ट सादर केल्याला महिना होऊन गेला होता. आपल्याला काय-काय करायचं आहे याबाबत मी अजूनही अनभिज्ञ होतो. माझं या विषयावरचं वाचन सुरू होतं आणि सुयोग्य अशा सेकंडहँड बोटीच्या शोधार्थ मी अधूनमधून लोकांना इ-मेल्स पाठवत होतो. असं असलं तरी, रोजच्या धकाधकीच्या आयुष्यात मोहिमेची ही कल्पना हळूहळू जराशी अवास्तव आणि पुसट होत चालली होती.

माझ्या आयुष्यात कदाचित पहिल्यांदाच मी एका छानशा सुटीची योजना आखली होती. २००६ च्या ऑगस्टमध्ये मी माझ्या एका जवळच्या मैत्रिणीला अंदमानच्या बेटांची सैर करायला बोलावलं होतं. त्यानंतर भारताच्या मुख्य भूमीवर जाण्यासाठी माझं तिकीटही आरक्षित केलं होतं. काही काळासाठी माझं काम दुसऱ्यावर सोपवून सुटीचा आनंद लुटायला मी अगदी सज्ज झालो होतो! ठरल्याप्रमाणे माझी मैत्रीण आली आणि पाठोपाठच नौदल मुख्यालय आणि निवृत्त व्हाइस ॲडमिरल मनोहर आवटी यांचे फोन कॉल्सही येऊन धडकले! मला सांगण्यात आलं की, इतिहासात प्रथमच एकट्यानं आणि न थांबता शिडाच्या बोटीतून पृथ्वीप्रदक्षिणा करणाऱ्या सर रॉबिन नॉक्स-जॉन्स्टन यांच्याबरोबर मी काम करावं आणि काही गोष्टी शिकाव्यात. ते कोण आहेत आणि त्यांनी कोणती कामगिरी केली आहे याबाबत मला विशेष माहिती नव्हती. मी त्यांची माहिती इंटरनेटवरून डाउनलोड करून ठेवली, पण घरात पाहुण्यांची इतकी वर्दळ होती की मला ती वाचायला फारसा वेळ मिळाला नाही. मला फक्त एवढंच समजलं होतं की, 'व्हीलक्स फाइव्ह ओशन्स रेस' या एकट्यानं पृथ्वीप्रदक्षिणा करण्याच्या शर्यतीत ते भाग घेण्याची तयारी करत होते आणि त्यासाठी त्यांनी स्वतःच्या कंपनीच्या अध्यक्षपदाचा राजीनामा दिला होता, कारण ती शर्यत त्यांच्या कंपनीनंच आयोजित केली होती. माझ्या मोहिमेसंदर्भात त्यांचा सल्ला विचारण्यात आल्यावर त्यांनी दिलेलं उत्तर अगदी साधं, सरळ आणि त्यांच्या स्वभावाचं प्रतिबिंबच होतं जणू- 'त्याला माझ्याबरोबर काम करायला पाठवा म्हणजे शिकण्यासारख्या असलेल्या सगळ्या गोष्टी तो शिकेल!'

येणाऱ्या फोन कॉल्सची संख्या आणि 'कालच करायला पाहिजे होती' अशा

कामांची गर्दी इतकी वाढली की सुटीवर असूनही मी नेहमीइतकाच वेळ ऑफिसमध्ये घालवू लागलो. शेवटी मला सुटीवरून परत बोलावण्यात आलं. त्या वेळी मला हे लक्षात आलं नाही की पुढच्या पाच वर्षांमध्ये मला मिळणार असलेली ही छोटी का होईना; पण शेवटची सुटी होती!

मी माझ्या मैत्रिणीच्या आधी अंदमान सोडलं. मैत्रीण अजूनही अंदमानात एकटीच सैर करत होती आणि मी मात्र भारताच्या मुख्य भूमीकडे निघालो होतो. सदैव उत्साही असणाऱ्या व्हाइस ॲडमिरल आवटींना भेटून पुढे दिल्लीला माझ्या नियुक्तीची औपचारिकता पूर्ण करायला मला जायचं होतं. अशा प्रकारची, एकट्यानं पृथ्वीप्रदक्षिणा करण्याची मोहीम नेव्हीनं हाती घ्यावी म्हणून ऐंशी वर्षांचे निवृत्त ॲडमिरल बरीच वर्षं नेव्हीच्या मागे लागले होते. ते त्यांच्या पत्नीबरोबर मुंबईपासून ३२० किलोमीटर अंतरावर असलेल्या विंचुर्णी गावात राहतात. या गावाची लोकसंख्या त्या वेळी पाचशेच्या आसपास असावी, जी भारतातल्या गावांच्या लोकसंख्येच्या मानानंही फार कमी आहे! मी मुंबईत पोचलो, एका मित्राची गाडी घेतली आणि फार कुणाला माहीत नसलेल्या त्या गावाचा रस्ता पुसत एकदाचा दुपारी तिथे जाऊन पोचलो. ॲडमिरल साहेबांची आणि माझी सुमारे दहा वर्षांपूर्वी ओझरती भेट झाली होती आणि अर्थातच त्यांना मी आठवत नव्हतो. आम्ही सागर परिक्रमा या मोहिमेविषयी गप्पा मारल्या. त्या काही फार खोलात जाऊन मारल्या नाहीत; कारण या मोहिमेला अजून मूर्त स्वरूप आलेलं नव्हतं. त्यांनी आणि त्यांच्या मनमिळाऊ पत्नीने मला अगदी घरच्यासारखी वागणूक दिली. मध्यरात्री उशिरा एकट्यानं मुंबईला गाडी चालवत जाण्यापेक्षा त्या रात्री मी तिथेच मुक्काम करावा हा त्यांचा आग्रह मी जास्त आढेवेढे न घेता मान्य केला. रात्री मी तिथेच राहणार असल्यानं आम्ही दोघं मस्त फिरायला गेलो आणि सात वाजताच ते झोपायला निघून गेल्यावर त्यांची पत्नी आणि मी रात्री उशिरापर्यंत गप्पा मारत बसलो. आम्ही वेगवेगळ्या विषयांवर खूप छान गप्पा मारल्या. मला त्या दोघांबरोबर वेळ घालवताना खूप मजा आली आणि दुसऱ्या दिवशी सकाळी लवकर मी मुंबईकडे रवाना झालो. त्यानंतर बऱ्याच दिवसांनी, कसं ते माहीत नाही, मला असं जाणवायला लागलं की, त्यांच्याकडच्या मुक्कामात माझं परीक्षण आणि निरीक्षण होत होतं! या मोहिमेसंदर्भात दोन वर्षं काम करत असताना ॲडमिरल साहेबांशी माझे चांगले सूर जुळले तेव्हा अखेरीस मी त्यांना माझी शंका बोलून दाखवली आणि ती खरी आहे का, असं विचारलं. त्यावर ते शांतपणे म्हणाले की, हो, मी त्या दिवशी त्यांच्या निरीक्षणाखाली होतो आणि मी झोपल्यावर त्यांनी उठून त्यांच्या पत्नीशी माझ्याबद्दल चर्चा केली होती! त्यांचं स्वतःचं माझ्याविषयी चांगलं मत बनलं होतं; परंतु त्यांना त्यांच्या अर्धांगिनीचं मत जाणून घ्यायचं होतं; कारण तिच्या आतल्या आवाजावर त्यांचा स्वतःपेक्षाही

जास्त विश्वास होता. मी या मोहिमेसाठी योग्य वाटत असल्याचं त्यांच्या पत्नीनं सांगितलं आणि ही जबाबदारी मी पेलू शकेन असा विश्वास वाटत असल्याचंही सांगितलं!

"या मोहिमेसाठी मी योग्य नाही असं तुमच्या दोघांपैकी कुणाला वाटलं असतं तर?" मी विचारलं.

"तर, दुसरा माणूस पाठवायला मी नेव्हीला सांगितलं असतं!" ॲडमिरल आवटी म्हणाले.

दुसऱ्या दिवशी मी मुंबईला गेलो आणि त्या वेळचे रॉयल बॉम्बे यॉट क्लबचे कमोडोर कॅप्टन सोली कॉन्ट्रॅक्टर (निवृत्त) यांना भेटलो. त्यांनी १९७२ च्या म्युनिक ऑलिंपिकमध्ये भारताचं प्रतिनिधित्व केलं होतं आणि 'सागर परिक्रमा' मोहिमेचे ते तांत्रिक सल्लागार असणार होते. त्यांच्याशी बोलताना मला समजलं की, अशी सफर करणारा मी पहिला भारतीय तर असणार होतोच, पण ही सफर मी भारतीय बनावटीच्या बोटीतून करणार होतो. अशा प्रकारच्या बोटी बांधण्याचा कारखाना भारतात नाही, हा भाग वेगळा! दिवसेंदिवस ही कल्पना वेडगळ वाटू लागली होती आणि म्हणूनच की काय, तिची खुमारी आणखीनच वाढत होती.

एखाद्या शोधयात्रेचं स्वरूप प्राप्त झालेल्या या सफरीचा पुढचा पडाव होता दिल्ली. मी एकूणच या शहराविषयी आणि नौदल मुख्यालयाविषयी विशेष काही जाणत नव्हतो. तिथे जाण्याची पाळी माझ्यावर कधी आली नव्हती. माझ्या नियुक्तीसाठी आणि पुढे होऊ घातलेल्या परिक्रमेसाठी कागदपत्रांची पूर्तता करताना ही नौदल मुख्यालयाची भेट मोठ्या धामधुमीची ठरली. मी परत जाण्यापूर्वी नौदलप्रमुखांना माझी भेट घ्यायची आहे, असा निरोप मला मिळाला.

त्यांच्या ऑफिसमध्ये प्रवेश करताच चेहऱ्यावर हसू आणि आवाजात मिस्कीलपणा आणत त्यांनी मला पहिला प्रश्न विचारला तो हा— "दिलिप, तुला पूर्णपणे वेड लागलंय का?"

मी हसलो आणि म्हणालो, "सर, तसं वाटतंय खरं!"

ते जेव्हा ईस्टर्न फ्लीटचे कमांडर होते, तेव्हा अकरा वर्षांपूर्वी मी त्यांच्या हाताखाली काम केलं होतं, त्यामुळे ते मला चांगलं ओळखत होते. मी कोणत्या दबावाखाली तर नाही ना आणि नेमकं काय करायला निघालो आहे हे मला नीट समजलं आहे की नाही, हे त्यांना जाणून घ्यायचं होतं. या मुद्द्यांवर त्यांचं समाधान झाल्यावर आम्ही मोहिमेबद्दल बोललो. ते एक महिन्यानंतर निवृत्त होणार होते. त्याआधी या योजनेला संरक्षणमंत्र्यांकडून 'तत्त्वतः मान्यता' मिळवून देण्याचं आश्वासन त्यांनी मला दिलं. या योजनेची साधारण रूपरेषा स्पष्ट करणारं एक पत्र तयार करून मी नौदलाच्या सगळ्या विभागांना पाठवावं, असा आग्रह त्यांनी धरला. माझ्या मनात एकूणच या मोहिमेविषयी संदेह होता, कारण आम्हाला काय साध्य करायचं आहे

हे माहीत होतं; पण त्यासाठी नियोजन कसं करावं याबाबत कोणतीही ठोस योजना आमच्याकडे नव्हती. हे मी प्रांजळपणे त्यांच्या निदर्शनाला आणून दिल्यावर त्यांनी स्पष्ट केलं की, ही मोहीम प्रत्यक्षात यावी अशी त्यांची इच्छा आहे आणि ती पुढे डब्यात न जाता सफल होईलच याची निश्चिती करण्याचा सर्वोत्तम मार्ग म्हणजे त्यांच्यानंतर येणाऱ्या अधिकाऱ्यासमोर दुसरा पर्याय न ठेवणं, हा होय! या मोहिमेचं अगदी समर्पक नाव 'सागर परिक्रमा' त्यांनीच ठरवून ठेवलं होतं; ज्याचा शब्दशः अर्थ हिंदीत सागरी प्रदक्षिणा असा होतो. या मोहिमेचं स्वरूप इतक्या सोप्या आणि छान प्रकारे अन्य कोणत्याही शब्दांत व्यक्त झालं नसतं.

नौदल मुख्यालयात फेऱ्या मारत असताना सर रॉबिन यांच्याबरोबर काम करण्याची परवानगी सरकारनं दिली आणि एक तासाच्या आत मी कर्मचारी निर्देशालयात जाऊन पोचलो. आदल्याच दिवशी माझ्याबरोबरच्या अधिकाऱ्यांची समुद्रावर जाण्यायोग्य अधिकारी निवडण्याची प्रक्रिया (सी बोर्ड) पूर्ण झाली होती. त्या बोर्डमध्ये जर निवड झाली नाही, तर नौदलात तुम्हाला पदोन्नती मिळण्याची शक्यता फारच कमी असते. तिथे काम करत असलेला एक जुना मित्र मला भेटला. लांब चेहरा करून त्यानं मला माहिती दिली, "मी बोर्डवर निवडला गेलो; पण दुर्दैवानं तुझी निवड झाली नाही."

"अरे, वाईट वाटून घेऊ नकोस, बरंच झालं," मी उत्तरलो. "आता मी माझ्या मोहिमेवर पूर्ण लक्ष देऊ शकतो!"

जे-२४ शिडाच्या होड्यांची शर्यत

# अमूल्य उमेदवारी

मोहिमेसंदर्भातल्या कागदपत्रांची पूर्तता झाल्यावर मी सर रॉबिन यांना इ-मेलवर रोज वेगवेगळे प्रश्न विचारू लागलो, भारतातून त्यांना काही खास हवं आहे का- मी तिकडे येताना कोणत्या प्रकारचे कपडे आणावेत, मी पोचेन त्या वेळी ते नेमके कोणत्या ठिकाणी असतील, तिथे पोचल्यावर मला काय-काय करायचं आहे, असे बरेच प्रश्न मी त्यांना रोज विचारत होतो. माझ्या डोक्यात प्रश्नांचा नुसता गुंता झाला होता आणि त्यांची समाधानकारक उत्तरं द्यायला भारतात कुणीच नसल्यामुळे मी मनात प्रश्न आला की ताबडतोब सर रॉबिन यांना मेल धाडून देत होतो. काही काळानंतर सारखे मेल्स पाठवायची मला थोडी लाज वाटायला लागली. त्या पुढच्या मेलमध्ये सुरुवातीला मी लिहिलं, 'आता हा आणखी एक मूर्खासारखा प्रश्न...' त्यावर त्यांनी त्वरित उत्तर दिलं, जे आयुष्यभर माझ्या लक्षात राहील. त्यांनी लिहिलं होतं- कोणताही प्रश्न हा मूर्खासारखा कधीच नसतो! प्रश्न हा नेहमी प्रश्नच असतो आणि इथे येऊन तू समुद्रात हरवून जाण्यापेक्षा तुला जेवढे प्रश्न पडत असतील ते विचारणं जास्त चांगलं नाही का? त्या दिवसापासून मी त्यांचा हा सल्ला शिरसावंद्य मानला आहे आणि मुळाक्षरं गिरवण्यापासून ज्या योजनेची सुरुवात मी केली, तिच्या यशस्वितेसाठी त्यांचा हा सल्ला मोलाचा ठरला. १९६० मध्ये प्रदर्शित झालेल्या विख्यात 'मुघल-ए-आझम'ची सीडी त्यांनी जेव्हा मला घेऊन यायला सांगितली, तेव्हा मला खरोखरच गंमत वाटली. काही दिवसांनंतर जेव्हा मी त्यांना बऱ्यापैकी ओळखायला लागलो, तेव्हा मला यामागचं कारण समजलं.

मी लंडनला पोचलो तेव्हा माझ्या स्वागतासाठी विमानतळावर भारतीय नौदल सल्लागार अधिकाऱ्याचा सहायक हजर होता. त्यानं मला घेऊन ताबडतोब वॉटरलू स्टेशन गाठलं आणि लगेचच्या ट्रेननं माझी रवानगी पोर्ट्समाउथला केली. तिथे पोचल्यावर मी सर रॉबिनना फोन केला तेव्हा त्यांनी मला गॉसपोर्टला यायला सांगितलं. हे ठिकाण फेरीबोटीतून छोट्या पल्ल्याचा प्रवास केल्यावर दुसऱ्या

किनाऱ्यावर होतं. गॉसपोर्टला पोचल्यावर मी त्यांना फोन करायचा असं ठरलं होतं. त्यानंतर ते मला आणि त्यांच्या काही मित्रांना घेऊन एका भारतीय रेस्टॉरंटमध्ये जेवायला घेऊन जाणार होते. मी गॉसपोर्टला जाऊन पोचलो, पण तिथे पोचल्यावर माझ्या लक्षात आलं की, त्यांचा फोन नंबर मी पोर्ट्समाउथला हॉटेलवरच विसरून आलो होतो. थोडा वेळ मी त्यांना इकडेतिकडे शोधण्याचा प्रयत्न केला; पण आम्ही त्यापूर्वी एकमेकांना कधीच भेटलो नसल्यामुळे त्यांना ओळखणं सोपं नव्हतं. काही वेळ प्रयत्न करून मी तो नाद सोडला आणि मनातल्या मनात बोटं मोडत, शरमेनं अर्धमेला होत पुन्हा पोर्ट्समाउथला परत आलो. उमेदवारी सुरू करण्याची काय पण मस्त पद्धत होती ही!

दुसऱ्या दिवशी सकाळी मी गॉसपोर्टला पोचलो आणि सर रॉबिनना फोन केला. ते काही मिनिटांमध्येच हजर झाले आणि शेजारीच असलेल्या बोटयार्डमध्ये मला घेऊन गेले. मी याआधी कोणत्याही 'नाइटहूड' ('सर' ही उपाधी) मिळालेल्या व्यक्तीला भेटलो नव्हतो, त्यामुळे साहजिकच मी रॉबिन यांना 'सर' म्हणून संबोधत होतो. दोनच मिनिटांत त्यांनी ते हेरलं आणि 'सर' न म्हणता मला नुसतंच रॉबिन म्हण, असं सांगितलं. रॉबिन यांनी माझ्यासाठी एक वरकोट— म्हणजे काम करताना कपड्यांवरून घालण्याचा पूर्ण लांबीचा कोट— तयार ठेवला होता. मला इथे बोलावून घेण्याचा त्यांचा अंतस्थ हेतू त्यांचं हिंदी मी सुधारावं, हा असल्याचं त्यांनी मला सांगितलं. १९६० च्या दशकात ब्रिटिश इंडिया स्टीम नॅव्हिगेशन कंपनीत काम करताना भारतात ते हिंदुस्थानी भाषा शिकले होते.

अशा प्रकारे माझी सर्वांत अनमोल अशी उमेदवारी सुरू झाली. रॉबिन यांनी पहिलं काम मला सोपवलं ते बोटीची तळकाठी घासून गुळगुळीत करण्याचं, जेणेकरून त्यावर व्यवस्थित रंग देता यावा. हे काम मी त्यापूर्वी कधीच केलं नव्हतं. 'ओपन सिक्स्टी' या प्रकारची 'ग्रे पॉवर' ही रॉबिन यांची बोट पूर्णपणे सुटी करून ठेवली होती आणि शर्यतीसाठी तिची पुनर्जोडणी करण्याचं काम सुरू होतं. 'ओपन ६०' या प्रकारच्या बोटी साठ फूट लांबीच्या आणि एकट्याने सागरी शर्यतीत भाग घेणाऱ्यांसाठी बनवलेल्या असतात. या शिडाच्या बोटींची कामगिरी उत्तम दर्जाची असते.

पुढच्या तीन आठवड्यांमध्ये कामांचा नुसता सपाटा चालला होता. मी रोज सकाळी साडेआठला फेरीबोट घेऊन बोटयार्डात पोचायचो आणि पडेल ते काम करायचो. कोणत्याही प्रश्नाचं उत्तर द्यायला, कामं वाटून द्यायला आणि सगळ्यांना कामात मदत करायला रॉबिन सदैव तत्पर असायचे आणि आमच्या सगळ्यांपेक्षा जास्त काम, श्रम ते स्वतः करायचे. त्यांचा उत्साह आणि कामाचा उरक बघण्यासारखा होता. त्यापासून आम्हाला स्फूर्ती मिळायची. आम्ही दिवसभर काम करायचो, कधी-

कधी दुपारी जेवायचं भानही आम्हाला राहायचं नाही. संध्याकाळी सातपर्यंत काम करून बोटयार्डसमोरच्या एका बारमध्ये सगळे श्रमपरिहार करायला जमायचो आणि दिवसभराच्या कामाचा आढावा घ्यायचो. रात्री फेरीबोटीनं पोर्ट्‌समाउथला पोचल्यावर पंधरा मिनिटं झपझप चालत हॉटेलवर गेल्यानंतर शॉवरखालीच माझा जवळजवळ डोळा लागत असे!

आमच्या चमूत विविध प्रकारचे लोक होते आणि बहुतेक सगळे स्वेच्छेनं तिथे काम करायला आलेले स्वयंसेवक होते. प्रत्येकाचं वय आणि पार्श्वभूमी वेगवेगळी होती. चमूत वयानं सगळ्यात लहान होती शार्लट (चार्ली). तिनं नुकतंच कॉलेज शिक्षण पूर्ण केलं होतं आणि उन्हाळ्याच्या सुटीत बोटीवर काम करायला ती आली होती. वयाच्या पन्नाशीत असलेल्या अमेरिकन टिमोथी एथरिज (टिम) यानं 'क्लिपर राउंड द वर्ल्ड' शर्यतीत पृथ्वीप्रदक्षिणा करण्यासाठी भाग घेतला होता. ती शर्यत वर्षअखेरीला होणार होती. आमच्यातल्या बऱ्याच जणांना फारसं तांत्रिक ज्ञान नव्हतं, पण काम करण्याची तयारी मात्र होती. रोजच्या कामात मजा येत होती आणि आपल्यातलं सर्वोत्तम ते देण्याचा निश्चय होता. या सगळ्या बाबी सर रॉबिन यांना अगदी भावणाऱ्या होत्या. आम्हाला लागेल ती मदत करायला ते नेहमीच तत्पर असायचे आणि आम्ही वरचेवर ज्या चुका करायचो, त्यामुळे ते कधीही अस्वस्थ झालेले, चिडलेले मी पाहिले नाहीत.

बऱ्याचदा काही तंत्रज्ञ, रंगारी आणि विशेषज्ञ तिथे काम करायला यायचे. आम्ही त्यांना मदत करायचो आणि त्यातून काही न काही शिकायचो.

तळकाठी घासता घासता हळूहळू मी बोटीवरची इतर उपकरणं बसवायलाही शिकलो. रोजच काहीतरी नवीन अनुभव मिळायचा. सागरी मार्गानं पृथ्वीप्रदक्षिणा करण्याच्या शर्यतीत भाग घेण्यासाठी एक मोठी शिडाची होडी- यॉट- तयार होताना मी आयुष्यात प्रथमच बघत होतो.

नेव्हीच्या नोकरीत एक कार्यकारी अधिकारी म्हणून काम करत असल्यामुळे आतापर्यंत तांत्रिकी कामं करण्याशी माझा फारसा संबंध आला नव्हता, कारण त्या कामांसाठी नेव्हीत नेहमीच मनुष्यबळ उपलब्ध असायचं. इथे मी जसजसं काम करत होतो, तसतसा विविध उपकरणं लावण्याचा आणि रिपेअर करण्याचा माझा स्वतःवरचा विश्वास वाढत होता. स्वतःच्या हातांनी मी काम करत होतो आणि ही बाब मला भविष्यात खूप उपयोगी पडणार होती.

इंग्लंडमधल्या माझ्या तीन आठवड्यांच्या वास्तव्यात मला एक दिवसाची सुटी मिळाली, त्यातला अर्धा दिवस मी झोप पूर्ण करण्यात घालवला आणि उरलेल्या अर्ध्या दिवसात मी जुन्या पोर्ट्‌समाउथ डॉकयार्डला भेट दिली. तिथे ॲडमिरल नेल्सन यांचं 'व्हिक्टरी' हे ट्रॅफलगरच्या युद्धात वापरलेलं शिडाचं जहाज एका वस्तुसंग्रहालयात

जतन करून ठेवलं आहे.

दरम्यान, रॉबिन यांच्या 'ग्रे पॉवर' बोटीचं नाव बदलण्यात आलं आणि त्यांच्या प्रमुख प्रायोजकांच्या नावाचा समावेश असलेलं 'सागा इन्शुरन्स' हे नवीन नाव देण्यात आलं. आणखी काही दिवस काम करून आम्ही शर्यतीचा आरंभबिंदू असलेल्या स्पेनमधल्या बिल्बाओ इथे जायला निघालो. आम्हाला निरोप द्यायला बरेच चाहते हजर होते. आम्ही मुख्य शीड उभारायला सुरुवात केल्यावर सगळ्या गोष्टी उलट्याच घडायला लागल्या. सरळ उभी राहण्याऐवजी डोलकाठी सापासारखी डोलायला लागली आणि झुलता नौकातल किंवा होडीची नाळ (स्विंग कील) झुलायचं नाव घेईना! माझ्याकडे सगळ्यात सोपी कामगिरी सोपवण्यात आली, ती म्हणजे- नेमून दिलेल्या मार्गावर बोटीला चालवत ठेवणं. रॉबिन आणि बाकीचे सगळे समस्या शोधून तिचं निराकरण करण्याच्या खटपटीला लागले. परत फिरण्याशिवाय दुसरा पर्यायच नव्हता. डोलकाठी आणि तिला बांधलेले दोरांचे तणाव नीट करायला पाहिजे होते, पण होडीच्या नाळेचं गौडबंगाल मात्र कुणालाच उलगडेना. रॉबिन सुकाणूजवळ आले आणि या प्रश्नाचा विचार करत त्यांनी खाली बसकण मारली. ते चांगलेच अस्वस्थ दिसत होते. मी त्यांना विचारलं की, नाळेचा स्विच त्यांनी 'ऑन' केला होता का? "कोणता स्विच?" त्यांनी विचारलं. मी घाईघाईनं त्यांना सुकाणूच्या तरफेची मूठ धरायला सांगितलं आणि धावत जाऊन तो स्विच 'ऑन' केला. झुलती नाळ झुलायला लागली! आम्ही नाळेचं काम करत असताना ते इतर कामांत गुंतले असल्यामुळे त्यांना त्या स्विचबद्दल काहीच माहीत नव्हतं. यातून मला आणखी एक धडा मिळाला : तुमच्या तळहाताच्या रेषांप्रमाणे तुमच्या बोटीची तुम्हाला खडा न् खडा माहिती असायला हवी!

सहा नाविकांसह एकदाची आम्ही बिल्बाओकडे बोट हाकारली. हे सहा नाविक असे होते— रॉबिन, टिम, चार्ली (या सफरीसाठी तिने तिच्या नवीन शैक्षणिक वर्षाच्या सुरुवातीचा 'परिचय आठवडा' (Freshers' Week) बुडवला होता.), बॅरिस्टर असलेले रॉबिन यांचे मित्र रिचर्ड, जुआन हा दक्षिण आफ्रिकेचा नाविक- त्यानं नुकतंच आरवायए यॉटमास्टर हे प्रमाणपत्र प्राप्त केलं होतं आणि मी स्वतः. सूर्यास्ताच्या सुमाराला सॉलेन्ट सामुद्रधुनी पार केल्यावर रॉबिन यांनी बोट चालविण्यासाठी म्हणून आमची दोन गटांत विभागणी केली. ते एका गटाचं नेतृत्व करणार होते आणि मी दुसऱ्या. मी यापूर्वी कधीच शिडाची एवढी मोठी बोट चालवली नव्हती. मी त्यांना तसं सांगितल्यावर ते शांतपणे म्हणाले, "तुझ्याकडे नेव्हीचं टेहळणी प्रमाणपत्र आहे, हो ना?" "हो", मी उत्तरलो. "मग ते पुरेसं आहे. काही अडचण आली तर खुशाल मला उठव," असं म्हणून ते बोटीच्या आतल्या भागात गेले आणि झोपले. माझ्याबरोबर बोट चालविण्यासाठी जुआन आणि रिचर्ड पण असतील

याची त्यांनी खात्री करून घेतली होती, कारण त्या दोघांना मोठ्या यॉटमधून सागरसफरींचा अनुभव होता. आमची बोट अजून पूर्णपणे तयार झाली नव्हती. होकायंत्रासारखी काही मूलभूत गरजेची उपकरणं फक्त बसवलेली होती आणि काम करत होती. इतर उपकरणं जोडायला वेळच मिळाला नव्हता. हातांनी सुकाणू फिरवूनच बोट चालवावी लागत होती; कारण ऑटोपायलटची जोडणी अजून पूर्ण व्हायची होती.

एखाद्या मस्तवाल जनावराला काबूत ठेवणं जितकं कठीण, तितकीच ओपन-सिक्स्टी प्रकारची ही बोट चालवायला कठीण होती. मुख्यतः शर्यतीत वेगानं पुढे जाण्याच्या आणि दक्षिण महासागराच्या तडाख्यात तग धरून राहण्याच्या दृष्टीनं तिची बांधणी केली गेली होती. साहजिकच खलाश्यांच्या सुखसोईंकडे म्हणावं तितकं लक्ष दिलं गेलं नव्हतं. अगदी आवश्यक अशा स्वच्छतागृहाचीदेखील तिच्यात सोय नव्हती! एकतर त्यामुळे बोटीवर वजन वाढलं असतं आणि बोटीच्या सांगाड्यात आणखी एका भोकाची भर पडली असती, ही दोन कारणं त्यामागे असावीत. 'बक इट अ‍ॅन्ड चक इट', म्हणजेच बादलीत प्रातर्विधी उरकून ती समुद्रात रिकामी करणं हा एकच उपाय त्यावर होता! युनायटेड किंग्डम आणि फ्रान्सच्या आसपासचा समुद्री वाहतुकीच्या वर्दळीचा प्रदेश पार करून आम्ही बिस्केच्या उपसागरात प्रवेश केला, तेव्हा त्या उपसागराला 'बे ऑफ बिस्के' न म्हणता 'बिच ऑफ बिस्के' किंवा 'बीस्ट ऑफ बिस्के' असं तिरस्काराने का संबोधण्यात येतं, ते मला कळून चुकलं. समोरून वेगानं येणारा वारा, खवळलेला, उधाणलेला समुद्र, ताशी १५ नॉटिकल वेगानं अंगावर वारं घेत जाणारी आणि कुणी कल्पनाही करू शकणार नाही, अशा रीतीनं कलंडणारी बोट! प्रत्येक लाटेवर जाऊन आपटण्याचा जणू तिनं चंगच बांधला होता आणि अंगात आलेल्या बाईसारखे आवाज काढून ती घुमत होती. जणू काही लाटांवर आपटून तिला स्वतःचे तुकडे करून घ्यायचे होते! बोट चालविणाऱ्या आम्हा तिघांच्या अंगावर क्षणोक्षणी समुद्राच्या खाऱ्या पाण्याचे फवारेच्या फवारे उडत होते आणि त्या पाण्यासोबत येणारी थंडी माझी 'भारतीय' हवामानावर पोसलेली हाडं गोठवून टाकत होती.

बोट चालविणाऱ्या दुसऱ्या गटाला विश्रांती देण्यासाठी उठून जायला एका रात्री मी उठायचा प्रयत्न करत होतो, तेव्हा उठून बसायलासुद्धा माझं शरीर राजी होईना. 'मी आपणहोऊन ही कसली बला ओढवून घेतली आहे? दक्षिण महासागराची तर मला अजून हवाही लागलेली नाही आणि शिवाय पुढे तो मला एकट्यानंच पार करायचा आहे. ते मी कसं करणार आहे कुणास ठाऊक!' काही मिनिटं मी बिछान्यात तसाच पडून राहिलो. शरीराबरोबर माझं मन, माझे विचारही गोठले होते! 'बिस्केच्या उपसागराच्या मध्यावर ओपन सिक्स्टी वरून प्रवास करणं ही बहुधा 'वैतागा'ची

व्याख्या असावी. हे बोलायला ठीक आहे, पण एकट्यानं पृथ्वीप्रदक्षिणा करण्याचा हा वेडेपणा मला खरोखरच करायचा आहे का?' माझ्या विचारांचं चक्र सुरू होतं. पण तेवढ्यात माझ्या कोडग्या अंतर्मनानं मध्येच नाक खुपसत म्हटलं, 'अच्छा, म्हणजे आयुष्यभर नौदल मुख्यालयामध्ये फायलींचा ढिगारा उपसत बसण्याचा तुझा इरादा आहे तर!' अंतर्मनाचा हा आवाज विरतो न विरतो तोच पुढच्या पाचच मिनिटांत कपडे चढवून, दोरखंड आवळून बोट चालविण्यासाठी मी सुकाणूजवळ पोचलो होतो. 'देवा रे, काय भयानक पर्याय माझ्या मनात आला होता! उराशी धरलेलं स्वप्न मी उधळून द्यायला निघालो होतो,' माझ्या अंतर्मनानं एक फटका मारून मला जागं केलं होतं. काही वेळा अनपेक्षित ठिकाणाहून विचित्र पद्धतीनं प्रेरणा मिळते, नाही का?

चार दिवसांनी आम्ही जेव्हा बिल्बाओला पोचलो, तेव्हा आमच्या झालेल्या हृद्य स्वागताला अन्य लोकांबरोबरच एकट्यानं पृथ्वीप्रदक्षिणा करणारे प्रख्यात स्पॅनिअर्ड (आता दिवंगत) होसे उगार्ते हजर होते. शर्यत सुरू व्हायला फक्त तीन आठवडे बाकी असल्याकारणानं आधीसारखीच कामांची ही गर्दी उसळली. सुजलेल्या झोपाळू डोळ्यांनी सकाळी सात वाजता हॉटेलच्या रेस्टॉरंटमध्ये जमायचं, पोटभर न्याहरी करून परक्या शहरातल्या परक्या भाषेतल्या पाट्यांशी झटापट करत, रहदारीशी आट्यापाट्या खेळत साडेआठ वाजता बोटीवर पोचायचं, संध्याकाळी सात वाजेपर्यंत अविरत काम करून सागरकिनारी एखाद्या बारमध्ये बसायचं आणि पुन्हा बिल्बाओच्या अनोळखी रस्त्यांवरून रात्री साडेनऊला हॉटेल गाठायचं, असा आमचा दिनक्रम होता. आमची दिवसभर होणारी दमणूक आणि त्यात भर म्हणून स्पॅनिश भाषेशी गट्टी करण्यात येणारं अपयश यामुळे काही वेळा मजेशीर प्रसंग घडायचे. एकदा आम्ही खरंच हरवलो आणि रस्ता शोधत होतो, तेव्हा अर्ध्या तासात दोन वेळा एकाच दिशेनं आम्ही एका बोगद्याकडे (भुयारी मार्गाकडे) जाणाऱ्या टोल नाक्यावरून गेलो!

भरीत भर म्हणून माझ्या 'दोंदे' आडनावानं स्पॅनिश लोकांची बरीच करमणूक केली, कारण या शब्दाचा स्पॅनिश भाषेत अर्थ होतो 'कुठे'. त्यावर रॉबिन एकदा गमतीने म्हणाले, "पृथ्वीप्रदक्षिणा घालण्यासाठी जाणाऱ्या नाविकाचं नाव काय, तर म्हणे 'कुठे'!" मी त्यांना म्हणालो की, खरंतर माझ्या नावाचा अर्थ 'आता पुढे कुठे?' असा होतो. त्यातले दोन शब्द लोप पावले आहेत आणि म्हणूनच 'आता पुढे कुठे?' असं म्हणत म्हणत मी जगाला फेरी मारून येणार आहे! त्यावर तोंड भरून हसत त्यांनी मला, "क्या बात है!" अशी दाद दिली.

ते दिवस फारच उल्हसित करणारे होते. कामाव्यतिरिक्त रॉबिन यांच्याशी भारतावर, इतिहासावर आणि इतर ढीगभर विषयांवर चर्चा व्हायच्या. एकीकडे

त्यांचं हिंदी भाषा शिकणं सुरू होतंच, त्यामुळे प्रत्येकाची खूप करमणूक व्हायची. एकदा, रात्री नऊ वाजता हॉटेलसाठी प्रयाण केल्यावर गाडीत आम्ही थकूनभागून बसलेलो असताना, रस्त्यात थांबून केस कापण्याची हुक्की रॉबिनना आली. नंतर त्यांना केस कापायला वेळ मिळणार नाही, असं त्यांचं म्हणणं होतं. त्यांच्या या प्रस्तावावर गाडीत फक्त बंडाळी माजण्याचीच बाकी राहिली. मी शांतपणे रॉबिन यांच्या कानात कुजबुजलो, *''रॉबिन साहब, सीधे घर चलो, वरना जूते पडेंगे, हेअरकट बाद में लेना!''* त्यावर ते फक्त *''अच्छा!''* एवढंच म्हणाले आणि त्यांनी गाडी सरळ हॉटेलकडे नेली. केशकर्तनाची योजना गुंडाळून ठेवण्याला आमच्यातलं संभाषण नेमकं कसं कारणीभूत ठरलं, या विचारानं गाडीतले बाकीचे लोक बुचकळ्यात पडले.

मी भारतातल्या ज्या लोकांच्या संपर्कात होतो, त्यांत ॲडमिरल आवटी, कॅप्टन कॉन्ट्रॅक्टर यांच्याबरोबरच नौदल मुख्यालयातल्या काही लोकांचा समावेश होता, जे सतत सागर परिक्रमेच्या योजनेबाबत शंका उपस्थित करायचे. माझं या बाबतीतलं ज्ञान अगदीच तुटपुंजं असल्यानं मी त्या शंका रॉबिनपर्यंत पोचवायचो. शंकांचा आणि नकारात्मक मतांचा भडिमार जरा अतिच झाल्यावर ते मला म्हणाले, ''माझ्या मताप्रमाणे भारतीय लोक हुशार व उच्च क्षमतेचे असता, मग तुम्ही स्वतःच स्वतःला इतके कमी का लेखता?'' त्यांच्या या प्रश्नानं माझ्या काळजाला हात घातला आणि मी अंतर्मुख झालो. आजही, जेव्हा सागर परिक्रमेच्या पूर्ततेनंतर अशा प्रकारचं साहस एक भारतीय करू शकतो यावर लोक शंका उपस्थित करतात, तेव्हा मी अंतर्मुख होतो. या मोहिमेसाठी रॉबिन यांनी दिलेला सल्ला हा अगदी साधा, सरळ आणि अचूक होता. कोणत्या गोष्टीला प्राधान्य द्यायचं आणि अडचणी कोणत्या येऊ शकतील, यावर त्यांचा सल्ला होता! ''पैशांचं पाठबळ मिळव, एक चांगली बोट घे, तिची काळजी घ्यायला आणि चालवायला शीक आणि त्यानंतर नीघ प्रवासाला!'' त्यांनी स्वतः खूप वर्षांपूर्वी, म्हणजे १९६८ मध्ये एकट्यानं, न थांबता पहिल्यांदा पृथ्वीप्रदक्षिणा पूर्ण केली होती. त्या पार्श्वभूमीवर, भारतीय लोक या मोहिमेविषयी इतकं अवडंबर का माजवतात आणि चर्वितचर्वण का करतात, हे त्यांच्या आकलनापलीकडचं होतं. ''असं जायचं आणि बोट घेऊन सफरीला निघायचं, त्यात काय? तू हे नक्की करशील,'' त्यांनी मला सांगितलं. मायभूमीत प्रत्येक जण शंका उपस्थित करत असताना त्यांचे हे शब्द स्फूर्ती देणारे होते.

२२ ऑक्टोबर २००६ रोजी सकाळी आम्ही व्हीलक्स फाइव्ह ओशन्स रेसच्या आरंभ रेषेकडे जात असताना रॉबिन यांनी ते मला काही देणं लागतात का, ते विचारलं. बोटीसाठी काही सटरफटर सामान मी माझ्या खर्चानं आणलं होतं का,

हे त्यांना जाणून घ्यायचं होतं. एकल पृथ्वीप्रदक्षिणा करायला निघताना कुणाचं ऋण फेडायचं राहिलं आहे का हे प्रत्येक जण तपासून बघत असतो आणि ते स्वाभाविकही आहे. त्यावर माझं उत्तर तयार होतं, ''नाही, काहीच नाही. सगळे हिशेब करून झाले आहेत.'' ते ऐकल्यावर दुसऱ्या विषयात लक्ष घालण्याकरता रॉबिन वळले असता एकदम मी बोलून गेलो, ''रॉबिन, मी विचार करतोय तर मला असं वाटतं की तुम्ही मला काहीतरी देणं लागता!'' आश्चर्यानं मागे वळून त्यांनी विचारलं, ''काय?'' मी म्हणालो, ''माझी मोहीम मला तुमच्याकडून हवी आहे!'' ते फक्त हसले आणि म्हणाले, ''प्रश्नच नाही! मला फक्त ही शर्यत पूर्ण करून परत येऊ दे.''

व्हीलक्स फाइव्ह ओशन्स शर्यत सुरू होत असताना रॉबिन यांना शुभेच्छा देऊन मी त्यांचा निरोप घेतला आणि परतीची वाट धरली. मी या मुक्कामात बघितलेल्या आणि काम केलेल्या अनेक नव्या गोष्टी माझ्या मनात घोळत होत्या. माझं तथाकथित 'प्रशिक्षण' पूर्ण झालं होतं आणि आता पुढच्या हालचाली करण्याची वेळ जवळ आली होती.

मी भारतात परत आलो त्या सुमारास 'सागर परिक्रमा' या मोहिमेसाठी सहा कोटी रुपयांच्या (सुमारे १.२५ दशलक्ष अमेरिकन डॉलर्स) निधीला संरक्षणमंत्र्यांकडून 'तत्त्वतः मान्यता' मिळवण्यात निवृत्तीला काहीच दिवस बाकी असलेले ॲडमिरल अरुण प्रकाश यशस्वी झाले होते. मी त्यांना त्यांच्या ऑफिसमध्ये भेटायला गेलो तेव्हा त्यांनी माझा परिचय भावी नौदलप्रमुख ॲडमिरल सुरीश मेहता यांच्याशी करून दिला. त्यांनी या मोहिमेला संपूर्ण सहकार्य करण्याचं आश्वासन दिलं.

माझं सामान बांधून पोर्ट ब्लेअरचा मुक्काम हलवायला मी तिथे जाऊन पोचलो. पोर्ट ब्लेअरहून अशा प्रकारच्या मोहिमेचा पाठपुरावा करणं निव्वळ अशक्य झालं असतं, म्हणून माझी बदली मुंबईला करण्यात येत होती, जेणेकरून मला पूर्ण वेळ मोहिमेवर लक्ष केंद्रित करणं सोपं जावं. निघण्यापूर्वी, मी माझे उच्च अधिकारी असलेल्या व्हाइस ॲडमिरल यांचा निरोप घ्यायला गेलो आणि त्यांना माझ्या बदलीचं कारण आणि माझी भावी योजना याविषयी सांगितलं. त्या वेळी आमच्यात घडलेलं रोचक संभाषण पुढे देत आहे—

''आपण हे करू शकत नाही, ही अशक्य गोष्ट आहे!'' सगळी मोहीम बासनात गुंडाळण्याचा निर्णय झाल्याप्रमाणे निर्णायक स्वरात ते म्हणाले.

''पण यापूर्वी इतरांनी हे यशस्वीपणे केलं आहे, मग आपण का नाही करू शकणार?'' त्यांनी मारलेल्या शेऱ्याचा धक्का बसून मी म्हणालो.

''अरे, ते जातिवंत खलाशी आहेत. त्यांच्या नसानसांत समुद्राचं पाणी खेळत असतं,'' ॲडमिरल साहेबांनी स्पष्ट केलं.

''सर, प्रत्येकाचा जन्म सारख्याच प्रकारे होतो आणि प्रत्येकालाच त्यानंतर

नवीन काहीतरी शिकावं लागतं. एखादी गोष्ट शिकून घेण्याकडे वाटचाल करणं महत्त्वाचं असतं, असं मला वाटतं. आता आपल्या देशात ही गोष्ट आपण पहिल्यांदाच करतोय म्हणून आपल्याला इतरांपेक्षा जास्त मेहनत घ्यावी लागेल एवढंच, पण ते काही अशक्य नाही. वाइटात वाईट काय होईल, तर आपण अपयशी ठरू. पण आपण शंभर टक्के प्रयत्न केल्याचं समाधान तर आपल्याला मिळेल.'' मनात उफाळून येणारा संताप आवाजात उमटू न देण्याचा निकराचा प्रयत्न करत मी म्हणालो.

कोरा चेहरा आणि आवाजात सभ्यपणा ठेवण्याचा मी आटोकाट प्रयत्न करत होतो आणि मनातल्या मनात म्हणत होतो, 'अरे नतद्रष्ट माणसा, आतापर्यंत एकट्यानं बोटीत बसून पृथ्वीप्रदक्षिणा करण्याचा मी केवळ विचार करत होतो, पण आता हा विचार प्रत्यक्षात आणल्याशिवाय मी राहणार नाही, तुम्ही बघतच राहा!'

''मग जा आणि तुला काय करायचं ते कर, इथे कशासाठी आला आहेस!'' मला जवळजवळ हाकलून देत कठोरपणे ते म्हणाले.

''माझी बदली झाली आहे आणि मी तुम्हाला पुन्हा भेटणार नाही म्हणून तुमचा निरोप घ्यायला आलो होतो. तुम्ही माझ्यासाठी जे काही केलंत त्याबद्दल आभारी आहे, सर.''

मी त्या ऑफिसमधून बाहेर पडलो तेव्हा माझी कानशिलं तापली होती. कानातून गरम वाफा बाहेर पडत होत्या. बाहेर येताना दार धाडकन आपटण्याची अनावर ऊर्मी मी कशीबशी रोखली. अशाच प्रकारचं प्रोत्साहन जर मला मिळणार होतं तर आता फक्त एकच मार्ग शिल्लक होता, तो म्हणजे, ही सागरी सफर यशस्वीपणे पूर्ण करणं हा. परतीचे सगळे दोर कापून टाकण्याची गरज होती, याला न कोणती सबब चालणार होती न कोणता शॉर्टकट होता!

▲ सर रॉबिन यांच्या बोटीवरची उमेदवारी

▼ बिल्बाओ इथे सर रॉबिन यांच्याबरोबर

▲ यूके ते स्पेन - सर रॉबिन यांच्यासोबत नौकानयन करतान

◀ 'व्हीलक्स फाइव्ह ओशन्स रेस' - आरंभ रेषा.

# सुयोग्य बोटीच्या शोधात

**सा**गर परिक्रमेसाठी कशी बोट निवडावी याबाबत आमच्या मनात अनिश्चितता होती. अगदीच नवी कोरी बोट बांधून वापरण्यापेक्षा जुनी-जाणती-वापरती बोट विकत घ्यावी, हे रॉबिन यांचं मत होतं. त्यामुळे माझ्यासारख्या अननुभवी कप्तानाला विश्वासार्ह बोट अत्यंत कमी किमतीत मिळाली असती. तसं बघायला गेलं तर, यॉट-बांधणी उद्योगाची वानवा असलेल्या भारतासारख्या देशाने असं करणं शहाणपणाचं मानलं गेलं असतं; परंतु 'सागरपरिक्रमा' या संकल्पनेचे जनक असलेल्या ॲडमिरल आवटी यांचा असा आग्रह होता की ही बोट भारतातच बांधली जावी. या मोहिमेच्या यशस्वितेनंतर यॉट-बांधणी उद्योगाला देशात चालना मिळेल हा त्यांचा दूरदर्शी विचार त्यामागे होता.

तर आता प्रश्न हा होता की, आम्ही फक्त बोटीची बांधणी भारतात करायची की तिचं डिझाइनही इथेच तयार करायचं? आराखडा तयार करणं ही बाब आवाक्याबाहेरची वाटत होती आणि मी ती एकटाच घेऊन जाणार असल्यानं, फसलेल्या प्रयोगाचा मी बळी ठरण्याचीही शक्यता होती. आम्हाला कोणत्या साहित्यापासून बोट बनवायची इच्छा होती- लाकडापासून, स्टीलपासून, ॲल्युमिनिअमपासून, फायबरग्लासपासून की कार्बन फायबरपासून? मी रॉबिनच्या ज्या यॉटवर काम केलं होतं आणि थोडाफार प्रवास केला होता, ती बोट कार्बन फायबरपासून बनवलेली होती. पण ती खास शर्यतींसाठी म्हणून बनवलेली बोट होती; जलद धावणारी परंतु चालवायला कठीण आणि महागडीही. मला माझ्या अल्प अनुभवानिशी सुसाट वेगानं पृथ्वीप्रदक्षिणा घालायची होती का? तीसुद्धा वारेमाप खर्च करून आणि जीव धोक्यात घालून? की मी एखादी कमी वेगानं धावणारी, मला समजून घेणारी बोट घेऊन यशस्वीरीत्या प्रदक्षिणा पूर्ण करण्याची शक्यता वाढवणं जास्त शहाणपणाचं ठरलं असतं? शिवाय, सागरपरिक्रमा झाल्यानंतर त्या बोटीचं काय करायचं, याचाही विचार आम्ही केला नव्हता. एक मोठी यॉट म्हणजे प्रचंड मोठी गुंतवणूक असते आणि एखाद्याच सफरीनंतर तुम्ही तिला मोडीत काढू शकत नाही. नौदलासाठी पुढच्या पिढीतले

सागरी साहसवीर तयार करण्याचं प्रशिक्षण देण्यासाठी तिचा वापर करणं, हा तर्काला पटेल असा एक पर्याय होता. अशा परिस्थितीत, अननुभवी हातांमध्ये टिकाव धरणारी आणि खूप वर्षं सेवा देणारी बोट बांधणं शहाणपणाचं होतं. पण मग, तिच्या बांधणीदरम्यान करावी लागणारी देखरेख, राखावा लागणारा उच्च दर्जा, देशात उपलब्ध असणारी साधनसामग्री यांचं काय? भारतीय यॉटबांधणी उद्योगाच्या मुहूर्ताच्या प्रकल्पाचं प्रतिनिधित्व ती बोट जागतिक स्तरावर करणार होती. त्यासाठी आरेखन तज्ज्ञही त्याच तोलामोलाचे निवडायची गरज होती... अशा कितीतरी बाबी या निर्णयाशी निगडित होत्या, त्यासाठी कितीतरी पर्याय समोर होते! या विषयाबाबतच्या अपुऱ्या ज्ञानाची जाणीव मला पदोपदी होत होती.

कॉलिन म्यूडी यांनी केलेलं डिझाइन विकत घ्यावं, असा प्रस्ताव कॅप्टन सोली कॉन्ट्रॅक्टर (निवृत्त) यांनी मांडला. ते म्यूडी यांचे भारतातले प्रतिनिधी होते. या डिझाइनची बोट स्टीलमध्ये बांधावी लागली असती. नौदलाकडे कॉलिन म्यूडी यांनी डिझाइन केलेलं 'तरंगिणी' हे मोठं जहाज आधीच होतं. आम्हाला मोठं जहाज नाही तर एकट्याला चालवता येईल अशी यॉट- शिडाची होडी हवी होती! शिवाय, 'तरंगिणी'वर मी काम केलेलं असल्यामुळे स्टीलच्या बोटीच्या एकूण रंगरूपाबद्दल माझं मत फारसं अनुकूल नव्हतं. ॲल्युमिनिअमची बोट बनवण्याबाबतही मी फारसा उत्सुक नव्हतो, कारण नौदलाच्या काही जहाजांमध्ये डेकच्या वरच्या ॲल्युमिनिअमनी बांधलेल्या भागाच्या देखभालीत येत असलेल्या अडचणी मी पाहिल्या होत्या. या सगळ्या चर्चेला एक वेगळा दृष्टिकोन प्रदान केला तो रॉबिन यांनी. त्यांच्या मते सागर परिक्रमेच्या या संकल्पनेमुळे केवळ भारतीयांची सागरी सफरी करण्याची क्षमताच जगापुढे सिद्ध होणार नव्हती, तर बोटबांधणीच्या कौशल्यातही भारतीय काही कमी नाहीत, हे सगळ्या जगाला दिसणार होतं. स्टीलची बोट बांधण्यात काही नावीन्य नव्हतं, त्यामुळे विशेष काही सिद्ध करता आलं नसतं. म्हणूनच या बोटीची उभारणी अधिक आधुनिक सामग्री आणि डिझाइन वापरून होणं गरजेचं होतं. कुणीतरी स्टीलचा सांगाडा असलेल्या 'चायनीज जंक रिग' प्रकारच्या बोटीचा प्रस्ताव मांडला, कारण ती हाताळायला सोपी जात असल्याचा समज होता. या सगळ्या सल्लागारांमध्ये एक रॉबिन सोडले तर कुणालाही दक्षिण महासागरात एकट्याने नौकानयन करण्याचा अनुभव नव्हता. या चर्चांचा शेवट नेहमी असा होत असे- "ती तुझी बोट असणार आहे, ती तू घेऊन जाणार आहेस, तेव्हा अखेरचा निर्णय तुला घ्यायचा आहे." दुर्दैवाने, बोटबांधणीचा किंवा त्या एकट्यानं चालवण्याचा मला अजिबातच अनुभव नव्हता. शांतपणे सगळ्यांचं म्हणणं ऐकून घ्यायचं, स्वतः संशोधन करत राहायचं आणि अंगभूत शहाणपणाचा वापर करून तर्कशुद्ध विचार करायचा, एवढंच मी त्या वेळी करू शकत होतो. अखेरीस, फायबर ग्लासची बोट

बनवायची या निर्णयाप्रत आम्ही आलो आणि नेदरलॅन्डसच्या व्हॅन ड स्टाट डिझाइन ब्यूरोमधून ५६ फूट लांबीचं 'टोंगा' डिझाइन नक्की करावं, असं कॅप्टन कॉन्ट्रॅक्टर यांनी सुचवलं. या प्रकारची बोट डिझाइन करणाऱ्या डिझायनरनं सुचवल्याप्रमाणे 'लाकडी गाभा असलेली फायबर ग्लासची' बोट ज्या पद्धतीनं बनवली जाते, तशी ही बोट असणार होती; परंतु तिची बाकीची बांधणी मात्र वैशिष्ट्यपूर्ण आणि वेगळी असणार होती. एकंदरीत काय, तर 'तिच्यासम तीच' अशी ही बोट असणार होती!

# पुन्हा उमेदवारी

२००७ सालच्या जानेवारी महिन्यात ऑस्ट्रेलियातल्या फ्रीमँटल इथे रॉबिन यांचा पहिला मुक्काम पडणार होता. मी त्या ठिकाणी त्यांच्या बोटीवर काम करायला जाणार होतो. शर्यत सुरू होण्याआधी सहा आठवडे मी त्या बोटीवर काम केलं होतं आणि ते माझं काम किती आणि कसं टिकून राहिलं, ते बघण्यासाठी मी उत्सुक होतो. बोटीला आणि रॉबिनना भेटणं-बघणं हा एक आनंद सोहळा होता. या वेळी त्यांच्या दिमतीला कसलेली किनारी सहायता टीम होती आणि माझ्यासारखे काही नवखे स्वयंसेवकही होते. रॉबिन फ्रीमँटलला पोचतील तेव्हा त्यांच्या स्वागताला हजर राहण्याची आणि समुद्राच्या तडाख्याचा बोटीवर आणि बोटीवरच्या नाविकावर कितपत परिणाम झाला आहे, ते स्वतःच्या डोळ्यांनी बघण्याची मला इच्छा होती; परंतु दुर्दैवानं नौदल मुख्यालयातल्या लाल फितीच्या कारभारानं आपला रंग दाखवला आणि रॉबिन पुन्हा प्रवासाला निघण्याच्या एक आठवडा आधी मी जेमतेम तिथे जाऊन पोचलो!

अगदी सुरुवातीपासूनच ही ट्रिप खूपच रोमांचक ठरली. रात्री साडेआठला दिल्लीहून माझं विमान उड्डाण करणार होतं आणि सात वाजले तरी मी नौदल मुख्यालयात अजून कागदपत्रांचीच पूर्तता करण्यात गुंतलो होतो. आणखी उशीर झाला तर विमान नक्की हुकणार, असं लक्षात आल्यानं मी माझ्या एका मित्राला उर्वरित कागदपत्रांची पूर्तता करण्याचं काम सोपवलं आणि स्कूटरवरून सुसाट नौदलाच्या मेसवर जाऊन पोचलो. तिथे पोचेपर्यंत थंडीनं माझी बोटं इतकी बधिर झाली होती की मला बुटांच्या नाड्याही बांधता येईनात. नशिबानं मला एक ऑटो-रिक्षा मिळाली; त्या घडीला कमी वेळात सापडू शकणारं तेवढं एकच वाहन उपलब्ध होतं. त्या रिक्षात मी स्वतःसह सामानाला कोंबलं, रिक्षाचालकाला एरवीपेक्षा दुप्पट भाड्याचं आमिष दाखवलं आणि त्यानं जी माथेफिरूसारखी रिक्षा हाकली ती सव्वाआठ वाजता विमानतळावर नेऊन पोचवली. विमान दोन तास उशिराने सुटणार असल्याचं कळल्यानंतर मला यापूर्वी कधीच झाला नव्हता इतका आनंद झाला!

नौदलाच्या नियमानुसार, मला एअर इंडियाच्याच विमानानं प्रवास करणं बंधनकारक होतं. शिवाय, ज्या ठिकाणी एअर इंडियाची विमानं जात नाहीत त्या ठिकाणी, त्या मार्गांवर एअर इंडिया माझा एजंट म्हणूनही काम करत होते. विमानतळावर पोचल्यावर मला लक्षात आलं की मुंबईला सहा तास पुढच्या विमानासाठी मला थांबावं लागणार होतं. मुंबई विमानतळापासून केवळ १५ मिनिटांच्या अंतरावर असलेल्या माझ्या घरी जाण्याची मला तीव्र इच्छा झाली. विमानतळावर सहा तास बसून काढण्यापेक्षा घरी जाऊन झोपणं केव्हाही सुखावणारंच होतं. मी जेव्हा विचारपूस केली, तेव्हा मला असं सांगण्यात आलं की, मी असं करू शकत नाही, कारण मी दिल्लीहूनच 'भारताबाहेर प्रयाण' केलेलं असणार आहे आणि दिल्ली ते मुंबई असा प्रवासाचा एक टप्पा पूर्ण केलेला असणार आहे, तोही आंतरराष्ट्रीय विमानातून! आता माझ्याकडे विमानतळावर खितपत पडण्याखेरीज दुसरा पर्याय नव्हता. रात्रभर हाकेच्या अंतरावर असलेलं माझं घर मला साद घालत राहिलं! एकदा विमान उडालं की भरपूर झोप काढायची असं मी मनाशी ठरवलं, कारण प्रवासाचा पुढचा टप्पा बराच मोठा होता. माझा संपूर्ण प्रवास दोन टप्प्यांमध्ये होणार असं मला सांगण्यात आलं होतं- पहिला मुंबई ते सिंगापूर, तिथे चार तास विश्रांती घेऊन मग पुढे पर्थपर्यंत असा प्रवास असणार होता. मधले-अधले बारीकसारीक थांबे बहुधा विमान कंपनी विसरली असावी, कारण आम्ही हैदराबाद, सिंगापूर, बाली अशी मजल-दरमजल करत ३६ तासांनी एकदाचे पर्थला जाऊन पोचलो!

बालीला तर ऐन मध्यरात्री साखरझोपेत असताना प्रवाशांना विमानातून उतरवण्यात आलं आणि 'सुरक्षा जाँच' करवून पुन्हा त्याच विमानात त्याच सीटवर बसण्यास सांगण्यात आलं! लांबलचक प्रवास कंटाळवाणा होऊ नये म्हणून प्रवाशांची करमणूक करण्याची नवी शक्कल बहुधा विमान कंपनीनं शोधून काढली असावी! विमानतळावर वेळ घालवण्यासाठी मी रॉबिनसाठी काही ड्यूटी-फ्री सिगारेट्स विकत घेतल्या; त्यात लवंगाच्या वासाच्या काही इंडोनेशियन सिगारेट्सही होत्या. काही कारणाने, त्या एका पाकिटात १० किंवा २० सिगारेट्स असण्याऐवजी १२ सिगारेट्स असतात. पर्थला उतरल्यावर कस्टम्सच्या रांगेत उभा असताना, मला ठिकठिकाणी पाट्या दिसल्या ज्यांच्यावर प्रवाशांनी आपल्या सामानातल्या वस्तू जाहीर करण्याचं कळकळीचं आवाहन करण्यात आलं होतं आणि तसं न केल्यास दंड केला जाण्याचा गंभीर इशाराही दिला गेला होता. ऑस्ट्रेलियन कस्टम्सच्या कडक नियमपालनाबद्दल मी बरंच काही ऐकून होतो, म्हणून मी मनोमन माझ्या बॅगेतल्या सिगारेट्सची मोजदाद केली आणि त्यात दोन सिगारेट्स जास्त असल्याचं माझ्या लक्षात आलं. आता काय करावं असा विचार करता करता रांग संपली आणि मी एका रात्रपाळी संपत आलेल्या आणि म्हणूनच दमलेल्या, त्रस्त अशा महिला

इमिग्रेशन अधिकाऱ्यासमोर उभा ठाकलो. तिनं माझा पासपोर्ट व व्हिसा स्कॅन केला; पण तिच्या कॉम्प्युटरमध्ये माझ्याबद्दल काहीच नोंद सापडेना. माझ्या बाबतीत काय निर्णय घ्यावा याचा विचार एकीकडे करत करत वेळ काढण्यासाठी तिनं मला माझी माहिती विचारली. मी एक भारतीय नौदल अधिकारी असून, एका यॉटवर काम करण्यासाठी स्वेच्छेनं आलो आहे आणि माझ्याकडे अधिकारिक पासपोर्ट व व्हिसा आहे, हे सांगितल्यावर तर तिचा गोंधळ आणखीनच वाढला. त्यातून मार्ग कसा काढावा हे न सुचून तिनं मला काही जाहीर करायचं आहे का ते विचारलं. त्यावर, 'माझ्या बॅगेत दोन सिगारेट्स जास्त आहेत आणि त्यामुळे जर मी अडचणीत येणार असेन तर त्या सगळ्या सिगारेट्स टाकून द्यायला मी तयार आहे,' असं मी सांगितलं. "म्हणजे तुमच्याकडे दोन जास्तीची खोकी (कार्टन्स) आहेत असं तुमचं म्हणणं आहे?" त्या महिला अधिकाऱ्यानं विचारलं. "नाही हो! फक्त दोन सिगारेट्स आहेत जास्तीच्या, दोन कांड्या!" मी म्हणालो. आता मात्र तिच्या सहनशक्तीचा अंत झाला असावा. विमानतळाच्या थेट बाहेर नेऊन सोडणारं एक पाठीमागचं दार होतं, त्या दारानं तिनं मला बाहेर काढलं, मी ज्या कोणत्या कामासाठी आलो होतो, त्यासाठी शुभेच्छा दिल्या आणि मागच्या पावली आत सटकली. तिच्या रात्रपाळीच्या वैतागावर मी बहुतेक कळस चढवला होता!

सुदैवानं, विमानतळाबाहेर माझ्यासाठी टॅक्सी उभी होती, तिनं मला हॉटेलवर आणून सोडलं. "सर, तुमचं बुकिंग आजपासून आहे, त्यामुळे दुपारी दोन वाजता खोली तुमच्या ताब्यात मिळेल." ३६ तासांचा प्रवास करून आल्यावर मधात घोळलेले ते शब्द कानांना किती गोड वाटले म्हणून सांगू! "मात्र, तुमच्यासाठी दोन पत्रं आलेली आहेत," मला सांगण्यात आलं. एक होतं, ऑस्ट्रेलियात माझं स्वागत करणारं आणि माझा तिथला मुक्काम आनंददायी होवो अशा शुभेच्छा देणारं कॅनबेरातल्या भारतीय संरक्षण सल्लागार अधिकाऱ्याचं आणि दुसरं होतं, रॉबिनकडून आलेलं. त्यांनीही माझं स्वागत केलं होतं आणि मला थेट बोटीवर घेऊन जाण्यासाठी आपण सकाळी नऊ वाजता हॉटेलवर पोचणार असल्याचं कळवलं होतं. त्या वेळी सकाळचे सात वाजले होते. सकाळच्या न्याहरीची चौकशी केली असता हॉटेलच्या उपाहारगृहात नाश्ता केल्यास तब्बल ६५ डॉलर्स मोजावे लागतील अशी मौलिक माहिती मला मिळाली; कारण निवासव्यवस्थेबरोबर असणारी फुकट न्याहरीची सुविधा ही खोली ताब्यात मिळाल्यावर दुसऱ्या दिवसापासून माझ्या पदरात पडणार होती. शेवटी, तिथे लॉबीतच माझी बॅग उघडून हॉटेलच्या प्रसाधनगृहात मी माझी आन्हिकं उरकून घेतली. खोली मिळाल्यावर माझं सामान खोलीत नेऊन ठेवण्याची विनंती स्वागतकक्षाला करून मी हॉटेलबाहेर धाव घेतली आणि रस्त्याच्या टोकाला असलेल्या एका उपाहारगृहात हॉटेलच्या किमतीच्या दहा पट कमी खर्चात भरपेट

न्याहरी करून नऊ वाजण्याच्या आत हॉटेलात परत आलो. माझ्या पाठोपाठच रॉबिन येऊन पोचले. ते नेहमीप्रमाणेच खूप उत्साहात होते. त्यांचं वजन खूपच कमी झालं होतं. अटलांटिक महासागराचा बराच मोठा भाग एकट्यानं होडी हाकून पार केल्यामुळे, असं होणं अपेक्षितच होतं. आम्ही बोटीकडे गेलो आणि लगेचच कामला सुरुवात केली. थकूनभागून हॉटेलच्या खोलीवर पोचलो तेव्हा रात्रीचे दहा वाजले होते! माझ्या ऑस्ट्रेलियातल्या त्या मुक्कामाचा दिनक्रम ठरून गेला आणि एक आठवड्यानंतर फ्रीमँटलहून मी निघेपर्यंत त्यात काही बदल झाला नाही.

१५ जानेवारी २००७ रोजी मी फ्रीमँटलहून परत आलो. फ्रीमँटलपासून शर्यतीचा दुसरा टप्पा सुरू झाल्यानंतर दुसऱ्याच दिवशी रॉबिनना परत फिरावं लागलं; कारण त्यांच्या स्वयंचालका (ऑटोपायलट)मध्ये काहीतरी बिघाड झाला. सिंगापूर विमानतळावर बसलेलो असताना मला ही माहिती मिळाली. मागच्या वेळीही, बिल्बाओहून शर्यतीची सुरुवात केल्यावर वादळाच्या तडाख्यानं बोटीचं नुकसान झालं म्हणून त्यांना ला करुना बंदरात जावं लागलं होतं. दोन्ही वेळी जाऊन बोट दुरुस्त करण्यात त्यांना मदत करायला मला आवडलं असतं, पण सरकारतर्फे माझी नेमणूक झाली असल्यानं ठरलेल्या कार्यक्रमात बदल करणं ही गोष्ट जवळजवळ अशक्यच होती. रॉबिन यांच्या पुढच्या मुक्कामी, म्हणजे अमेरिकेतल्या नॉरफोक इथे मी जावं, अशी त्यांची खूप इच्छा होती; पण या सफरीसाठी सरकारची मंजुरी घेण्यात खूप वेळ आणि शक्ती खर्च झाली असती आणि एवढं करूनही परवानगी मिळवण्यात यश आलंच असतं, असं नाही. त्याऐवजी मायदेशी परतून सागर परिक्रमेसाठी लागणाऱ्या बोटीचा तपशीलवार आराखडा तयार करण्याच्या कामी लागण्याचा निर्णय मी घेतला. या आव्हानात्मक मोहिमेचा हा केवळ सुरुवातीचा टप्पा असणार होता. त्यानंतर बोटयार्ड (गोदी/ बोटबांधणीची जागा) शोधणं, नक्की करणं, टेंडर्स मागवणं, करार करणं आणि शेवटी बोटीची बांधणी अशा अनेक खडतर टप्प्यांमधून मला जावं लागणार होतं.

# गोदी (बोटयार्ड)च्या शोधात

कॅप्टन कॉन्ट्रॅक्टर यांनी प्रस्तावित केलेल्या टोंगा ५६ या बोटीचा आराखडा त्यांनी मिळवला होता. या आराखड्याची किंमत ४५ युरो इतकी होती, तर बोटीचं प्रत्यक्ष डिझाइन तब्बल १९ हजार युरोला पडणार होतं, त्यात डिझायनरला देण्यात येणारं स्वामित्व धन (रॉयल्टी)ही समाविष्ट होतं. भाड्यानं देण्यायोग्य आणि अॅल्युमिनिअममध्ये बनवलेल्या बोटीचा तो आराखडा होता; परंतु याच प्रकारे लाकडी गाभा असलेली फायबरग्लासची बोट बनवता येईल अशी हमी त्या डिझायनरनं दिली. त्या आराखड्यात शिडांची रचना, काही मूलभूत सुविधा आणि अंतर्गत रचना यांची रेखांकनं होती; मात्र बोटीची नेमकी मोजमापं, तिच्यावर बसवण्यात येणाऱ्या उपकरणांचे तपशील आणि ती कशापासून बनवली जावीत त्या सामग्रीचे तपशील व मूळ आराखड्यात आमच्या सोईनुसार आम्हाला हवे असणारे बदल, या बाबी आम्हालाच ठरवाव्या लागणार होत्या. एक उत्तम बोटनिर्माता शोधणं अतिशय महत्त्वाचं होतं. शिडाची नौका बांधणारा कुणी भारतात असल्याचं माझ्या ऐकिवात नव्हतं, म्हणून नौदलाचं मोठं शिडाचं जहाज 'आयएनएस तरंगिणी' बांधणाऱ्या गोवा शिपयार्ड लिमिटेड या कंपनीला मी एक पत्र लिहिलं. सार्वजनिक मालकीच्या गोदीला प्राधान्य देण्याच्या नौदलाच्या धोरणाशीही हे सुसंगत होतं. परंतु, यापेक्षा मोठ्या मागण्या पूर्ण करण्यात आपण व्यस्त असून, सागर परिक्रमा मोहिमेत आपल्याला रस नसल्याचं गोवा शिपयार्ड कंपनीनं तत्परतेनं कळवलं!

कॅप्टन कॉन्ट्रॅक्टर यांनी गोव्यातल्या अॅक्वेरियस फायबरग्लास या खासगी मालकीच्या गोदीचं नाव सुचवलं. या गोदीचं किंवा तिच्या मालकाचं- रत्नाकर दांडेकर यांचं नाव यापूर्वी कुणी कधी ऐकलं नव्हतं. दरम्यान, सगळा कारभार पारदर्शी ठेवण्याच्या हेतूनं नौदल मुख्यालयानं देशातल्या विविध गोदींच्या क्षमतांचा अभ्यास करण्यासाठी एक समिती नेमली होती. या समितीनं अॅक्वेरियस फायबरग्लासबरोबरच गुजरातमधलं बिलिमोरिया, आणि कोचीमधल्या दोन गोदींना भेटी दिल्या. एकदा गोदींची निवड झाल्यानंतर त्यांना टेंडर्स पाठवली जाणार होती.

त्यांनी ती टेंडर्स भरल्यावर त्यांचं तांत्रिक मूल्यामापन होऊन मग अंतिम निवड करण्यात येणार होती. ही प्रक्रिया पूर्ण झाल्यावर, ज्या कंपनीनं किंवा गोदीनं सर्वांत कमी किमतीची बोली लावली असेल, तिला अखेरच्या करारासंबंधी वाटाघाटी करायला आमंत्रित करण्यात येणार होतं. फक्त बोटबांधणी सुरू करण्यासाठी या दीर्घ प्रक्रियेतून जावं लागणार होतं.

हे सगळं घडत असताना बोटीवर बसवण्याच्या उपकरणांची यादी बनवायचं काम मी हाती घेतलं; त्याचबरोबर एकूण खर्चाचं सरासरी अंदाजपत्रकही मी बनवत होतो.

असं काही काम मी यापूर्वी कधीच केलं नव्हतं; पण ते करताना मला फार मजा येत होती. माझ्या शंकांचं निरसन करायला भारतात खरोखर कुणीही नसल्यामुळे मी वारंवार रॉबिनना इ-मेल पाठवून वेगवेगळ्या उपकरणांविषयी त्यांची मतं जाणून घेत होतो. ते दक्षिण महासागरातून आणि नंतर अटलांटिक महासागरातून प्रवास करत होते, तरीही मला लगेच उत्तर देत होते आणि माझं काम पुढे सरकवायला मदत करत होते.

२००७ सालच्या फेब्रुवारी महिन्यात माझी 'सेल ट्रेनिंग इंटरनॅशनल'चे अध्यक्ष आणि एक अनुभवी एकल नाविक नायजेल रोव यांच्याशी मुंबईत भेट झाली. याआधी रॉबिन यांच्याबरोबर काम करताना स्पेनमध्ये आम्ही भेटलो होतो. बोटीवरच्या उपकरणांविषयी चर्चा करताना त्यांनी सुचवलं की मी बोटीवर 'विंड वेन' हे स्वयंचालक सुकाणू बसवून घ्यावं. दोन इलेक्ट्रॉनिक स्वयंचालक बसवण्याचा निर्णय झालेला असल्यानं हे अतिरिक्त उपकरण बसवण्याचा विचार आधी मला विशेष रुचला नाही, तरीही मी त्याचा यादीत समावेश केला आणि नंतर ते बोटीवर बसवूनही घेतलं. दोन वर्षांनी प्रशांत महासागराच्या मध्यावर न्यूझीलंड दोन हजार नॉटिकल मैल अंतर मागे टाकलेलं असताना आणि चिली तीन हजार नॉटिकल मैल पुढे असताना मी नायजेल यांना मनोमन लोटांगण घातलं; कारण ३० मिनिटांच्या अवधीमध्ये माझ्या दोन्ही इलेक्ट्रॉनिक स्वयंचालकांनी 'राम' म्हटलं आणि 'विंड वेन'पुढे नतमस्तक होण्याशिवाय माझ्याकडे दुसरा पर्याय उरला नाही. जणूकाही 'मारुतराय'च माझ्या मदतीला धावून आला!

फेब्रुवारी २००७ पर्यंत माझं सरासरी अंदाजपत्रक तयार झालं आणि मी ते नौदल मुख्यालयाकडे धाडून दिलं. बोट बांधायला येणारा खर्च आणि बोटबांधणीची तपशीलवार माहिती याबाबत कुणालाच काही कल्पना नसल्याने गोदींकडून आलेल्या बोलींची शहानिशा करायची कशी, ही मोठी अडचण होती. या प्रकल्पासाठी मला सहा कोटींची मदत देण्याचं आश्वासन मिळालं होतं. त्यांपैकी चार कोटी बोटीसाठी आणि उरलेले दोन कोटी उर्वरित प्रकल्पासाठी खर्च करायचे, असा मी मनोमन निर्णय घेतला.

# जुन्यापुराण्या 'समीर'वर प्रशिक्षण

**बो**टबांधणीसाठी लागणाऱ्या कागदपत्रांची पूर्तता करत असताना माझ्या मनात विचारांचा कल्लोळ माजला होता. प्रत्यक्ष समुद्रात शिडाच्या बोटीवर एकट्याने वा इतरांसोबत मी प्रवास केला नव्हता, हा विचार मला छळत होता. या मोहिमेसाठीचे माझे संभाव्य मार्गदर्शक कॅप्टन कॉन्ट्रॅक्टर यांना मी पहिल्यांदा भेटलो, तेव्हा त्यांनी कोची इथे पडून असलेल्या आणि वापरात नसलेल्या नौदलाच्या मालकीच्या ३४ फुटी आयएनएसव्ही 'समीर' या बोटीवर मी प्रशिक्षण घ्यावं, अशी सूचना केली. त्या वेळी त्यांना या बोटीबद्दल खूपच विश्वास आहे, असं दिसत होतं. अर्थात, त्यात काही नवल नव्हतं, हे मला नंतर समजलं. कारण त्यांनी ती बोट नीट बघितलीही नव्हती! त्या बोटीची दयनीय अवस्था बघितल्यावर त्यांचा विश्वास डळमळला आणि माझ्या प्रशिक्षणासाठी ती मुंबईला आणता येणार नाही; इतकंच काय, ती समुद्रात चालवायच्या लायकीची राहिलेली नाही, असं त्यांचं मत पडलं. 'समीर'वर भरवसा ठेवून असल्यामुळे मी प्रशिक्षणासाठीच्या बोटीसाठी अंदाजपत्रकात काहीच तरतूद केलेली नव्हती आणि आता मला सांगण्यात येत होतं की ती सागरी प्रवासाच्या लायकीचीच नव्हती! अखेरीस मी एक ठाम निर्णय घेतला आणि तिच्या त्या अवस्थेतही कोचीहून ती बोट घेऊन निघण्याचं ठरवलं. मुंबईतल्या नौदलाच्या गोदीत तिची होता होईल तेवढी दुरुस्ती करण्याचा निश्चय मी केला. या पद्धतीने बोट दुरुस्त करण्याचा आणि तिच्यातून प्रवास करण्याचा जबरदस्त अनुभव मला मिळणार होता.

हा एकंदर प्रवास सुरुवातीपासूनच फार रोमांचक ठरला. पहिलं काम मला करावं लागलं ते म्हणजे माझ्या जोडीला खलाशी शोधण्याचं. स्वयंस्फूर्तीनं कुणी पुढे आलं नाही तेव्हा, 'वेस्टर्न नेव्हल कमांड'नं तीन अधिकाऱ्यांची माझ्याबरोबर नौकानयन करण्यासाठी नेमणूक केली आणि आम्ही कोचीत पहिल्यांदा भेटलो. त्यांतल्या एकानं बोटीवर पाय ठेवला आणि योगायोगानं त्याच वेळी अचानक त्याला पाठदुखीचा त्रास सुरू झाला! त्यामुळे माझ्या जोडीला दोघंच जण उरले.

त्यांना असलेल्या नौकानयनाच्या अनुभवाबद्दल चौकशी केली असता मला जी माहिती मिळाली त्यावरून माझ्या अपेक्षेपेक्षा ते फारच नवखे निघाले. त्या दोघांपैकी वयानं लहान असलेल्या लेफ्ट. रेड्डींची नुकतीच एका जहाजावर 'वॉच-कीपिंग टिकिट' (टेहळणी प्रमाणपत्र) मिळवण्यासाठी नेमणूक झाली होती. पायाभूत प्रशिक्षणाअंतर्गत नौदल प्रशिक्षण संस्थेत अगदी छोट्या बोटी चालवण्याचा त्यांना काय तो अनुभव होता, बस्स!

'समीर'ची अवस्था खरोखरच पाहण्यासारखी होती; सगळ्या प्रकारची अडगळ तिच्यात भरलेली होती. रंगाचे नऊ थर तिच्या अंगावर चढवले गेले होते. तिचं वय दहा वर्षांपेक्षाही जास्त होतं. नीट न बसवलेली, चुकीच्या मापांची शिडं आणि कधीही दगा देणारं, करकरणारं इंजिन यांनी ती नटलेली होती. ते इंजिन सुरू करण्यासाठी बहुतेक वेळा दोन माणसांना ताकद लावून हँडल फिरवावं लागायचं. प्रवासासाठी बोट तयार करत असताना आम्हाला भयंकर विनोदी सूचनांचा सामना करावा लागला. त्या ऐकून हसावं की रडावं ते कळेना. त्या सूचना आणि त्यावर उमटलेल्या माझ्या मनातल्या प्रतिक्रिया (तिरक्या अक्षरातल्या) असा एक इ-मेल त्या वेळी मी माझ्या एका मित्राला पाठवला होता. आता इतक्या वर्षांनी तो वाचताना मजा वाटते. तो पुढे देत आहे—

१) सर, तुम्ही मला सैल असलेले लोखंडी तारांचे संरक्षक कठडे ओढूनताणून ताठ बसवायला सांगितले होते. मी ते ओढून घट्ट करण्याचा प्रयत्न केला आहे, पण ते मी आणखी ताणू शकत नाही, कारण ते तुटू शकतील!

   *लाटांबरोबर मी वाहून जाऊ नये यासाठी ते पुरेसे मजबूत असतील असे मला वाटले होते! (शेवटी, भरसमुद्रात मीच ते ओढून पक्के ताठ बसवले!)*

२) बोटीवर असताना प्रवासात दोन बॅटऱ्या आणि तुमचा मोबाइल फोन व लॅपटॉप चार्ज करण्यासाठी चाळीस किलो वजनाचा वाहून नेता येईल असा डिझेल जनरेटर आणि शंभर लिटर इंधन सोबत घेऊन जा!

   *पण, इंजिनावर बसवलेल्या प्रत्यावर्तका (ऑल्टरेटर)च्या मदतीने बॅटऱ्या चार्ज करता येतात!*

   पण जर इंजिन काम करत नसेल आणि काही कारणाने बोटीवर (५०० ग्रॅम वजनाचं आणि ५०० रुपये किमतीचं) परिवर्ती उपकरण (इन्व्हर्टर) नसेल तर तुमचा मोबाइल चार्ज करायला २३० व्होल्ट्सचा विद्युतपुरवठा कसा होणार?

*शेवटी, माझी सफर रद्द होण्याचा धोका असतानाही मी जनरेटर किनाऱ्यावर ठेवला. प्रत्यावर्तकाला इंजिनाशी जोडणारा पट्टा काम करेनासा झाल्यामुळे प्रत्यावर्तक थांबले. सहा तास फिरल्यानंतर तो तुटला. (बोटीवर असलेले अतिरिक्त पट्टे गरजेपेक्षा दुप्पट आकाराचे होते!) आणि मला दोन दिवस विजेशिवाय काढावे लागले; पण ही फार काळजीची बाब नव्हती. मोबाइल फोन चार्ज करण्याबाबत बोलायचं तर मी तो गरजेपुरता वापरत होतो आणि इतर वेळी तो चक्क बंद करून ठेवत होतो!*

३) वर ऊहापोह केलेल्या मुद्द्यावर आणखी एक शंका उपस्थित झाली, 'जर वीज नसेल तर तुमचे जीपीएस उपकरणही चालणार नाही; मग तुम्हाला कोणत्या दिशेला जायचे हे कसे कळणार?'

*मी जेव्हा नौदलात दाखल झालो, तेव्हा जीपीएस हा शब्दही कोणी ऐकला नव्हता, तरीही सगळ्या गोष्टी सुरळीत होत होत्याच की. तुम्ही माझ्या सुरक्षेची इतकी काळजी करत आहात त्याबद्दल तुमचे आभार.*

४) विशेष म्हणजे सफरीचा प्रत्येक टप्पा चार दिवसांपेक्षा जास्त नसणार होता. तयार खाद्य पदार्थांबरोबरच तीन माणसांसाठी या सफरीवर जे अन्य खाद्य पदार्थ आम्ही नेणे अपेक्षित होते ते असे—
(अ) लोणचे- १ किलो, (ब) साखर- ५ किलो, (क) कॉफी- १ किलो.

५) 'समीर'वर किती दिवसांसाठीच्या अन्नपदार्थांचा साठा करता येतो?

*तुम्ही किती खाणार आहात आणि त्यासाठी बोटीवरची किती जागा द्यायला तयार आहात यावर ते अवलंबून आहे! तुम्हाला हवे असेल तर मी बोटीवर वर्षभर पुरेल इतके डबाबंद अन्नपदार्थ भरून ठेवू शकतो.*

६) बोटीवर अपेक्षित असलेला इंधन, तेल आणि पाणी यांचा साठा :
(अ) डिझेल - मुख्य टाकीत २१० लिटर, बरण्यांमध्ये २०० लिटर (तासाला दोन लिटरपेक्षा जास्त इंधनाचा वापर होणार नव्हता, साधारण वेग ताशी चार नॉटिकल मैल).
(ब) बरण्यांमध्ये इंजिन ऑइल - २० लिटर (कुंड क्षमता तीन लिटर).

(क) पेट्रोल आणि केरोसीन - प्रत्येकी २० आणि १०० लिटर (पेट्रोलचा वापर फक्त जनरेटर सुरू करण्यासाठी होणार होता आणि ताशी दोन लिटर केरोसीन लागणार होते).
(ड) पाणी - पक्क्या टाक्यांमध्ये ४०० लिटर आणि बरण्यांमध्ये १०० लिटर पिण्याचं पाणी.

७) ईआरए किंवा एमई हे तांत्रिक नावाडी नसतील तर तुम्ही इंजिन कसं सुरू करणार?

*चावी फिरवून किंवा हाताने इंजिन फिरवून (अरे मूर्खा!).*

८) Spinnaker (त्रिकोणी मोठे शीड) Jib (त्रिकोणी शीड)पेक्षा लहान का असू शकत नाही?

*ही नावे ज्याने कोणी दिली असतील त्याचा शोध आता घ्यायलाच हवा!*

९) मुख्य शिडावरच्या घडी घालण्याच्या रेषा (Reefing Lines) कुठे असतात? रीफिंग लाइन्स म्हणजे काय?
*तुम्ही सगळ्या नौदलाला नाविकविद्या शिकवण्याच्या लायकीचे आहात!*

१०) आधी कोचीच्या खाडीत बोट चालवायला शिका आणि मग खुल्या समुद्रात तोच सराव करा.
*या दोन्ही गोष्टी समुद्रातच करणे अधिक सोपे आणि सुरक्षित ठरणार नाही का?*

११) सफरीवर निघण्याच्या आधी ४८ तास कोची ते मुंबई या प्रवासाचे तपशीलवार वेळापत्रक- म्हणजे अपेक्षित निघण्याची वेळ (ETD) आणि अपेक्षित पोचण्याची वेळ (ETA)- आणि प्रवासाचा मार्ग 'समीर'च्या कप्तानाने नमूद करणे बंधनकारक आहे.
*या संपूर्ण प्रवासात सागरी प्रवाह आणि वारा यांचा जोर आणि दिशा नक्की कशी असेल ते कोणीतरी मला अचूक आणि चार दशांश स्थानांपर्यंत आकड्यात सांगू शकेल का; जेणेकरून मी त्यानुसार माझी योजना बनवू शकेन?*

१२) किनाऱ्याशी तुम्ही सतत संपर्क ठेवाल याची शहानिशा करून घ्या. तुम्हाला एखाद्या रक्षक जहाजाची गरज आहे का? रोज तुमच्या बोटीवरून विमानाने देखरेख ठेवण्याची गरज आहे का?

*तुम्ही घेत असलेल्या माझ्या काळजीने माझे मन भरून आले आहे! आतापुरते एवढे बस झाले असे मला वाटते. पुढचे पुढे लिहीनच.*
- दिलिप

शेवटी आम्ही तात्पुरतं उभारलेलं दोरांचं जाळं आणि त्याच्या आधारानं उभी असलेली डोलकाठी, कसंबसं चालणारं इंजिन, वीज नसल्यानं होणारी गैरसोय, आणीबाणीत वापरण्याचं सुकाणू आणि संपर्कासाठी फक्त मोबाइल फोन्स अशा परिस्थितीत मुंबई मुक्कामी पोचण्यात यशस्वी झालो! इतक्या विपरीत परिस्थितीत प्रवास करूनही आमच्या मनाला उमेद देणारी चांगली गोष्ट घडली ती अशी की, 'समीर' चालवत नेण्याच्या आमच्या क्षमतेबद्दल शंका घेणाऱ्यांची तोंडं आम्ही बंद करू शकलो आणि या सफरीत कोणतीही आणीबाणीची परिस्थिती येऊ न देता आम्ही ती यशस्वीपणे पूर्ण केली.

जाता-जाता अगदी थोड्या वेळासाठी गोव्याला थांबलो असता मी रत्नाकरला पहिल्यांदा भेटलो. त्या वेळी आम्ही निवडलेल्या काही बोटनिर्मात्यांपैकी एक-एवढीच त्याची ओळख होती आणि त्याच्यासाठी मी केवळ पाहणी करण्यासाठी आलेला एक नौदल अधिकारी होतो. त्यानं त्यापूर्वी नौदलाशी कधी कोणता करार केला नव्हता आणि बोटबांधणीबद्दल मला ओ की ठो माहीत नव्हता. त्यानं मला त्याची कार्यशाळा दाखवली. तिथे तो मालवाहू जहाजांना उपयोगी पडतील अशा छोट्या बचाव करणाऱ्या होड्या बनवायचा. मुख्यतः त्या फायबरग्लासपासून बनवल्या जायच्या. मला त्यातलं विशेष काही कळलं नाही. मला ज्या प्रकारची बोट बनवून हवी होती, त्यापेक्षा बऱ्याच वेगळ्या प्रकारच्या बोटी रत्नाकरनं मला दाखवल्या. मला एकच प्रश्न छळू लागला, 'दक्षिण महासागरात एकट्यानं माझ्या जिवाची बाजी लावायला निघालेल्या मला पूर्णपणे विसंबता येईल अशी बोट हा माणूस बनवू शकेल का?' माझ्या मनातल्या सगळ्या शंका आणि प्रश्न त्याच्यासमोर मांडण्याचा मी शेवटी निर्णय घेतला आणि त्याला थेट सांगितलं, "हे पाहा, आपण एक गोष्ट स्पष्टपणे बोलू. मला घेऊन पृथ्वीप्रदक्षिणा करू शकेल अशी एक अत्युत्तम दर्जाची बोट मला हवी आहे. मी जिवंत परत येईन ही जबाबदारी त्या बोटीची असणार आहे. मी जर जिवंत परत आलो तर आयुष्यभर तुझी प्रशंसा करताना मी थकणार नाही

आणि तुझा प्रतिनिधी बनून राहीन. पण जर बोट टिकली नाही, तर तू कधीच दुसरी बोट बनवणार नाहीस, याची मी तुला खात्री देतो!'' नेहमीच्या पद्धतीने एक सहज-स्वाभाविक हसू त्याच्या चेहऱ्यावर झळकलं आणि तो म्हणाला, ''काळजी करू नकोस, तू जिवंत परत येशील!''

मला बोटीवर काय-काय 'नको' आहे, ते दाखवण्यासाठी मी त्याला 'समीर'वर घेऊन गेलो. मला अत्यंत मजबूत आणि समजायला व हाताळायला सोपी बोट हवी होती. मला काय म्हणायचं होतं हे साधारणपणे त्याला कळलं असावं. कसं कोण जाणे, पण मला असं वाटायला लागलं की, मला भेटलेल्या बोटनिर्मात्यांपैकी हा अत्यंत निगर्वी, साधा आणि स्पष्टवक्ता माणूसच सर्वोत्तम काम करू शकेल आणि मी पूर्ण विश्वासानं माझं आयुष्य सोपवू शकेन, अशी बोट तयार करू शकेल. अखेरीस त्याने माझा हा विश्वास सार्थ ठरवून दाखवलाच.

मुंबईत परत आल्यावर दोन कामांमध्ये मी बुडून गेलो- मोहिमेसाठी लागणाऱ्या कागदपत्रांची पूर्तता करणं आणि नौदलाच्या गोदीच्या मदतीनं 'समीर'ची दुरुस्ती करणं.

# गणवेशातला विनोद

मी 'समीर'वर प्रवास करत असताना नौदलाच्या मुख्यालयात सागर परिक्रमा मोहिमेशी संबंधित एक नवीनच समस्या जन्म घेत होती. नेदरलॅन्ड्सच्या व्हॅन ड स्डाट डिझाइन ब्यूरोकडून मागवण्यात येणाऱ्या डिझाइनची किंमत १०.५ लाख रुपये असणार होती. सरकारी नियमांनुसार, या रकमेच्या १० टक्के रकमेची बँक हमी डिझायनरनं देणं गरजेचं होतं, त्याशिवाय ३० पानी करारपत्रावर सह्या करणं बंधनकारक होतं आणि त्यानंतर रेखाटनं पाठवून नौदलाकडून मोबदल्याची रक्कम येण्याची वाट बघायची होती. अशा प्रकारच्या एकतर्फी अटींची पूर्तता करायला त्या डिझायनरनं साफ नकार दिला आणि उलटपक्षी कोऱ्या कागदावर दोन पानी करारपत्र छापून, आपली सही करून ते नौदलाकडे पाठवून दिलं. नौदल मुख्यालयाला अर्थातच ते मान्य झालं नाही आणि अशा प्रकारे लाल फितीच्या कारभारात ही मोहीम अडकली.

या गोंधळातून मार्ग काढण्यासाठी काही मदत करता आली तर पाहावी, या हेतूनं मी आपणहोऊन दिल्लीला गेलो. तिथे गेल्यावर आणखी बरेच प्रश्न मार्गी लावावे लागणार असल्याची मला जाणीव झाली. पुढचे दहा दिवस माझ्या संयमाची, मुत्सद्देगिरीची आणि विनोदबुद्धीची परीक्षा पाहणारे होते.

मोहिमेसाठी लागणाऱ्या निधीच्या कागदपत्रांची फाइल पुढे सरकवायला नकार देणाऱ्या एका नोकरशहाला मी प्रथम जाऊन भेटलो. तेव्हा मला असं समजलं की, त्याला संपूर्ण मोहिमेच्या प्रत्येक दिवसाचा कार्यक्रम तपशीलवार हवा होता; खरंतर प्रत्यक्ष मोहीम सुरू व्हायला अजून दोन वर्षांचा अवधी होता! एखादी शिडाची बोट एखाद्या विशिष्ट ठिकाणी कधी पोचणार, हे दोन दिवस आधी सांगणंही अवघड असतं. ज्या मोहिमेसाठी अजून बोटीची बांधणीही सुरू झालेली नाही, त्या मोहिमेचा प्रत्येक दिवसाचा कार्यक्रम दोन वर्षं आधी काय कपाळ सांगणार?

या नोकरशहाला भेटण्याच्या आदल्या रात्री मी तो विचारण्याची शक्यता असलेले सगळे प्रश्न लिहून काढले, त्यांची उत्तरंही लिहून काढली, ज्यामुळे या

मोहिमेबाबत त्याला नीट माहिती मिळेल आणि तो फाइल पुढे सरकवेल; असं मला वाटलं. दुसऱ्या दिवशी मी त्याला भेटलो तेव्हा एखादा विक्रेता तो विकत असलेली वस्तू समोरच्यानं घ्यावी म्हणून त्या वस्तूचं ज्या प्रकारे गुणगान करेल, त्या पद्धतीनं त्या नोकरशहापुढे जास्तीत जास्त समजेल अशा भाषेत माझ्या मोहिमेचं तपशीलवार वर्णन केलं. नौकानयनासाठी कोणकोणत्या गोष्टी आवश्यक असतात, शिडाची होडी (यॉट) कशी असते, मी एकटाच पृथ्वीप्रदक्षिणा करण्याची योजना कशी आखत आहे, पहिल्यांदाच एक भारतीय अशा प्रकारची प्रदक्षिणा करणार आहे, अशा बऱ्याच गोष्टींबद्दल मी त्याचं बौद्धिक घेतलं. मी माझी मोहीम 'विकण्यात' कसा यशस्वी झालो, या विचारानं स्वतःवरच खूश होऊन त्याला काही प्रश्न असल्यास विचारायला सांगून, उत्तरं देण्यासाठी सरसावून बसलो. त्यावर निर्विकार चेहऱ्यानं माझ्याकडे एक दृष्टिक्षेप टाकून त्याने जे विचारलं ते ऐकून माझी दांडीच गुल झाली. त्यानं एका शब्दात विचारलं :

"का?"

"का? याचा अर्थ काय?" मी अचंब्यानं विचारलं.

"म्हणजे, तुम्हाला हे का करायचं आहे?"

"कारण आजपर्यंत कोणा भारतीयानं असं काही केलेलं नाही, म्हणून."

"पण, हे करण्याची काय गरज आहे? आणि बोटीवर इंजिन असताना ते तुम्हाला का वापरायचं नाही?"

'येस मिनिस्टर' या बीबीसीच्या गाजलेल्या सीरियलच्या भारतीय आवृत्तीत मी काम करत असल्याचा मला अचानक भास होऊ लागला! माझ्या मनात चाललेली खळबळ चेहऱ्यावर उमटू नये यासाठी माझा संयम आणि मुत्सद्देगिरीचं कौशल्य वापरण्याचा मी पराकोटीचा प्रयत्न केला; त्याच्या सगळ्या प्रश्नांची डोक्यावर बर्फ ठेवून उत्तरं दिली आणि तो ती फाइल पुढे सरकवेल, असा शब्द त्याच्याकडून घेऊनच मी उठलो.

दिल्लीत असताना नौदल मुख्यालयात नेमणूक झालेला माझा एक मित्र मला भेटला. माझ्या मोहिमेची फाइल आता त्याच्या टेबलावर आल्याचं आणि त्यावर त्याचं अनुभवी मत देण्यास सांगण्यात आल्याचं मला समजलं. त्याला शिडाच्या होड्यांबद्दल काहीच माहिती नसल्यामुळे त्यानं मला त्याच्या ऑफिसमध्ये येऊन कॉफी पीत-पीत त्याबद्दल माहिती सांगण्यासाठी आमंत्रित केलं. दुसऱ्या दिवशी मी जेव्हा ती फाइल बघितली, तेव्हा आश्चर्यातिरेकानं माझे डोळे खोबणीतून बाहेर येण्याचेच बाकी होते! ती फाइल पाहून माझ्या आश्चर्यानं परिसीमा गाठली आणि मला अनावर हसू आलं. सागर परिक्रमा या मोहिमेसाठी आवश्यक असणारा सगळा तपशील त्यात सुरुवातीपासून दिला होता आणि मी माझ्या डोळ्यांनी ती फाइल

प्रत्यक्ष आज बघत होतो. त्यात सुचवलेले उपाय आणि केलेल्या शिफारशी म्हणजे अनमोल रत्नं होती! नौकानयन म्हणजे काय हे जाणणाऱ्या नौदलातल्या माझ्या मित्राला मी त्या न सांगणं कसं शक्य होतं! मी त्याला त्या लिहून पाठवल्या आणि त्यावर माझ्या प्रतिक्रियाही पाठवल्या, त्या जशाच्या तशा पुढे देत आहे—

* * *

हॅलो! माझी मोहीम लाल फितीच्या कारभारात अडकलेली दिसत आहे, त्या फायली पुढे सरकवायला काही करता येईल का ते पाहण्यासाठी मी काल दिल्लीला आलो! १८ एप्रिलला सीओपी (कर्मचारी विभागप्रमुख) आणि सीएनएस (नौदलप्रमुख) यांच्याबरोबर भेट ठरवत आहे. बघूया पुढे काय होतं ते.

मला काही प्रश्न विचारले जात आहेत, ते इथे देत आहे—

१) पृथ्वीप्रदक्षिणा घालताना बोट पुलांखालून जाईल, त्या वेळेसाठी बोटीवर कोणकोणत्या सुविधा आहेत?
*मी कोचीच्या विलिंग्डन बेटाला नव्हे तर पृथ्वीला प्रदक्षिणा घालणार आहे.*

२) वर उल्लेख केलेल्या कारणासाठी बोटीच्या डोलकाठीची घडी घालता यायला हवी.
*वा! फारच छान!! डोलकाठीची उंची सुमारे २७ मीटर असते आणि तुम्ही स्वप्नातदेखील कल्पना करू शकणार नाही अशा जोरदार वाऱ्यांमध्ये तिला तग धरून उभं राहायचं असतं! दक्षिण महासागरात तिनं स्वतःच स्वतःची घडी घालून खाली बसून घ्यावं, अशी तर तुमची अपेक्षा नाही ना?*

३) बोटीवर बसवल्या जाणाऱ्या उपकरणांबद्दल त्यांचे पुरवठादार टिकाऊपणाची हमी देणार आहेत का? तुम्ही शिफारस केलेली उपकरणं जास्त महागडी आहेत. यापेक्षा कमी किमतीचं, स्वस्त डिझाइन का विकत घेत नाही?
*अहो, इथे माझ्या आयुष्याचा प्रश्न आहे! त्याच्या पुढे कोणतीही गोष्ट जास्त किमतीची मला वाटत नाही.*

४) एका डिझाइनसाठी तुम्हाला १९ हजार युरो मोजावे लागणार आहेत! कागदांच्या एका गठ्ठ्यासाठी इतकी किंमत आणि तेही त्यापासून बनणाऱ्या बोटीचा एकदाच वापर करण्यासाठी?
*अनेक वर्षांच्या संशोधनाचा परिपाक म्हणजे तो कागदांचा गठ्ठा आहे. जा आणि बिल गेट्सला सांगा की त्याच्या सॉफ्टवेअरच्या सीडीची किंमत १० रुपये असायला हवी, कारण पालिका बझारमध्ये १० रुपयांना सीडी मिळते आणि तीही कोरी!*

५) तुम्ही सामुद्रधुनी आणि कालव्यांमधून प्रवास का नाही करत? 'तरंगिणी'नं

लाल समुद्रातून प्रवास केला होता.

*लाल समुद्र म्हणजे सामुद्रधुनी!*

६) तुम्ही बोटीवर शिडांचा अतिरिक्त संच का घेऊन जात नाही? त्यांची घडी घालून बॅगमध्ये ठेवून द्यायची.

*आपण इथे कार्बन फायबर आणि केव्हलर शिडांविषयी चर्चा करत आहोत. चार लोकांनी मिळून जरी मुख्य शीड उचलून इकडेतिकडे फिरवून दाखवलं तरी मी कोणतीही पैज हरायला तयार आहे! असो, शिवाय शिडांच्या संचाची किंमत प्रत्येकी ३०-४० लाख रुपये असते, ही गोष्ट वेगळीच.*

७) तुम्हाला पाणी पिण्यायोग्य करण्याचा ताशी १५ लिटर क्षमतेचा परावर्तन परासरण प्रकल्प आयात करण्याची काय गरज आहे? (हे यंत्र त्यातल्या त्यात आकारानं सर्वांत लहान होतं) भारतात तासाला तीन टन पाणी शुद्ध करणारा प्रकल्प उपलब्ध आहे आणि तो जहाजांवर बसवला जातो. तुम्हाला जास्त प्रमाणात पिण्याचं पाणी मिळेल हे अधिक चांगलं नाही का?

*तुम्ही कधी दोन्ही प्रकल्पांचं वजन, आकार आणि विजेचा वापर यांची तुलना करण्याचा विचार केला आहे? तीन टन पाणी बरोबर घेऊन मी पृथ्वी प्रदक्षिणा तर करू शकेनच; पण परत आल्यावर त्यात बुडू शकेन एवढं पाणी तरीही शिल्लक राहील!*

८) तुम्ही मोटारीच्या साहाय्यानं काम करणारी शिडं का वापरत नाही?

*त्यापेक्षा शिडं किनाऱ्यावर ठेवून मी मोटारीच्या साहाय्यानंच का बोट चालवत नाही?*

९) (हा प्रश्न एका जलमापन तज्ज्ञाकडून आला होता!) नेव्ही तुम्हाला एक रक्षक जहाज का देत नाही? नेव्ही हे करू शकत नाही असं कृपा करून मला सांगू नका. ते जहाज तुमच्या मागे-मागे येईल.

*समुद्र किती मोठा आहे याचा तुम्ही कधी नीट विचार केला आहे का हो?*

१०) बोटीच्या नौकातलाची खोली पाच ते आठ फूट असायला हवी.

*आपण २७ मीटर उंचीच्या डोलकाठीबद्दल बोललो! ती तोलण्यासाठी पाच फुटांचे नौकातल? वा!!*

११) नौकातल हा मध्यावर न ठेवता बोटीच्या सांगाड्याला क्षितिजलंब कोनात असायला हवा.

*हा फारच क्रांतिकारक विचार आहे; अर्थात त्याचा अर्थ काय होतो ते माझ्या बुद्धीपलीकडचं आहे!*

१२) डोलकाठी पोकळ हवी म्हणजे तिच्यातून वायरी ओवता येतील.

*आजवर मी भरीव ॲल्युमिनिअमची डोलकाठी कधी पाहिली नव्हती किंवा*

*ऐकली नव्हती.*

१३) बोटीवर वात संपीडन (एअर कॉम्प्रेसर) यंत्र आणि वायुसाठवण टाक्या असल्या पाहिजेत.
*वा! वारा पडलेला असताना त्या टाक्यांमध्ये साठवलेली हवा मी शिडांमध्ये भरेन.*

१४) बोटीवर मोठं वातानुकूलन यंत्र बसवायला हवं.
*गरजणारे चाळीस वारे वाहत असताना?*

१५) वातरोधक काचांच्या खिडक्यांमध्ये हवा उबदार करण्याची सोय हवी आणि काचा पुसण्याची यंत्रणाही हवी.
*शिडाच्या बोटीवर वातरोधक काचा? मी कारनं किंवा विमानानं प्रवास करणार नसून, बोटीनं प्रवास करणार आहे.*

१६) सर्व प्रकारची एनबीसीडी : आण्विक, जैविक, रासायनिक नुकसान प्रतिबंधक उपकरणं आणि अग्निशमन उपकरणं बोटीवर असायला हवीत.
*आपण हे याआधीही ऐकलं आहे, नाही का? योग्य एनबीसीडी नियंत्रक उपकरणं नसतील तर तुम्ही बुडलाच म्हणून समजा!*

१७) इंजिन रूम, बोट हाकायची जागा इत्यादी ठिकाणी पक्की अग्निशमन प्रणाली बसवलेली हवी. पूरसूचक यंत्रंही तळघरात व अन्य महत्त्वाच्या भागांमध्ये असायला हवीत.
*माझ्या गरीब बिचाऱ्या बोटीवर इतके भाग असतील असं मला वाटलंच नव्हतं.*

१८) बोटीवर रेफ्रिजरेटर, डीप फ्रीजर आणि मायक्रोवेव्ह ओव्हन असला पाहिजे.
*मला थंडगार बिअर आणि पंचपक्वान्नांचं भोजन आवडतं हे या माणसाला कसं कळलं? या सगळ्यांसाठी वीज कुठून आणायची आणि त्यांचं वजन बोटीला कसं झेपेल याचा मी विचार करतोय!*

१९) पृथ्वीप्रदक्षिणेदरम्यान प्रत्येक रात्री बोट नांगरून ठेवायची सोय असायला हवी.
*माझ्या सफरीदरम्यान बहुतांश वेळा बोटीखाली काही किलोमीटर अंतरापर्यंत पाणी असणार आहे. मी प्रत्येक रात्री बोट कशी नांगरणार आणि कशासाठी?*

फक्त नौदल अधिकाऱ्यांचीच खिल्ली उडवणं बरं नाही दिसणार म्हणून माझी फाइल पुनःपुन्हा परत करणाऱ्या उपसचिवांकडून आलेले हे मासलेवाईक प्रश्न पाहा—

‘वेगवेगळ्या बोटींचा वेग वेगवेगळा का असतो? त्यांनी एकाच गतीने

चालायला हवं आणि दोन बंदरांमधलं अंतर कापायलाही सारखाच वेळ घ्यायला हवा.'

*तुमच्या फायली असं करतात का? मग बोटींनीच का म्हणून निमूटपणे वागायचं? त्यांनाही चालवणारी शेवटी माणसंच असतात ना!*

ही यादी काही संपायची नाही. अडाणीपणाचा हा कळस बघून हसावं की डोक्यावर हात मारून घ्यावा, तेही कळत नाही. मला वाटतं, या किश्शांची आणि प्रश्नांची एक यादी बनवावी आणि नौदलातून बाहेर पडल्यावर ती प्रसिद्ध करावी!

एकूण काय, तर आयुष्य फारच मजेदार होत चाललं आहे!

- दिलिप

* * *

माझी अजून जन्मालाही न आलेली बोट फायलींच्या ढिगाऱ्याखाली गुदमरून चाललेली मला दिसत होती आणि त्यातून ती सहीसलामत बाहेर पडू शकेल अशी कोणतीही लक्षणं दिसत नव्हती. ज्या संचालनालयाने माझ्या बोटीची फाइल तयार केली होती, त्याच्या मुख्य अधिकाऱ्यांना मी भेटायला गेलो. आम्ही दोघांनी पूर्वी एकाच जहाजावर काम केलं होतं आणि ते मला मदत करतील याची मला खात्री होती.

"सर, माझ्यावर एक मेहेरबानी करा, ती फाइल इकडून तिकडे फिरत राहू दे. मी मला योग्य वाटला तो बोटीचा तपशील तयार करून नौदल मुख्यालयाकडे पाठवला आहे. त्यानुसार आपण जास्त चांगली बोट तयार करून घेऊ, माझ्यावर विश्वास ठेवा," मी म्हणालो.

"काळजी करू नकोस, ते माझ्यावर सोड. तुला योग्य वाटतं ते तू कर," नक्की अडचण काय आहे हे क्षणात ओळखून त्यांनी हसून उत्तर दिलं.

बोटबांधणीचा अंतिम करार करण्यासाठी सहा महिन्यांनी मी जेव्हा नौदल मुख्यालयात पुन्हा गेलो, तेव्हा मला एक अधिकारी भेटला. मला मदत करण्याची त्याची खरंच इच्छा असल्यामुळे त्यानं फाइल पुढे जाईल हे पाहिलं आणि बोटीबाबतचा तपशील काही आठवड्यांतच तयार होईल, असं त्यानं मला सांगितलं.

चला, त्या क्षणापुरता का होईना तो प्रश्न मिटला होता. पण, डिझाइन मागवण्याचा प्रश्न मात्र अजून धुमसत होताच. खरंतर ही परिस्थिती फारच हास्यास्पद झाली होती. डिझाइनचे पैसे द्यायला नेव्ही तयार होती, डिझायनरलाही त्याचं डिझाइन विकायचं होतं; पण पैसे कोणत्या पद्धतीनं द्यायचे, यावर गाडं अडलं होतं. बँक हमीसाठी लागणारे पैसे माझ्या खिशातून देण्याचीही तयारी मी दाखवली; पण हा पर्यायही स्वीकारार्ह ठरला नाही. प्रत्येक कार्यालयात एकच रडगाणं ऐकावं

लागत होतं, 'सद्य नियमांनुसार डिझाइन विकत घेणं शक्य नाही आणि डिझायनरचं वागणंही बरोबर नाही. त्यामुळे हा बेत आता रद्द करणंच योग्य ठरेल.' त्यावर माझं उत्तर ठरलेलं होतं, 'हे पाहा, मला पृथ्वीला प्रदक्षिणा घालायची आहे, एक डिझाइन मिळवण्याचा मार्ग मी शोधून काढू शकणार नाही?'

अखेरीस, नौदलप्रमुख, त्यांचे सचिव आणि या मोहिमेचे मार्गदर्शक ॲडमिरल आवटी यांची एक मीटिंग ठरवण्यात आली. या मीटिंगसाठी ॲडमिरल आणि कॅप्टन सोली कॉन्ट्रॅक्टर दिल्लीत येऊन दाखल झाले आणि मीटिंगला दोन तास उरलेले असताना अचानक त्यांनी माघारीची भाषा सुरू केली. ॲडमिरल म्हणाले, ''हे बघ, मी फार उतावळा माणूस आहे आणि मीटिंगमध्ये माझं डोकं कधी फिरेल याचा नेम नाही. हे आजचे ॲडमिरल्स माझ्यापेक्षा वयाने लहान आहेत आणि त्यांच्यासमोर माझं डोकं फिरलं तर ते चांगलं दिसणार नाही. त्यामुळे या मीटिंगला मी न आलेलंच बरं!'' आता मात्र पाणी माझ्या डोक्यावरून जायला लागलं होतं. मी त्यांच्या आणि सोली कॉन्ट्रॅक्टर यांच्या नजरेला नजर भिडवून ठामपणे म्हणालो, ''सर, या मोहिमेसाठी मी माझं सर्वस्व पणाला लावलं आहे. ही मोहीम प्रत्यक्षात यावी म्हणून तुमची मदत मिळाली तर मला हवीच आहे, पण तुम्ही मागे हटलात तरी मी ती पूर्ण करून दाखवणारच. आता काय तो निर्णय तुम्ही घ्यायचा आहे; तुम्ही माझ्यासोबत आहात की नाही हे तुम्ही ठरवा!'' त्या दिवशी गाठीभेटींची एक मालिकाच झाली आणि दिवसअखेरीस सगळ्यांना मान्य होईल असा उपाय शोधण्यात आम्ही यशस्वी झालो.

मी दिल्लीहून परत आलो आणि 'समीर'च्या दुरुस्तीच्या आणि नौकानयनाचा अनुभव जमा करण्याच्या मागे लागलो. लवकरच मला कळून चुकलं की, बोटीत बसून सागरी सफर करण्याआधी मला स्वतःच्या हातांनी बोट दुरुस्त करणं आणि तिची देखभाल करणं शिकून घेतलं पाहिजे.

नौदल मुख्यालयातल्या कागदपत्रांची पूर्तता करत असताना जेव्हा जेव्हा वेळ मिळेल तेव्हा तेव्हा मी बंदरातून बोट फिरवून आणत होतो. प्रत्येक फेरीनंतर जी काही दुरुस्तीची कामं निघतील ती करत होतो. मॉन्सून एक महिन्यावर येऊन ठेपला आणि बोट ठेवायला सुरक्षित जागा कोणती शोधावी ही चिंता मला सतावू लागली, कारण नेव्हल सेलिंग क्लबमधली सध्याची जागा ही पावसाळ्यात फारशी सुरक्षित राहणार नव्हती. लोखंडी युद्धनौकांनी नौदलाची गोदी पूर्ण भरली होती, त्यामुळे 'समीर'सारख्या नाजूक बोटीसाठी तिथे जागा नव्हती. 'समीर'ला एखादी चांगली जागा हवी यावर सगळ्यांचं एकमत होतं; पण कोणती, या प्रश्नाचं उत्तर मात्र कुणाकडेच नव्हतं. मॉन्सूनच्या काळात तिच्यावर प्रवास करण्याचा विचार मी सोडून दिला आणि त्याऐवजी तिला सुरक्षित कसं ठेवता येईल याबद्दल विचार करू

लागलो. असं केल्यानं तिच्या सुरक्षिततेविषयी चिंता करून माझी झोप खराब न करता माझ्या सोईनुसार आणि माझ्या गतीनं मी तिची दुरुस्ती करण्याबाबत चार गोष्टी शिकू शकणार होतो. मॉन्सून जवळ येत चालल्यामुळे हातघाईची परिस्थिती निर्माण झाली होती आणि रीतिरिवाजांना व परंपरेला फाटा देऊन काहीतरी वेगळा मार्ग अनुसरणं गरजेचं होऊन बसलं होतं.

गोदीत भरतीच्या वेळी पाणी भरेल असं कुंड किंवा तलाव होता आणि काही महिन्यांसाठी बोट तिथे सुरक्षित राहील, असं मला वाटलं. पण, आमच्याआधी

समीर

बऱ्याच लोकांचा त्यावर डोळा होता. मी भरतीच्या वेळा तपासल्या तेव्हा मला दिसलं की पौर्णिमेच्या दिवशी भरतीच्या वेळी ते कुंड उघडं असणार आहे आणि त्यानंतर तेवढ्याच उंचीचं पाणी पुन्हा भरेपर्यंत साधारण दोन ते तीन महिन्यांसाठी ते बंद ठेवण्यात येणार आहे. ते बंद होण्याआधी काहीही करून मी जर 'समीर'ला आत नेऊ शकलो तर ती तिथेच राहू देण्याखेरीज गोदीतील अधिकाऱ्याकडे अन्य पर्याय नसणार. कुंड बंद होण्याला काही तास उरलेले असताना एका शुक्रवारी संध्याकाळी मी 'समीर'ला गुपचूप तिथे घेऊन गेलो, आत असलेल्या एका तराफ्याशेजारी बांधून टाकली आणि तिथून निघून गेलो. माझ्या ऑफिसमध्ये जाऊन ती बोट मी त्या कुंडात नेऊन बांधली आहे, असं सगळ्यांना सूचित करणारा सांकेतिक इशारा देऊन टाकला. सोमवारी सकाळपर्यंत तो इशारा कुणी पाहणार नाही याची मला पूर्ण जाणीव होती. ही युक्ती कमालीची यशस्वी ठरली! सोमवारी सकाळी बराच गदारोळ उठला; पण पुढच्या मोठ्या भरतीपर्यंत कुणीही ते कुंड उघडू शकलं नाही. बोट सुरक्षित राहिली आणि सगळ्या तक्रारकर्त्यांना मी सांगितलं की कुंड बंद होण्यापूर्वी मी तर सगळ्यांना बोट तिथे नेऊन बांधल्याची माहिती दिली होती! 'गुरूची विद्या गुरूला' या न्यायाने नोकरशाहीच्या तंगड्या तिच्याच गळ्यात अडकवण्यातही काय मजा होती!

पुढच्या काही महिन्यांमध्ये बोटदुरुस्तीचं थोडंफार काम मी करू शकलो; पण त्यापैकी बऱ्याच वेळा बोटीत साचलेलं पावसाचं पाणी उपसण्याचंच काम मला पुरवायचं. त्या वेळी ते काम मोठ्या कष्टांचं वाटलं खरं, पण त्यामुळे मी जास्तीत जास्त स्वतंत्रपणे काम करू लागलो आणि नवनवीन कल्पनाही मला सुचत गेल्या. बोटीची स्थिती आधीच इतकी खराब होती की प्रयत्न करूनही मी ती आणखी बिघडवू शकलो नसतो. जवळपास उभ्या असलेल्या जहाजांवरून अवजारं उसनी आणून माझा मीच काहीतरी दुरुस्ती करण्याचा प्रयत्न करायचो. गोदीमधल्या तज्ज्ञ कारागिरांची वाट बघत वेळ वाया घालवण्यापेक्षा हे कितीतरी पटींनी चांगलं होतं. काही वेळा मला दुरुस्त्या करता यायच्या, तर काही वेळा नाही; पण शंभर टक्के प्रयत्न केल्याचं समाधान मात्र नेहमीच मिळायचं. एखादी गोष्ट करण्यासाठी किती मेहनत करावी लागते हे शिकण्याबरोबरच, माझ्या क्षमता तपासून पाहण्याची संधी मला या निमित्ताने मिळाली.

# प्रशिक्षण बोट

'सागर परिक्रमा' या मोहिमेची मोर्चेबांधणी सुरू झाल्यापासून एक गोष्ट स्पष्ट होती, ती म्हणजे, या प्रवासासाठी लागणारी बोट तयार करणं ही वेळखाऊ प्रक्रिया असणार होती. माझा नौकानयनाचा अननुभव ही माझ्या डोक्यावरची टांगती तलवार होती. स्वतःला प्रशिक्षित करण्यासाठी मला एका प्रशिक्षण बोटीची गरज होती. अत्यंत आवश्यक असणारा 'समुद्रावरचा वेळ' गाठीशी बांधण्यासाठी एक छोटी शिडाची होडी (यॉट) विकत घ्यावी, अशी कल्पना माझ्या सल्लागारांनी मांडली. या बोटीचे तपशील, विनिर्देश तयार करण्यास आणि ती विकत घेण्याची प्रक्रिया सुरू करण्यास मला सांगण्यात आलं. मुख्य प्रकल्पाअंतर्गत हा आणखी एक उपप्रकल्प माझ्या मागे लागला हे वेगळं सांगायला नकोच. त्या वेळीसुद्धा ही गोष्ट आवाक्याबाहेरचीच वाटत होती, पण अनुभव गोळा करण्यासाठी सुचेल आणि दिसेल ती गोष्ट करायला मी एका पायावर तयार होतो. मला अनुभव नसल्यामुळे माझं बोलणं कुणी गांभीर्याने घेत नव्हतं, ही गोष्टही मला डाचत होती. 'काम करणारे थोडे आणि सल्ला देणारेच फार' ही माझ्या नोहिमेची व्यथा होती आणि शेवटपर्यंत तिने माझा पिच्छा पुरवला. बोटखरेदीच्या प्रक्रियेत मी माझा खूप वेळ घालवला; त्या बदल्यात मला सरकारी खरेदी प्रक्रियेतल्या गुंतागुंती, निलंब खाती (escrow accounts), 'हाय सी सेल्स' आणि अन्य गोष्टींबद्दल मौलिक माहिती मिळाली. या अशा गोष्टी होत्या ज्या माझ्यासारख्या पाणबुड्याने आयुष्यात कधी ऐकल्या नव्हत्या. एकदा विनोदाने मी माझ्या मित्राला म्हणालो की, भले मी एकट्याने पृथ्वीप्रदक्षिणा करणारा पहिला भारतीय नाविक होणार नाही, पण नेव्हीमधला चांगला रसदविज्ञान (logistic) अधिकारी मात्र नक्की होईन!

४३ फुटी बेनेटो (Beneteau) ही तयार असलेली बोट फ्रान्समधून खरेदी करण्याचं आम्ही निश्चित केलं. मी फ्रान्समधल्या ला रॉशेल इथे जाऊन ती बोट घ्यायची आणि सुएझ कालव्यातून प्रवास करत ती भारतात आणायची, असं ठरलं. (माझ्या अननुभवामुळे) हा बेत पुरेसा कठीण वाटत नव्हता म्हणून की काय, ही सगळी प्रक्रिया

मला पुढच्या पाच दिवसांत करायला सांगितलं गेलं; कारण त्यानंतर आर्थिक वर्ष संपलं असतं आणि बोटीसाठी मंजूर झालेला निधी हवेत विरून गेला असता! माझ्या आईनं, घराजवळचा भाजी बाजार बंद होण्याआधी पटकन जाऊन भाजी घेऊन ये, असं सांगितल्याच्या थाटात हा सगळा कारभार चालला होता. पण, थोडं शहाणपण नोकरशाहीत शिल्लक होतं आणि म्हणूनच शेवटच्या क्षणी हा वेडेपणा बासनात गुंडाळून ठेवण्यात आला. माझ्याबद्दल विचाराल तर मी सुटकेचा मोठा निःश्वास टाकला. आता मागे वळून बघितल्यावर जे झालं ते चांगलंच झालं, असं वाटतं.

आपल्याकडच्या व्यवस्थेच्या रोमारोमात भरलेलं जडत्व झटकून टाकायला आणि तिला हलती करायला जितके प्रयत्न करावे लागतात, तितकेच प्रयत्न तिची सुरू झालेली गाडी थांबवण्यासाठी करावे लागतात. ही बाब मला पुढच्या काही महिन्यांमध्ये प्रकर्षानं जाणवली; कारण प्रशिक्षण बोट खरेदी करण्याची प्रक्रिया नव्यानं सुरू करण्यास मला फर्मावण्यात आलं. गंमत अशी होती की, माझ्या मोहिमेसाठी वापरण्यात येणारी बोट आणि ही प्रशिक्षण बोट एकाच वेळी येऊन उभ्या राहणार होत्या. प्रशिक्षण बोट चालवायला शिकण्याऐवजी मी सरळ माझ्यासाठी तयार होणारी नवीन बोट चालवायला शिकणं योग्य वाटत असल्यानं, माझा या सर्व प्रक्रियेला विरोध होता.

"तू प्रशिक्षण बोटीची मागणी केली होतीस, आता जा आणि ती घेऊन ये, आम्ही पैसे घालायला तयार आहोत, आणि या वेळी ती बोट तुला नक्की खरेदी करता येईल, याची आम्ही खात्री देतो!"

"पण आता मला तिची गरज नाही. ही खरेदीची प्रक्रिया पूर्ण होईपर्यंत माझी बोट जवळजवळ तयार होत आलेली असेल."

"पण तू बोटीची मागणी केली होतीस!"

"हो, पण ती मागच्या वर्षी आणि वेगळ्या परिस्थितीत. त्यानंतर पुलाखालून बरंच पाणी वाहून गेलं आहे."

"तो आमचा प्रश्न नाही. आता लवकर हालचाल कर आणि प्रशिक्षण बोट घेऊन ये."

पूर्वी घडलेल्या घटना परत परत घडत असल्याचा 'देजा वू' अनुभव मला यायला लागला. मी पृथ्वीप्रदक्षिणा करावी अशी नेव्हीची खरंच इच्छा आहे, की माझ्या बहाण्याने त्यांना नेव्हीसाठीच बोटी खरेदी करायच्या आहेत; मग त्या खरंच मिळोत वा न मिळोत, असा विचार मी गांभीर्याने करू लागलो. सुदैवानं, मी अनुभवानं बराच शहाणा झालो होतो आणि त्यामुळे मुत्सद्दीपणानं ही योजना दडपून टाकण्यात मी यशस्वी झालो.

# 'एल्दमेर'चा किस्सा

२००७ सालच्या सप्टेंबर महिन्यात मला कोची स्थित नेव्हीच्या सीमनशिप स्कूलमधून प्रभारी अधिकाऱ्याचा फोन आला. त्यांनी मला प्रो. राधाकृष्णन या गृहस्थांबद्दल सांगितलं. त्यांची 'एल्दमेर' नावाची एक तराफ्यासारखी बोट (कॅटमरॅन) होती आणि ती आग्नेय आशियाला घेऊन जाण्यासाठी ते खलाश्यांच्या शोधात होते. ही माझ्यासाठी प्रशिक्षणाची चांगली संधी होती, असं त्या अधिकाऱ्याला वाटलं. मी सागरी अनुभवासाठी इतका आसुसलेला होतो की बोट न पाहताच हा प्रवास करायला मी संमती दिली. खगोल भौतिकशास्त्रज्ञ असलेल्या ७८ वर्षांच्या प्रो. राधाकृष्णन यांच्याशी मी संपर्क साधला. नोबेल पुरस्कारविजेते डॉ. सी. व्ही. रामन यांचे ते सुपुत्र होते. मी त्यांना 'रॅड' असं संबोधावं असा त्यांनी आग्रह धरला. रॅड यांना श्रीलंकेतल्या गॉल इथे एक पडाव टाकून पुढे मलेशिया आणि थायलंडकडे कूच करायचं होतं. बोट अगदी तयार होती, त्यामुळे माझी जर सफरीवर येण्याची इच्छा असेल तर मी घाई करायला हवी, असं ते म्हणाले. मला नौकानयनाचा अनुभव हवा असल्यानं, ही सफर करू द्यावी यासाठी नौदल मुख्यालयाचं मन वळवण्यात मी यशस्वी झालो आणि आवश्यक त्या कागदपत्रांची पूर्तता करण्यासाठी दिल्लीला पळालो.

पुन्हा एकदा फायली घेऊन मी या ऑफिसमधून त्या ऑफिसमध्ये, अशा खेट्या घालू लागलो. आपली कामं अडेलतट्टू भारतीय नोकरशाहीकडून करवून घेताना वैतागलेल्या नौदल अधिकाऱ्यांची साउथ ब्लॉकच्या भव्य इमारतींमधल्या लांबलचक व्हरांड्यांमधून धावपळ करताना किती दमछाक होईल, याची त्या इमारती बांधताना बिचाऱ्या वास्तुरचनाकार एडविन ल्यूटेन्सला कल्पनाही आली नसेल! माझ्या फायली घेऊन वेगवेगळ्या ऑफिसेसमध्ये चकरा मारत असताना मलाच चक्कर येऊन मी कोसळेन की काय, अशी स्थिती निर्माण व्हायची!

अखेरीस, सर्व प्रकारच्या परवानग्या एकदाच्या मला मिळाल्या; आणि नौकानयनासाठी सिद्ध होऊन मी कोचीला जाऊन थडकलो. रॅडना काही फार घाई

असलेली दिसली नाही आणि आम्ही काही दिवसांनी प्रवासाला सुरुवात केली. बोटीवर आम्ही चार लोक होतो, सगळे माझ्यासारखेच स्वेच्छेने आले होते आणि 'एल्दमेर' चालवण्याचा अनुभव कुणाकडेच नव्हता. आम्ही बंदराबाहेर पडून अजून सगळी शिडं उघडलीही नव्हती, तोच अडचणी यायला सुरुवात झाली! डोलकाठीला बांधलेले तणाव डेकवर एकापाठोपाठ आडवे झाले आणि फक्त वरच्या आणि खालच्या आधारावर असलेली ती डोलकाठी अंग घुसळू लागली. ती केव्हाही निखळून पडेल अशी परिस्थिती निर्माण झाली. एक तासातच ही सफर पुढे नेण्यातली निष्फळता रॅड यांच्या ध्यानात आली आणि आम्ही इंजिन सुरू करून बंदराच्या दिशेनं माघार घेतली.

सगळेच नाराज झाले. रॅड फारसे काळजीत दिसले नाहीत. थोड्यात दिवसांत दुरुस्ती करून पुन्हा सफरीला सुरुवात करता येईल, याची त्यांना खात्री होती. नौकानयनाला जाण्याच्या विचाराने उत्साहाच्या भरात मी बोटीची रचना आणि बांधणी याकडे विशेष लक्ष दिलं नव्हतं; परंतु मुहूर्तालाच आलेल्या अडचणींमुळे या गोष्टींकडे माझं लक्ष वेधलं गेलं आणि मला बोटीतल्या अनेक त्रुटी दिसू लागल्या. बोटीच्या बांधणीच्या रचनेमध्ये मूलभूत चुका होत्या. त्या मी रॅड यांच्या निदर्शनाला आणून दिल्यावर उत्तरादाखल त्यांनी मला किचकट आकडेमोड करून दाखवली जी माझ्या डोक्यावरून गेली. अडचणींचं नेमकं स्वरूप जाणून घेण्यासाठी मी आकडेमोडीची नव्हे तर खलाशाला असलेल्या सागरी तर्कबुद्धीची मदत घेण्याचा प्रयत्न करत होतो; तर दुसरीकडे, एक शास्त्रज्ञ असलेले रॅड गणिताच्या आकडेमोडीवर भिस्त ठेवून होते. किचकट आकडेमोडीनं काहीही सिद्ध करता येत असलं तरी मोठ्या पल्ल्याच्या सफरीवर जाण्याआधी एक संपूर्ण रात्र प्रायोगिक तत्त्वावर नौकानयन करण्याची अनुमती घेऊन मी त्या वादातून अंग काढून घेतलं.

बोटीच्या रचनेत काही बदल करणं आणि बोटीची दुरुस्ती करणं या गोष्टींना अपेक्षेपेक्षा जास्त वेळ लागला. प्रायोगिक सफरीसाठी आम्ही तयार झालो तोपर्यंत 'सागर परिक्रमा' मोहिमेसाठी बांधण्याच्या बोटीची फाइल प्रगतिपथावर असल्याचा निरोप मला दिल्लीहून मिळाला आणि आता समुद्रावर वेळ घालवण्यापेक्षा बोटबांधणीच्या मागे लागणं जास्त शहाणपणाचं ठरेल, असं मला वाटलं. मी निघण्यापूर्वी आम्ही एका रात्रीची धावती प्रायोगिक सफर केली, पण त्या वेळी नेमका वारा पडला होता आणि आम्ही बोटीची तयारी नीट पारखू शकलो नाही. 'सागर परिक्रमा' मोहीम पुढे घेऊन जाण्यासाठी माझं मुंबई किंवा दिल्लीला जाणं किती महत्त्वाचं आहे हे नाराज झालेल्या रॅड यांना समजावून सांगून मी त्यांना शुभेच्छा दिल्या. रॅड यांच्यासोबतच्या खलाश्यांपैकी सोडून जाणारा मी शेवटचा माणूस होतो, हीच त्यातल्या त्यात दिलासादायक गोष्ट होती.

त्याआधी, रॅड यांच्याबरोबर काम करत असताना एके सकाळी मला नौदल मुख्यालयामधून फोन आला. माझी पृथ्वीप्रदक्षिणा मी कोणत्या तारखेपासून सुरू करणार आहे, हे विचारण्यासाठी हा फोन होता.

*''पृथ्वी प्रदक्षिणेची तारीख? मी अजून त्याबाबत विचारही केला नाही. त्याआधी आपण बोटबांधणी सुरू करण्याची तारीख ठरवणं जास्त योग्य होणार नाही का?''*

''बोटबांधणी काय हो! सुरू होईल आणि संपेलही. तो विषय दुसरं संचालनालय हाताळत आहे; आम्हाला तुमच्या परिक्रमेची फाइल सुरू करायची आहे आणि म्हणून तुम्ही कोणत्या तारखेला परिक्रमा प्रारंभ करणार ते आम्हाला जाणून घ्यायचं आहे.''

*''पण, आपल्याकडे अजून बोटसुद्धा नाहीये; बोटबांधणीचा अंतिम करार अजून व्हायचा आहे. आपण भारतात पहिल्यांदाच अशी बोट बांधत आहोत; ती कधी बांधून होईल याची आपल्याला काहीच कल्पना नाही, ती किती वेगानं धावेल हेही आपल्याला माहीत नाही. मी नक्की तारीख सांगावी अशी अपेक्षा तुम्ही कशी करू शकता?''*

''तुम्हाला पृथ्वीप्रदक्षिणा करायची आहे की नाही?''

*''अर्थातच करायची आहे!''*

''मग ती कधी सुरू करता ते मला सांगा!''

*''ठीक आहे, सगळं सुरळीत पार पडलं तर २००९ पर्यंत बोट तयार होऊ शकेल आणि मग ऑगस्ट किंवा सप्टेंबरमध्ये परिक्रमा सुरू करणं योग्य ठरेल.''*

*दक्षिण गोलार्धाच्या उन्हाळ्यात, म्हणजे जानेवारीत केप हॉर्न ओलांडण्याची योजना आखण्याचा माझा बेत होता; त्यानुसार कॅलेंडरवर मनातल्या मनात उलटी मोजणी करून मी साधारण कालखंड सांगितला. हे करताना माझी बोट दिवसाला किमान १०० नॉटिकल मैल अंतर कापेल, असा आडाखा मी बांधला होता. ही कारणमीमांसा मी फोनवर सांगितल्यावर पलीकडून उत्तर आलं—*

''तुम्ही जे काही म्हणालात ते सगळं ठीक आहे, तर मग कोणत्या तारखेला सुरू करताय?'' पलीकडच्या माणसाला माझ्याकडून उत्तरादाखल 'नाही' हा शब्द ऐकूनच घ्यायचा नाहीये आणि तारीख वदवूनच घ्यायची आहे, हे मला कळून चुकलं.

*ठीक आहे, १५ ऑगस्ट २००९! त्या दिवशी मी पृथ्वी प्रदक्षिणा सुरू करेन.*

''हीच तारीख का? तुम्ही त्या दिवशी तयार असाल हे खात्रीपूर्वक कसं काय सांगू शकता?'' पुढचा प्रश्न येऊन आदळला.

*''आत्ता मी काहीच नक्की सांगू शकत नाही. तुम्हाला एक तारीख हवी होती म्हणून ती मी तुम्हाला सांगितली,'' संयम सुटत चालल्यानं मी कसाबसा उत्तरलो.*

*'कॅच-२२' या पुस्तकामधलं पात्र असल्याचा मला भास व्हायला लागला होता!*

पलीकडून अजून विचारणा सुरूच होती- ''त्याच दिवशी निघण्यामागे काही कारण आहे का; कारण मला फाइलमध्ये तशी नोंद करावी लागणार आहे.''

*''कारण तो फार चांगला दिवस आहे, नाही का! एका क्रांतिकारी प्रवासाची, सफरीची सुरुवात करायला स्वातंत्र्यदिनापेक्षा आणखी कोणता चांगला मुहूर्त असेल?'' मी काहीतरी बोलायचं म्हणून बोललो. हा सावळा गोंधळ कधी एकदा संपतोय असं मला झालं होतं. ''आणि या लाल फितीच्या कारभारापासून मला स्वातंत्र्य मिळेल एकदाचं,'' मी तोंडातल्या तोंडात पुटपुटलो.*

''ठीक आहे, त्याच दिवशी नक्की निघायचं बघा. कारण नंतर तारीख बदलणं कटकटीचं होईल.''

*''अर्थातच मी निघेन, सर. मी माझा शब्द देतो.''*

अशा रीतीने, कोचीमधल्या एका धक्क्यावर उभं राहून, वरून सूर्य आग ओकत असताना, मोबाइल फोनवर- समोर संदर्भासाठी साधं कॅलेंडरही नसताना माझ्या प्रयाणाची तारीख ठरली. मी रॅड यांच्या बोटीवर आलो आणि हवामानासंबंधीचे नकाशे आणि पुस्तिका धुंडाळू लागलो. हवामानाचा अंदाज बांधताना आपण काही घोडचूक तर केली नाही ना, हे मला पडताळून बघायचं होतं. ते बघत असताना हळूहळू मला जाणीव व्हायला लागली की मी निवडलेली तारीख अगदी योग्य होती आणि मग मी सुटकेचा निःश्वास टाकला.

# न झालेल्या प्रशिक्षणाची रणधुमाळी

७ नोव्हेंबर २००७ रोजी दुपारी मला दक्षिण आफ्रिकन नौदलातल्या कमांडर ब्रॅम वेलर यांचा फोन आला. एक महिन्यापूर्वी मी त्यांना वर्ल्ड मिलिटरी गेम्सच्या दरम्यान मुंबईत भेटलो होतो आणि मला शक्यतो सर्व प्रकारची मदत करण्याचं आश्वासन त्यांनी त्या वेळी दिलं होतं.

''दिलिप, केप टाउनहून एक कॅटमरॅन अमेरिकेला पोचवायची आहे, तिच्याबरोबर तू जाशील का?'' सरळ मुद्द्यालाच हात घालत त्यांनी विचारलं. ''तुला पुढच्या आठवड्यापर्यंत केप टाउनमध्ये दाखल व्हावं लागेल. मध्ये वेळ फार थोडा आहे हे मला कळतंय; पण ही धावपळ तुझ्या भल्यासाठीच असेल. छान अनुभव मिळेल. बघ, तुला जमत असेल तर.''

वर्ल्ड मिलिटरी गेम्सच्या दरम्यान नेव्हल सेलिंग क्लबवर ड्रिंक्स घेता घेता माझ्या मोहिमेविषयी आम्ही चर्चा करत होतो, त्या वेळी दिलेला शब्द ब्रॅम यांनी पाळला होता. केप टाउनमधल्या त्यांच्या काही मित्रांशी ते याबाबत बोलले होते आणि फ्लोरिडाला नेऊन पोचवण्यात येणाऱ्या नव्याकोऱ्या ४६ फुटी कॅटमरॅनवर माझा बर्थ आरक्षित करण्याची व्यवस्था केली होती. ही सफर सात हजार नॉटिकल मैलांची होती आणि मध्ये फक्त एक पडाव होता. मी जो सागरी अनुभव घेण्यासाठी धडपडत होतो, तो मला या सफरीमुळे मिळणार होता. सगळ्यांच्याच दृष्टीनं हे फायद्याचं ठरणार होतं. मला नौकानयनाचा अनुभव मिळणार होता, कॅटमरॅन तयार करणाऱ्याला ती घेऊन जाण्यासाठी फुकट नाविक मिळणार होता आणि प्रशिक्षणासाठी बोट विकत घेण्याचा नेव्हीचा खर्च वाचून त्यांना फक्त माझ्या विमानप्रवासाचा खर्च सोसावा लागणार होता. फक्त कागदपत्रांची पूर्तता करायला वेळ कमी होता, हीच एक चिंतेची बाब होती.

''ही फारच छान बातमी आहे, ब्रॅम! मी ही ट्रिप नक्की करणार; मी लगेच एनएचक्यूकडे कागदपत्रांसाठी तगादा लावतो,'' उत्साहानं उचंबळणारं माझं मन कसंबसं सावरत मी उत्तरलो.

दिवस संपायच्या आत नौदल मुख्यालयातल्या लोकांना समजावण्यात मी यश मिळवलं. नोकरशाहीच्या गलथान कारभाराची कल्पना असल्यामुळे माझ्या व्हिसासाठी आवश्यक असणारी माहिती मी इ-मेलने आधीच पाठवून दिली. ही कामं उरकून मी दिल्लीला जाण्याच्या तयारीला लागलो. सरकारकडून आवश्यक त्या कागदपत्रांची जमवाजमव करण्यासाठी, आर्थिक तरतूद करण्यासाठी, दक्षिण आफ्रिका आणि अमेरिकेचा व्हिसा मिळवण्यासाठी आणि केप टाउनला पोचण्यासाठी माझ्या हातात एक आठवड्यापेक्षाही कमी वेळ होता. खरंतर हा वेळ खूप थोडा होता; पण ही सुवर्णसंधी होती आणि ती गाठण्यासाठी मी वाटेल ते करायला तयार होतो.

दुसऱ्याच दिवशी मी दिल्लीला धाव घेतली आणि पुन्हा एकदा परवानग्या आणि व्हिसा मिळवण्यासाठी माझी पळापळ सुरू झाली. ज्या कामांना आठवडा लागू शकत होता, ती कामं एका दिवसात किंवा त्याहीपेक्षा कमी काळात पूर्ण करण्याचा मी प्रयत्न करत होतो. मी ज्या सफरीवर जाणार होतो, त्या सफरीचा कप्तान रिचर्ड हातघाईला आला होता, कारण ख्रिसमसच्या आधी बोट गिऱ्हाइकाकडे पोचावी, यासाठी त्याची कंपनी त्याला घाई करत होती. पुढच्या काही दिवसांत ज्या नाट्यपूर्ण घडामोडी घडल्या, त्यांची कल्पना तुम्हाला पुढे दिलेल्या आमच्यामधल्या इ-मेल्सच्या देवाणघेवाणीवरून येईल—

***मंगळवार, १३ नोव्हेंबर २००७***

*हाय दिलिप,*

*तुझे काम कसे चालले आहे? तू ते वेळेवर करून घेत असशील अशी आशा आहे. प्लीज, मला कळवत राहा. तू वेळेवर पोचू शकशील की नाही याबाबत माझ्या ऑफिसचे लोक साशंक आहेत. मी जास्तीत जास्त उशिरा सोमवारी किंवा मंगळवारी निघावे, अशी त्यांची इच्छा आहे. तोपर्यंत तू पोचू शकणार नाहीस असे जर तुला वाटत असेल, तर मला दुसरा कुणीतरी नाविक शोधावा लागेल. तुझ्याकडून लवकरच काहीतरी कळेल, अशी मी आशा करतो.*

*- रिचर्ड*

***बुधवार, १४ नोव्हेंबर २००७***

*प्रिय रिचर्ड,*

*माझे जोरदार प्रयत्न सुरू आहेत. काम लवकर पूर्ण व्हावे यासाठी मी शंभर टक्के प्रयत्न करतोय. शुक्रवारपर्यंत मी तुला नक्की काय ते कळवतो.*

*- दिलिप*

*हाय दिलिप,*

*तुझा मेल वाचून बरे वाटले. ठरल्याप्रमाणे गोष्टी घडत असतील अशी आशा आहे. उशिरात उशिरा सोमवारी तू केप टाउनला पोचू शकशील का, ते मला कृपया कळव. मी बोट ताब्यात घेतली आहे आणि मी शक्य तितक्या लवकर निघावे अशी फॅक्टरीची व 'स्टुअर्ट मरीन'ची इच्छा आहे. मी त्यांना कसेही करून फारफार तर सोमवारपर्यंत थांबवू शकतो; पण जर तुला उशीर लागणार असेल तर मी दुसरा कुणीतरी नाविक शोधून लवकर निघावे असे त्यांचे म्हणणे आहे. तुझ्यावर अशा रीतीने दबाव टाकणे मला आवडत नाही; परंतु गोष्टी वरिष्ठांच्या हातात असल्याने काही इलाज नाही, हे वेगळे सांगायला नको. तू सोमवारची डेडलाइन पाळू शकणार आहेस का ते कळव. तू जर सोमवारी पोचू शकलास तर आपण लगेच बोट बाहेर काढू आणि लवकरात लवकर निघू. दुर्दैवाने, आमचे सुंदर शहर पाहण्याचा योग तुला येणार नाही, पण असो! इतका कमी वेळ तुला दिला याबद्दल पुन्हा एकदा दिलगिरी व्यक्त करतो.*

*- रिचर्ड*

**गुरुवार, १५ नोव्हेंबर २००७**

*प्रिय रिचर्ड,*

*मी हा आठवडा संपण्याआधी दोन व्हिसांसह इतर कागदपत्रांची पूर्तता करायचा प्रयत्न करतोय. उद्यापर्यंत त्यातला एक व्हिसा मला नक्की मिळेल. नौदल आणि सैन्य दलाच्या राजदूत सहायकांद्वारा वजन वापरून दुसराही व्हिसा मिळवण्याच्या मागे मी आहे. हे जर झाले नाही, तर मला निघायला सोमवारची रात्र होईल आणि तेथे पोचायला मंगळवारची दुपार उजाडेल. सरकारने या प्रवासाला मान्यता दिली आहे आणि माझा विमानप्रवासाचा खर्चही उचलला आहे.*

*विमानातून उतरल्याबरोबर लगेच बोटीत बसायला मला काहीच अडचण नाही. तुमच्या शहराला भेट देण्यासाठी नंतर कधीतरी निवांत वेळ काढेन. माझी प्रगती मी रोजच्या रोज तुला कळवत राहीन. तुला असे टांगून ठेवायला बरे वाटत नाही, पण तू म्हणालास त्याप्रमाणे इकडेही वरिष्ठांच्या मर्जीपुढे कोणाचे काही चालत नाही!*

*- दिलिप*

**शुक्रवार, १६ नोव्हेंबर २००७**

*हाय दिलिप,*

*तुझे काम पुढे सरकतेय हे वाचून आनंद झाला. तुला जर व्हिसा मिळाला तर तू अजून लवकर निघू शकतोस का? तू सोमवारी येथे पोचत आहेस असे मी ऑफिसमध्ये सांगतो, म्हणजे त्यांचे समाधान होईल. जर तुला उशीर झाला, तर मी त्यांना काहीतरी कारणे सांगून वेळ मारून नेईन. उद्यासाठी तुला शुभेच्छा.*

*मला कळवत राहा.*

*- रिचर्ड*

*प्रिय रिचर्ड,*

*दक्षिण आफ्रिकेचा व्हिसा मिळाला. आता अमेरिकेच्या व्हिसासाठी जातोय. आठवडा संपायच्या आत तो मिळेल अशी चिन्हे नाहीत. सोमवारसाठी प्रयत्न करतो. तुला कळवेनच.*

*- दिलिप*

**शनिवार, १७ नोव्हेंबर २००७**

*प्रिय रिचर्ड,*

*आज माझे विमानाचे तिकीट बुक केले. १९ नोव्हेंबरला रात्री साडेआठ वाजता मी दिल्लीहून निघेन आणि २० नोव्हेंबरला दुबई आणि जोहान्सबर्गमार्गे केप टाउनला एसए ३३३ या विमानाने दुपारी दोन वाजून दहा मिनिटांनी पोचेन. १९ नोव्हेंबरला संध्याकाळी सहा वाजेपर्यंत मला अमेरिकेचा व्हिसा मिळाला तर वर सांगितल्याप्रमाणे मी निघू शकेन. जर त्या दिवशी व्हिसा नाही मिळाला तर २० नोव्हेंबरला तो नक्की मिळेल आणि मी त्याच विमानाने निघून २१ नोव्हेंबरला तेथे पोचेन. माझे तिकीट 'फुल फेअर' (पूर्ण किमतीचे) प्रकारचे असल्याकारणाने ऐन वेळी तारखेत बदल करणे शक्य आहे. मी पोचल्यावर लगेच संध्याकाळी आपण निघू शकू. तू तुझ्या ऑफिसशी गोड बोलून तोपर्यंत वेळ काढू शकशील, अशी आशा करतो! बोटीपर्यंत कसे पोचायचे याच्या सूचना तू मला देशीलच किंवा शक्य झाले तर आपण विमानतळावर भेटू आणि सोबतच बोटीकडे जाऊ. परतीच्या प्रवासासाठी फोर्ट लॉडरडेल ते नवी दिल्ली असे 'ओपन टिकिट' (तारीख निश्चित नसलेले) बुक करत आहे.*

*- दिलिप*

**रविवार, १८ नोव्हेंबर २००७**

हाय दिलिप,

तुझी प्रगती वाचून आनंद झाला. तू कोणत्या विमानाने येणार आहेस हे नक्की झाल्यावर मला कळव. तुला जोहान्सबर्गहून केप टाउनपर्यंत विमानाचे तिकीट काढावे लागेल. तुझी पोचण्याची वेळ मला कळली तर मी किंवा कर्स्टी तुला विमानतळावर भेटू. तू सोमवारीच निघावेस, अशीच मी आशा करतो म्हणजे आपण वेळेवर निघून सगळ्यांनाच खूश करू शकू. मला सफरीसाठी काही मांसाहारी पदार्थ विकत घ्यायचे आहेत. तू चिकन आणि गोमांस खातोस ना? ते हलाल असणे आवश्यक आहे का? आपण जे मासे खाणार आहोत ते आपण स्वतः पकडणार आहोत, त्यामुळे जरा मजा येईल.

- रिचर्ड

प्रिय रिचर्ड,

मी जोहान्सबर्गहून केप टाउनला एसए ३३३ या विमानाने दुपारी दोन वाजून दहा मिनिटांनी पोचेन. मी निघण्याचा दिवस उद्या नक्की सांगतो कारण अमेरिकन दूतावासावर ते अवलंबून आहे.

कोणत्याही अन्नाला वा मांसाहारी पदार्थांना माझी काही हरकत नाही; फक्त मी दूध पिणे टाळतो कारण त्याने मला अपचन होते. माझ्या दृष्टीने, खाण्यायोग्य पदार्थ आणि न खाण्यायोग्य पदार्थ असे दोनच प्रकार खाद्य पदार्थांचे आहेत! त्यामुळे तुला जे वाटेल ते तू घेऊ शकतोस.

- दिलिप

**सोमवार, १९ नाव्हेंबर २००७**

हाय दिलिप,

तुझे सगळे काम झाले असेल अशी आशा आहे.

तुला प्रवासासाठी शुभेच्छा!

- ब्रॅम

प्रिय ब्रॅम आणि रिचर्ड,

अजून नाही झाले. दक्षिण आफ्रिकन दूतावासासारखे अमेरिकन दूतावासातले लोक सहकार्य करणारे नव्हते. आज दुपारी साडेचार वाजता मी माझा

व्हिसा घ्यायला गेलो तेव्हा त्यांनी सांगितलं की, तो अजून तयार झाला नाहीये. २० नोव्हेंबरला दुपारी साडेचार वाजता तो तयार होईल, असे ते म्हणाले. विमान सुटण्याआधी तीन तास मला दुसऱ्या दिवशीचे तिकीट घ्यावे लागले. तर मग आता, २० नोव्हेंबरला रात्री साडेआठला मी दिल्लीहून निघेन आणि एसए ३३३ या विमानाने दुबई व जोहान्सबर्गमार्गे २१ नोव्हेंबरला दुपारी दोन वाजून दहा मिनिटांनी केप टाउनला पोचेन.
या सगळ्या गोंधळाबद्दल मी खरंच तुमची क्षमा मागतो.
रिचर्ड, उद्या विमानात चढण्याआधी मी तुला फोन करेन.
- दिलिप

**मंगळवार, २० नोव्हेंबर २००७**
हाय दिलिप,
तुझ्या व्हिसाबद्दल वाचून वाईट वाटले. उद्यासाठी तुला शुभेच्छा. तू जोहान्सबर्गला पोचलास की मला फोन कर. आम्ही तुला विमानतळावर भेटू. माझा फोन नंबर ०८२४७२५९४२ आहे.
- रिचर्ड

प्रिय रिचर्ड,
या सगळ्या धावपळीनंतर अमेरिकन दूतावासाने मार्गाला लागलेल्या गाडीला खीळ घातली असे दिसत आहे. त्यांनी मला माझा सी.व्ही. प्रकाशनांची यादी, प्रवासाचा तपशील इत्यादी आज संध्याकाळपर्यंत द्यायला सांगितला आहे आणि उद्या दुपारपर्यंत ते त्यावर स्पष्टीकरण देणार आहेत. एखाद्या अधिकारिक व्हिसाच्या बाबतीत असे घडणे विचित्रच आहे; कारण असा व्हिसा २४ तासांच्या आत मिळतो. अशा प्रकारे मी यात अडकलो आहे आणि तुला माझ्या निघण्याबाबत नक्की काहीच सांगू शकत नाही, याचे वाईट वाटते.
तुझ्या कंपनीला थांबवून ठेवणे तुला कठीण जात असेल, त्यामुळे दुसरा कोणी नाविक बघायला तू सुरुवात करणेच योग्य ठरेल. तुला दुसरा नाविक मिळाल्यावर तुम्ही कधी निघत आहात ते मला कळव. जर अमेरिकनांनी मला वेळेत व्हिसा दिला आणि तुम्ही निघायच्या आत जर मी पोचू शकणार असेन तर चांगलेच आहे, नाहीतर माझी ही संधी हुकणार! तुला असे ताटकळत ठेवताना मला खरेच खूप लाजल्यासारखे वाटतेय, पण मी तरी आणखी काय करू शकतो आणि अमेरिकन

*दूतावासात काय बिनसलेय, हे मला खरेच कळत नाहीये.*
*-दिलिप*

माझं डोकं आता काम करेनासं झालं होतं. दूतावासामध्ये नोकरशाहीने काहीतरी गोंधळ घालून ठेवला होता, हे तर स्पष्टच होतं. एक बोट पोचवण्याच्या कामावर चाललेल्या खलाशाला कुणी त्याच्या प्रकाशनांची यादी आणि प्रवासाचा तपशील अन्यथा कशाला मागेल? मला फक्त अमेरिकन बंदरावर बोटीतून उतरण्याची आणि पुढचं विमान पकडून घरी परतण्याची परवानगी हवी होती. असं सगळं होत असतानादेखील मी प्रयत्न सुरू ठेवायचं ठरवलं. एखाद्या उपद्रवी कीटकासारखा, मी जो कुणी अमेरिकन दूतावासातल्या अधिकाऱ्यांशी बोलू शकेल असं मला वाटत होतं त्या प्रत्येकाच्या डोक्याशी जाऊन भुणभुण करत राहिलो. कुणीतरी हा गुंता सोडवावा, हीच यामागे इच्छा होती.

***बुधवार, २१ नोव्हेंबर २००७***
*हाय दिलिप,*
*ही खरेच वाईट बातमी आहे. यादरम्यान कोणी दुसरा नाविक मिळतो का ते मी पाहतो. तुला काही मार्ग सापडतोय का ते तू बघ आणि मला सांग. आज तुझे काम मार्गी लागेल अशी आशा करतो.*
*शुभेच्छा.*
*- रिचर्ड*
*माझी उमेद वाढवल्याबद्दल धन्यवाद. काही तासांतच मला नक्की काय ते कळेल.*
*- दिलिप*

माझे दक्षिण आफ्रिकन मित्र किती समजूतदार होते! मी प्रयत्न करत राहण्याचं आणि आशा न सोडण्याचं ठरवलं. दुपारी साडेचार वाजता अमेरिकन दूतावासातल्या लोकांनी आधी म्हटल्याप्रमाणे माझ्या हातात स्पष्टीकरण न ठेवता एकदम व्हिसाच ठेवला! मी एक निरुपद्रवी खलाशी आहे हे कदाचित त्यांच्या डोक्यात शिरलं असावं. त्याआधी, मी कदाचित राष्ट्रीय गुपितं चोरून नेणारा व शास्त्रज्ञाचं सोंग घेतलेला हेर आहे की काय, अशी शंका त्यांना आली असावी! त्यानंतर एक तासाच्या आत मी एअर इंडियाच्या ऑफिसमध्ये बसलेलो होतो आणि उपलब्ध असलेल्या केप टाउनला जाणाऱ्या पहिल्या विमानात जागा मिळवण्याचा प्रयत्न

करत होतो. मी खरंच जाण्याचं ठरवलं आहे यावर विश्वास ठेवायला तिथली महिला कर्मचारी तयार नव्हती, कारण याआधी शेवटच्या मिनिटाला प्रवासाचा बेत बदलण्याचा माझा इतिहास तिच्यासमोर होता ना!

"तुम्ही निघण्यासाठी खरंच तयार आहात?"

"हो, या वेळी नक्की आहे आणि मी प्रचंड घाईत पण आहे!"

"ठीक आहे, सहा तासांच्या आत विमानतळावर पोचा. दुर्दैवानं, तुम्हाला जोहान्सबर्गला रात्र विमानतळावर काढावी लागेल आणि आम्ही तुम्हाला हॉटेलचं बुकिंग देऊ शकत नाही."

"काही हरकत नाही, फक्त मला लवकरात लवकर पोचलं पाहिजे."

"यापेक्षा जास्त लवकर तुम्ही पोचू शकणार नाही."

"ठीक आहे, मला तिकीट द्या आणि काळजी करू नका, या वेळी माझं जाणं रद्द होणार नाही," मी मोठ्या आत्मविश्वासानं तिला आश्वासन दिलं.

हातात तिकीट घेऊन आणि मनोमन सुटकेचा निःश्वास टाकत मी त्या ऑफिसमधून बाहेर पडलो. निघण्यासंबंधीच्या तयारीची यादी एकीकडे मनात मी तपासत होतो. ठीक आहे, निघण्यापूर्वी दोन कामं मला पार पाडायची होती, रिचर्डला केप टाउनला फोन करायचा आणि माझा पोचण्याचा तपशील सांगायचा. दुसरं म्हणजे, मेसमध्ये धावत पोचायचं, माझं सामान बांधायचं आणि तडक विमानतळ गाठायचा!

विमान कंपनीच्या ऑफिसशेजारीच असलेल्या सार्वजनिक टेलिफोन बूथवरून रिचर्डचा नंबर फिरवला तेव्हा उत्साहापेक्षा माझ्या मनात सुटकेचीच भावना जास्त तीव्र होती.

"हाय रिचर्ड, भारतातून दिलिप बोलतोय. पुढच्या दोन तासांत मी विमानात बसेन आणि उद्या केप टाउनला पोचेन. विमानतळावरून मी थेट बोटीत चढेन आणि आपण प्रवासाला निघू."

"दिलिप, मी तुझी माफी मागतो, पण मी आज रात्रीच निघणार आहे. मी दुसऱ्या एका नाविकाची व्यवस्था केली आहे आणि आता जास्त थांबू शकत नाही."

"प्लीज, एकच दिवस थांब! तू एक जास्तीचा नाविक नाही का घेऊ शकणार? मी डेकवरही झोपायला तयार आहे, मला बंक बेड नसला तरीही चालेल!"

"मला खरंच खूप वाईट वाटतंय, पण मी आणखी नाही थांबू शकत. भविष्यात अशा आणखी सफरी असतील तर तुला कळवायला मी कंपनीत सांगून ठेवतो."

"ठीक आहे मग, तुमचा प्रवास सुरक्षित होवो आणि इतकी वाट बघितल्याबद्दल माझे मनःपूर्वक आभार."

रिचर्डने खरोखरच शांतपणे माझी वाट बघितली होती, यात वादच नाही. परक्या देशातल्या एका अनोळखी नाविकाला त्यानं स्वतःची मान अडकवून घेत आणि प्रतिष्ठा पणाला लावून मदत करायचा सर्वतोपरी प्रयत्न केला होता.

मी या वेळी नक्की विमानात चढणार, अशी एअर इंडियाला खात्री दिल्यानंतरच्या पुढच्या अर्ध्याच तासात मी माझं तिकीट रद्द करावं म्हणून त्यांच्या मागे धावत होतो. आता मात्र माझं जाणं खरंच रद्द झालं होतं. बोटीवर पाय ठेवण्याआधीच अटलांटिक महासागर पार करण्याच्या माझ्या मनसुब्यांना सुरुंग लागला होता. हा धक्का पचवणं मला अवघड होतं.

'मग, आता पुढे काय?' मी स्वतःलाच प्रश्न केला.

'काहीच नाही! चला, मेसमध्ये परत जाऊ या, एक कडक ड्रिंक घेऊ या आणि या दिवसाला निरोप देऊ या. उद्या, ही सफर रद्द झाल्याच्या कागदपत्रांची पूर्तता करू आणि परवा घरी परतू. काही काळासाठी हे प्रशिक्षणाचं भूत मानेवरून खाली उतरवू या आणि बोटबांधणीकडे लक्ष देऊ या,' चीड येईल इतकं शांत असणारं माझं अंतर्मन मला म्हणालं.

# नवीन बोटीसाठी गर्भगृह

उपलब्ध होण्याची शक्यता जवळपास नसणाऱ्या शिकाऊ बोटींच्या शोधार्थ इकडेतिकडे धावाधाव करणं किंवा 'सागरी अनुभव' कमावण्यासाठी जुन्या बोटी चालवून बघणं हे सगळं ठीक असलं, तरी मोहिमेमधली सगळ्यात महत्त्वाची बाब होती सुयोग्य बोट बनवणं आणि त्यावर लक्ष केंद्रित करणं. बोटीसंबंधीच्या तपशिलाचा सर्वसाधारण आराखडा मी तयार केल्यावर आणि देशभरातल्या बोटयार्डांची अंतिम यादी बनवण्यासाठी क्षमता परीक्षण समितीची नेमणूक केल्यावर २००७ मध्ये बोटनिर्मितीच्या प्रक्रियेसाठी लागणाऱ्या कागदपत्रांची जुळवाजुळव नौदल मुख्यालयात सुरू झाली होती, याचा उल्लेख पूर्वी केलाच आहे.

आम्हाला हवी तशी बोट बांधू शकतील अशा चार बोटयार्डांची यादी समितीने केली होती. या समितीतल्या एकाही सदस्याला यॉटबांधणी किंवा नौकानयन यांचा अनुभव नसल्याने मी त्या समितीचा सदस्य नसतानाही मला लागेल ती मदत करण्यास सांगितलं गेलं होतं. त्यांनी केलेल्या परीक्षणाचा निकाल पाहण्यासाठी मी अर्थातच उत्सुक होतो. तयार होणाऱ्या बोटीच्या दर्जावरच या मोहिमेचं यश आणि पर्यायानं माझा जीव अवलंबून होता. मी गोव्यातल्या 'ॲक्वेरियस फायबरग्लास' या बोटनिर्मिती करणाऱ्या कंपनीला याआधीच भेट दिली होती आणि बोटनिर्माता रत्नाकर दांडेकर याच्याविषयी माझं मत अत्यंत अनुकूल झालं होतं. आम्हाला हव्या असलेल्या आकाराची बोट बांधण्याइतकी पुरेशी जागा त्याच्या बोटयार्डात नव्हती; परंतु हे काम मिळाल्यास आवश्यक त्या सुविधा निर्माण करण्याचं आश्वासन रत्नाकरनं दिलं होतं. अर्थातच, त्यालाही नौकानयनाचा, शिडाची बोट बांधण्याचा वा नेव्हीसाठी काहीही बांधण्याचा अनुभव नव्हता!

निवड झालेल्या चार बोटनिर्मात्यांपैकी दुसरा एक बोटनिर्माता मला मुंबईच्या नेव्हल सेलिंग क्लबमधल्या माझ्या ऑफिसमध्ये भेटायला आला. मी त्याला मोहिमेबद्दल थोडक्यात माहिती दिली आणि माझ्याकडे असलेली कागदपत्रं दाखवायला सुरुवात केला- बोटीचा आराखडा, तपशील आणि खर्चाचं अंदाजपत्रक वगैरे. माझं

बोलणं लगेचच तोडत त्यानं माहिती पुरवली की गेल्या १५० वर्षांपासून त्याचं कुटुंब या बोटबांधणीच्या व्यवसायात आहे आणि आम्हाला जशी हवी तशी बोट तो बांधून देईल, याची त्याला खात्री आहे.

''तर मग, मी तुमच्यासाठी काय करू शकतो?'' मी दाखवत असलेल्या तपशिलांच्या यादीकडे आणि आराखड्याकडे चक्क दुर्लक्ष करत त्यानं विचारलं.

''मी जे सांगितलं ते, मला जिवंत परत आणू शकेल अशी मजबूत बोट बांधायची!''

''त्याची तुम्ही काळजीच करू नका, सर! इतक्या वर्षांपासून आम्ही बोटी बनवतो आहोत आणि एखादी तुमच्यासाठी बनवणं म्हणजे 'बाए हाथ का खेल' आहे. म्हणूनच मला सांगा की मी तुमच्यासाठी काय करू शकतो?''

''मला खर्चाचा योग्य तो अंदाज सांगा!'' मी नवल करत त्याला म्हणालो.

''अहो सर, बोट बांधून होईल आणि ती तुम्हाला योग्य किमतीतही मिळेल, ही काय फार मोठी गोष्ट नाही! पण, मी तुम्च्यासाठी आणखी काही करू शकतो का?''

या गृहस्थांचा नेमका रोख कशावर आहे हे न कळून मी बडबडलो, ''तुम्ही ती वेळेवर किंवा त्याहीपेक्षा आधी देऊ शकत असाल तर बघा.''

त्या माणसाला वाटलं असेल की हा काय बधिर आहे! ''सर, काळजी करू नका. बोटी काय, शेवटी बांधल्या जातातच. पण, मी तुमच्यासाठी काय करू शकतो?''

आणि मग एकदम माझ्या डोक्यात लख्ख प्रकाश पडला. 'तुमच्यासाठी' हा कळीचा शब्द होता! त्याला काय म्हणायचं होतं हे माझ्या आता लक्षात आलं आणि त्याच्या धाष्ट्र्यावर संतापावं की माझ्या बधिरपणाला हसावं, ते मला कळेना! या परिस्थितीतून युक्तीने बाहेर पडावं लागणार होतं.

चेहऱ्यावर जास्तीत जास्त गोंधळलेले भाव आणत मी त्याला म्हणालो, ''हे बघा, तुम्ही बांधणार असलेल्या बोटीच्या दर्जावर माझं आयुष्य अवलंबून असणार आहे. जर तुम्ही बोट चांगली बांधली नाहीत तर तुम्ही मला जे काही देऊ करणार असाल त्याचा उपभोग घ्यायला मी परत येऊ शकणार नाही. नेव्ही मला चांगला पगार देते आणि त्यात मी समाधानी आहे. आता, तुम्ही बोटबांधणीचा आराखडा आणि तपशील नीट बघितलात तर...''

बिळात उंदीर शिरावा तसा तो तिथून सटकला!

अंतिम यादीत निवडलेल्या चार बोट्यार्डांपैकी दोन कोचीत होती. त्यातल्या एका यार्डमध्ये मी असताना परीक्षण संघाने तिथे भेट देण्याचं ठरवलं. मीसुद्धा त्यांच्याबरोबर पाहणी करण्याकरता गेलो. अनेक वर्षांपासून नेव्हीसाठी फायबरग्लासच्या

छोट्या बोटी बनवणाऱ्या प्रागा मरिन प्रा.लि. या कंपनीत आम्ही गेलो. त्या बोटनिर्मात्याला आमची योजना एकदम पसंत पडली, पण त्याच्याकडे आधीच्याच कामांची भाऊगर्दी असल्यामुळे तो हे नवीन काम स्वीकारायला उत्सुक दिसला नाही. निवड केलेल्या चार बोटनिर्मात्यांपैकी हा एकमेव माणूस होता ज्याला शिडाच्या बोटीतून नौकानयन कसं करतात हे माहीत होतं, त्यामुळे त्याच्याकडून सरळ 'नकार' येणं ही फारच निराशाजनक गोष्ट होती.

जवळच असलेल्या दुसऱ्या यार्डाला आम्ही दिलेली भेट फारच रोचक ठरली. त्या यार्डाला ॲडमिरल साहेबांसाठी वापरण्यात येणाऱ्या मोठ्या बोटी (Barges) तयार करण्याचा अनुभव होता, ज्या इंजिनावर चालणाऱ्या यॉट्स असतात. फायबरग्लासच्या बोटी बांधण्यासाठी ते यार्ड अगदी सुसज्ज दिसत होतं आणि चारही यार्डांमध्ये सर्वांत प्रभावी सोई-सुविधा याच ठिकाणी दिसत होत्या. आम्हाला यार्ड दाखवायला आलेल्या व्यवस्थापकाला आमच्यात फार रस असावा असं दिसलं नाही किंवा शिडाच्या बोटीबद्दलही त्याला काही कल्पना नव्हती. डिझायनरकडून आलेले आराखडे आणि शिडाच्या बोटींचे काही फोटो आम्ही आमच्यासोबत आणले होते. आम्हाला नेमकं काय हवं आहे, हे त्यावरून स्पष्ट करता येईल हा त्यामागे हेतू होता; परंतु त्या व्यवस्थापकाच्या नीरस वागणुकीनं आमचा हिरमोड झाला. बोटीची किंमत साधारण दहा लाख डॉलर्सपेक्षाही जास्त होईल, असं जेव्हा मी त्याला सांगितलं, तेव्हा त्याचे डोळे जरासे लकाकले आणि आम्हाला कशी बोट बांधून हवी आहे याकडे नजर वळवायला तो एकदाचा तयार झाला! मी त्याला फोटो दाखवत असताना त्यानं फोटोतल्या बोटीच्या तळकाठीवर बोट ठेवून विचारलं, "या फोटोत ही क्षितिजसमांतर पांढरी रेषा दिसत आहे, ती काय आहे?"

"तिला तळकाठी म्हणतात!"

"अच्छा, हो का! तिचा काय उपयोग असतो?"

सरतेशेवटी, क्षमता परीक्षण संघाने चारही बोटयार्डांची निविदा मागवण्यासाठी शिफारस केली. त्यांपैकी प्रत्येकात काहीतरी कमतरता होती; पण आमच्यापुढे दुसरा पर्यायही नव्हता. चारही यार्डांची स्थिती आणि बोटनिर्मात्यांचा अनुभव किंवा अननुभव म्हणू या, बघून मी काळजीत पडलो होतो. त्या बाबतीत मी फारसं काहीच करूही शकत नव्हतो. सरकारी प्राप्तिकरण पद्धतींना नेव्ही चिकटून राहणार होती; याचाच अर्थ चारही यार्डांना त्यांचे प्रस्ताव मांडण्यास सांगण्यात येणार होतं आणि त्यांपैकी सगळ्यात कमी खर्चाची बोली लावणाऱ्याच्या पदरात शेवटी या कराराचं दान पडणार होतं. मला उच्च दर्जाची बोट हवी होती; परंतु यार्ड निवडीच्या बाबतीत

माझ्या मताला काहीच किंमत नव्हती. जरी माझा शब्द प्रमाण मानला गेला असता तरी त्यांपैकी कुणा एकाच्या पारड्यात झुकतं माप टाकण्यासाठी माझ्याकडे सबळ कारणही नव्हतं. वैयक्तिक पातळीवर रत्नाकरविषयी माझं मत अत्यंत अनुकूल बनलं होतं. हा सरळमार्गी आणि स्पष्टवक्ता माणूस दिलेला शब्द पाळण्यात कुचराई करणार नाही, असं माझा आतला आवाज मला सांगत होता; पण सरकारी नीतिनियमांमध्ये आतल्या आवाजाचं म्हणणं बसत नाही.

कराराच्या अटींचा मसुदा तयार करताना, बोटीच्या डिझायनरच्या प्रतिनिधीनं बोटीचं बांधकाम सुरू असताना किमान तीन वेळा यार्डाला भेट दिली पाहिजे, हे कलम घालण्यासाठी मी आग्रह धरला. देशात बोटबांधणी तज्ज्ञांचा अभाव असल्यामुळे बांधकामाचा दर्जा वेळोवेळी तपासला जावा, असा माझा प्रयत्न होता. आता मागे वळून पाहता, या प्रकल्पासाठी आणि रत्नाकरसाठी करारातलं हे कलम खूपच महत्त्वाचं आणि लाभदायक ठरलं, असं दिसून येतं.

निविदांचा हा मसुदा फायलींमधून नौदल मुख्यालयाची सैर करून आला आणि अखेरीस चार बोटयार्डांकडे पाठवला गेला. केवळ दोन यार्डांनी त्याला प्रतिसाद दिला आणि त्यांपैकी ॲक्वेरिअस फायबरग्लासनं लावलेली बोली कमी किमतीची होती. कराराची पूर्तता करण्यासाठी मी दिल्लीला गेलो. मीटिंग सुरू होऊन काहीच मिनिटं झाली होती आणि रत्नाकरला त्यानं बोली लावलेल्या किमतीवर आणखी सूट देण्यास सांगण्यात आलं.

एकदा का तांत्रिक अटींची पूर्तता झाली की दर्जाशी तडजोड करूनसुद्धा काहीही करून किंमत कशी कमी होईल याचीच चिंता सरकारी संस्थांना लागलेली असते. भारतीय प्रशासनाची ही पूर्वापार चालत आलेली आणि प्रसंगी विचित्र भासणारी पद्धत आहे. नेव्हीशी प्रथमच व्यवहार करत असलेल्या रत्नाकरला या मागणीनं धक्काच बसला.

"तुम्ही मला सगळ्यात कमी बोली लावायला सांगितलं होतं, तशी मी लावली. त्याहीपेक्षा कमी बोली लावायला तुम्ही मला कसं सांगू शकता? माफ करा पण यापेक्षा खाली मी उतरू शकत नाही!"

"पण आपल्याला किंमत कमी करावीच लागेल," आर्थिक सल्लागाराचा प्रतिनिधी आपलं म्हणणं पुढे रेटत म्हणाला. त्याला त्या बोटीवर कधीच पाय ठेवायचा नसल्यामुळे तो निर्धास्त होता.

मीटिंगच्या अध्यक्षस्थानी असलेल्या नेव्हीच्या उच्चपदस्थ अधिकाऱ्याने मतभेदाची परिस्थिती ओळखून रत्नाकरला बाहेर जाऊन थांबायला सांगितलं. तो बाहेर गेल्यावर त्यानं सांगितलेल्या किमतीविषयी माझं मत त्या अधिकाऱ्यानं विचारलं.

"सर, ही किंमत मला अगदी योग्य वाटते. त्यानं जी किंमत लावली आहे,

त्या व्यवहारातून त्याचा काही फायदा तर होणार नाहीच; पण त्याचा खर्च जरी भागला तरी तो नशीबवान समजला पाहिजे. इतक्या क्षुल्लक कारणासाठी भांडत न बसता आपण आपल्याला उत्तम दर्जाची बोट कशी मिळेल यावर लक्ष केंद्रित करणं जास्त चांगलं होईल, असं मला वाटतं.''

''याबाबत तुला कशी काय खात्री आहे?'' या क्षेत्रातल्या माझ्या अननुभवाची जाणीव असलेला तो अधिकारी म्हणाला.

''बोटीच्या बांधणीचे तपशील निश्चित करताना मी साधारण खर्चाचा अंदाजही घेत होतो आणि बोटीची किंमत काय होईल याची मला चांगली कल्पना आहे. रत्नाकरने सांगितलेली किंमत ही खरंच अगदी कमीत कमी आहे.''

शेवटी रत्नाकरला खोलीत बोलावण्यात आलं आणि नेव्हीसाठी 'यॉट' बनवण्यासाठीच्या या व्यवहारात आर्थिक सल्लागाराचा प्रतिनिधी एक टक्का सूट मिळवण्यात यशस्वी ठरला. अशा प्रकारे या व्यवहारावर शिक्कामोर्तब झालं. ही खटपट करण्याऐवजी त्या प्रतिनिधीने मसुद्यातल्या शब्दवापरासंबंधी आम्हाला सल्ला दिला असता तर ते सगळ्यांच्याच दृष्टीनं फायद्याचं ठरलं असतं. कारण, एक वर्षानंतर आम्हाला हे समजलं की, भारतीय अबकारी कर कायद्यानुसार यॉट ही एक चैनीची वस्तू मानली जाते आणि तिच्यावर भरपूर कर लागू होतो.

बोटबांधणीच्या कंत्राटाचा पक्का मसुदा तयार करण्यासाठी नौदल मुख्यालयाला आणखी दोन महिने लागले. या कामाला जसजसा उशीर लागायला लागला तसतसे ॲडमिरल आवटी आणि मी अस्वस्थ होऊ लागलो. मला जर मोहिमेची सुरुवात २००९ सालच्या १५ ऑगस्टला करायची असेल तर त्यासाठी फार थोडा वेळ हातात राहिला होता. बोटीची बांधणी करण्यासाठी रत्नाकरकडे एक वर्षाचा अवधी होता. आम्हीच आमच्यासाठी अतिनिकटची कालमर्यादा आखली होती याची आम्हाला जाणीव होती. २००७ सालच्या ख्रिसमसच्या दिवशी, म्हणजे २५ डिसेंबरला बोटबांधणीची सुरुवात करायची असं रत्नाकरनं ठरवलं. त्याच्या दुसऱ्या दिवशी त्याला करारावर स्वाक्षरी करायला दिल्लीला जायचं होतं.

गेल्या दोन वर्षांत मी सुटी घेतली नव्हती आणि एकदा का बोटीच्या बांधणीचं काम सुरू झालं की मला वेळ मिळणं शक्य नव्हतं, त्यामुळे मधल्या रिकाम्या वेळेत काही दिवसांची सुटी घेण्याची चालून आलेली संधी साधायचं मी ठरवलं. ख्रिसमसच्या काही दिवस आधी गाडी घेऊन गोव्यासाठी निघायचं, त्या मार्गावरच्या निसर्गरम्य ठिकाणी एक-दोन दिवसांसाठी थांबायचं आणि शेवटी बोटीच्या 'नाळ मांडणी' (Keel laying) समारंभासाठी पोचायचं, अशी माझी साधारण योजना होती. मुंबईच्या बाहेर पडत असताना एका टोलनाक्यावर माझ्या क्रमांकाची प्रतीक्षा करत मी गाडीत बसलो होतो, तेव्हा अचानक एका ट्रेलरनं गाडीला मागून धडक

दिली आणि गाडी उडी मारून पुढच्या ट्रेलरच्या खाली घुसली. मी सुरक्षित बाहेर पडू शकलो; पण गाडीचं खूप मोठं नुकसान झालं आणि त्याचबरोबर माझ्या छोट्याशा का होईना; पण शेवटच्या सुटीच्या मनसुब्यांवर पाणी पडलं. माझी गाडी 'टो' करून मुंबईला परत न्यावी लागली आणि विमान पकडून मी कसाबसा समारंभासाठी गोव्याला जाऊन पोचलो. अशा प्रकारच्या घटनांमुळे लोकांच्या अंधश्रद्धांना साहजिकच खतपाणी मिळतं. गाडीच्या अपघातातून मी बालंबाल बचावलो म्हणून सगळ्यांना आनंद तर खचितच झाला; पण चिंतेच्या आणि 'अनिष्ट संकेताच्या' काळ्या सावल्यांनी अनेकांचे चेहरे झाकोळलेले मी पाहिले.

"बरं झालं तो अपघात झाला. कमनशिबाचं माप तिथेच भरून सांडून गेलं. आता आपण बांधत असलेली बोट बघा कशी नशीबवान ठरणार आहे ते!" असं हसत हसत म्हणून मी त्या चिंता उडवून लावण्याचा प्रयत्न करत होतो.

माझा चेहरा जरी अगदी शांत आणि आत्मविश्वासपूर्ण दिसत होता, तरी आतून मी खूपच धास्तावलेला होतो. माझ्या साहसी मोहिमेत ही बोटच काय ती माझी एकमेव सहचारिणी असणार होती. मी जिवंत परत येणं किंवा समुद्रात जलसमाधी घेणं, हे तिच्या मजबुतीवर आणि दर्जावर अवलंबून होतं. तिने एक चांगली बोट असणं, खवळलेल्या दक्षिण महासागराचे तडाखे सहन करणं आणि माझ्या अननुभवी हाताळणीला मोठ्या मनानं माफ करणं, फार गरजेचं होतं. मला वाटतं, त्या क्षणापासून माझा बोटीशी मूक संवाद सुरू झाला- आणि तो अजूनही अविरतपणे सुरूच आहे. तिला अजून नाव मिळालं नव्हतं. मी तिला 'बोट' किंवा 'ए मुली' असं संबोधायचो.

'सोन्या, चल आपण आपल्या आयुष्यातल्या सगळ्यात मोठ्या साहसाला सुरुवात करू, चल आपण पृथ्वीला गवसणी घालू, फक्त तू आणि मी. आणि आपल्या सफरीच्या सुरस आणि रम्य कहाण्या सांगायला परत येऊ. तू चांगली मजबूत राहा; माझ्याशी चांगली वाग, आपण दोघं एकमेकांची काळजी घ्यायला शिकू, आपल्याला एकमेकांशिवाय दुसरं कोण असणार आहे!'

लवकरच मूर्त स्वरूप धारण करणाऱ्या त्या बोटीशी पूजाविधी सुरू असताना आणि आलेल्या पाहुण्यांची गाठभेट घेत असताना माझ्या मनात अखंड सवांद सुरू होता. पाहुण्यांपैकी कित्येकांना मी प्रथमच भेटत होतो.

समारंभाला ॲडमिरल आवटी, कॅप्टन सोली कॉन्ट्रॅक्टर आणि त्यांचे कुटुंबीय उपस्थित होते. तसंच, रत्नाकरचे कुटुंबीय, त्याचे आई-वडील, बहिणी आणि त्यांचं कुटुंबही हजर होतं. या मोहिमेबद्दल सगळ्यांचा उत्साह ओसंडून वाहत होता. मला छान वाटत होतं. आम्ही बांधत असलेल्या बोटीला आतापासूनच चाहते लाभले होते. ही बोट म्हणजे काही एखादी निर्जीव वस्तू असणार नव्हती, तिला आतापासूनच

एक व्यक्तिमत्त्व प्राप्त व्हायला लागलं होतं, तिची काळजी घेणारी आप्तमंडळी आसपास होती. ती जगातली सर्वोत्तम बोट असणार होती. ती माझी बोट असणार होती!

'नाळमांडणी' समारंभप्रसंगी.

# अखेरीस, थोडा नौकाविहार

'नाळमांडणी' समारंभ आटोपून मी मुंबईला घरी परतलो आणि एक आठवड्याच्या आतच जे-२४ बोटीने कोचीला जायला निघालो. माझा हेतू कोची ते लक्षद्वीपची राजधानी कावरत्ती या किनाऱ्यापासून दूर सागरी शर्यतीत भाग घेण्याचा होता. लक्षद्वीप हा बेटांचा समूह भारताच्या मुख्य भूमीपासून पश्चिमेला २०० सागरी मैलांवर आहे, हे बऱ्याच जणांना माहीत असेल. दर वर्षी या शर्यतीत भाग घेणाऱ्या जे-२४ प्रकारच्या काही बोटी मुंबईहून कोचीला रस्त्याने नेल्या जात. तिथली शर्यत आटोपली की त्या पुन्हा रस्त्यानं मुंबईला परत आणल्या जात. पण मला समुद्रात नौकाविहाराचा जास्तीत जास्त अनुभव घेण्याची इतकी तळमळ लागली होती की, २०० सागरी मैलांच्या शर्यतीत भाग घेण्यासाठी मुंबई ते कोची हे ६०० सागरी मैलांचं अंतर बोटीनं पार करण्याचा प्रस्ताव मी मांडला. जे २४ या प्रकारची बोट फक्त दिवसा प्रवास करण्यासाठी वापरतात आणि बंदराअंतर्गत शर्यतींसाठी त्या सर्वसाधारणपणे उपयोगात आणल्या जातात. खुल्या समुद्रात त्या सहसा नेल्या जात नाहीत. बंदर शर्यतींसाठीची बोट असल्याकारणानं तिच्यावर मुक्काम करण्यासारख्या सोई नव्हत्या आणि वाऱ्याचा वेग जास्त असल्यास शिडं लहान करण्याचीही काही सोय नव्हती. अशा तीन बोटी सागरी मार्गानं घेऊन जाण्यासाठी खलाशी मिळणं अपेक्षेपेक्षा कठीण गेलं. शर्यतीत भाग घ्यायला बरेच जण उत्सुक असले तरी शर्यतीच्या आरंभरेषेपर्यंत त्या घेऊन जाण्यात फार थोड्यांना रस होता आणि शर्यत संपल्यावर त्या परत मुंबईला आणायला तर कुणीच तयार नव्हतं. अखेरीस, चुचकारून, गोंजारून, डोळे वटारून आम्ही खलाश्यांचे दोन संच बनवण्यात यशस्वी ठरलो. त्यांतला एक संच बोटी कोचीला घेऊन जाणार होता आणि शर्यतीत भाग घेणार होता; तर दुसरा संच त्या बोटी कोचीहून परत आणणार होता. अनेक कारणांमुळे ही सफर रोचक ठरली.

कोणतीही दुर्घटना घडू नये यासाठी दक्ष असणाऱ्या नेव्हीने बोटींवर नजर ठेवण्यासाठी एका रक्षक जहाजाची नेमणूक केली आणि आम्ही नेव्हीच्या शिस्तीत

नौकानयन करावं यासाठी योजना आखली; त्यामध्ये संपर्क साधण्यासाठी आणि प्रत्येक बोटीनं वेळोवेळी रक्षक जहाजाला खबर देण्यासाठी आवश्यक ते नियोजन केलं. मात्र, बोटी निघाल्यानंतर काही तासांतच बिचाऱ्या रक्षक जहाजाच्या निगराणीत असलेला बोटींचा कळप चुकार मेंढरांसारखा इकडेतिकडे पांगला आणि प्रत्येक बोट आपापल्या वेगानुसार वेगवेगळे मार्ग अनुसरायला लागली. दुसऱ्या दिवशी सकाळपर्यंत सगळ्या बोटी नजरेच्या टप्प्याच्या आणि संपर्कक्षेत्राच्या बाहेर निघून गेल्या होत्या आणि रक्षक जहाज असहायपणे त्यांना धुंडाळण्यासाठी शक्यतो सगळे प्रकार करत राहिलं. वारं अत्यंत कमी वेगानं वाहत होतं आणि आम्ही प्रामुख्यानं जमिनीवरून आणि समुद्रावरून येणाऱ्या वाऱ्यांवर अवलंबून होतो. बऱ्याचदा वारं पडलेल्या समुद्रावर नुसतंच तरंगत असायचो. अशा वातावरणात रक्षक जहाज अस्वस्थ व्हायचं आणि आमच्या बोटींना दोरखंडानं बांधून न्यायचा प्रयत्न करायचं. फारशा घडामोडी न घडलेल्या त्या सफरीवर त्यामुळे थोडीफार गंमत यायची, अशी नोंद माझ्या डायरीत मी केलेली आढळते.

***८ जानेवारी २००८***

***सकाळी साडेसात*** - *कोचीपासून ४० नॉटिकल मैलांवर, वारं अजिबात नाही. रक्षक जहाजाला बांधलेला पहिल्या बोटीचा दोर नाळेत अडकून खेचला गेल्यामुळे बोट जहाजाकडे आडवी (जहाजाला काटकोन करून) खेचली गेली आणि जवळजवळ कलंडायच्याच बेताला आली होती. तिच्या मागून दुसऱ्या दोन बोटी येऊन धडकल्या. पहिल्या बोटीमुळे दोर कापला गेला. रक्षक जहाजाला आता हे सहन होईना, ते तणतणत वैतागून निघून गेलं.*

***सकाळी नऊ*** - *ताशी २० नॉटिकल मैलांपेक्षा जास्त वेगानं वारा वाहत असताना वादळी हवामानात तीनही बोटी प्रवास करत आहेत.*

***संध्याकाळी सहा*** - *कोचीच्या किनाऱ्याजवळ.*

शर्यतीच्या आयोजकांनी स्थानिक वृत्तपत्रांना 'सागर परिक्रमे'विषयी सांगितलं होतं आणि माध्यमांमध्ये याविषयी मोठ्या प्रमाणात कुतूहल असल्याचं दिसत होतं. 'व्होल्व्हो ओशन रेस' भरवण्यासाठीही कोची सज्ज होत होतं, त्यामुळे सागरी शर्यतींचीच शहरभर चर्चा होती. माध्यमांनी विचारलेल्या वेगवेगळ्या प्रश्नांची उत्तरं देताना मी शक्यतो शांत राहण्याचा प्रयत्न करत होता; पण माझ्या मनातली भीती मात्र क्षणाक्षणाला वाढत होती. आमच्या मोहिमेची हवा होताना दिसत असल्यामुळे सगळ्यांना अपेक्षित अशी तिची सांगता आपण करू शकू किंवा नाही, ही शंका मनाला छळत होती. मी नियमितपणे रत्नाकरशी बोलत होतो आणि बोटीचा गाभा

बनवण्यासाठी लागणाऱ्या लाकडाच्या लांब पातळ पट्ट्या तो कापत होता, हे मला माहीत होतं. त्याचबरोबर दुसरीकडे, बोटीवर कोणती उपकरणं बसवायची आणि ती कुणाकडून मागवायची, याचा अंतिम निर्णय घेण्याची प्रक्रियाही आम्ही सुरू केली होती.

कोणतीही मोठी घटना न घडता शर्यत शांतपणे पार पडली. त्या संपूर्ण काळात हलका वारा वाहत होता. कावरत्तीला झालेला छोटा मुक्काम हा शर्यतीतला सगळ्यात संस्मरणीय काळ होता. लक्षद्वीप समूहातली बेटं ही प्राचीन प्रवाळांपासून बनलेली छोटी-छोटी बेटं आहेत. निळंशार पाणी, पांढरीशुभ्र वाळू अशा सौंदर्यलेण्यांनी नटलेली ही बेटं भारतातली पाण्याखालचं विश्व बघण्यासाठी सर्वोत्तम स्थळं म्हणून ओळखली जातात. या ठिकाणी अतिशय उत्तम तऱ्हेनं पाण्यात बुडी मारल्याच्या सुंदर आठवणी माझ्या मनात होत्या आणि जवळपास दहा वर्षांनंतर त्या ठिकाणांना पुन्हा भेट देताना त्या रम्य आठवणी उफाळून वर आल्या.

आम्ही कोचीहून पुन्हा मुंबईला बोटी घेऊन आलो. वारा सतत मंद गतीनं आणि उलट्या दिशेनं वाहत असल्यामुळे संयम संपलेल्या रक्षक जहाजानं बोटींना जवळपास खेचतच आणलं. २००८ च्या फेब्रुवारी महिन्यातल्या पहिल्या आठवड्यात आम्ही मुंबई गाठली. जे-२४ बोटींवरून खुल्या समुद्रात सफर करून मी मला जे शिकायचं होतं ते शिकलो, असं मला वाटायला लागलं आणि आता माझ्या मोहिमेसाठी बांधल्या जात असलेल्या बोटीकडे जास्त लक्ष पुरवायला हवं, याची जाणीव मला झाली. समुद्रावरचा वेळ आणि प्रशिक्षण जितकं महत्त्वाचं होतं, तितकंच; किंबहुना त्यापेक्षाही जास्त महत्त्वाचं होतं आम्ही बनवत असलेली बोट उत्तम दर्जाची होणं आणि मी तिला चांगल्या प्रकारे जाणून घेणं.

# रॉबिन यांची पहिली भेट

८ फेब्रुवारी २००८ रोजी मी रॉबिन यांना मुंबई विमानतळावरून आणायला गेलो. दोन वर्षांपूर्वी मी त्यांना भारतात येण्याचं आमंत्रण दिलं होतं आणि त्यांनी कबूल केल्याप्रमाणे त्यांची शर्यत संपल्यानंतर मला माझ्या मोहिमेसाठी मदत करण्याचा दिलेला शब्द पाळला होता. इंग्लंडहून चीनला जाताना लांबचा वळसा घेऊन ते मुंबईला आले होते. बोटबांधणीच्या कामाला अजून वेग मिळायचा होता. बोटीच्या रचनेत आम्हाला काही मोठे बदल करावेसे वाटले, तर असं करण्याची ही शेवटची संधी होती. एकदा का बोट आकार घेऊ लागली असती तर मग फार उशीर झाला असता. शिडाची होडी तयार करण्याचा आणि ती चालवण्याचा आम्हाला अजिबातच अनुभव नव्हता याची मला जाणीव होती; याउलट रॉबिन यांचं सगळं आयुष्यच नेमक्या याच गोष्टी करण्यात गेलं होतं.

आम्ही लगेचच बोटीच्या आराखड्याचा आणि रेखाटनांचा बारकाईनं अभ्यास सुरू केला आणि त्यात काय-काय बदल करायला हवेत याची एक यादी बनवायला घेतली. मला त्या बोटीने अधिक समजून घ्यावं, ती विश्वासार्ह आणि सक्षम बनावी ही कल्पना असं करण्यामागे होती. 'ही बोट कोणताही वेडेपणा सहन करणारी झाली पाहिजे, कारण मी तिला चालवणार आहे!' मी नेहमी उघडपणे आणि स्पष्टपणे म्हणत असायचो.

पुस्तकात याआधी उल्लेख केल्याप्रमाणे रॉबिन यांनी त्यांच्या मर्चंट नेव्हीच्या कारकिर्दीची सुरुवात मुंबईहून केली होती. मुंबईत जुनी, मोडकी जहाजं तोडण्याचं काम चालतं त्या यार्डांना आम्ही भेट दिली. तिथून जवळच असलेली, या जहाजांमधल्या वस्तू विकणारी दुकानंही पालथी घातली. माझ्या जन्माच्याही आधी रॉबिन यांनी त्यांच्या 'सुहेली'ची बांधणी केली होती तेव्हा याच भागातून त्यांनी स्वस्तात वस्तू कशा मिळवल्या होत्या याबद्दलच्या सुरस कहाण्यांचा खजिनाच त्यांच्याकडे होता. इतक्या वर्षांत मुंबईत प्रचंड बदल घडून आला होता त्यामुळे आम्हाला दुकानांमध्ये फारशा उपयोगी वस्तू मिळाल्या नाहीत. पण, मी एरवी पाऊलही टाकलं नसतं

अशा भागामधून हिंडण्यात आणि एका वेगळ्याच काळातल्या कहाण्या ऐकण्यात एक वेगळीच मजा होती.

स्वतःच्याच खर्चानं रॉबिन यांनी 'सुहेली' कशी बांधली हे ऐकत असताना माझा आत्मविश्वास दुणावला. त्यांना ज्या अडचणींना तोंड द्यावं लागलं ते ऐकत असताना माझी मोहीम मला 'फाइव्ह स्टार' हॉटेलमधून मागवलेल्या आणि डिझायनर प्लेटमध्ये सादर केलेल्या स्वादिष्ट पक्वान्नासारखी भासायला लागली. भारतीय नोकरशाहीच्या विक्षिप्त वर्तनाला जोपर्यंत मी सहन करू शकत होतो आणि त्या जंजाळातून मार्ग काढू शकत होतो, तोपर्यंत तरी मला पैशांसाठी वेगळा काही संघर्ष करावा लागत नव्हता. रॉबिनना त्यांच्या नोकरीतून वेळ काढून त्यांच्या बोटबांधणीकडे लक्ष द्यावं लागलं होतं. इथे तर मी पूर्ण वेळ मोहिमेवरच लक्ष केंद्रित केलं होतं; याचाच अर्थ माझ्या या कामाचे मला पगाराच्या रूपाने पैसे मिळत होते. ४० वर्षांपूर्वी त्यांनी इतक्या अडचणींना तोंड देत मुंबईत बोट बांधली होती आणि न थांबता पृथ्वीप्रदक्षिणा यशस्वीपणे पार पाडली होती; तर अधिक चांगल्या सुविधा आणि तंत्रज्ञान हाताशी असताना मी हे करू शकणार नाही, हे म्हणण्याला काहीच कारण नव्हतं.

त्यांच्याबरोबर काम करताना मजा येत होती. कामाची ही पद्धत अनोखी होती. एकदा बोटीच्या आराखड्याचा तपशीलवार अभ्यास केल्यावर आम्ही मुंबईत भटकत

लाकूड रापवताना

असताना बोटीबद्दल आणि मोहिमेबद्दल अखंड चर्चा करत होतो. मुंबईच्या गोदींपासून थोड्या लांबवर असणाऱ्या क्रॉस बेटावरच्या एका जुन्या किल्ल्याला आम्ही भेट दिली. तिथे २०० वर्षांपूर्वीची भग्नावस्थेतली तटबंदी आणि फुटक्या तोफा आम्हाला सापडल्या. पुण्यात मी शिकलो त्या 'नॅशनल डिफेन्स अकॅडमी' ला आम्ही धावती भेट दिली. तिथे जाण्यामागे काही खास कारण नव्हतं, निसर्गसौंदर्याचा आस्वाद घेत लांबवर भटकंती करावी, एवढाच हेतू होता. सगळ्या प्रकारचे भारतीय पदार्थ चाखले आणि घरी रॉबिन यांच्यासाठी भारतीय पाकशास्त्राची शिकवणीही ठेवली. ब्रिटिशकालीन भारतीय इतिहास, सशस्त्र दलांमधल्या परंपरा आणि चंगळवादाच्या, भोगवादाच्या भारतीय पद्धतींमधली गुंतागुंत अशा विषयांवर चर्चा करत असतानाही आमचं चित्त नेहमीच माझी बोट आणि त्या अनुषंगानं माझी एकल पृथ्वीप्रदक्षिणा याभोवतीच घुटमळत असायचं.

# पहिला अडथळा

बोटबांधणीसाठी आम्ही अगदीच सीमित कालमर्यादा आखली होती याची आम्हाला सुरुवातीपासूनच जाणीव होती. याचाच अर्थ, कोणत्याही प्रकारची दिरंगाई खपवायला वाव उरणार नव्हता आणि जर काही कारणानं दिरंगाई किंवा चालढकल झालीच, तर तिची मोठी किंमत चुकवावी लागणार होती. २००८ सालच्या फेब्रुवारी महिन्याच्या मध्यावर, जेव्हा बोटीचं काम वेग पकडत आहे असं मला वाटायला लागलं, तेव्हाच रत्नाकरचा मला फोन आला.

''दिलिप, एक अडचण आहे. बोटीचा गाभा बनवण्यासाठी आपण जे देवदाराचं वाळलेलं लाकूड मागवलं होतं, ते पुरेसं वाळलेलं नाही. लाकडात १४ टक्केच किंवा त्यापेक्षा कमी बाष्प असावं असं डिझायनरनं नमूद केलं आहे, पण या लाकडात जवळपास २० टक्के बाष्प आहे. मी काम थांबवलं आहे. आपल्याला पुरेसं वाळलेलं लाकूड मिळालं की काम पुढे सुरू करता येईल.''

''काय? तू वखारीत लाकूड घेताना त्यांना ही विशिष्ट माहिती दिली नव्हतीस? आणि लाकूड घेताना त्यातल्या बाष्पाचं प्रमाण तू तपासून घेतलं नाहीस?'' मनात उफाळून आलेला राग, निराशा या भावना दडपण्याचा प्रयत्न करत, मला बसलेला धक्का आवाजात उमटू न देता शक्य तितक्या शांतपणे मी विचारलं.

असं दिसून आलं की, उत्तर केरळातल्या डोंगराळ भागात उपलब्ध असलेलं देवदाराचं ते लाकूड मंगलोरमधल्या एका नावाजलेल्या वखारीतून रत्नाकरनं विकत घेतलं होतं आणि डिझायनरने आखून दिलेल्या सगळ्या अटी पूर्ण करणारं ते लाकूड आहे, अशी त्याची खात्री करून देण्यात आली होती. उत्तम दर्जाच्या वाळक्या लाकडासाठी घसघशीत रक्कम मोजल्यानंतर त्यातलं बाष्पाचं प्रमाण पुन्हा तपासण्याचं काही कारण नव्हतं. बोटीचा गाभा बनवण्यासाठी ओंडक्यांच्या जेव्हा मापानुसार लांब पातळ पट्ट्या कापण्यात आल्या, तेव्हा रत्नाकरने एकदा शेवटची तपासणी केली आणि ही समस्या उघडकीला आली. त्यानं त्याच अवस्थेतलं ते लाकूड तसंच वापरलं असतं तर ते कुणाच्याही लक्षात आलं नसतं; माझ्या तर

नाहीच नाही. कारण, बोटबांधणीसाठी अधिकृतपणे कामावर देखरेख करण्यासाठी नेव्हीकडून नेमणूक झालेल्या मला बाष्प मोजण्याचं उपकरण कसं दिसतं, तेही माहीत नव्हतं! या बाष्पाचे परिणाम कदाचित एक वर्षानं दिसायला लागले असते, तोपर्यंत बोटीच्या लेखी हमी (वॉरंटी)ची मुदतही संपली असती आणि मी दक्षिण महासागराच्या मध्यावर असतो! बाष्पाचं प्रमाण जास्त असलेलं म्हणजेच ओलं लाकूड, बाष्पीभवन होऊ लागल्यावर हळूहळू वाळायला लागतं आणि वेडंवाकडं व्हायला लागतं. अगदी थोड्या अवधीत अशा प्रकारच्या लाकडापासून बनलेली बोट भंगायला लागते आणि गळायला लागते.

"मग, इतक्या घाईनं आपल्याला वाळकं लाकूड मिळू शकेल? आपल्याला हवं तेवढं लाकूड वाळायला किती वेळ लागतो आणि तू आता हे जे लाकूड पैसे खर्चून विकत घेतलं आहेस, त्याचं काय करणार?" मला हवी असलेली उत्तरं मिळणार नाहीत असं वाटत असतानादेखील मी विचारलं.

"आपण कापून ठेवलेलं लाकूड इतक्या कमी वेळात कुणी वाळवून देऊ शकेल असं मला वाटत नाही. कुणाकडे अशा वाळलेल्या लाकडाचा साठा आहे का ते आपल्याला शोधावं लागेल; पण असं कुणी असण्याची शक्यताही कमीच आहे; पण तरीही आपण पूर्ण प्रयत्न करून बघू या," रत्नाकर म्हणाला; पण त्याच्या स्वरात शंका डोकावत होती.

पुढचे दोन आठवडे मी मला माहीत असलेल्या बोटबांधणी आणि बांधकाम व्यवसायातल्या प्रत्येकाशी संपर्क साधण्याचा प्रयत्न केला. सगळ्यांकडून मला नकारघंटा मिळाली. तर, रत्नाकरने देशभरात प्रवास करून अशा लाकूड पुरवठादारांचा शोध घेतला; परंतु त्याच्याही पदरी निराशाच पडली. आम्ही ही बातमी ॲडमिरल आवटींना सांगितली तेव्हा ते भडकलेच. "अशा पद्धतीने जर आपण बोट बांधणार असू तर पुढे जाऊन काय होईल, हे सांगता येत नाही. आपल्या नशिबी हा कोण बोट बांधणारा आला आहे?" ऐंशी वर्षांचा तो वृद्ध गरजला. खर्चासाठी पैशांची व्यवस्था करण्यात, बोटबांधणीचं कंत्राट नक्की करण्यात, बोटीचा आराखडा विदेशातून मागवण्यात आणि अखेरीस बोटबांधणीसाठी नेव्हीकडून हिरवा कंदील मिळवण्यात आम्ही एक वर्षापेक्षा जास्त काळ घालवला होता आणि आता बोट बांधायला लाकूड नाही, म्हणून आम्ही हातावर हात ठेवून बसलो होतो!

वेळ वेगानं निघून चालला होता. शेवटी, रत्नाकरचा संयम संपला. देशातल्या वाळलेल्या लाकडांचा किंवा भट्ट्यांचा शोध घेण्याचं थांबवण्याचा आणि सूत्रं स्वतःच्या हातांत घेण्याचा निर्णय रत्नाकरनं घेतला; किंबहुना स्वतःच्या यार्डात घेण्याचा, असं म्हणू या! त्यानं त्याच्या यार्डात एक तात्पुरती शेड उभारली. तिला आतून जाड ताडपत्रीचं आवरण लावलं, जेणेकरून उष्णता आतच रोखली जाईल,

आणि चक्क दहा रूम हीटर्स आणून आत ठेवले. त्याचबरोबर एक मोठ्या क्षमतेचा आर्द्रतानाशकही आणला आणि अशा प्रकारे उष्ण व कोरडं वातावरण तयार केलं. कापून ठेवलेल्या लाकडाच्या पट्ट्या जमिनीवर अंथरून त्या वाकड्या होऊ नयेत म्हणून लाकडी छोटे चिमटे त्यांना लावले. अशा रीतीने एक अनोखी भट्टी तयार झाली आणि कामही करू लागली! आपल्या स्वभाववैशिष्ट्यानुसार रत्नाकरनं अवघड वाटणारी ती प्रक्रिया सोपी करून टाकली आणि लाकूड वाळवण्यासाठी परिणामकारक उपाय शोधून काढला. लाकडातल्या आर्द्रतेचं वेळोवेळी घेतलं जाणारं मोजमाप हा उपाय यशस्वी ठरत असल्याची ग्वाही देत होतं. दोन आठवडे संपता संपता बोटीचा गाभा तयार करण्याइतकं पुरेसं वाळलेलं लाकूड रत्नाकरला मिळालं. आता 'म्हादेई'ला आकार यायला लागला.

# आमचा बोटबांधणीचा गुरू

मी याआधी उल्लेख केल्याप्रमाणे, बोटीच्या दर्जाची पारख करण्याकरता डिझायनरच्या एका प्रतिनिधीने किमान तीन वेळा बोटनिर्मात्याच्या खर्चानं कामाच्या ठिकाणी भेट दिली पाहिजे, असा आग्रह मी धरला होता; परंतु या कामाकरता डिझायनरकडे कुणी व्यक्ती उपलब्ध नसल्यानं त्यानं त्याचा प्रतिनिधी म्हणून मि. योहान फेल्स या निवृत्त बोटनिर्मात्याला पाठवलं. त्या वेळी आमच्या हे लक्षात आलं नाही, पण जोहानला आमच्या मदतीला पाठवून डिझायनरनं नकळतपणे खूप मोठी मदत केली होती.

त्या वेळी वयाच्या साठीत असणारा जोहान हा साडेसहा फूट उंच डच बोटनिर्माता (निवृत्त) आहे. सर्व प्रकारच्या आणि आकाराच्या तब्बल २५० पेक्षा जास्त बोटी बनवण्याचा अनुभव त्याच्या गाठीशी आहे. सुमारे ४० वर्षांपूर्वी त्यानं हॉलंडमध्ये स्वतःचं बोटयार्ड उभारलं, ते 'याचि देही याचि डोळा' भरभराटीला आलेलं पाहिलं आणि दुर्दैवानं आगीच्या भक्ष्यस्थानीही पडल्याचं पाहणं त्याच्या नशिबी आलं. मोठ्या हिकमतीनं त्यानं ते यार्ड पुन्हा उभारलं आणि सरतेशेवटी विकून टाकलं. आता तो सल्लागार म्हणून शांतपणे त्याचं आयुष्य व्यतीत करत आहे. त्यानं त्यापूर्वी आग्नेय आशियात काम केलं होतं, पण भारताच्या भूमीत काम करण्याचा हा त्याचा पहिलाच अनुभव होता.

तो गोव्याला पोचला त्या रात्री आम्ही जेवायला भेटलो, त्या वेळी मी त्याला माझ्या मोहिमेची थोडक्यात माहिती दिली. पुढचे काही दिवस आम्ही बोटबांधणीच्या प्रत्येक बारीकसारीक पैलूवर आणि रॉबिन यांनी सुचवलेल्या बदलांवर अखंड चर्चा करत होतो. जसजशी योहानची आम्हाला ओळख होत गेली, तसतशी आम्हाला ही जाणीव होऊ लागली की तो फक्त बोट डिझायनरचा प्रतिनिधी नव्हता. यॉटबांधणीच्या प्रत्येक कामाचा त्याला प्रचंड अनुभव होता आणि जोपर्यंत आमची ते अनुभव ऐकण्याची तयारी होती, तोपर्यंत त्याचीसुद्धा सांगण्याची तयारी होती. त्याच्या या पहिल्या भेटीदरम्यान त्याला काय काय विचारायचं हेदेखील आम्हाला ठाऊक

नव्हतं असं म्हटलं तर ती अतिशयोक्ती होणार नाही! रत्नाकर एका वर्षात बोट बांधायला राजी झाला होता, हे ऐकून तर त्याच्या आश्चर्याला पारावार राहिला नाही.

"या आकाराची बोट बनवायला मी कमीत कमी अठरा महिन्यांचा वेळ मागून घेतला असता, त्यापेक्षा कमी वेळाची अट मी कधीच स्वीकारली नसती आणि तेसुद्धा बोटीच्या मालकाशी किमान आठवडाभर प्रत्येक बारीकसारीक बदलाबाबत, बसवायच्या उपकरणांबाबत चर्चा केल्यानंतर," त्यानं आम्हाला सांगितलं.

योहानच्या भोवती जमलेलो आम्ही सगळे म्हणजे एकेक नमुनेच होतो. रत्नाकर बोट बांधणार होता, पण शिडाच्या होड्य-यॉट्स बांधण्याचा किंवा चालवण्याचा त्याला काहीही अनुभव नव्हता.

रत्नाकरचा इटालियन सुतार ओटाव्हियो याला यार्डात काम करण्याचा आणि नौकानयन करण्याचा अनुभव होता, पण एक बोटयार्ड चालवण्यासाठी लागणाऱ्या गोष्टी त्याला माहीत नव्हत्या. मला काहीच बांधण्याचा अनुभव नव्हता; पण मला होडी हाकारता येत होती आणि या सगळ्या साहसी योजनेतला प्रयोग होणारा पांढरा उंदीर मीच होतो!

"ही बोट जर उत्तमरीत्या साकारावी आणि ती वेळेत पूर्ण व्हावी असं जर तुम्हाला वाटत असेल तर तुम्ही सगळ्यांनी एक टीम म्हणून काम केलं पाहिजे," असा सोपा सल्ला योहाननं आम्हाला दिला. या सगळ्या मोहिमेविषयी त्याचं सुरुवातीला मत फारसं अनुकूल नव्हतं. आमचा अननुभव आणि भारतीय प्रशासन व एकूणच व्यवस्थेचा भोंगळ कारभार बघून आम्ही चावता येणार नाही असा मोठा घास घेत आहोत आणि त्यामुळे आमचं अपयश निश्चित आहे, अशी

योहानची पहिली भेट

त्याची पक्की धारणा झाली होती. असं असूनदेखील त्याच्या मनातल्या शंका-कुशंका त्यानं स्वतःपाशीच ठेवल्या, आमच्या प्रश्नांची शांतपणे उत्तरं दिली आणि जे प्रश्न आम्हाला पडले होते; पण आम्ही उघड विचारले नाहीत, त्या प्रश्नांचंही आपणहोऊन निरसन केलं. बोटबांधणीचं काम जसजसं प्रगतिपथावर जात होतं, तसा योहान आमचा प्रमुख सल्लागार बनला आणि रत्नाकरचा मार्गदर्शक बनून त्यानं त्याला बोटबांधणीतल्या बारकाव्यांपासून ते बोटयार्ड कशा प्रकारे चालवावं, अशा अनेक विषयांवर बहुमोल मार्गदर्शन केलं. आम्ही पुन्हा एकदा नशीबवान ठरलो होतो! अगदी सुरुवातीला आम्हाला रॉबिन भेटले, त्यांचं मोलाचं मार्गदर्शन आम्हाला लाभलं आणि आता आमची गाठ योहानशी पडली; त्यानं उत्कृष्ट दर्जाची बोट बांधण्यात सल्लागार म्हणून फार मोठी भूमिका बजावली. एक वर्ष झाल्यानंतर ज्या वेळी बोट जवळजवळ पूर्ण बांधून झाली, तेव्हा आपलं पहिलं मत चुकीचं ठरल्याबद्दल खूप आनंद झाल्याचं योहाननं कबूल केलं.

# 'समीर'ला निरोप

नवीन बोटीची बांधणी, तिच्यावर बसवण्याची साधनं निश्चित करणं आणि मी फारसा उत्सुक नसलेल्या प्रशिक्षणासाठीच्या बोटखरेदीच्या कागदपत्रांची जमवाजमव करणं, या सगळ्या धावपळीत बिचाऱ्या 'समीर'कडे माझं लक्ष नाही असं झालं नाही. सगळ्यांच्या उपदेशांना न जुमानता या ३४ फुटी जुनाट छोट्या नौकेनं मला घेऊन कोची ते मुंबई हे अंतर सुखरूपपणे पार केलं होतं, हे विसरणं मला कसं शक्य होतं? ती बोट अजूनही मुंबईतच पडून होती आणि नौकानयनाचा सराव व्हावा म्हणून तिला घेऊन भारताच्या किनाऱ्याकिनाऱ्याने प्रवास करण्याच्या माझ्या मनसुब्यांवर तंत्रज्ञानाच्या माझ्याकडे असलेल्या अभावानं पाणी पडलं. तिच्या केवळ देखभालीसाठी मी खूप जास्त वेळ आणि शक्ती खर्च करत असल्याची मला जाणीव झाली. तिच्यातून प्रवास करण्याऐवजी ती दुरुस्त करण्यातच वेळ जात होता. ६०० सागरी मैलांचं कोचीपर्यंतचं अंतर ती पार करू शकेल इतपत सक्षम बनवून तिला तिथे नेऊन सोडणंच योग्य ठरलं असतं. जहाजांसाठीच्या धावपट्टीवरून तिला बोट दुरुस्ती कार्यशाळेत घेऊन जाण्याविषयी मी नेव्हल डॉकयार्डला राजी करण्यात यशस्वी ठरलो आणि मला वेळ मिळेल त्याप्रमाणे तिची दुरुस्ती करू लागलो. तिच्या सांगाड्यावर मी थोडं काम करू शकलो आणि अक्षावर (शाफ्ट) यांत्रिक पद्धतीनं लेपन करून घेऊन तिथून पाणी आत येणार नाही आणि बोट बुडणार नाही, याची खात्री करून घेतली. बोटीच्या सांगाड्यावरचे रंगाचे नऊ थर साफ करण्यातही मला यश आलं. खूप वर्षांपूर्वी, छात्रसैनिक म्हणून प्रशिक्षण घेताना आमच्या शिक्षकांनी सांगितलेलं एक वाक्य मला त्या वेळी आठवलं की, 'नेव्हीमध्ये तुम्हाला सगळ्या हलणाऱ्या वस्तूंना वंगण लावावं लागतं आणि न हलणाऱ्या वस्तूंना रंग लावावा लागतो.' हा विनोद माझ्याआधी या बोटीची देखभाल करणाऱ्यांनी जरा जास्तच गांभीर्यानं घेतलेला दिसत होता!

पैशांअभावी 'समीर'च्या दुरुस्तीच्या गाड्याला खीळ बसली. एका नौदलाच्या बोटीबाबत असं घडणं हे अकल्पनीय वाटू शकेल; पण दुरुस्तीसाठीचा निधी लाल

फितींच्या ढिगाखाली खोलवर रुतून बसला होता आणि तो बाहेर ओढून काढण्याइतका संयम माझ्यात उरला नव्हता. मला जेवढं शक्य होतं तेवढं करून मी बोट कशीबशी तयार केली, नेव्हीनं उदारपणे देऊ केलेली सोबत जहाजाची सुविधा अत्यंत नम्रपणे नाकारली आणि काम न करणारं इंजिन, कधीही दगा देऊ शकणारं सुकाणू आणि बोटीवरची न चालणारी अन्य साधनं याबद्दल अवाक्षरही काढलं नाही. 'वास्को द गामा' शर्यतीसाठी मुंबईहून काही बोटी गोव्याला जायला निघाल्या होत्या, त्यांच्या सोबतीनं मी जाण्याचं ठरवलं. यामागची माझी कारणमीमांसा अगदी सोपी होती. सफरीच्या पहिल्या टप्प्यात माझ्यासोबत इतर बोटी असणार होत्या आणि त्या गरज भासल्यास मदतीला येऊ शकल्या असत्या. दुसरं म्हणजे, जर आम्ही (मी आणि 'समीर') काही अडचण न येता २०० सागरी मैलांचं अंतर पार करू शकलो, तर पुढचे ४०० सागरी मैलही पार करू शकू, असा मला विश्वास होता. मला सर्वांत जास्त धास्ती नौदल मुख्यालयाची होती. बोटीची अवस्था जर त्यांच्या लक्षात आली असती तर त्यांनी आम्हाला सफरीवर जायला अटकाव केला असता. ही गोष्ट टाळण्यासाठी कमांड हेडक्वार्टर्समधल्या साहसी उपक्रमांच्या मुख्य अधिकाऱ्याला गोव्यापर्यंत दोन नवख्या खलाश्यांपैकी एक म्हणून घेऊन जाण्याचं मी ठरवलं. छोट्या सागरी सफरीवर जाण्यासाठी तो उत्सुक होता आणि नौकानयनाचा काही अनुभव नसल्यामुळे आमच्या बोटीचं कप्तानपद मला घेऊ देण्यास तो राजीखुशीनं

'समीर'संगे - मुंबई ते कोची

तयार झाला. मीसुद्धा याबाबत सहमती दर्शवली आणि बोटीवर फक्त चढून बाकीची जबाबदारी माझ्यावर टाकून त्याला निश्चिंत राहायला सांगितलं. आम्ही इतर बोटींबरोबर आरंभ रेषा पार केल्यावरच बोटीची खरी स्थिती त्याच्या ध्यानात आली. ती समजल्यावर भीतीनं त्याची पार गाळण उडाली; परंतु आता माघारी फिरणं शक्य नव्हतं — बोटीच्या कप्तानानं तर तसं करूच दिलं नसतं!

फार घडामोडी न घडता आम्ही सुखरूप कोचीला पोचलो. या अनुभवानं मला फार महत्त्वाचा धडा शिकवला- शिडाच्या बोटीनं प्रवास करताना, जोपर्यंत तुम्हाला थोडंफार शीड उभारता येतं आणि बोटीला इच्छित दिशेनं न्यायची जुजबी का होईना पण सोय असते, तोपर्यंत तुम्ही तुमचा प्रवास चालू ठेवू शकता. ६०० सागरी मैलांचा प्रवास अशा रीतीने आणि नवख्या खलाशाला घेऊन केल्यावर माझा आत्मविश्वास प्रचंड बळावला. 'समीर'ने तिचं काम चोख बजावलं होतं. मी नव्या बोटबांधणीवर लक्ष केंद्रित करत असताना आता तिला निरोप देण्याची वेळ झाली होती. 'समीर'ला कोचीच्या गोदीकडे सुपूर्त करताना तिच्या दुरुस्ती आणि देखभालीसाठी शिफारशींची एक भली मोठी यादीही मी दिली- 'अलविदा' म्हणताना तिला मी दिलेली ही छोटीशी प्रेमभेट होती.

# म्हादेई

आपल्या बाळाचं नाव काय ठेवावं, हा जसा सर्व पालकांसमोर गहन प्रश्न असतो, तसंच एखाद्या बोटीचं नाव ठेवणंही अवघड असतं. बोट ही 'ती' असल्याकारणाने स्त्रीलिंगी नाव असायला हवं, ते आगळंवेगळं असायला हवं आणि त्याला काहीतरी चांगला अर्थ असायला हवा, त्याहीपेक्षा त्या नावामागे एखादी कथा असेल तर आणखीनच उत्तम! जर ती बोट देशाच्या सागरी इतिहासात मानाचं पान पटकावणार असल्याची तुमची खात्री असेल, तर नाव ठेवण्याचं प्रकरण जास्तच गुंतागुंतीचं होऊन बसतं. माझ्या मोहिमेशी संबंधित आम्ही सगळे या गोष्टीचा विचार करत होतो; पण एखादं चपखल नाव काही सुचत नव्हतं. २००८ च्या एप्रिलमध्ये 'समीर'ला कोचीला पोचवायला चाललो असताना माझ्या बोटीच्या कामाची प्रगती पाहण्यासाठी गोव्याला एक छोटा मुक्काम मी केला होता. त्या वेळी ॲडमिरल आवटीही शहरात होते. स्वतः इतिहासाचे अभ्यासक असणारे ॲडमिरल त्या वेळी गोव्याच्या अंतर्भागात दोन हजार वर्षांपूर्वीच्या कदंबकालीन शिल्पांचा शोध घेत होते. १८ एप्रिल २००८ रोजी बोटयार्डाकडे घेऊन जाणाऱ्या फेरीची वाट बघत मी, रत्नाकर आणि आवटीसाहेब सकाळी किनाऱ्यावर उभे होतो. आम्रफलांनी लगडलेल्या एका भारदस्त आंब्याच्या झाडाच्या सावलीत आम्ही उभे होतो; मस्त गार वारा वाहत होता. ॲडमिरल साहेब आम्हाला गोव्याच्या अंतर्भागात त्यांनी बघितलेल्या शिल्पांचं वर्णन करून सांगत होते. तिथे त्यांनी खलाश्यांची देवी 'म्हादेई' हिचं शिल्प पाहिलं होतं. ती ज्या बोटीवर उभी होती ती शिडाची नौका होती. ते शिल्प डोलकाठी, शीड आणि कावळ्याचं घरटं (टेहळणी मंच) या बारकाव्यांनिशी परिपूर्ण होतं. त्या भागाजवळून वाहणाऱ्या नदीला या देवतेचं नाव दिलं असल्याची माहितीही त्यांनी दिली.

"पण सर, गोव्यातल्या मांडवी नदीची म्हादेई ही उपनदी आहे आणि आत्ता आपण तिच्याच काठावर उभे आहोत," रत्नाकर म्हणाला. खरंच, आम्ही तिच्याच काठावर उभे होतो आणि पलीकडच्या काठावर आमची बोट आकार घेत होती.

"बोटीसाठी हे नाव कसं वाटतं?" आम्ही तिघं जवळजवळ एकदमच उद्गारलो!

“ही दिलिपची बोट आहे, त्याचा निर्णय अंतिम असला पाहिजे,” ॲडमिरल म्हणाले.

“छान वाटतंय की! मग, ठरलं तर, ‘म्हादेई’च ठेवू या!”

अशा प्रकारे आमच्या बोटीचं नामकरण झालं. साक्षीला आम्रवृक्ष होता आणि जवळच असलेल्या व्हाइसरॉयच्या आर्कमधून ‘वास्को द गामा’ हा इतिहासातल्या सर्वश्रेष्ठ खलाश्यांपैकी एक खलाशी आमच्याकडे एकटक बघत होता. आमच्या मनात असलेल्या सगळ्या अटींची पूर्तता हे नाव करत होतं; ते स्त्रीलिंगी होतं, या नावाची कोणतीही अन्य बोट मी पाहिलेलो नव्हती आणि त्या नावामागे निश्चितच एक कथा होती. आमची फेरीबोट लवकरच आली आणि आम्ही पैलतीरी असलेल्या बोटयार्डात पोचलो. लॅमिनेशन न झालेल्या लाकडी सांगाड्याच्या रूपात अजून आमची बोट होती. आपल्याकडे बारशाच्या दिवशी बाळाच्या कानात त्याचे नाव सांगायची पद्धत आहे. आम्ही काही बोटीचं बारसं केलं नाही; पण तिच्याबरोबर एकट्यानं काही क्षण घालवण्याची संधी मी साधली आणि तिला स्पर्श करून ‘म्हादेई’ हे नाव तिच्या जवळ जाऊन पुटपुटलो. या मोहिमेचे मार्गदर्शक असलेल्या ॲडमिरलसाहेबांनी सगळ्यांना हे नाव कळवण्याची जबाबदारी घेतली आणि दुसऱ्याच दिवशी एक इ-मेल धाडून दिला. बोटीच्या नावाची कुळकथा या इ-मेलमधून चांगल्या रीतीनं प्रकट होते—

*सर्व प्रियजनांना,*

*‘सागर परिक्रमा’ या योजनेची टीम काही काळापासून बोटीच्या नावाबाबत विचार करत होती. नावांचे अनेक प्रस्ताव पुढे आले; पण त्यातील एकही नाव उद्‌बोधक किंवा समर्पक न वाटल्याने नाकारले गेले. बोटीचे काम बघण्यासाठी मी नुकताच गोव्यात आलो होतो आणि ही संधी साधून घाटाजवळच्या ऐतिहासिक ठिकाणांना भेट देऊन उत्खननविषयक काही नवीन शोध लागले आहेत का ते पाहण्यासाठी गोव्याच्या अंतर्भागात गेलो. येथील लोकांमध्ये असलेल्या ‘बोट देवी’वरच्या श्रद्धांवर हे संशोधन वेगळाच प्रकाश टाकते. वाळपई, सादर्डे आणि त्यांच्या आसपासच्या गावांमधील अनेक देवळांमध्ये बोट/नौ देवीच्या मूर्ती बघायला मिळतात. या मूर्ती स्थानिक काळ्या रंगाच्या लाव्हाखंडात कोरलेल्या आहेत; ही देवी नौकेत बसलेली असून, नौकेत डोलकाठी, कावळ्याचे घरटे (टेहळणी मंच), शिडे, वल्हे मारणारे नावाडी इत्यादी तपशील दाखवले आहेत. गोव्याच्या इतिहासातील राष्ट्रकूट आणि कदंब काळातील हे कोरीवकाम आहे. मांडवी नदीचे जन्मस्थान घाटातील या ठिकाणापासून फार लांब नाही.*

*येथे आसपास, बाल्यावस्थेतील मांडवी नदीला ‘म्हादेई’ असे संबोधतात. येथील मुख्य देवतेच्या बरोबरीने ती पुजली जाते. गोवा विद्यापीठातील इतिहास विभागाच्या प्रमुख प्रोफेसर प्रतिमा कामत या माझ्या मार्गदर्शक होत्या. बोटदेवीची*

गोव्यातील मनमोहक परंपरा आणि संस्कृती त्यांनी मला स्पष्ट करून सांगितली. आणि तिचे ओरिसा या दूरवरच्या राज्यातील सुप्रसिद्ध कोणार्क मंदिराच्या जवळ असलेल्या सागरकिनाऱ्यावरच्या संस्कृतीशी आणि परंपरांशी कसे ऐतिहासिक-सांस्कृतिक नाते आहे, हेही सांगितले. भारतात नांदत असलेल्या सांस्कृतिक ऐक्याचे हे एक अचंबित करणारे उदाहरण आहे.

'म्हादेई' सागराकडे वाहत जाते. आजच्या गोवा वेल्हा प्रदेशाजवळ असलेल्या तेव्हाच्या गोपकापट्टण या प्राचीन कदंब शहरानजीकच्या बंदरात ती जेव्हा मुक्कामाच्या ठिकाणी पोचते, तेव्हा तिला 'मंदोदरी' असे संबोधले जाते. ही त्या वेळी कदंब राजवटीची राजधानी होती. पोर्तुगीजांना 'मंदोदरी' हे नाव उच्चारणे कठीण जात होते. त्यांनी त्यांच्या सोईने त्यात बदल करून 'मांडवी' हे नाव ठेवलं, तिच्याच काठावर आपली बोट तयार होत आहे. 'म्हादेई' ही मांडवीची जन्मदात्री नदी आहे. 'म्हादेई' हे नाव बोटीसाठी मोठे उद्‌बोधक आणि समर्पक ठरेल असे 'सागर परिक्रमा' मोहिमेच्या टीमचे मत आहे. या नावात गोव्याच्या बोटदेवीचा गौरव आहे आणि तिच्या नावाने ओळखली जाणारी बोट गोमंतकाचे आणि भारताचे नाव उज्ज्वल करणाऱ्या यशस्वी पृथ्वीप्रदक्षिणेसाठी या देवीचे आशीर्वाद मागत आहे, असाही अर्थ ध्वनित होतो.

'म्हादेई'च्या नावाने तुम्हा सगळ्यांना शुभेच्छा!

- मनोहर आवटी

देवी 'म्हादेई'

लाल देवदाराच्या पट्ट्यांपासून तयार होणारा बोटीचा गाभा गोव्यात हळूहळू आकार घेत होता. एकदा तो तयार झाला आणि घासून गुळगुळीत झाला की त्यावर ग्लास फायबर आणि इपॉक्सी रेझीनचे थर दिले जाणार होते. लाकडामुळे बोटीला आकार आणि कडकपणा येणार होता तर ग्लास फायबर इपॉक्सी लॅमिनेशनमुळे लाकडाचं रक्षण होणार होतं आणि बोटीला मजबुती प्राप्त होणार होती. म्हणजेच, लाकडी गाभा हा जणूकाही बोटीच्या हाडांचा सापळा होता, जो तिला तिचा आकार प्रदान करणार होता आणि लॅमिनेशन म्हणजे स्नायूंचं आवरण होतं जे त्या सापळ्याचं रक्षण करणार होतं आणि मजबुती देणार होतं. त्यावरून इपॉक्सी फिलरचा स्तर देण्यात येणार होता आणि शेवटी रंग लावण्यात येणार होता. हे दोन्ही म्हणजे बोटीची त्वचा असणार होते, जे आतल्या थरांना संरक्षण देणार होते आणि बोटीला त्यांच्यामुळे सुंदर रुपडं मिळणार होतं.

लॅमिनेशनची प्रक्रिया ही मूलतः ग्लास फायबर आणि इपॉक्सी रेझीन यांच्यातली रासायनिक अभिक्रिया असते. अन्य रासायनिक अभिक्रियांप्रमाणेच या अभिक्रियेवरही वातावरणातील उष्मा आणि आर्द्रता यांचा परिणाम होत असतो. योग्य ते पोषक वातावरण तयार करण्यासाठी रत्नाकरने बोटीसाठी एक मोठा प्लॅस्टिकचा तंबू उभारून त्यात वातानुकूलन आणि आर्द्रतानाशक यंत्रं बसवण्याची योजना आखली होती. २००८ च्या एप्रिल महिन्याच्या अखेरीस लॅमिनेशनची प्रक्रिया सुरू करण्याबाबत रत्नाकरला पूर्ण विश्वास वाटत होता. निरीक्षकाच्या उपस्थितीत त्याने नमुना चाचणी म्हणून फायबरग्लास आणि इपॉक्सी रेझीन यांचं लॅमिनेशन करून दाखवलं होतं. निरीक्षकाने संमत केलेल्या प्रयोगशाळेत हे नमुने पाठवले जाणार होते. योजनेबरहुकूम सगळं काही सुरळीत चालू असताना २००८ च्या एप्रिल महिन्याच्या शेवटच्या आठवड्यात पोटात गोळा आणणाऱ्या फोन कॉल्सपैकी एक कॉल रत्नाकरकडून मला आला.

"दिलिप, वाईट बातमी आहे, आपल्याला लॅमिनेशनचं काम पुढे ढकलावं लागणार आहे."

"अरेरे, नाही नाही! आता पुन्हा काय झालं?"

"परीक्षणाकरता निरीक्षकाने संमत केलेल्या प्रयोगशाळेकडे नमुना पाठवण्याआधी आम्ही इथेच तो तपासून पाहिला. पण, तो परीक्षेत पास नाही झाला. असं दिसतं की भारतीय पुरवठादाराकडून आपण मागवलेलं इपॉक्सी चांगल्या दर्जाचं नाहीये. मी इंग्लंडहून विमानाने नवीन माल मागवला आहे आणि तो एक आठवड्यात पोचेल अशी आशा आहे. त्याची किंमत इथल्यापेक्षा दुप्पट आहे, पण सध्या दुसरा पर्यायही दिसत नाही."

इपॉक्सी जरी एक आठवड्याच्या आत आलं तरी आम्हाला पुन्हा निरीक्षकासमोर

नमुने बनवून सादर करायला लागणार होते आणि मग पुढची प्रक्रिया सुरू होऊ शकणार होती. मला आमचं वेळापत्रक कोलमडताना आणि किमान एक महिन्याचा उशीर होताना दिसत होता.

त्यानंतर तीन आठवड्यांनी मी निरीक्षकाबरोबर गोव्यात होतो आणि नवीन लॅमिनेशनचे नमुने तयार होताना पाहत होतो. लाकडी गाभा आता फारच छान दिसत होता आणि बोटीच्या आकाराचा थोडा-थोडा अंदाज मला यायला लागला होता. फायबरग्लासच्या गुंडाळ्या करून छतापर्यंत रचून ठेवल्या होत्या. प्रत्येक गुंडाळीला आकारानुसार क्रमांक दिले होते, जेणेकरून लॅमिनेशनची प्रक्रिया सुरू झाल्यावर आकारानुसार गुंडाळी शोधण्यात वेळ जाऊ नये. बोट ठेवली होती त्या वातानुकूलित तंबूच्या बाहेर तापमान ४० अंश सेल्सिअसला स्पर्श करत होतं आणि आर्द्रता ८० टक्क्यांच्या वर होती; तर आतमध्ये बोट २५ अंश सेल्सिअस अशा आल्हाददायक तापमानात आणि ५० टक्क्यांपेक्षाही कमी आर्द्रता असलेल्या वातावरणात सुखनैव विसावली होती. प्रयोगशाळेतून लॅमिनेशनच्या परीक्षणाचा अहवाल यायला कमीत कमी दोन आठवड्यांचा अवधी होता, हीच काय ती संयमाची कसोटी पाहणारी गोष्ट होती. निरीक्षकाला ऐकू येणार नाही अशा ठिकाणी एका बाजूला रत्नाकरला घेऊन मी विचारलं, "बरं, तू लॅमिनेशन कधी सुरू करणार आहेस?"

"आज रात्री," शांतपणे उत्तर आलं.

"पण आपण प्रयोगशाळेच्या निकालाची वाट नको बघायला? जर ही टेस्ट यशस्वी झाली नाही तर?"

"काळजी करू नकोस, असं नाही होणार. आपण बाजारात उपलब्ध असणारं सर्वोत्तम इपॉक्सी मागवलं आहे."

"पण काही कारणाने टेस्ट फसली तर? तर आपल्याला खराब लॅमिनेट काढून टाकून पुन्हा सगळी प्रक्रिया करावी लागेल?" माझ्या अंगात सैतानाचा वकील घुसल्याप्रमाणे मी प्रश्नांच्या फैरी झाडत होतो.

"असं झालं तर आपल्याला बोटीचा गाभा पुन्हा बनवावा लागेल कारण हा जुना परत वापरता येणार नाही. पण, माझ्यावर विश्वास ठेव. तशी वेळ येणार नाही. मी पूर्ण अभ्यास केला आहे, योहानचा सल्ला घेतला आहे आणि मला स्वतःवर पूर्ण विश्वास आहे. वेळ घालविण्याची चैन आता आपल्याला परवडणार नाही."

"ठीक आहे. तू बॉस आहेस आणि तुलाच सगळ्यात जास्त या विषयातलं कळतं," माझ्यातल्या शंकासुराला गप्प करण्याचा प्रयत्न करत मी म्हणालो. त्या रात्री, मध्यरात्र उलटून गेल्यानंतर ओटाव्हियो गुपचूप बोटयार्डाकडे गेला आणि त्याने बोटीवर इपॉक्सीचा पहिला थर लावला. अशा रीतीने लॅमिनेशनची प्रक्रिया सुरू झाली, ती पुढले ३६ तास अखंडपणे चालू राहणार होती. ३६ तास आता

सगळ्यांना सतर्क राहून काम करावं लागणार होतं. योग्य समयी, प्रयोगशाळेकडून आम्हाला अपेक्षेपेक्षा जास्त चांगला निकाल मिळाला, त्यामुळे मनातल्या सगळ्या शंका-कुशंकांना पूर्णविराम मिळाला. रत्नाकरचा जुगार यशस्वी ठरला होता.

लॅमिनेट केलेला गाभा वाळायला एक आठवडा लागला. आता तो बोट पालथी ठेवल्यावर कशी दिसेल तसा दिसत होता. आता पुढची पायरी होती सांगाडा उलटा करणं आणि बोटीचा आतला भाग लॅमिनेशनने आच्छादणं. ते झाल्यावर मग बोटीच्या आतल्या भागाची इतर कामं सुरू करता येणार होती. हे सगळं बोलायला सोपं होतं; पण प्रत्यक्षात करणं मोठं कष्टांचं होतं. कारण सांगाडा १७ मीटरपेक्षा लांब, पाच मीटर रुंद होता आणि त्याचं वजन होतं सहा टन! शिवाय आतल्या बाजूनं त्याला आधार देण्याची सोय नव्हती; म्हणजे वेडीवाकडी हाताळणी किंवा असमान दाब पडला असता तर तो तुटण्याची भीती होती. ही सगळी प्रक्रिया कशी पार पडते याबद्दल प्रत्येकाच्या मनात धास्ती होतीच; पण यावरचा उपाय मात्र कुणाकडेच नव्हता. प्रत्येक गोष्ट पद्धतशीरपणे करण्याची सवय असलेल्या नेव्हीनं रत्नाकरला त्याच्या संपूर्ण योजनेची कार्यपद्धती तपशीलवार सादर करायला सांगितली होती आणि त्या पद्धतीचं समर्थन करणारी आकडेवारीही सादर करायला सांगितलं होतं. नेव्ही कोणताही धोका पत्करू इच्छित नव्हती.

बिचाऱ्या रत्नाकरच्या संयमाची ही परीक्षाच होती. त्याचा काम करण्याबाबतचा दृष्टिकोन हा व्यावहारिक आहे, कोणतंही काम तर्कबुद्धीला पटणाऱ्या पद्धतीनं करून बघायचं, असा त्याचा खाक्या आहे आणि त्यासाठी धोका पत्करायची त्याची तयारी असते. याचा अर्थ तो बेपर्वा किंवा बेफिकीर आहे असं नव्हे. त्याचा गृहपाठ पक्का असतो, तो थेट कामाला भिडतो आणि गोष्टी प्रत्यक्षात आणतो. येणाऱ्या अडचणींचा विचार करून डोकं धरून बसण्याऐवजी तो त्या समोर उभ्या राहिल्यावर सोडवण्याचा प्रयत्न करतो. त्याच्या यार्डाचा तो सर्वेसर्वा असल्यामुळे कुणालाही उत्तर द्यायला, समर्थन द्यायला बांधील असण्याची त्याला सवय नाही. तो काम करत असलेल्या नौदलाच्या श्रेणीय नोकरशाहीच्या तंत्राच्या अगदी विरुद्ध त्याचं तंत्र होतं. त्या दोघांमध्ये लवकरच बखेडा उभा राहील अशी चिन्हं दिसत होती. यावर माझं मत विचारण्यासाठी ॲडमिरल आवटींनी मला फोन केला.

"सर, गोष्टी सुरळीतपणे पार पडाव्यात असं वाटत असेल तर नेव्हीने रत्नाकरला एकटं सोडावं हे उत्तम. आपण त्याच्यावर विश्वास दाखवायला हवा. या अवस्थेत जर काही दुर्घटना झाली तर त्याचे परिणाम काय होतील याची त्याला चांगली कल्पना आहे. काही चुकीच्या गोष्टी झाल्या तर आपली मोहीम रखडेल; पण रत्नाकर मात्र दिवाळखोरीच्या उंबरठ्यावर उभा असेल हे नक्की. आपल्या सगळ्यांपेक्षाही जास्त या कामात त्याची शक्ती, पैसा आणि प्रतिष्ठा पणाला लागली आहे!"

तरीही नेव्ही ऐकत नाही म्हटल्यावर रत्नाकरला कार्यपद्धतीचा तपशीलवार अहवाल आणि आकडेवारी सादर करण्याशिवाय पर्याय उरला नाही. प्रत्यक्ष कामाची तारीख नंतर कळवायची होती.

''तुला पण सगळी आकडेवारी पाहायची आहे का?'' विषण्ण आवाजात रत्नाकरनं फोनवर विचारलं.

''नाही, मला त्यातलं काही समजणार नाही आणि जोपर्यंत तुला तू काय करत आहेस हे माहीत आहे, तोपर्यंत मला त्याच्याशी काही घेणंदेणं नाही. माझा तुझ्यावर पूर्ण विश्वास आहे आणि तू जे सर्वोत्तम तेच करशील, याची मला खात्री आहे. जर कोणत्याही कारणानं हे काम झालं नाही, तर परिस्थिती कशी हाताळायची ते आपण बघू. मी जर गोव्याला यावं किंवा दुसरी काही मदत करावी असं वाटत असेल तर फक्त मला सांग.''

''गोव्याला येण्यात तू तुझा वेळ फुकट घालवू नकोस, मी बघतो सगळं. माझ्याकडून आकडेवारी मिळवण्यासाठी बंदूक रोखून बसलेल्यांपैकी मला इथे कुणीही हजर असायला नको आहे. मी आधीच खूप घाईत आहे आणि त्यांच्यामुळे मला जास्तच ताण येईल, त्यातून मग काही चुका होण्याची शक्यता आहे. बोट सरळ करण्याचा कार्यक्रम शनिवारी सकाळी करण्याचं मी ठरवलं आहे आणि त्याबद्दल मी नेव्हीला शुक्रवारी संध्याकाळी कळवणार आहे. इतक्या कमी वेळात यार्डापर्यंत कुणी पोचेल असं वाटत नाही.''

''अगदी बरोबर! आणि नेव्हीतल्या कुणी जर आधी कळवलं नाही म्हणून कटकट केलीच, तर त्यांना माझ्याकडे पाठव, मी काय करायचं ते पाहीन. तुझं काम संपलं की मला फोन कर. शुभेच्छा!''

ती शनिवारची सकाळ मी हातात फोन घेऊन अधीरपणे घालवली. कितीतरी वेळा रत्नाकरला फोन करण्याची अनावर होणारी ऊर्मी मी दाबून टाकली. आम्हाला दिलेल्या कालावधीतला अर्धा वेळ आम्ही या बोटबांधणीच्या कामात घालवला होता आणि आता अशा वेळी जर काही विपरीत घडलं असतं तर संपूर्ण मोहीमच बासनात गुंडाळून ठेवावी लागली असती. शेवटी, जवळजवळ दुपार व्हायला आलेली असताना आणि माझ्या संयमाचा कडेलोट होण्याची वेळ आलेली असताना रत्नाकरच्या फोनमुळे माझा जीव भांड्यात पडला, ''झालं आमचं काम. वाटलं होतं त्यापेक्षा सहजपणे झालं. खरंतर फुसका बारच निघाला. बोट आता तिच्या पाळण्यात आहे; सोमवारी आम्ही पुढचं काम सुरू करतोय.''

आता बोटबांधणीच्या कामानं वेग पकडला. रिकाम्या सांगाड्यात बोटीला कडकपणा येण्यासाठी प्लेट्स, टाक्या आणि विभाजक बसवण्यात येऊ लागले. बोटीच्या डेकला 'निर्वातीकरण' तंत्राच्या साहाय्यानं जागेवर बसवण्यात आलं; ज्यात

संपूर्ण वातावरणाच्या दबावाच्या साहाय्याने डेक जागेवर चिकटवण्यात येतं. 'म्हादेई' आता एखाद्या डौलदार बोटीसारखी दिसायला लागली होती; आता तिला रंगवायची आणि सांगाड्याचं काम पूर्ण करण्याची वेळ झाली होती. एके सकाळी मी घरून कामावर जाण्यासाठी निघत असताना रत्नाकरचा फोन आला : ''बोटीच्या रंगाच्या किंवा एकूण बाह्यरूपाच्या दर्जाबद्दल करारात तू काही विशिष्ट निर्देश दिला आहेस का?''

''नाही. असा काही प्रकार असतो हेच मला खरंतर माहीत नव्हतं. मी फक्त बोटीच्या मजबुतीकडे लक्ष दिलं होतं. ती कशी दिसणार आहे याची मी फिकीरच केली नव्हती,'' मी माझं अज्ञान खुलेपणाने प्रकट करत उत्तर दिलं.

एका उत्पादकाकडून रत्नाकरला मोठ्या प्रमाणावर रंग फुकट मिळाला होता. परंतु, आरशाप्रमाणे चकाकणाऱ्या (मिरर फिनिश) उच्च दर्जाच्या रंगाची किंमत भरपूर जास्त होती.

''हो, बोट सुंदर दिसली तर मला आवडेलच; कुणाला नाही आवडणार? पण करारात मी तिच्या बाह्य रंगरूपाबद्दल काहीच उल्लेख केलेला नसताना आता एखाद्या गोष्टीचा आग्रह धरणं चुकीचं ठरेल, विशेषतः जास्त पैसा खर्च होत असेल तर आणि मी नेव्हीलाही हा खर्च उचलायला सांगणं बरोबर नाही. पण एक गोष्ट ध्यानात घे- ती जेवढी माझी बोट आहे तेवढीच एक निर्माता म्हणून तुझीही आहे कारण तुझं नावही तिच्याबरोबर कायमचं जोडलं जाणार आहे. मी हा निर्णय तुझ्यावर सोपवतो.''

चांगल्या दर्जाचा रंग आणि तो देण्यासाठी साधनं खरेदी करण्यासाठी जास्तीचा पैसा खर्च करण्याचा निर्णय रत्नाकरनं संध्याकाळपर्यंत घेतला.

सिंगापूरहून हा रंग आणि विशेष साधनं आली, त्यापाठोपाठ तज्ज्ञ रंगारी असलेला ॲलन कोह हासुद्धा हजर झाला. रंगवण्याचं योग्य तंत्र आम्हाला शिकवायला आणि बोटीला सुंदर बनवायला भारतात येण्याचं ॲलननं कबूल केलं होतं. बोटीचा पृष्ठभाग एखाद्या 'बाळाच्या कुल्ल्यांसारखा' गुळगुळीत करून मगच त्यावर रंग देण्याबाबत तो आग्रही होता. हे म्हणायला सोपं होतं, पण करायला? कारण, आमचं हे 'बाळ' १७ मीटर लांब, पाच मीटर रुंद आणि दोन मीटर उंच होतं आणि त्याचा पृष्ठभागही चांगला घाटदार होता. त्यावर उजेड पडला की तो परिवर्तित होऊन बारीक-बारीक चरे, खड्डे लख्ख दिसायचे. बोटीच्या दोन्ही बाजूही रुंद होत्या, त्या सँडपेपरनं घासून गुळगुळीत करण्यासाठी बरेच श्रम पडणार होते. दिवसभर रत्नाकरचे कामगार बोट घासताना पाहून डोकं फिरायची वेळ यायची. संध्याकाळी, आम्ही अत्यंत बारकाईनं कुठे काही राहिलं आहे का ते बघायचो आणि त्यावर पेन्सिलीनं खुणा करायचो.

"नाही, अजून पुरेसं झालं नाही. उद्या आपण रंगाला सुरुवात करू शकत नाही, परवा बघू या," काम बंद करताना ॲलन म्हणायचा आणि मग आम्ही उशिरा जेवायला जायचो. असं करत-करत एक आठवडा उलटून गेल्यावर एकदाचं रंगकाम करण्याचा निर्णय ॲलननं घेतला. तीन दिवसांनंतर काम संपवून तो जेव्हा जायला निघाला, तेव्हा 'म्हादेई'च्या चकाकणाऱ्या पृष्ठभागात चक्क माझ्या चेहऱ्याचं प्रतिबिंब मला पाहता आलं!

खास बनवलेल्या शेडमध्ये 'म्हादेई'चा सांगाडा तयार होत होता, तर बाहेर तिची नाळ बनवण्याचं काम सुरू होतं. नऊ टन वजनाची लोखंडाची नाळ शिशानं भरलेली असावी, असं डिझायनरनं नमूद केलेलं होतं आणि ती बनवण्याचा सगळ्यात चांगला मार्ग कोणता, यावर रत्नाकर काही दिवसांपासून विचार करत होता. डिझायनरनं सांगितलेल्या आकाराचं लोखंडाचं बाह्य आवरण बनवणं हे फार कठीण काम नव्हतं, पण त्यामध्ये आठ टन शिसं ओतण्याचं काम रत्नाकरनं यापूर्वी कधी केलं नव्हतं. अनेक महागडे पर्याय तपासल्यावर आणि बाजूला सारल्यावर त्याला एक सोपा आणि कमी खर्चिक उपाय सुचला, जो फक्त एका इरेला पेटलेल्या भारतीय बोटनिर्मात्यालाच सुचू शकतो!

गोव्याच्या आसपास उसापासून गूळ बनवणाऱ्या गुऱ्हाळांमध्ये वापरली जाते तशी भली मोठी पसरट कढई आणि त्याखालची गॅसची शेगडी रत्नाकरनं विकत आणली. कढई तापल्यावर त्याचे दोन कामगार शिशाच्या काही विटा त्यात टाकायचे. "शिसं २०० अंश सेल्सिअसला वितळतं आणि ३०० अंश सेल्सिअसला पाण्यासारखं वाहायला लागतं," रत्नाकरनं समजावून सांगितलं. शिसं पुरेसं पातळ झालं की त्याचे कामगार मोठ्या पळीने ते नाळेमध्ये टाकायचे.

"आपल्याला अधूनमधून नाळेला जरा हलवावं लागेल, काही वेळा तिचा छोटा भाग तापवावा लागेल म्हणजे शिसं आतमध्ये सगळीकडे सारख्या प्रमाणात पसरेल. खालचा भाग जसजसा भरेल तसतसा नाळेची एक अपूर्ण बाजूही मी दुसरीकडे बांधत जाईन म्हणजे आतल्या भागात फटी राहणार नाहीत," तो म्हणाला. हळूहळू करत, म्हणजे एका वेळेला दोन किलो शिसं, असं सगळं आठ हजार किलो शिसं नाळेच्या आवरणात ओतलं गेलं. खाचाखोचा भरण्यासाठी त्यावरून मग इपॉक्सी फिलरचा एक थर दिला गेला आणि जोडणीच्या आधी त्यावर रंग बसला.

आता १७ मीटर लांब आणि दोन मीटर उंच बोटीला ही १.८ मीटर उंचीची नाळ जोडणं हे मोठं काम होतं. दोघांचंही वजन नऊ-नऊ टन होतं, फरक इतकाच होता की बोटीच्या सांगाड्याचं वजन हे मोठ्या पृष्ठभागावर पसरलेलं होतं आणि नाळेचं वजन हे खूपच छोट्या क्षेत्रफळावर एकवटलेलं होतं. अकरा भल्या भक्कम स्टेनलेस स्टीलच्या बोल्टनी नाळ सांगाड्याला जोडली जाणार होती आणि त्यासाठी

सांगाडा जमिनीपासून किमान चार मीटर उंच उचलावा लागणार होता. पण शेडचं छप्पर आणि सांगाडा यांच्यात पुरेसं चार मीटरचं अंतर नव्हतं आणि शेडची जमीनही नऊ टन एकवटलेल्या वजनाची नाळ पेलण्याइतकी भक्कम नव्हती. अरब आणि उंटाच्या गोष्टीप्रमाणे आमचा उंटही तंबूत मावेनासा झाला होता!

या 'वजनदार' समस्येवर तोडगा काढण्यासाठी नदीच्या जवळ यार्डाला लागून एक खड्डा खणण्यात आला. त्या खड्ड्याच्या मध्यावर एक कॉंक्रीटचा फलाट बांधण्यात आला, जेणेकरून तो नाळेचं वजन पेलू शकेल. नाळ एका ट्रॉलीवर चढवण्यात आली, खड्ड्याजवळ आणण्यात आली आणि त्यात सोडण्यात आली. पारंपरिक पद्धतीने नाळ बोटीला जोडण्याऐवजी आता तिला फाटा देत बोट नाळेला जोडण्याची वेळ झाली होती! हे काम मोठं किचकट होतं. सांगाड्याला पाडलेल्या छिद्रांमध्ये नाळेला जोडलेले अकरा बोल्ट्स बरोब्बर बसवायचे होते. बोटीचा सांगाडा दोन क्रेन्सच्या साहाय्याने खड्ड्यांच्या वर उचलून धरला होता आणि तो हळूहळू खाली सोडला जात होता. अंदाज थोडा जरी चुकला असता तरी सांगाड्यावर असमान दाब पडला असता आणि गंभीर नुकसान झालं असतं. सुदैवानं, कोणतीही चूक न होता सगळी प्रक्रिया सुरळीत पार पडली, बोट नाळेवर बोल्ट्स लावून पक्की बसवली गेली आणि सगळ्यांनी सुटकेचा निःश्वास टाकला.

त्या रात्री मी दैनंदिनीत नोंद केली— 'बोल्ट्स लावून नाळ बोटीला कायमसाठी जोडली गेली, तिच्या शरीराचा अविभाज्य भाग बनली. एखाद्याचं वजन एका दिवसात नऊ टनांनी वाढावं, तसंच झालं हे!' एकदा नाळ जोडली गेल्यावर कामं भराभर पार पडायला हवी होती. नदी आणि खड्डा यांच्यामधला बांध फोडायचा, बोट पाण्यावर तरंगायला लावायची आणि तिला नदीत खेचायची अशी पुढची योजना होती. मोठ्या भरतीच्या काळात भरतीच्या पाण्याचा फायदा घेण्यासाठी हे काम एकतर डिसेंबरमधल्या पौर्णिमेच्या आगे-मागे तीन दिवस करावं लागलं असतं नाहीतर पुढच्या पौर्णिमेसाठी एक महिना थांबावं लागलं असतं. कारण फोडलेल्या बांधावरून बोट नदीत नेण्यासाठी भरपूर पाण्याची आवश्यकता होती. बांध आतापासूनच थोडा थोडा गळायला लागला होता आणि साचलेलं पाणी उपसण्यासाठी मोठ्या शक्तीचा पंप वरचेवर लावायला लागत होता. एक महिनाभर तो बांध टिकेल असं लक्षण दिसत नव्हतं. १२ डिसेंबरच्या मध्यरात्री पूर्ण चंद्र असताना आम्ही बोट पाण्यात ओढण्याचं ठरवलं, कारण मध्यरात्री भरतीचं पाणी सगळ्यात जास्त वर येतं.

१२ डिसेंबरला सकाळी सात वाजण्याच्या सुमारास मी रत्नाकरबरोबर बोटयार्डात गेलो. आदल्या रात्री आम्ही उशिरापर्यंत काम करत होतो आणि त्यानं घरी जाण्याऐवजी रात्री बेटावरच राहणं पसंत केलं होतं. आम्ही आलो तेव्हा यार्डात कुणीच आलेलं

नव्हतं. आम्ही बघितलं तर बोट विचित्र कोनात उभी होती आणि खड्डा पाण्यानं भरून गेला होता. खड्ड्यातलं पाणी उपसण्यासाठी ठेवण्यात आलेल्या पंपाचं काम बंद पडलं होतं आणि ते काम करण्याची जबाबदारी देण्यात आलेल्या कर्मचाऱ्याचा पत्ता नव्हता.

"रत्नाकर, ती तरंगतेय असं तुला वाटतंय का?" पाणी आत येऊ शकेल अशी सगळी भोकं मी रात्री बंद केली होती की नाही याचा विचार करत मी रत्नाकरला विचारलं.

"होय, मला तसंच वाटतंय," बोटीकडे धावत सुटलेला रत्नाकर उत्तरला.

आम्ही बोटीत उडी मारली आणि कुठे गळत आहे का, पाणी आत शिरत आहे का ते तपासायला लागलो. बोटीच्या आत थोडं पाणी होतं, पण ते बोटीच्या लॉगसाठी (बोटीची गती दर्शविणाऱ्या उपकरणासाठी) ठेवलेल्या जागेतून येत होतं, हे रत्नाकरच्या लक्षात आलं आणि त्याने ते भोक बंद केलं. आम्ही गळती तपासत असताना मी विनोदानं रत्नाकरला म्हणालो की, बोटीला तरंगायची घाई झालेली दिसते! आणि आता जर तिनं तरंगायचं ठरवलंच आहे, तर आपण तिचा जलक्रमण सोहळा याच वेळी आणि इथेच साजरा करू या. भारतात परंपरेप्रमाणे नारळ फोडून आणि फुलं वाहून हा सोहळा करतात.

"बरोबर आहे तुझं. मलाही तसंच वाटतं. तू जाऊन नारळ आणि फुलं का घेऊन येत नाहीस?" पाहणीत दंग असलेला रत्नाकर म्हणाला.

"तू हे मनापासून खरंच म्हणतो आहेस?"

"अरे हो! खरंच! जवळच्या गावात तुला हे मिळतंय का ते पाहा."

"ठीक आहे. मी लवकरच परत येतो," बोटीवरून उतरून गाडीकडे जात असताना मी म्हणालो.

त्या बेटावर असलेल्या मोजक्या दुकानांपैकी नुकत्याच उघडलेल्या एका दुकानात मला नारळ तर मिळाला; पण फुलं मिळणं सोपं नव्हतं. रानफुलं तरी घेऊन जावीत म्हणून मी बेटावर फिरत असताना मला एक देऊळ दिसलं. बहुतेक देवळांच्या बाहेर फुलांची दुकानं असतात आणि भाविक तिथून हार-फुलं घेऊन मूर्तीला अर्पण करतात. पण या ठिकाणी दुकान उघडलेलं नव्हतं आणि आसपास चिटपाखरूही नव्हतं. मी देवळात गेलो आणि पुजाऱ्यासमोर येऊन थडकलो. तो सकाळच्या पूजेची तयारी करत होता. मला पाहून त्याला जरा नवलच वाटलं, कारण मी जुनाट अर्ध्या चड्डीत आणि जुन्या टी-शर्टमध्ये होतो, माझी दाढीही अर्धवट वाढलेली होती. मी एखाद्या भक्तापेक्षा भुरट्या चोरासारखा दिसत असणार.

"हे पाहा, माझ्या बोटीनं दिवस भरण्याआधीच बाळंत होण्याचा निर्णय घेतला. तो सोहळा साजरा करायला तुम्ही मला थोडी फुलं देऊ शकता का? बाहेरचं दुकान

अजून उघडलेलं नाही आणि बेटावरही मला काही मिळेल असं वाटत नाही,'' मूर्तीसमोर नुकत्याच वाहिलेल्या ताज्या फुलांवर एक डोळा ठेवत मी अजिजीनं त्या पुजाऱ्याला विनवलं. मी काय म्हणतोय ते त्याला बहुधा कळलं नसावं, पण मी दोन्ही हात जोडून आणि चेहऱ्यावर पुरेसा भक्तिभाव आणून माझं म्हणणं पुन्हा सांगितल्यावर त्यानं त्यांतली थोडी फुलं उचलली आणि मला दिली.

शांत पाण्यामध्ये तरंगत असलेल्या बोटीकडे मी धाव घेतली. रत्नाकरची तपासणी तोपर्यंत पूर्ण झाली होती आणि गळतीचं कोणतंही चिन्ह आढळलं नाही म्हणून त्याचा जीव भांड्यात पडला होता. आम्ही दोघं बोटीच्या अग्रभागी म्हणजेच 'बो' (Bow)पाशी गेलो, नारळ फोडला, फुलं वाहिली आणि हात जोडून मनातल्या मनात प्रार्थना केली. एकानं तिला बांधण्यासाठी आपला आयुष्यभराचा अनुभव पणाला लावला होता, तर दुसरा तिला घेऊन सफरीवर जाताना आपले प्राण पणाला लावणार होता!

दुपारपर्यंत भरतीचं पाणी ओसरलं आणि बोट पुन्हा तरंगण्याची वाट बघत खड्ड्यात विसावली. आम्ही बेटावरच्या एकमेव उपाहारगृहात संध्याकाळीच जेवून घेतलं आणि यार्डात परतलो. पूर्ण चंद्राच्या शीतल प्रकाशात रात्र न्हाऊन निघाली होती, गार वारं वाहत होतं. गेल्या १५ वर्षांत इतका लखलखीत चंद्रप्रकाश पडला नव्हता. बोट तरंगायच्या बेतात असताना रत्नाकरनं आणि त्याची पत्नी मोनानं बोटीच्या अग्रभागी एक छोटी पूजा केली, आणखी एक नारळ फोडला, हा एक औपचारिक समारंभ होता. दोन तासांनो, मध्यरात्र जवळ येत असताना तिच्या अग्रभागी- 'बो'ला आणि पार्श्वभागी 'वऱ्या' (Stern- बोटीचा मागचा भाग 'वरा')ला दोरखंड बांधून तिला पाण्यात ओढली आणि नदीतल्या तराफ्याला बांधली. 'म्हादेई' अखेरीस तिच्या माध्यमात- पाण्यात- उतरली होती. नेव्हीने नेमून दिलेल्या कालमर्यादेच्या दोन आठवडे अलीकडेच तिनं ही कामगिरी करून दाखवली होती!

'म्हादेई' तरंगायला लागल्याच्या दुसऱ्याच दिवशी आम्ही तिच्यावर विविध उपकरणांचा साज चढवायला सुरुवात केली. ही उपकरणं जगाच्या अनेक भागांमधून गेल्या काही महिन्यांपासून येत होती आणि ती ज्या शेडमध्ये ठेवली होती, तिला मी गमतीनं 'अलाद्दीनची गुहा' म्हणायला लागलो होतो. आपल्या देशात शिडाच्या होडीला लागणाऱ्या साहित्याची बाजारपेठच नसल्यामुळे आम्हाला सगळ्या गोष्टी आयात कराव्या लागत होत्या. याबाबतीत तज्ज्ञ मानल्या गेलेल्या युरोपातल्या कंपनीच्या सेवांचा लाभ घेऊन योहाननं आम्हाला आवश्यक ती उपकरणं मिळवून द्यायला मदत केली होती, कारण त्याला आमची अडचण माहीत होती. त्यांपैकी मोठा हिस्सा, विशेषतः मोठी उपकरणं आम्ही थेट आयात केली होती. आज आजूबाजूला जे जागतिकीकरणाचं वारं वाहत आहे, त्याचा

आम्ही अनुभव घेतला. एका देशात नोंदणी केलेली कंपनी दुसऱ्या देशात वस्तू बनवत होती आणि तीच वस्तू तिसऱ्याच देशातल्या वितरकामार्फत आम्हाला विकत होती, हे फार मजेशीर होतं. डोलकाठी आणि तिला बांधण्याचं दोरांचं जाळं (Rigging) दक्षिण आफ्रिकेतून आलं, एका स्वीडिश कंपनीनं बनवलेलं इंजिन जहाजानं इकडे यायला निघालं ते स्पेनमधून, शिडं न्यूझीलंडमधून आली, सुकाणू डेन्मार्कमधून आलं... ही यादी न संपणारी होती. रत्नाकरनं नेव्हीबरोबर एका स्थिर किमतीचा करार केला होता, त्याचा अर्थ असा होता की एखादं उपकरण स्वस्तात मिळालं तर रत्नाकरचा फायदा होता आणि खर्चिक उपकरण मागवलं तर त्याच्या खिशातून वरचे पैसे जाणार होते. पण सुरुवातीपासूनच जे जे उत्तम तेच बोटीसाठी मागवायचं, यावर त्याचा कटाक्ष होता; पैसे वाचवण्यासाठी त्यानं वस्तूच्या दर्जाबाबत कधीच तडजोड केली नाही.

या प्रकल्पाच्या अगदी सुरुवातीला, ज्या वेळी उपकरणं मागवण्याबाबत चर्चा सुरू होती त्या वेळी तो मला म्हणाला होता, "दिलिप, यातल्या बऱ्याच उपकरणांबाबत मला विशेष माहिती नाही, आणि त्यावर संशोधन करत बसायला मला वेळही नाही. ती तुझी बोट आहे, त्यामुळे तिच्यावर काय बसवायचं, ते कुणाकडून मागवायचं हे तू ठरव. खर्चासाठी किती पैसे लागतील आणि ते कुणाला द्यायचे एवढंच तू मला सांग. किती खर्च झाला याची चिंता आपण नंतर करू, सध्या जे सर्वोत्तम आहे ते आपल्याला मागवायचं आहे."

शिडाच्या होडीचं तंत्र एखाद्या इंजिनावर चालणाऱ्या बोटीपेक्षा किंवा जहाजापेक्षा वेगळं असतं. प्रत्येक उपकरण तिच्यावर अचूकपणे बसवणं गरजेचं असतं. खलाश्यांकडून कमीत कमी मदत घेऊन स्वतःच्या बळावर तिनं चालणं, हे खरं ध्येय असतं. अगदी छोटीशी त्रुटी किंवा चूकसुद्धा नंतर फार महाग पडू शकते. 'म्हादेई' तरंगायला लागेपर्यंत करारानुसार योहानच्या तीन भेटी संपल्या होत्या. आवश्यक त्या उपकरणांकडे बघितल्यावर ती योग्य तऱ्हेने बसली आहेत की नाही यावर शिक्कामोर्तब करण्यासाठी योहानला अखेरचं एकदा बोलवायला हवं याबाबत आमच्या मनात कोणतीही शंका राहिली नाही. २००९ च्या जानेवारी महिन्यात योहान त्याच्या या मोहिमेसंदर्भातल्या शेवटच्या भेटीसाठी गोव्यात येऊन दाखल झाला. प्रत्येक उपकरणाची रंगीत तालीम घेऊनच त्यानं ते पक्कं बसवलं आणि आम्हाला बोट तयार करण्यात मदत केली. परत निघण्यापूर्वी अतिशय सुरेख बोट बांधल्याबद्दल रत्नाकरचं अभिनंदन करून तो म्हणाला, "तू जर बोट घेऊन आम्हाला भेटायला हॉलंडला आलास, तर आम्ही गर्वानं सगळ्यांना सांगू की तू आमच्यातलाच एक आहेस." इतक्या अनुभवी माणसाकडून असं प्रशस्तिपत्र मिळणं, ही गौरवाचीच गोष्ट होती.

▲ सांगाडा तयार होताना

◀ लाकडी गाभा

▼ 'म्हादेई'ला सरळ करताना

▲ रंगकाम झाल्याच्या दुसऱ्या दिवशी

▼ नाळेचं वजन करतान

▲ नौकातलात शिसं ओतताना

▼ नौकातल बोटीला जोडताना

▲ तिच्या माध्यमात (पाण्यात) 'म्हादे

▼ 'म्हादेई' प्रथमच तरंगताना

२००९ सालच्या जानेवारी महिन्याचा दुसरा आठवडा उजाडेपर्यंत 'म्हादेई'ची आपल्या जन्मस्थानाला निरोप देण्याची वेळ झाली होती. ती आता तिथे परत कधीच येणार नव्हती. नदीवर असलेल्या तीन पुलांमुळे, जे बोटयार्ड आणि समुद्र यांच्यामध्ये होते, तिला एकदा डोलकाठी अंगावर चढवल्यानंतर परत येता येणार नव्हतं. केपटाउनहून आलेली डोलकाठी बसवण्यासाठी आम्ही तिला दक्षिणेकडे झुआरी नदीवर असलेल्या नौदलाच्या धक्क्याकडे घेऊन गेलो. 'म्हादेई'ला तिच्या नवीन मुक्कामी नेल्याच्या दुसऱ्या दिवशी डोलकाठी आणि दोरांचं जाळं बसवणारा ख्रिस तिथे येऊन पोचला. त्यानं भारतात पहिल्यांदाच पाऊल ठेवलं होतं आणि तो गोव्यातला उकाडा, गर्दी आणि मसालेदार जेवण यामुळे चक्रावून गेला होता! आमची डोलकाठी बनवणाऱ्या कंपनीचा तो सर्वांत अनुभवी रिगर (डोलकाठी बसवण्याचं काम करणारा) असण्याबरोबरच तो हाडाचा खलाशी होता, हे समजल्यावर आम्हाला फारच आनंद झाला. एका दिवसात डोलकाठी बसवून झाली आणि आता नौकानयनाची वेळ येऊन ठेपली होती.

२३ जानेवारी २००९ रोजी 'म्हादेई'ने शिडं उभारून प्रथमच समुद्रावर विहार केला. योगायोगानं त्याच दिवशी रत्नाकरचा वाढदिवस होता आणि शिडाच्या नौकेत बसण्याची त्याची पहिलीच वेळ होती. दोन वर्षं जिच्या निर्मितीची स्वप्नं बघितली होती, तिच्यामध्ये बसून प्रवास करणं ही आनंदाची परमावधी होती! ख्रिसच्या मार्गदर्शनाखाली आमचा नौकाविहार खूप छान आणि सहजपणे पार पडला; त्यानंतर हे यश आम्ही जेवणावर ताव मारून साजरं केलं. जेवत असताना नौकाविहाराच्या रोमांचक अनुभवाविषयी सगळ्यांनाच इतकं भरभरून बोलायचं होतं की रत्नाकरचा वाढदिवस जवळजवळ विसरल्यासारखाच झाला. काम पटकन आटोपून घरी परतण्याच्या ख्रिसच्या मनसुब्यांवर पाणी पडलं; कारण बोटीचा अग्रभाग आणि डोलकाठी यांना जोडणारी स्टीलची वायर (Forestay) लांबीला एक मीटर कमी असल्याचं त्याच्या लक्षात आल. केप टाउनहून त्या वायरीला जोडण्यासाठी तुकडा येईपर्यंत वाट पाहण्याशिवाय दुसरा उपाय नव्हता आणि त्यात एक-दोन आठवडे जाण्याची शक्यता होती. आता मागे वळून पाहताना ही अडचण आमच्यासाठी वरदानच ठरली, असं वाटतं. कारण, या काळात ख्रिसच्या मदतीनं आम्ही बोट चालवायला शिकलो आणि नवीन उपकरणंही बसवू शकलो. त्याला काम न करता नुसतं बसायला आवडत नव्हतं. उलट, तो आमच्याबरोबर नेहमीच नौकाविहारासाठी एका पायावर तयार असायचा. हे करताना त्यानं आम्हाला आमच्या क्षमतांची जाणीवही करून दिली आणि आमचं मनोबल वाढवलं. खूपदा आमच्यासोबत विहार करण्यासाठी मित्रमंडळी, त्यांचे कुटुंबीय आणि बोट तयार करणारे कामगार यायचे- त्यांना मी गमतीने 'म्हादेई फॅन क्लब' असं नाव दिलं होतं.

बोट नेव्हीच्या सुपूर्त करण्याची तारीख २५ फेब्रुवारी २००९ वेगाने जवळ येत चालली होती. आम्हाला अजून बरीच साधनं बोटीवर बसवायची होती आणि तिच्या चाचण्याही घ्यायच्या होत्या. गोव्याच्या किनाऱ्यापासून दूरवर बोटीच्या चाचण्या घेण्यासाठी नेव्हीनं एक टीम नियुक्त केली होती. त्या टीमचे बहुतेक सदस्य चांगले मित्र होते आणि मोहिमेचा श्रीगणेशा झाल्यापासून ते या योजनेचा मागोवा घेत आले होते. यामुळे आम्हाला मदतच झाली, कारण त्रुटींवर बोट ठेवण्यापेक्षा गोष्टी सुधारण्यावर त्यांचा भर होता.

नौदलप्रमुखांच्या सोईनुसार 'म्हादेई'च्या हस्तांतराची तारीख १२ फेब्रुवारी ठरवण्यात आली. हस्तांतर समारंभ उत्तर गोव्यात आयएनएस मांडवी बोट पूल इथे करण्याचं ठरलं. आम्ही 'म्हादेई'चं कामही तिथेच करत होतो. बोटीला नौदलाच्या जहाजाचा दर्जा देऊन सेवेत समाविष्ट करावं आणि तिच्यावर पांढरं निशाण लावून तिला 'आयएनएस म्हादेई' संबोधण्यात यावं, अशी मी विनंती केली होती. मात्र, ही विनंती मान्य केली गेली नाही आणि त्याऐवजी तिच्यावर निळं निशाण फडकावून ती 'ताफा सहायक' (Fleet Auxiliary) म्हणून समाविष्ट करण्याचं ठरलं. या समारंभाची आमंत्रणं धाडण्याची जबाबदारी या मोहिमेचे मार्गदर्शक म्हणून ॲडमिरल आवटींनी स्वीकारली. त्यांचा करिश्मा इतका जबरदस्त आहे की नौदलप्रमुखांबरोबरच समारंभाला दोन माजी आणि दोन आजी कमांडर-इन-चीफ हजर होते; शिवाय इतर बरेच मान्यवर आणि हितचिंतकही उपस्थित होते. कोणत्याही अन्य 'ताफा सहायक' बोटीच्या समारंभासाठी उच्चपदस्थांची अशी मांदियाळी जमली असेल, असं मला वाटत नाही.

समारंभ तसा अगदी साधा होता. सेवेत दाखल करून घेण्याच्या जहाजांचा समारंभ करताना नेव्हीची एक लांबलचक खास पद्धत आहे. पण 'ताफा सहायक' बोटींसाठी मला अशी कोणतीही खास पद्धत दिसून आली नाही, म्हणून मी माझ्या मनानेच एक पद्धत शोधून काढली, ती अशी- सुरुवातीला ॲडमिरल आवटी सर्व उपस्थितांना बोटीची ओळख करून देतील, त्यानंतर रत्नाकर नौदलप्रमुखांना बोटीच्या किल्ल्या सुपूर्त करेल आणि त्यांना बोट दाखवण्यासाठी बोटीवर घेऊन जाईल. पण ही शिडाची नौका असल्यामुळे ती सुरू करण्यासाठी किल्ल्यांची गरज नाही हे लक्षात घेऊन आम्ही किल्ल्यांसोबत भ्रामणीची मूठ किंवा दांडा (Winch handle- सुकाणूचं चक्र फिरवण्याचा दांडा) देण्याचं ठरवलं. बोटीच्या कामात मी इतका व्यग्र होतो की समारंभाचा संचालक नेमण्याचं भान मला राहिलं नाही. अर्थात अधिकारवाणीनं मी नेमणूक करू शकेन, असं कुणी नव्हतं!

"सर, तुम्ही समारंभाचे संचालक म्हणूनही जबाबदारी स्वीकाराल का? रत्नाकर नौदलप्रमुखांना बोट हस्तांतरित करेल आणि तुम्ही माझा परिचय करून द्याल,

त्यामुळे आमच्या दोघांपैकी कुणीही संचालकपद स्वीकारलं तर ते विचित्र दिसेल. माझ्या डोळ्यांसमोर तुमच्याशिवाय दुसऱ्या कुणाचं नाव येत नाहीये,'' ॲडमिरल आवटींना समारंभासाठी घेऊन जायला मी गेलो तेव्हा ओशाळलेल्या स्वरात मी त्यांना विचारलं.

''काही काळजी करू नकोस, ते माझ्यावर सोड, तू फक्त बोटीकडे लक्ष दे,'' नेव्हीच्या इतिहासात वयानं सर्वांत ज्येष्ठ असलेले संचालक होऊ घातलेल्या ॲडमिरल आवटींनी मिस्कीलपणे हसत सांगितलं.

'म्हादेई' नेव्हीकडे हस्तांतरित केल्यानंतर थोड्याच दिवसांनी केंद्रीय अबकारी कर विभागानं रत्नाकरच्या नावे एक नोटीस बजावली, त्याच्या ऑफिसवर छापा टाकला आणि त्याच्या खातेवह्या जप्त केल्या. या कारवाईचं कारण- 'म्हादेई'चं अबकारी शुल्क चुकवलं म्हणून! रत्नाकरनं अबकारी कराची कलमं न वाचता मोठ्या विश्वासानं नेव्हीशी करार केला होता. 'म्हादेई' ही नौदलाची बोट असल्याकारणानं तिच्यावर कोणताही कर लागू होणार नाही, अशी ग्वाही त्याला नेव्हीकडून देण्यात आली होती. आता मात्र अबकारी कर विभागाच्या अधिकाऱ्यांनी अंगुलीनिर्देश करून सांगितलं की, त्यांच्या नियमानुसार यॉट सोडून इतर सर्व प्रकारच्या बोटींना करातून सूट दिली जाते, कारण त्यांच्या नियमानुसार यॉट किंवा शिडाची नौका ही एक चैनीची वस्तू आहे. 'म्हादेई' ही कामासाठी वापरली जाणारी बोट होती; कोणत्याही दृष्टीने ती चैनीची वस्तू नक्कीच नव्हती. पण कराराचा मसुदा तयार करताना आम्ही तिचा उल्लेख 'यॉट' असा केला होता ही आमची चूक झाली होती. अबकारी कर अधिकाऱ्यांनी वृत्तपत्रात एका यॉटचं नेव्हीकडे हस्तांतर झाल्याची बातमी वाचली आणि बोटनिर्मात्यावर तडक कारवाई केली! आम्ही जर तिला दुसऱ्या नावाने संबोधित केलं असतं तर त्यांनी त्या बातमीकडे ढुंकूनही पाहिलं नसतं.

'नावात काय आहे?' असं जेव्हा शेक्सपिअर म्हणाला होता, तेव्हा अर्थातच त्याला भारतीय नोकरशाही व्यवस्थेचा काहीच अनुभव आलेला नसणार! ही कटकट निस्तरण्यासाठी खूप पैसा द्यावा लागणार, कागद खरडावे लागणार आणि डोकेदुखी ओढवून घ्यावी लागणार, हे आम्हाला लवकरच कळून चुकलं. हे कमीच की काय म्हणून, अबकारी विभागासोबतच असणाऱ्या कस्टम्स- सीमाशुल्क विभागाने आपल्या चुलत भावंडांवर मात करायची ठरवली आणि आणखी मोठ्या करांचा बोजा लादला. त्यांनीच दिलेली सूट ही रद्दबातल असल्याचं जाहीर केलं. ही फारच विचित्र परिस्थिती निर्माण झाली होती- सरकारचा एक हात म्हणजे महसूल विभाग त्याच्याच दुसऱ्या हाताकडून म्हणजे संरक्षण विभागाकडून पैसे उकळण्याचा प्रयत्न करत होता आणि बिचाऱ्या निर्दोष बोटनिर्मात्याची मधल्या मध्ये गळचेपी होत होती.

बोटनिर्मात्याचं संपूर्ण लक्ष आता बोटीकडे असणं आमच्या दृष्टीनं महत्त्वाचं

असल्याकारणानं हा मूर्खपणा आम्हाला परवडण्यासारखा नव्हता. या गोंधळाचा परिणाम रत्नाकरनं स्वतःवर होऊ दिला नाही आणि तो मुळीच डगमगला नाही, हे खरोखरच कौतुकास्पद होतं. सुमारे चार महिन्यांपूर्वीच त्यानं त्याच्या सहायकाला आपल्या व्यवसायाकडे पूर्ण वेळ लक्ष द्यायला सांगितलं होतं आणि तो स्वतः 'म्हादेई'च्या निर्मितीत गुंतून गेला होता. वर उल्लेखलेला सावळा गोंधळ निस्तरायला त्याला तब्बल एक वर्षापेक्षा जास्त काळ लागला. अखेरीस, सगळ्या नोटिसा रद्द करवून घेऊन कराराप्रमाणे सरकारकडून त्याला त्याचे सगळे पैसे मिळाले.

# 'म्हादेई'ची पहिली पावलं

'म्हादेई'ला नेव्हीकडे सुपूर्त केल्याच्या दुसऱ्याच दिवशी रॉबिन गोव्यात येऊन दाखल झाले. आम्ही त्यांना आदल्या दिवशी झालेल्या समारंभासाठी आमंत्रित केलं होतं, पण त्यांच्या व्यस्त वेळापत्रकामुळे ते येऊ शकले नव्हते. 'म्हादेई'वर एकदा तज्ज्ञ नजर फिरवायला, सगळी साधनं नीट बसली आहेत की नाही ते बघायला आणि मला कानमंत्र द्यायला ते आले होते. त्यांनी आधीचा संपूर्ण आठवडा आर्क्टिक खंडात वजा ४३ अंश सेल्सिअस अशा हाडं गोठवणाऱ्या थंडीत काढला होता, त्यामुळे त्यांना लख्ख सूर्यप्रकाश आणि उबदार हवा यांची गरज होती. त्यांची ही भेट अत्यंत आनंददायी आणि फलदायी ठरली. इंडियन नेव्हल अकॅडमीच्या वॉर्डरूममध्ये रॉबिन यांची राहण्याची व्यवस्था केली होती आणि 'म्हादेई'चं वास्तव्यही तिथेच होतं, त्यामुळे आम्ही रत्नाकर, ओटाव्हियो आणि इतर उत्सुक सहकारी, मित्र यांच्यासोबत रोजच नौकाविहाराला जात होतो. प्रत्येक दिवशी काहीतरी नवीन शिकायला मिळत होतं. रॉबिन अनेक छोट्या छोट्या पण महत्त्वाच्या सूचना बोटीच्या सुधारणांच्या दृष्टिकोनातून करत होते आणि त्या सूचना अशा होत्या की त्यांच्यासारख्या आयुष्यभर नौकानयनाचा अनुभव गाठीशी असलेल्या माणसाखेरीज अन्य कुणालाही सुचल्या नसत्या. त्यांची भेट संपताना, बोटीवर कराव्या लागणाऱ्या गोष्टींची भली थोरली यादी आमच्याजवळ तयार झाली होती. असं असलं तरी 'म्हादेई' रॉबिन यांच्या परीक्षेत उतरली होती. निघण्यापूर्वी अभ्यागतांसाठी असलेल्या पुस्तिकेत त्यांनी नोंद केली, 'जगभर सफर करण्यासाठी ही खूपच मजबूत आणि छान बोट आहे.' एक वर्षापूर्वीची आमची परिस्थिती पाहता, ही कौतुकाची थाप आमच्यासाठी अभिमानाचीच गोष्ट होती.

आतापर्यंत 'म्हादेई'ला घेऊन मी केलेली सगळ्यात मोठी सफर होती एका रात्रीची. त्यातही रॉबिन, रत्नाकर आणि ओटाव्हियो माझ्याबरोबर होते. आता तिला अन्यत्र घेऊन जाण्याची, थोडंफार जग दाखवण्याची आणि तिच्या गाठीला काही सागरी मैल बांधण्याची वेळ झाली होती. पहिला विचार मनात आला तो स्वाभाविकपणे

मुंबईचा. तिची अधिकृतपणे नोंदणी मुंबईत झाली होती, त्यामुळे तिचं घर खरंतर ते होतं. यापूर्वी, इतर बोटींवर प्रशिक्षण घेण्याच्या हेतूने केलेल्या सफरींच्या वेळी खलाशी न मिळण्याचा मला जो अनुभव आला होता, तो लक्षात घेऊन मुंबईपर्यंत मी एकट्यानंच जायची योजना आखली होती. मागच्या वेळी त्या बोटी एकट्यानं नेणं मला कठीण गेलं असतं म्हणून मी खलाश्यांच्या शोधात होतो, कारण दुसरा पर्याय नव्हता. आता माझ्याकडे एकट्यानं नेऊ शकेन अशी बोट होती आणि या संधीचा शंभर टक्के फायदा उठवण्याची इच्छाही होती. मी माझा मनोदय ॲडमिरल आवटींना सांगितला तेव्हा त्यांनी माझ्याबरोबर येण्याची इच्छा व्यक्त केली. त्यांना नकार देणं मला शक्यच नव्हतं, पण त्यांच्या उतरत्या वयाची मला चिंता वाटत होती.

"तुमची पत्नी या गोष्टीला संमती देत असेल तर माझी काहीच हरकत नाही, सर. तुम्ही त्यांना आधी विचाराल का प्लीज?" मी म्हणालो. मला माहीत होतं की एका नवख्या बोटीवर नवख्या कप्तानाबरोबर आपल्या ८२ वर्षांच्या पतिराजांना पाठवायचं म्हणजे त्यांच्या पत्नीच्या जिवाला घोर लागला असता. ॲडमिरल साहेबांनी पत्नीचं मन कसं वळवलं ते माहीत नाही; पण दोनच तासांनी त्यांचा उल्लसित स्वरात मला फोन आला आणि मी बोटीवर असताना 'म्हादेई'वर सफर करू द्यायला पत्नीची काही हरकत नसल्याची बातमी त्यांनी दिली.

३ मार्चच्या (२००९) सकाळी आम्ही गोवा सोडलं आणि दुपारपर्यंत समुद्रावरून येणाऱ्या वाऱ्यांचा वेग वाढला की शिडं उभारण्याची तयारी ठेवण्याची योजना आखली. ५ मार्च २००९ रोजी आम्ही मुंबईत पोचू अशी अपेक्षा होती, त्यानुसार वेस्टर्न नेव्हल कमांडनं दुपारी आमच्यासाठी स्वागत समारंभ करण्याची तयारी केली होती. आम्ही गोव्याहून निघेपर्यंत बोटीचं काही ना काही काम सुरूच होतं आणि तरीही बऱ्याच गोष्टी करायच्या बाकी होत्या. उपकरणं बसवण्याच्या कामी माझाही हातभार लागला होता, तरी सगळ्या गोष्टी एकट्यानं हाताळणं, हा माझ्यासाठी नवीनच अनुभव होता. आजवर समुद्रावर सफर करताना येणाऱ्या अडचणी सोडवायला रत्नाकर आणि ओटाव्हियो नेहमीच माझ्याबरोबर असायचे. आता हे सुख मला लाभणार नव्हतं.

आम्ही इंजिनच्या साहाय्यानं मांडवी नदीच्या बाहेर आलो. ॲडमिरल साहेबांनी सुकाणू हाती धरलं, तर मी शिडं उभारली. समुद्रावरून येणाऱ्या वाऱ्यांना अजून गती प्राप्त झाली नव्हती त्यामुळे इंजिन काही काळ चालू ठेवण्याचा मी निर्णय घेतला आणि इंजिन सुरू राहावं यासाठी इंधनाच्या टाकीत भर घालू लागलो. इंजिनाला हे काही पसंत पडलं नसावं, त्यानं खडखडाट करत आपला निषेध नोंदवला आणि मग निपचित पडून राहिलं. एकीकडे बोटीची शिडं उभारत असताना

दुसरीकडे इंजिनाचा विचार करत मी फेऱ्या मारत होतो, तेव्हा ॲडमिरल साहेबांनी मला बंदराकडे परत फिरण्याचा आग्रह केला.

''काय झालं?'' त्यांनी काळजीनं मला विचारलं.

''मला नक्की समजत नाहीये, तेच जाणून घेण्याचा प्रयत्न करतोय,'' मी विचारात गढलेलो असल्यानं काही न उमजून उत्तरलो.

''मला वाटतं, आपण बंदराला परत जावं, जे काही झालं आहे ते दुरुस्त करावं आणि मग मुंबईसाठी निघावं. मुंबईच्या ईटीए (Estimated Time of Arrival - आगमनाची अनुमानित घटिका)ची चिंता करू नकोस, मी ते कमांडर इन चीफशी बोलून निस्तरेन. तू फक्त आपल्याला (बोटीला) खेचून नेण्यासाठी दुसऱ्या बोटीची व्यवस्था करायला रत्नाकरला सांग,'' त्यांनी चिंतायुक्त स्वरात पुन्हा आग्रह केला. मी तोंडातल्या तोंडात काहीतरी पुटपुटलो. नक्की काय बिघाड झाला आहे हा विचार अजून माझ्या डोक्यातून गेला नव्हता, तर बंदराकडे परत जाण्याचा विचारही माझ्या मनाला अजून शिवला नव्हता.

''मी म्हणतोय की आपण आता परत फिरू!'' संयमाचा बांध फुटायच्या बेतात आलेल्या ॲडमिरल आवटींचा आवाज जरा चढला.

आता कप्तानाचा अधिकार बजावण्याची वेळ आली आहे हे जाणून मी त्यांच्यासमोर उभा राहिलो, त्यांच्या नजरेला थेट नजर भिडवून त्यांच्याशी जितकं बरोबरीच्या नात्याने बोलणं शक्य होतं तितक्या अधिकारवाणीने म्हणालो, ''सर, ही एक शिडाची बोट आहे आणि जोपर्यंत तिची शिडं उघडलेली आहेत, तोपर्यंत ती पुढे जात राहील. वारा अगदी पडलेला असला तरी मुंबईला पोचेपर्यंत पुरेल इतकं अन्न-पाणी बोटीवर आहे. म्हणून, मी जोपर्यंत हा इंजिनाचा प्रश्न सोडवत नाही, तोपर्यंत तुम्ही नौकानयनाचा मनमुराद आनंद लुटा. आपण माघारी जाणार नाही.''

इंजिनाकडे इंधन घेऊन येणाऱ्या नळ्यांमध्ये हवेचे बुडबुडे तयार झाले होते ही समस्या माझ्या लक्षात आली आणि ती ॲडमिरल साहेबांच्या मदतीनं दूर करून इंजिन पुन्हा सुरू करण्यात मला यश आलं. त्या दिवशी ॲडमिरल आवटींच्या मनात नेमकं काय होतं ते गुपित सांगणारं पत्र आमची सफर सुरक्षितपणे पार पाडल्यानंतर काही दिवसांनी त्यांनी मला पाठवलं. हसत हसत ते पत्र वाचताना माझ्या मनात विचार आला, ''माझा परीक्षाकाळ कधी संपणार आहे की नाही!'' त्यांनी लिहिलं होतं—

*'...गोव्यातून आपण बाहेर पडलो त्या पहिल्याच दिवशी सकाळी तुझा निश्चय अगदी स्पष्ट दिसून आला. इंजिनाने संप पुकारला तेव्हा तुझा निर्धार पक्का होता. त्या वेळी मी तुला आमिष दाखवून पाहिलं, पण तू त्या जाळ्यात सापडला नाहीस. तू इंजिन सुरू केलंसच. तुझा कामाच्याप्रति असलेला दृढनिश्चय बघून मला आनंद*

*झाला. शाबास! तू माझ्याशी ज्या वास्तववादी पद्धतीनं वागलास, बोललास त्यासाठीसुद्धा तुझं कौतुक करावंसं वाटतं. मला हांजी-हांजी करणाऱ्या, लांगूलचालन करणाऱ्या व्यक्ती आवडत नाहीत! बरं झालं, तू त्यांच्यापैकी नाहीस.'*

इंजिन सुरू झाल्यानंतरची आमची मुंबईपर्यंतची सफर तशीच रोमांचक झाली. दुसऱ्या दिवशी सकाळपर्यंत चांगल्या वाऱ्याच्या शोधात आणि मासेमारीसाठी समुद्रात टाकलेली जाळी टाळण्यासाठी आम्ही किनाऱ्यापासून ५० सागरी मैलांपेक्षाही लांब गेलो होतो. आमचा उपग्रह संपर्क संच बंद पडला होता आणि नेव्हीला आमच्याबद्दल काही कळेनासं झालं होतं; पण ही बाब फार चिंता करण्याजोगी नव्हती. दुर्दैवानं, सकाळी सौ. आवटींना काळजी वाटून त्यांनी थेट वेस्टर्न नेव्हल कमांडच्या मुख्य अधिकाऱ्यांना फोन लावला आणि आपल्या पतीचा ठावठिकाणा विचारला; नंतर एकच गदारोळ उठला! बोटीवर आम्हाला याचा काहीच पत्ता नव्हता आणि आम्ही अगदी मजेत होतो; मस्त गरमगरम नाश्ता करत होतो. नौदलाच्या पद्धतींचा चांगलाच अनुभव असलेल्या ॲडमिरल साहेबांनी आदल्या रात्रीपासून नेव्हीशी काही संपर्क झाला आहे का ते मला विचारलं. संपर्कयंत्रणा काम करत नसल्याचं मी त्यांना सांगितलं आणि जास्तीत जास्त किनाऱ्याजवळ जाऊन मोबाइल फोनवरून नेव्हीला आपली खुशाली कळवण्याचा प्रयत्न करत असल्याचंही खात्रीपूर्वक सांगितलं.

''मला वाटतं, एक तासाच्या आत आपल्याला त्यांच्याकडून काहीतरी निरोप येईल; तसं जर झालं नाही तरच मला आश्चर्य वाटेल,'' ते मोठ्या आत्मविश्वासानं म्हणाले. तसंच झालं. एक तासाच्या आत नेव्हीच्या टेहळणी विमानाकडून व्हीएचएफ संपर्कयंत्रणेवरून मला संदेश आला. ते आमची स्थिती जाणून घेण्यासाठी आमच्याशी संपर्क साधायचा प्रयत्न करत होते. काहीच मिनिटांत ते विमान आमच्या डोक्यावर घिरट्या घालायला लागलं आणि त्यापाठोपाठ नौदल आणि तटरक्षक दलाची जहाजं आमच्या भेटीसाठी येताना दिसली. त्या सगळ्यांना आमच्यावर नजर ठेवायला सांगण्यात आलं होतं.

ताशी १८ सागरी मैल वेगानं वाहणारं जोरदार वारं पाठीशी घेऊन आम्ही ५ मार्च २००९ रोजी मुंबई गाठली. नेव्हल डॉकयार्डमध्ये प्रवेश करण्याआधी आणि कमांडर इन चीफकडून औपचारिकरीत्या स्वागत स्वीकारण्याआधी मुंबई बंदरात विहार करायला खूप मजा आली. माझ्यासाठी हा दिवस खूप महत्त्वाचा होता; मनात संमिश्र भावनांनी गर्दी केली होती. माझे वडील हयात असते तर त्या दिवशी त्यांचा ६७ वा वाढदिवस असता. त्यांना स्वतःच्या हातानं काम करायला आवडायचं आणि 'म्हादेई'चं काम करायला, तिच्यावर सैर करायला त्यांना नक्कीच खूप आवडलं असतं. शिवाय, धक्क्याच्या शेवटच्या टोकाला माझी पहिली आणि

एकमेव नेव्हल कमांड आयएनएसडीबी टो-५५ सेवेतून निवृत्त केली जात होती. आयुष्य खरंच एक नवीन वळण घेऊन पुढे सरकलं होतं!

स्वागत समारंभानंतर पत्रकार परिषदेचं आयोजन करण्यात आलं होतं. माझ्या मोहिमेसंदर्भात ही पहिलीच पत्रकार परिषद होती आणि भविष्यात मला लाभणाऱ्या प्रसिद्धीची ही झलक होती. अर्धा डझन पत्रकारांना पुनःपुन्हा तीच कहाणी सांगून मी घरी पोचलो तेव्हा एका हिंदी टीव्ही चॅनेलच्या पत्रकाराकडून मला फोन आला. काही वेळापूर्वीच त्यानं माझी मुलाखत घेतली होती आणि ती टीव्हीवर प्रसारित करण्यापूर्वी काही मुद्द्यांबाबत त्याला माझ्याकडून स्पष्टीकरण हवं होतं. ती हिंदीतली मुलाखत मी इथे हिंदीतच देत आहे, म्हणजे त्यातल्या विनोदाची खुमारी आणखीनच वाढेल—

पत्रकार - हमें बताया गया है कि आप की बोट हवा से चलती है; क्या यह सच है?

मी - जी!

पत्रकार - पर हमें पता चला है कि उस में इलेक्ट्रिसिटी है?

('आता कसं पकडलं!' असा विचार त्याच्या मनात आला असावा, 'तुम्ही सगळ्यांना वेड्यात काढता काय! प्रत्यक्षात इलेक्ट्रिसिटी वापरता आणि जगाला सांगता की बोट हवेवर चालते! आता ही खरी बातमी आहे आणि ती मी आधी बाहेर काढणार!')

मी - इलेक्ट्रिसिटी बोट के इन्स्टुनेंट्स और लाइट चलाती है, पर बोट हवा से चलती है। (सॉरी, आता ही बातमी नाही होऊ शकत, आता पुढच्या 'सनसनीखेज' खबरीकडे चला...)

पत्रकार - इस ट्रिप में आप किस जगहपर रुकेंगे?

मी - ऑस्ट्रेलिया, न्यूझीलंड, फॉकलंड्स आणि दक्षिण आफ्रिका.

पत्रकार - अच्छा! ऑ..., न्यू..., स्कॉटलंड, दक्षिण...

मी - स्कॉटलंड नहीं फॉकलंड्स

(या शब्दाचं स्पेलिंग सांगण्याचा दोन वेळा प्रयत्न करूनही समोरून सारखं 'स्कॉटलंड', 'स्कॉटलंड' ऐकू यायला लागल्यावर मी नाद सोडून दिला! म्हणजे आता मला आणखी १५ हजार मैल प्रवास करावा लागणार होता तर!)

यानंतर या मुलाखतीमधला 'सिक्सर' आला—

पत्रकार - हमने सुना है कि आप के बोट में ९०० टन के कील लगे हैं।

(एखाद्या अवाढव्य पुलाच्या गर्डरच्या आकाराचे खिळे माझ्या डोळ्यांसमोर नाचू लागले!)

मी - ९०० नहीं, ‘कील’ ९ टन का है; पूरी बोट का वजन २३ टन है।

पत्रकार - तो ऐसे ९०० टन के कितने कील बोट में लगे हैं?

‘बोट में कितने कील?’ मला समजेना की, लाकडापासून बनवलेल्या बोटीला शेकडो, हजारो खिळे ठोकलेले असतात; ते कोण मोजत बसणार हे याला कसं सांगावं. तेवढ्यात मला काय गडबड झाली आहे ते कळलं!

मी - ये कील हिंदीवाला ‘कील’ नहीं। बोट के एक पार्ट को अंग्रेजी में कील कहते हैं जिसका वजन ९ टन है।

देवाच्या कृपेने ती मुलाखत तिथेच संपली आणि माझी डोकेदुखीही!

# कोलंबोची हाक

या मोहिमेत मला मदत करण्यासाठी कुणाची तरी नेमणूक करण्यात यावी अशी मी नेव्हीकडे गेल्या दोन वर्षांपासून मागणी करत होतो. नौदल मुख्यालयातल्या माणसांनी 'एकल' हा शब्द फारच गांभीर्यानं घेतलेला दिसत होता आणि आतापर्यंत मी एकट्यानंच सगळ्या जबाबदाऱ्या हाताळाव्यात, अशी त्यांची अपेक्षा असल्याचं दिसत होतं. दिवसागणीक वाढणारा कागदपत्रांचा पसारा हाताळणं आणि त्याच वेळी नौकानयनाला लागणाऱ्या आवश्यक बाबी पूर्ण करणं, अशी तारेवरची कसरत माझ्यासाठी अवघड होत चालली होती. अखेरीस, २००९ सालच्या मार्च महिन्याच्या शेवटी लेफ्टनंट कमांडर अभिलाष टॉमी याची माझा सहायक म्हणून नेमणूक झाली. सागरी टेहळणी पायलट (वैमानिक) असलेल्या अभिलाषनं त्याची नौकानयनाची कारकीर्द छोट्या नावेचा नाविक म्हणून सुरू केली होती. काही महिन्यांपूर्वी व्होल्व्हो ओशन रेसदरम्यान कोचीच्या थांब्यावर किनारा सुविधा व्यवस्थापक म्हणून त्यानं काम पाहिलं होतं आणि त्यानंतर प्रो. राधाकृष्णन यांच्यासोबत एडनच्या आखातात तो सफरीवर गेला होता. माझ्यासाठी सहायक म्हणून काम करण्यासाठी ज्या तिघांनी आपणहोऊन नाव दिलं होतं, त्यांपैकी तो एक होता. माझ्याबरोबर काम करण्यासाठी नेव्हीनं त्याची निवड करेपर्यंत मी 'म्हादेई'ला घेऊन मुंबई ते गोवा अशी सफर करण्यासाठी सज्ज झालो होतो. स्थानिक बोलीभाषेत ज्याला तांडेल म्हणतात, अशा प्रमोद या नव्यानंच नियुक्त झालेल्या वरकाम्याला घेऊन मी गोव्याला निघणार होतो, त्यापूर्वी मुंबईत करण्याच्या कामांची यादी मी अभिलाषकडे सोपवली.

मी पुढच्या मुक्कामाला पोचायच्या आधी कुणीतरी खात्रीपूर्वक आपलं काम करणार आहे आणि अशी कामं दुसऱ्यावर सोपवून आपल्याला निश्चिंत मनानं समुद्रावर जायला मिळणार आहे, ही भावना किती दिलासा देणारी होती! मुंबई ते गोवा ही सफर विशेष काही न घडता जलदगतीनं पार पडली. आमच्या पाठीशी वायव्येकडून येणाऱ्या वाऱ्यांची चांगली साथ होती. आधीच्या सफरीप्रमाणे बोटीवर कुणी 'सिलेब्रिटी' नाविक नसल्यामुळे आमच्याकडे आता कुणाचं लक्ष नव्हतं.

मुंबईच्या मुक्कामात उपग्रह संपर्क संचाच्या दुरुस्तीचं काम मी करून घेतलं होतं, त्यामुळे मी चोवीस तास फोनवर उपलब्ध होतो.

आम्ही गोव्याला पोचलो आणि थोड्याच दिवसांत अभिलाष आम्हाला येऊन मिळाला. कोणत्याही मोठ्या सफरीवर जाण्यापूर्वी एक फार विचित्र समस्या उभी राहिली होती, ती सोडवणं गरजेचं होतं. आमच्या शिडांच्या कडा गरजेपेक्षा थोड्या जास्त लांब होत्या आणि त्या कमी करणं आवश्यक होतं. हे करण्याची सुविधा भारतात उपलब्ध नव्हती, त्यामुळे शिडं बनवणाऱ्यानं ती दुरुस्तीसाठी हाँगकाँगला किंवा न्यूझीलंडला पाठवण्याची शिफारस केली. शिडांचं काम निःशुल्क केलं जाणार होतं, तरी हवाई मालवाहतुकीचा मोठा बोजा रत्नाकरला उचलावा लागणार होता. शिडांविना बोट महिनाभर तशीच राहणार होती, त्यामुळे आमचं वेळापत्रक विसकटणार होतं. त्याहीपेक्षा महत्त्वाचं म्हणजे, कस्टम्स विभाग आधीच नेव्हीच्या आणि रत्नाकरच्या मागे हात धुऊन लागलेला असताना दुरुस्तीसाठी शिडं परदेशात पाठवणं आणि ती पुन्हा तिकडून आयात करणं, हे जोखमीचं काम होतं. आम्ही उपाय शोधण्याचा प्रयत्न करत असताना मला शिडांबरोबर दिल्या जाणाऱ्या एका पिशवीवर 'मेड इन श्रीलंका' अशी अक्षरं दिसली. शिडं बनवणाऱ्यानंही या गोष्टीला पुष्टी दिली की, श्रीलंकेत शिडं उत्पादनाची सुविधा आहे आणि आम्ही जर शिडं तिथे घेऊन जाऊ शकलो तर तो तिथल्या लोकांना दुरुस्ती कशी करायची ते सांगू शकेल.

ही आमच्यासाठी उत्तम बातमी होती. शिडं बांधून विमानानं पाठवण्यापेक्षा कोचीहून ३०० सागरी मैल अंतरावर असलेल्या श्रीलंकेला बोट घेऊन जाणं जास्त सोपं आणि कमी खर्चाचं ठरेल, असं आम्ही ठरवलं. तसंही आम्हाला बोटीला जास्तीत जास्त सागरी अनुभव द्यायचाच होता, मग श्रीलंकेलाच का जाऊ नये! त्यामुळे आमचा कस्टम्सशीही काही संबंध येणार नव्हता, विमानाचा खर्चही वाचणार होता आणि शिडांचं काम आमच्या डोळ्यांसमोर करून घेता येणार होतं.

८ एप्रिल २००९ या दिवशी आम्ही गोव्याहून कोचीसाठी प्रस्थान ठेवलं. काही दिवस तिथे थांबून इमिग्रेशनची औपचारिकता पूर्ण करून कोलंबोकडे प्रयाण करायचं, अशी योजना होती. मुंबईहून आल्यापासून आम्ही शक्य होईल तेव्हा 'म्हादेई'ला घेऊन दिवसभराच्या छोट्या सफरींवर जात होतो. मात्र, अभिलाषबरोबर ही माझी पहिली रात्रीची सागरी सफर होती. मध्यरात्र होत असताना आम्ही कोचीला पोचलो तेव्हा आमच्या सोबतीला विजांचा कडकडाट, ढगांचा गडगडाट आणि सोसाट्याचा वारा होता. पुढे जेव्हा आम्ही नौकानयनाला सरावलो, तेव्हा आम्हाला या विषुववृत्तीय वादळांची ओळख झाली आणि आम्ही शिडं कमी करून त्यांच्याकडे दुर्लक्ष करायला शिकलो; परंतु त्या रात्री 'म्हादेई'वर असताना पहिल्यांदाच हा अनुभव घेतल्यामुळे तो फारच नाट्यमय वाटला. कोचीत एक छोटा मुक्काम करून आम्ही

'म्हादेई'च्या पहिल्या विदेश दौऱ्यासाठी कोलंबोला निघालो.

त्या वेळी श्रीलंकेचा एलटीटीई विरुद्ध सुरू असलेला संघर्ष शिगेला पोचला होता आणि कोलंबो बंदराला एखाद्या तटबंदी असलेल्या किल्ल्याचं स्वरूप आलं होतं. छोट्या बोटींना, मच्छीमारी करणाऱ्या नावांना आसपासदेखील फिरकायची बंदी होती. आमची नौदलाची बोट असल्याकारणानंच केवळ आम्हाला प्रवेश करण्याची आवश्यक ती परवानगी देण्यात आली. गुरुवारी सकाळी आम्ही कोची सोडलं आणि रविवारी सकाळपर्यंत कोलंबोला पोचू, असं सगळ्यांना सांगितलं. बंगालच्या उपसागरात उष्ण कटिबंधीय चक्री वादळ तयार होत होतं त्यामुळे मानारच्या आखातात वाऱ्यांवर 'फनेलिंग इफेक्ट' (नरसाळ्यासारखा परिणाम) तयार झाला होता. आमच्यावर पहिल्यांदाच मुख्य शिडाची घडी करण्याची वेळ आली; कारण वाऱ्यानं ताशी २० सागरी मैलांपेक्षाही जास्त वेग पकडला होता आणि दोन मीटर उंचीच्या लाटा उसळत होत्या. बोटीवर एक वेगळ्याच प्रकारची धांदल उडाली होती; कारण तिला थोडी काळजीचीही किनार होती. अशा प्रकारच्या हवामानातून आम्ही 'म्हादेई'ला प्रथमच घेऊन चाललो होतो. त्यानंतर काहीच महिन्यांत मला आणि अभिलाषला या अशा परिस्थितीची इतकी सवय झाली की आम्ही अशा वेळी निश्चिंतपणे झोपी जात असू. बोट स्वतःची काळजी घ्यायला समर्थ आहे, हे तोपर्यंत आम्हाला माहीत झालं होतं.

वाऱ्याची उत्तम साथ मिळाल्यामुळे शुक्रवारी संध्याकाळपर्यंत आम्ही कोलंबोपासून ३० सागरी मैलांपेक्षाही कमी अंतरावर पोचलो होतो आणि शिडं कमी करून बोटीचा वेग कमी करण्याचा प्रयत्न करत होतो. आम्ही एक दिवस आधीच कोलंबो बंदरात प्रवेश करू शकतो का, हे विचारण्यासाठी नौदल मुख्यालयाला फोन करण्याचं मी ठरवलं. आश्चर्याची गोष्ट ही की काहीतरी मूर्खासारखी सबब सांगून नोकरशहांनी माझी विनंती फेटाळून लावली आणि रविवारी सकाळपर्यंत समुद्रातच वेळ काढा असं आम्हाला सांगण्यात आलं, कारण आमच्या आगमनाची ठरलेली वेळ ती होती! याला काहीच अर्थ नव्हता, म्हणून मी या निर्णयाचा फेरविचार करण्याची विनंती त्यांना करण्याचा प्रयत्न करत होतो.

''सर, वारा ताशी २५ नॉट्सने घोंघावतोय आणि बंगालच्या उपसागरात चक्री वादळ तयार होतंय. आम्ही उद्या सूर्योदयापर्यंत जर सुरक्षितपणे बंदराला पोचू शकणार असू, तर अशा परिस्थितीत आम्ही समुद्रातच वेळ काढावा, अशी तुम्हाला का इच्छा आहे? आम्ही एक दिवस लवकर पोचलो तर श्रीलंकेच्या नेव्हीची काही हरकत नाही, असं भारतीय संरक्षण सल्लागारानं कळवलं आहे,'' मी विनवलं.

''ठीक आहे, मी तुमच्याशी परत बोलतो,'' फोन ठेवण्यापूर्वी पलीकडचा तो आवाज म्हणाला.

दोन तास वाट बघितल्यानंतर मी जरासा अस्वस्थ झालो. मी जेव्हा सॅटेलाइट फोन तपासला, तेव्हा तो बंद झाला असल्याचं मला आढळलं. वा! आता दिल्लीतल्या साहेब लोकांशी संपर्क साधण्याचा मार्गच खुंटला होता आणि आम्हाला शेवटचा आदेश मिळाला होता तो रविवारी सकाळपर्यंतच समुद्रावरच राहण्याचा. माझा विश्वासू खलाशी अभिलाषला मी ही बातमी सांगितली. ''उद्या 'म्हादेई'वर रविवार साजरा करण्यात येणार आहे (नेव्हीच्या भाषेत बोलायचं तर 'सुटीचा दिवस'). समुद्रावर आता सुटीची मजा लुटा! आपण बोट चालविण्याचं काम वाटून घेऊ आणि आळीपाळीनं झोप काढू.''

सकाळपर्यंत वारं एकदम पडलं आणि तापमान अचानक ४० अंश सेल्सिअसपर्यंत वर गेलं. आम्ही बंदराच्या जवळ बोट नेली आणि बंदर नियंत्रकांना फोनवरून आमचं अभिवादन संरक्षण सल्लागाराकडे पोचवण्याची विनंती केली. बाकीचा सगळा दिवस आणि त्यानंतरची रात्र आम्ही काहीही न करता निर्हेतुकपणे कोलंबो बंदराबाहेर इकडेतिकडे फिरण्यात घालवली आणि अखेरीस पूर्वनियोजित वेळापत्रकानुसार रविवारी सकाळी कोलंबो बंदरात प्रवेश केला.

मला नंतर असं कळलं की, आम्ही आळीपाळीने शांतपणे बोटीवर झोपेचा आनंद लुटत असताना दिल्लीतल्या नेव्हीच्या परिचालन केंद्रात- 'वॉर रूम'मध्ये युद्धजन्य परिस्थिती उद्‌भवली होती. आमची जबाबदारी या केंद्राकडे होती आणि आमची सॅटेलाइट फोनयंत्रणा बंद होण्याआधी या केंद्राकडे शेवटचा संदेश गेला होता की हवामान खूप खराब होत चाललं आहे आणि आम्हाला समुद्रात सुरक्षित वाटत नाही. त्यानंतर संपर्क तुटल्यामुळे आमच्या सुरक्षिततेबाबत तर्कवितर्कांना ऊत आला आणि 'वॉर रूम'मधल्या लोकांनी त्यांच्या कल्पनाशक्तीला मोकळं सोडलं, वेगवेगळे अंदाज वर्तवले जाऊ लागले, आम्हाला वाचविण्याची योजना बनवण्यात त्यांनी सगळी रात्र जागून काढली. दुसऱ्या दिवशी पहाटे उजाडतानाच शोधकार्य सुरू करण्यासाठी विमान पाठवायचं ठरलं. या सावळ्या गोंधळातून जो धुरळा उठला तो सकारात्मक पावलं टाकायला कारणीभूत ठरला, विशेषतः या समस्येचं मूळ म्हणजे, फोनमध्ये पुरेसा बॅलन्स नसल्याचं फुटकळ कारण उजेडात आलं तेव्हा. या घटनेनंतर, समुद्रात असलेल्या नेव्हीच्या कोणत्याही नौकेकडे पुरवलं जातं तसं लक्ष आणि संघटित पाठिंबा 'म्हादेई'लाही मिळायला लागला. आमच्याकडे असलेल्या 'फ्लीट ब्रॉडबॅन्ड' सेटला अतिरिक्त साहाय्य म्हणून एक तात्पुरता इरिडिअम सॅटेलाइट फोनही आम्हाला मिळाला.

आम्ही बोट धक्क्याला बांधल्या-बांधल्या लगेचच कामाला सुरुवात केली. शिडं काढून घेतली आणि ती दुसऱ्या दिवशी कारखान्यात पाठवण्यासाठी बांधून तयार ठेवली. तो कारखाना पाहून आमचे डोळे विस्फारले. त्यात शेकडो कामगार

आणि त्यात मोठ्या संख्येने महिला कामगार वेगवेगळ्या प्रकारच्या बोटींसाठी विविध प्रकारची शिडं तयार करत होत्या; अगदी लहान बोटींपासून ते सुपर यॉट्सपर्यंत. गंमत म्हणजे, वर्षानुवर्षं हे काम करत असूनही ती शिडं बोटींवर काय कामं करतात हे त्यांतल्या बहुतेकांना माहीत नव्हतं; पण ते जाणून घेण्याची उत्सुकता होती. आम्ही परत गेलो की शिडं लावलेल्या आमच्या बोटीचे फोटो पाठवायचं आश्वासन त्यांना दिलं. शिडं तयार झाल्यावर आम्ही ती बोटीकडे घेऊन आलो आणि ती बांधायला सुरुवात केली. श्रीलंकन नेव्हीकडून मदतीला काही नाविक आपणहोऊन आले होते. त्यांच्या मदतीमुळे आणि जवळपास उभ्या असलेल्या जहाजांवरून येत असलेल्या गरमगरम चहामुळे आम्ही दुप्पट उत्साहानं कामाला लागलो. एक आठवड्याच्या आतच आम्ही काम पूर्ण केलं आणि स्वगृही परतायला तयार झालो.

समोरून येणारं वारं किंवा अजिबातच न वाहणारं वारं यामुळे परतीचा प्रवास संथ गतीनं झाला. संपूर्ण प्रवासात किनाऱ्यापासून शक्यतो लांब राहण्यावर माझा कटाक्ष होता; परंतु 'म्हादेई'ला भारताचं दक्षिण टोक असलेल्या केप कोमोरिन (कन्याकुमारी)ला भेट देण्याची अनावर इच्छा होती. तिनं वायुदेवाशी संगनमत केलं आणि आम्ही त्या टोकापासून काही मैलांवर आलो. तिथून आम्हाला वाऱ्यानं वाहून आणलेल्या वाळूनं भरलेले किनारे आणि त्यापलीकडचे डोंगर दिसले. कोचीला एक छोटा मुक्काम करून आम्ही गोव्याकडे निघालो तेव्हा पुढच्या सफरीच्या नियोजनाला सुरुवातही केली होती.

कोची सोडल्यानंतर सकाळी एका व्यापारी जहाजाला आम्ही धडकता धडकता थोडक्यात वाचलो. अशा प्रकारचा हा आमचा पहिलाच अनुभव होता. शिडाची होडी किती नाजूक आणि असुरक्षित असते, ते आमच्या चांगलंच लक्षात आलं. मी थोडा वेळ खालच्या डेकवर झोपायला गेलो होतो, अभिलाष डेकवर होता आणि हलक्या वाऱ्यात 'म्हादेई' स्वयंचालकावर आरामात चालली होती. काहीही कारण नसताना मला अचानक दचकून जाग आली आणि सगळं ठीक आहे ना ते पाहण्यासाठी मी धडपडत उठून डेकवर धावलो. अभिलाषला डुलकी लागली होती आणि अग्रभागी 'डॉटलेस' (नीडर) असं ठळक अक्षरात नाव असलेला एक प्रचंड मोठा लाल टँकर आमच्या मागच्या बाजूकडे २०० मीटरपेक्षाही कमी अंतरावर होता आणि सरळ आमच्याच दिशेनं येत होता. दोन-तीन मिनिटांतच तो आम्हाला तुडवून 'नीडर'पणे आणि नकळतपणे निघून गेला असता! मी कशीबशी बोट अक्षरशः काटकोनात वळवली आणि टँकरच्या मार्गातून बाजूला काढली. टँकर सरसर करत आमच्या बाजूनं गेला तेव्हा त्याच्यामुळे डचमळलेल्या पाण्याच्या चांगल्याच थपडा आमच्या बोटीवर बसल्या.

आणखी काही न घडता आम्ही गोव्याला पोचलो. 'म्हादेई'वर करण्याच्या काही छोट्या दुरुस्त्यांची यादी रत्नाकर आणि अभिलाषकडे सोपवून मी दिल्लीकडे प्रयाण केलं. पूर्ण झालेल्या सफरीचा अहवाल नौदल मुख्यालयाला सादर करायचा होता, चुकांपासून काही शिकायचं होतं आणि पुढची मॉरिशसची सफर सुनियोजित करायची होती. 'म्हादेई'साठी ही अखेरची चाचणी आणि माझ्यासाठी प्रशिक्षणाची ही शेवटची संधी असणार होती.

श्रीलंकन नौदलाचे उपप्रमुख ॲडमिरल समरसिंघे यांच्याबरोबर.

# मॉरिशसची साहसयात्रा

योग्य वेळी मॉरिशसची सफर करणं महत्त्वाचं होतं. मेच्या मध्यापर्यंत विषुववृत्ताच्या जवळ पोचणाऱ्या नैर्ऋत्य मॉन्सूनच्या जोरदार वाऱ्यांना पाठीशी घेऊन परतीचा प्रवास सुरू करायचा अशी कल्पना होती, म्हणजे उत्तरेस अरबी समुद्राकडे जाणाऱ्या त्या वाऱ्यांचं पाठबळ बोटीला मिळू शकलं असतं. दक्षिण महासागरातही अशा प्रकारच्या मागून येणाऱ्या वाऱ्यांचा आणि सागरी प्रवाहांचा मला पुढे सामना करावा लागणार होता, त्या वेळी नौकानयन करताना हा अनुभव मला उपयोगी पडला असता. अर्थात, हा विचार मी तेव्हा केला होता; पण जेव्हा प्रत्यक्ष दक्षिण महासागराच्या रौद्र, भीषण स्वरूपाचा मी काही महिन्यांनी अनुभव घेतला तेव्हा. नैर्ऋत्य मॉन्सून म्हणजे सूर्यापुढे काजवा असावा तसा वाटला! आधीच्या योजनेप्रमाणे मी, रॉबिन, रत्नाकर आणि अभिलाष गोव्याहून मॉरिशसला जाणार असं ठरलं होतं. मी त्यांना मॉरिशसला सोडून एकटा परतीचा प्रवास करणार होतो. पण दुर्दैवाने, रॉबिन आणि रत्नाकरला काही कारणाने जमणार नव्हतं म्हणून मग मी आणि अभिलाष जाण्यासाठी सज्ज झालो.

१५ मे २००९ रोजी कलत्या दुपारी आम्ही गोव्याहून निघालो. आम्हाला निरोप द्यायला नेव्हीचं हेलिकॉप्टर वर घिरट्या घालत होतं, त्या वेळी त्यामधून आमचे फोटोही काढले गेले. उत्तर-पश्चिम दिशेकडून वाहणाऱ्या समुद्री वाऱ्यांनी आम्हाला किनाऱ्यापासून खुल्या समुद्रात जाण्यासाठी मदत केली आणि सूर्यास्त होईपर्यंत किनारा नजरेआड झाला. मी बोटीवर पाहणी करत असता मला आढळलं की प्रॉपेलर शाफ्टची बेअरिंग धरून ठेवणारा थ्रस्ट ब्लॉक जवळजवळ मुळापासून निघून आला होता. याचाच अर्थ, आम्ही इंजिन जास्त वेळासाठी वापरू शकणार नव्हतो. दुरुस्तीसाठी मागे फिरणं किंवा जाता-जाता कोचीला थांबणं म्हणजे एक-दोन दिवसांचा विलंब झाला असता आणि पुढचं सगळं वेळापत्रक कोलमडलं असतं. नौदल मुख्यालयाला नंतर द्याव्या लागणाऱ्या स्पष्टीकरणांची मला जास्त काळजी वाटत होती; कारण या सफरीसाठी संमती मिळवताना मला जिवाचं रान करावं

लागलं होतं. ही यात्रा सुरक्षितपणे पार पाडायला बोट आणि खलाशी समर्थ आहेत ही बाब अनेकांच्या गळी उतरवताना माझ्या नाकी नव आले होते. उद्‌भवलेल्या अडचणीचा उल्लेख मी कुणाकडेच, अगदी माझा एकमेव खलाशी असलेल्या अभिलाषकडेसुद्धा केला नाही. 'त्याला आत्तापासून कशाला घोर लावायचा?' डेकवर उभं राहून मस्तपैकी सूर्यास्ताची आणि गार वाऱ्याची मजा घेणाऱ्या अभिलाषकडे बघून मी विचार केला. पुढच्या आठवडाभरात आम्ही दक्षिणेकडे सुमारे एक हजार सागरी मैल प्रवास करून विषुववृत्तापर्यंत येऊन पोचलो, हा प्रवास फार छान झाला. समुद्र शांत होता, वारा पाठीकडून वाहत होता त्यामुळे जवळजवळ पूर्ण वेळ 'जेनेकर' (वाऱ्याच्या दिशेबरोबर जाताना वापरण्याचं, बोटीच्या अग्रभागी जोडलेलं शीड) उघडून 'म्हादेई' मजेत दक्षिणेला जात होती. आम्ही अगदी सहजपणे पुढे जात होतो, शीड गुंडाळण्याची किंवा मार्ग बदलण्याची वेळ आमच्यावर आली नाही. आम्ही भारतीय द्वीपकल्प पार केला, आमच्या पूर्वेकडे २०० सागरी मैलांवर श्रीलंका होतं आणि आम्ही मालदीव बेटांच्या आग्नेयेकडून चाललो होतो. ८ अंश दक्षिण अक्षांशापर्यंत दक्षिण दिशेकडे जात राहायचं, चागोस आर्किपेलागोला पश्चिम दिशेला ठेवायचं आणि मग नैर्ऋत्येला मॉरिशसकडे वळायचं, अशी आमची योजना होती. त्यामुळे आम्हाला दक्षिण गोलार्धात आग्नेयेकडून वाहणाऱ्या व्यापारी वाऱ्यांची साथ मिळून जलद गतीने प्रवास करता येणार होता. नौकानयनाशी संबंधित पुस्तकं, इंटरनेटवरला मजकूर, तक्ते यांचा अभ्यास करून आणि हवामानाच्या अंदाजांवरून, अहवालांवरून आडाखे बांधत आम्ही हा सिद्धान्त मांडला होता. आम्हाला लवकरच हे कळून चुकणार होतं की वायुदेवाच्या स्वतःच्याही काही योजना आणि सिद्धान्त असतात आणि तो त्याच्या लहरीप्रमाणे ते अमलात आणत असतो!

विषुववृत्ताजवळ पोचायला दोन दिवस असताना वरुणराजाच्या दूतांनी आम्हाला गाठलं; काळेभोर ढग, मुसळधार पाऊस, सोसाट्याचा वारा आणि उसळणारा राखाडी समुद्र अशा आयुधांनिशी त्यांनी आमच्यावर हल्ला केला. आतापर्यंत शहाण्या मुलीसारखी चाललेली 'म्हादेई' वादळात हेलकावे खायला लागली. पावसात भिजण्याची नवलाई लवकरच ओसरली, दिवसभर सूर्यदर्शन झालं नाही. दोन मीटर उंचीच्या लाटांवर 'म्हादेई' सी-सॉ खेळत असताना २० मे २००९ रोजी पहाटे चारच्या सुमारास आम्ही तिघांनी शिडाच्या होडीतून प्रथमच विषुववृत्त ओलांडलं. त्यानंतर दुसऱ्या दिवशी, सूर्यास्ताच्या सुमाराला, रात्रीच्या स्वयंपाकाची आतमध्ये तयारी करत मी इकडेतिकडे फिरत असताना सगळी विजेवरची उपकरणं अचानक संपावर गेली. बाहेर बसलेल्या अभिलाषनं उडी मारून सुकाणू पकडलं म्हणून बरं, नाहीतर बोटीनं कुशीवर पलटी मारली असती. कोणतीही अडचण पहिल्यांदाच उभी राहिल्यावर उद्‌भवते त्याप्रमाणे घाबरगुंडी उडाली होती आणि काळजाचा ठोका

चुकला. आम्हाला तातडीने काहीतरी उपाय लवकर शोधायला हवा होता, तेही अंधार पडायच्या आत.

"बॅटऱ्यांमध्ये कदाचित काहीतरी गडबड झाली असेल," सुकाणूजवळचं आसन वर उचलून त्याखालच्या बॅटऱ्या तपासून बघत असताना मी पुटपुटलो. आमच्या मुख्य बॅटऱ्यांमध्ये शॉर्टसर्किट तर झालं नसेल ना, या चिंतेनं मला ग्रासलं होतं. एकदाच्या बॅटऱ्या हाताला लागल्यावर मला समजलं की बोट जोरात हिंदकळण्यामुळे त्या जागेवरून हलल्या होत्या. त्यामुळे बॅटऱ्यांची टोकं आणि वायरी वेगळ्या झाल्या होत्या आणि विद्युतपुरवठा खंडित झाला होता. फार मोठं नुकसान किंवा शॉर्टसर्किट झाल्याचं दिसत नव्हतं. मी टोकं वायरींना जोडली आणि सगळं काही सुरळीत झाल्याची आरोळी अभिलाषनं दिली. बोटीतला एक छोटा पण महत्त्वाचा दोष आमच्या ध्यानात आला होता. दक्षिण महासागरातल्या महाकाय लाटांमध्ये बोट टिकवून ठेवायची असेल तर बॅटऱ्या जागच्या जागीच राहतील याचा नीट बंदोबस्त करणं गरजेचं होतं. आम्हाला शक्य होतं तेवढ्या त्या पक्क्या बांधण्याचा प्रयत्न आम्ही केला; नंतर पुढे मॉरिशसमध्ये त्या व्यवस्थितपणे जागेवर पक्क्या करण्याची व्यवस्था केली.

आम्ही जसजसे दक्षिण गोलार्धात पुढे जाऊ लागलो, तशी चागोस आर्किपेलागोला दक्षिणेकडून वळसा घालण्याची आमची योजना वायुदेवतेच्या योजनेपुढे बारगळायला लागली. वारा कधी दक्षिणेकडून, तर कधी पश्चिमेकडून सारखी दिशा बदलू लागला. आमच्यापुढे त्यामुळे दोनच पर्याय उरले, एकतर आग्नेयेकडे ऑस्ट्रेलियाच्या दिशेनं जायचं किंवा वायव्येकडे आफ्रिकेच्या दिशेनं. पण, हे दोन्ही पर्याय कुचकामी होते कारण ते आमच्या ध्येयापासून आम्हाला दूर नेणारे होते. वाऱ्याच्या दिशेचा फायदा घेण्यासाठी बोट वळवावी तर प्रवाळांनी बनलेल्या आर्किपेलागो बेटांच्या मधून जावं लागलं असतं आणि असं करणं म्हणजे आत्मघाताला आपण होऊन आमंत्रण देण्यासारखं झालं असतं. संततधार पावसात आणि राखाडी रंगाच्या त्या महाप्रचंड जलाशयात शिडांच्या साहाय्यानं मिनिटामिनिटाला बोट वळवणं अत्यंत जिकिरीचं आणि वैताग आणणारं काम होतं. दर वेळी मी एका दिशेला जायचा प्रयत्न केला की वाऱ्याची दिशा बदलायची आणि मी काही क्षणांपूर्वीच बोट वळवून दिशा बदलल्याचा मला पश्चात्ताप व्हायचा. शेवटी, माझा संयम सुटला. "जाऊ दे, आपण पश्चिमेलाच जाऊ या आणि आर्किपेलागोच्या अगदी जवळ गेल्यानंतर जेव्हा आपला धीर सुटेल, तेव्हा बघू या काय करता येतं ते," पश्चिम आणि वायव्य दिशेकडे बोट वळवण्याआधी मी अभिलाषला म्हटलं. आम्ही आर्किपेलागोच्या जवळ पोचलो तेव्हा वाऱ्यानं माघार घ्यायला सुरुवात केली, त्यामुळे आम्हाला जास्त पश्चिमेला जाता आलं. लॉर्ड नेल्सन या छोट्याशा, वाळूनं भरलेल्या किनाऱ्यावर थोडी हिरवाई

असलेल्या निर्जन बेटाच्या उत्तरेकडच्या बाजूनं अर्धा मैल अंतरावरून आम्हाला पुढे सरकता आलं.

या बेटाच्या जवळ जाऊन उतरून बघण्याचा मोह आम्हाला होत होता. पण, तक्त्यावर बोट फुटल्याची खूण दिसली आणि किनाऱ्याजवळ पाण्याबाहेर डोकावणारे बोटीचे अवशेषही दिसले, ते पाहून ही कल्पना आम्ही मनातून काढून टाकली. बहुतेक कुणीतरी याआधीच तिथे उतरण्याचा प्रयत्न केला होता आणि बोट गमावली होती, असं दिसत होतं.

आम्ही बेट पार करत असताना डॉल्फिनचा एक कळप आमची सोबत करायला आला. ते संख्येनं शेकडो असावेत; बोटीबरोबर पळत होते, पाण्याबाहेर उंच उड्या मारत होते आणि एरवी डॉल्फिन करतात तशा करामती करत होते. वाऱ्याची गती हळूहळू मंदावत होती आणि आम्ही जेव्हा बेट पार केलं, तेव्हा वारा शेवटी आग्नेय दिशेकडून वाहायला लागला; त्यामुळे चुटकीसरशी आम्हाला आमच्या लक्ष्याकडे घेऊन जाणारी दिशा पकडता आली. एकदाचे आम्हाला विश्वासू आग्नेय व्यापारी वारे सापडले होते!

त्यानंतर मॉरिशसपर्यंतचा प्रवास आनंददायी ठरला. फक्त मध्ये एक दिवस वारा पडला असल्यामुळे समुद्रावर भटकण्यात वेळ गेला तेवढाच. गोवा सोडल्यानंतर १६ दिवसांनी, म्हणजे ३० मे २००९ रोजी आम्हाला जमिनीचं दर्शन झालं. त्या दिवशी संध्याकाळी आम्ही मॉरिशस बेटाच्या किंवा स्थानिक फ्रेंच भाषेत ज्याला 'आइल मॉरिस' म्हणतात, त्याच्या उत्तर टोकाजवळ पोचलो होतो. पोर्ट लुइस बंदरात प्रवेश करण्यासाठी तयार होण्याआधीची बोटीवरची संध्याकाळ आम्ही भेळपुरी खाऊन आणि संत्र्याचा रस पिऊन साजरी केली. अर्धवट उखडलेल्या थ्रस्टच्या मदतीने इंजिन चालवण्याची मला जरा धास्ती वाटत होती; पण फार काही गडबड झाली नाही आणि रात्री दहा वाजण्याच्या सुमारास आम्ही सुरक्षितपणे बंदरात पोचलो.

धक्क्यावर आमच्या स्वागतासाठी दहापेक्षाही जास्त भारतीय नौदल, तटरक्षक अधिकारी आणि त्यांचे कुटुंबीय आलेले पाहून घरी आल्यासारखंच वाटत होतं! हे अधिकारी मॉरिशस सरकारसाठी प्रतिनियुक्त केले गेले होते आणि साहजिकच आमच्या स्वागतासाठी उत्सुक होते. दुसऱ्या दिवशी मला समजलं की, भारतीय उच्चायुक्त आणि मॉरिशसचे पोलिसप्रमुख आमच्या बोटीच्या प्रगतीकडे लक्ष ठेवून होते. त्यांच्याकडे आम्हाला विचारण्यासाठी खूप सारे प्रश्न होते. त्यांना बोट दुरुस्त झाल्यावर बोटीवरून फेरफटका मारण्याचं निमंत्रण आम्ही दिलं, ते त्यांनी आनंदानं स्वीकारलं.

मॉरिशसच्या निसर्गसौंदर्याबद्दल मी खूप ऐकलं होतं आणि ते स्वतः पाहणं मन

अत्यंत उल्लसित करणारं होतं. या बेटाचा इतिहास भारताशी जोडला गेलेला आहे; कारण तिथल्या लोकसंख्येच्या जवळजवळ ६७ टक्के लोक हे भारतीय वंशाचे आहेत. १५० वर्षांपूर्वी त्यांचे पूर्वज इथे कंत्राटी कामगार म्हणून त्या काळच्या उच्च प्रतीच्या महाकाय जहाजांवरून आले होते. मॉरिशसला बोटीतून आल्यामुळे त्यांना त्या काळी कोणत्या दिव्यातून पार पडावं लागलं असेल याचा अंदाज बांधणं सोपं गेलं. त्या वेळी त्यांनी अज्ञात प्रदेशातून मार्गक्रमण केलं होतं आणि ते यशस्वी ठरले होते. आम्ही पण आम्हाला अज्ञात असलेल्या प्रदेशातून मार्ग काढला होता आणि आतापर्यंत तरून जाण्यात यश मिळवलं होतं. दोन हजार ४०० सागरी मैल न थांबता आणि हाताशी मनुष्यबळ नसताना पार करणारी आम्ही पहिली भारतीय जोडगोळी होतो. यापेक्षाही मोठी अवघड परीक्षा अगदी उंबरठ्याशी येऊन ठेपली होती, ती म्हणजे, हेच अंतर एकट्यानं, न थांबता पार करणं. बोट दुरुस्त करत असताना आणि पुढच्या प्रवासासाठी तयार होत असताना हा परतीचा प्रवास आमच्या मनात सतत वास करत होता.

या मुक्कामात आम्ही काही फक्त कामच करत नव्हतो. 'म्हादेई'ला परदेशी बंदरात नौदलाच्या बोटींकडून अपेक्षित असलेला, थोडा राजकीय स्वरूपाचा 'ध्वज-दर्शना'चा कार्यक्रम करावा लागला. तिने ही कामगिरी चांगली बजावली आणि बऱ्याच लोकांना भेटीसाठी आपल्याकडे आकर्षित करण्यात ती यशस्वी ठरली, असं मला वाटलं. स्थानिक प्रतिष्ठित लोक, राजकीय मुत्सद्दी आणि त्यांची कुटुंबं यांच्यासह बेटापासून दूरवर आम्ही नौकानयनही केलं. बेटावरचं निसर्गसौंदर्य आणि हवा यांची मोहिनी आमच्यावर इतकी पडली की भविष्यात मॉरिशसला पुन्हा एकदा भेट देण्याचं आश्वासन आम्ही स्वतःला आणि आमच्या यजमानांना दिलं.

नऊ दिवसांचा मुक्काम फार लवकर संपला आणि मग समुद्राकडे परत जाण्याची आणि एकदाचं एकट्यानं नौकानयन करण्याची वेळ समोर येऊन ठेपली. तीन वर्षांपूर्वी मी या मोहिमेत सहभागी होण्याची तयारी दाखवल्यापासून या क्षणाची मी वाट बघत होतो आणि त्यासाठी सज्ज होत होतो. आणि आता अचानक मी धक्क्यावर सगळ्यांचा निरोप घेत होतो. मी एकीकडे सगळ्यांशी नेहमीप्रमाणे हसूनखेळून बोलत होतो; तरीही दुसरीकडे माझ्या मनातली बोटीवरच्या सगळ्या व्यवस्थेच्या संदर्भातली यादी तपासून बघत होतो. अचानक, गेले नऊ दिवस आम्हाला घेऊन फिरणारे ड्रायव्हर मि. वैती यांनी मला बोटीतून बाहेर यायला सांगितलं. त्यांनी कोठूनसा झेंडूच्या फुलांचा एक हार काढला आणि तिथे उपस्थित असलेली एकमेव महिला, भारतीय उच्चायुक्त कार्यालयातल्या मिस शुजा यांना माझ्या गळ्यात घालायला सांगितला! "हा खरा अस्सल भारतीय पद्धतीचा निरोप समारंभ झाला, सर! नीट सुखरूप जा," मोठ्या आवाजात वैती म्हणाले. हा निरोप

समारंभ फारच हृदयस्पर्शी होता; पण आता आणखी कुणी आश्चर्याचे धक्के देण्याआधी निघायला हवं होतं. मी बोटीवर चढलो, इंजिन सुरू केलं आणि पाचच मिनिटांत किनारा सोडला.

'म्हादेई'ला मी पोर्ट लुइस बंदराबाहेर काढलं आणि लगेचच शिडं उभारली. स्वच्छ निळं आकाश डोक्यावर होतं, हिवाळ्यातला थंडगार वारा वाहत होता; मोठा सुंदर दिवस होता तो! बेटाच्या आडोशाला असेपर्यंत समुद्रात फार मोठ्या लाटा उठत नव्हत्या; पण जसे आम्ही बेटापासून दूर आलो, तसं चित्र बदललं. शिडं उभारल्यानंतर तासाभरातच ताशी २५ नॉट्स वेगानं वाहणाऱ्या वाऱ्यासोबतच दोन मीटर उंचीच्या लाटा उसळायला लागल्या. व्यापारी वाऱ्यांच्या प्रदेशात ही परिस्थिती नेहमीच अनुभवायला येते आणि दोन आठवड्यांपूर्वी याच परिस्थितीत बोट चालवताना आम्हाला मजा आली होती. फरक इतकाच होता की त्या वेळी आम्ही वारा ज्या दिशेकडे वाहत होता, त्याच दिशेला चाललो होतो आणि बोट न डचमळता चालली होती त्यामुळे वेगाचा आनंद लुटत होतो. पण आता आम्ही वाऱ्याच्या विरुद्ध दिशेला चाललो होतो. 'म्हादेई' तिच्या उजव्या अंगावर (Starboard) पुढच्या बाजूनं लाटा घेत होती, बऱ्याचदा पाणी तिच्यावरून वाहत होतं आणि बोटीच्या आतल्या भागात राहणं त्यामुळे अत्यंत गैरसोईचं होत होतं. नऊ दिवसांच्या तात्पुरत्या वास्तव्यात मी त्याआधी मोठ्या कष्टांनी कमावलेले माझे 'सागरी पाय' (डगमगत्या बोटीत तोल न जाऊ देता उभं राहण्याची, चालण्याची क्षमता) गमावले होते आणि जोपर्यंत ते मी परत मिळवणार नव्हतो, तोपर्यंत मला जीव नकोसा होणार होता. बोटीच्या डगमगण्याने मला होणाऱ्या त्रासापेक्षा तिची काळजी मला जास्त वाटत होती. अशा प्रकारे लाटांच्या थपडा खाताना मी तिला यापूर्वी कधी पाहिलं नव्हतं आणि ती कसा काय टिकाव धरणार, ही चिंता मला सतावत होती. मी सरळसोट गोव्याची दिशा, म्हणजेच ईशान्य दिशा, पकडायची असं ठरवलं होतं; पण वाऱ्याची स्थिती बघता, ही दिशा धरून ठेवणं मुश्कील दिसत होतं. अर्थात, या मार्गावरून चालण्याशिवाय दुसरा काही पर्याय नव्हता, शिवाय जोडीला बोटीचं डचमळणं आणि त्या अनुषंगानं होणारी माझी ससेहोलपट होतीच!

सूर्यास्ताच्या आधी काही तास 'गार्डियन' या मॉरिशसच्या तटरक्षक जहाजानं आम्हाला मागे टाकलं. ते गस्त घालत होतं आणि आमच्यासारखंच पाण्यावर डचमळत होतं. अशाच आकाराच्या जहाजावर मी काही वर्षांपूर्वी काम केलेलं असल्यामुळे त्यावरच्या खलाश्यांची काय अवस्था होत असेल, याची मी पूर्ण कल्पना करू शकत होतो. त्या जहाजाचा कप्तान प्रतिनियुक्तीवर असलेला भारतीय नौदलातला लेफ्टनंट कमांडर होता; त्यानं हात हलवून आम्हाला अभिवादन केलं, आमच्यावर लक्ष ठेवण्याचं आश्वासन दिलं आणि लाटांवर हिंदकळत त्याच्या

जहाजासोबत निघून गेला. तो तर अगदी खुशीत दिसत होता! खरं सांगायचं तर, मी त्याच्याइतका आनंदात मुळीच नव्हतो.

माझ्या स्थितीचा अहवाल नेव्हीला देण्यासाठी मी इंटरनेट जोडलं तेव्हा मॉरिशस तटरक्षक दलाचा कमांडंट कमांडर विशाल कन्वर याचा एक छान संदेश मला दिसला.

*सर्व प्रियजन हो!*
*आयएनएसव्ही 'म्हादेई' मॉरिशस ते भारतातील गोवा या तिच्या ऐतिहासिक प्रवासासाठी निघाली, तिच्यावर फक्त कमांडर दिलिप दोंदे हे एकमेव खलाशी आहेत. एका भारतीय यॉटची फक्त एका खलाशानिशी मॉरिशस ते भारत प्रवास करण्याची ही पहिलीच वेळ आहे. अशाच शिडांच्या जहाजांमधून मॉरिशसमधील भारतीय स्थलांतरितांचे पूर्वज १८ व्या शतकात आले होते, ही बाब फारच रोचक आहे. आयएनएसव्ही 'म्हादेई'चा हा प्रवास इतिहास घडवणारा आहे आणि ही कदाचित भारतात जन्म घेणाऱ्या नौकानयनाच्या ध्यासाची सुरुवात असेल. असेच बरेच खलाशी भारतातून नौकानयन करत मॉरिशसला का येत नाहीत; याचं मला आश्चर्य वाटतं! अशा प्रकारच्या अनेक यॉट्स पोर्ट लुइसला याव्यात, असं मला वाटतं आणि हे मी सगळ्यांना सांगू इच्छितो की, आजवर ज्या समुद्रात फक्त युरोपियन झेंडे फडकताना दिसले, तिथे आयएनएसव्ही 'म्हादेई'वर भारताचा झेंडा फडकताना पाहून माझा ऊर अभिमानाने आणि समाधानाने भरून आला.*
*यासोबत डॉर्नियर विमानातून घेतलेले आयएनएसव्ही 'म्हादेई'चे काही फोटो जोडले आहेत. ती मॉरिशसच्या उत्तरेला १५० सागरी मैलांवर आहे. फोटोंची मजा लुटा.*
*सादर सप्रेम,*
*कमांडर विशाल कन्वर*

विशाल माझा जुना मित्र आहे. तो त्या वेळी मॉरिशसच्या तटरक्षक दलात प्रतिनियुक्तीवर गेला होता, हे मी सांगितलंच आहे. आमचं तिथलं वास्तव्य सुखकर व्हावं यासाठी त्यानं आणि त्याच्या अधिकाऱ्यांनी सर्वतोपरी प्रयत्न केले. आम्ही वेळेत परतीच्या प्रवासाला निघावं याकडेही त्यानं जातीनं लक्ष दिलं. अभिलाषनं काही फोटो फॉरवर्ड केले होते, त्यात मला हार घालतानाचे फोटो होते. माझी त्या वेळची मनःस्थिती अशी होती की, बलिवेदीवर चढवायच्या आधी बकऱ्याच्या

मॉरिशसहून प्रस्थान

गळ्यात हार घालून त्याला वाजतगाजत बळी द्यायला घेऊन जातात, तसा मी दिसत होतो, असं फोटो पाहताना मला वाटलं! पुढचे चार दिवस लाटांवर आपटत, डचमळत काढले आणि मी स्वतःला या कसल्या झमेल्यात अडकवून घेतलं आहे, असं मला खरंच वाटायला लागलं! बोट लागत असतानाच्या दोन अवस्था एका शहाण्या माणसाने वर्णन करून ठेवल्या आहेत, त्याची मला आठवण झाली. त्यानं लिहिलं आहे : 'पहिल्या अवस्थेत तुम्हाला वाटत असतं की तुम्ही मरणार आहात. पुढच्या टप्प्यात तुम्हाला वाटतं की आपण मेलेलो असतो तर बरं झालं असतं!'

मला बरं नसताना, 'म्हादेई' कोणतीही अडचण न येता, भराभर सागरी मैल मागे टाकत झपाट्यानं विषुववृत्ताकडे चालली होती. आम्ही जसजसे विषुववृत्ताकडे सरकायला लागलो, तसा वारा पडायला लागला आणि विषुववृत्तीय वादळं अधूनमधून दणका द्यायला लागली. या भागात चाच्यांचा मोठा धोका असल्याचं सांगितलं जातं. नेव्हीनं मला शक्यतो आफ्रिकेच्या किनाऱ्यापासून दूर राहण्याचा सल्ला दिला होता. चाचेगिरी करणाऱ्यांवर नेहमी नजर ठेवणाऱ्या नौदलाच्या एका जहाजाला आमच्याकडे लक्ष ठेवण्यास आणि आमच्या स्थितीची वेळोवेळी माहिती पुरवण्यास सांगण्यात आलं होतं.

एके दुपारी आम्ही चागोस आर्किपेलागोच्या पश्चिम दिशेकडून जात असताना, मला एक मच्छीमारी करणाऱ्या मोठ्या ट्रॉलरसारखं जहाज डाव्या बाजूला दिसलं. मॉरिशस सोडल्यापासून हे पहिलंच जहाज दिसल्यामुळे मी स्वाभाविकपणे त्याच्याकडे बघत होतो. डाव्या बाजूनं समांतर प्रवास केल्यानंतर थोड्याच वेळात ते आमच्यासमोरून

वळून बोटीच्या उजव्या बाजूने समांतर चालायला लागलं आणि ते फार दूरही नव्हतं. त्याच्या अशा संशयास्पद हालचालींमुळे 'म्हादेई'वर माझ्या डोक्यात धोक्याची घंटा घणघणू लागली! चाच्यांनी मोठ्या मच्छीमार जहाजांचं अपहरण करून त्यांचा 'मदर शिप' म्हणून वापर केल्याच्या बऱ्याच कथा ऐकिवात होत्या. काही वर्षांपूर्वी तर भारतीय नौदलानं अशाच पैकी एक मदर शिप बुडवण्यात पुढाकार घेतला होता. मी सॅटेलाइट फोन उचलला आणि नवी दिल्लीतल्या 'वॉर रूम'शी संपर्क साधला. तो रविवार होता. त्या वेळी कामावर असलेल्या अधिकाऱ्यानं माझा फोन घेतला. मी त्याला परिस्थितीची कल्पना दिली; तोही काळजीत पडला. चाचेगिरीविरोधी गस्त घालणारं जहाज आमच्यापासून ४०० सागरी मैल लांब असल्यामुळे सद्यःस्थितीत त्याचा काही उपयोग नसल्याची माहिती त्यानं मला दिली. पुढच्या दोन तासांत माझ्याकडून काही खबर आली नाही, तर माझं अपहरण झालं आहे, असं समजून सगळ्यांना सूचित करावं, असं मी त्याला सांगितलं. बोटीच्या उजव्या कठड्यावर बसून मी त्या जहाजाकडे पाहत होतो. जहाजांवर, बोटींवर कब्जा करण्यासाठी सामान्यतः चाचे ज्या छोट्या होड्यांचा वापर करतात, त्या कुठे दिसत आहेत का ते पाहत असताना चाच्यांच्या टोळीपुढे एक यॉट किती हतबल ठरू शकते याची मला जाणीव झाली. त्या परिस्थितीत शक्य असलेल्या ताशी सहा सागरी मैल वेगानं आम्ही चाललो होतो. आमच्यापेक्षा थोडीशी ताकदवान पॉवर बोट आणि पी शूटर (अगदी छोटी बंदूक किंवा वाळलेल्या बिया मारण्याची बंदूक) घेऊन कुणीही माझ्या बोटीत उडी घेऊन माझ्यावर कब्जा करू शकलं असतं. सुदैवानं, ते जहाज खरोखरच मच्छीमारी करणारं असल्याचं अखेरीस निष्पन्न झालं. थोड्याच वेळानं, त्याची गती मंदावल्याचं आणि मागच्या बाजूनं जाळी समुद्रात फेकली गेल्याचं मला दिसून आलं. मी सुटकेचा निःश्वास टाकला आणि ही आनंदाची बातमी वॉर रूमला कळवली.

त्यानंतर काही दिवसांनी, योगायोगानं 'म्हादेई'वरची एक छोटी पण महत्त्वाची त्रुटी माझ्या लक्षात आली. बोटीच्या आत चालत असताना माझं डोकं आदळलं आणि माझ्या डोळ्याजवळ कापलं गेलं. जखमेतून भळाभळा रक्त यायला लागलं आणि तिला टाके घालावे लागतात की काय, असं मला वाटलं, पण बोटीवर एकही आरसा नसल्यानं मला ती जखम नेमकी किती मोठी आहे हे पाहता येईना. काही महिन्यांपूर्वी बोटीवर उपकरणं बसवताना रत्नाकरनं मला एखादा आरसा हवा आहे का ते विचारलं होतं.

मी मोठ्या शहाणपणानं त्याला उत्तर दिलं होतं, "मी बोटीवर एकटाच असणार आहे आणि दाढी वाढवणार आहे, मग कशाला हवा आरसा!"

माझ्या लॅपटॉपवर असलेल्या कॅमेऱ्यानं माझा फोटो काढण्याचा मी प्रयत्न

केला, पण तो साध्य झाला नाही. फोटोत तरी जखम दिसेल असं मला वाटलं होतं. फक्त लॅपटॉपवर आणि दिक्चालन टेबलावर बरंचसं रक्त सांडण्यात मी यशस्वी झालो. जखम पाहण्याचा नाद मी शेवटी सोडला, जखमेवर रुमाल घट्ट दाबून धरला आणि वेड्यासारखी रक्त थांबण्याची वाट बघत बसलो. सुदैवानं रक्त थांबलं आणि दोन-चार दिवसांत जखम भरून आली. परत आल्यावर कामं करण्याच्या यादीत आणखी एका कामाची भर पडली.

१७ जून २००९ रोजी आम्ही विषुववृत्त ओलांडलं आणि २८ दिवसांनी पुन्हा उत्तर गोलार्धात परतलो. लगेचच नैर्ऋत्य मॉन्सून वारे आमच्या स्वागताला आले आणि त्यांच्या पाठिंब्यामुळे आम्ही सरळ गोव्याला पोचू शकलो. अपेक्षेपेक्षा वाऱ्यांचा वेग कमी होता, याचाच अर्थ दक्षिण महासागराला तोंड देण्यासंबंधीचं माझं प्रशिक्षण प्रत्यक्ष दक्षिण महासागरात गेल्यावरच सुरू होणार होतं! गस्त संपवून त्या भागातून चाललेलं भारतीय नौदलाचं एक जहाज आमची विचारपूस करायला आलं. मध्यान्ह होईपर्यंत ते आमच्या सोबत राहिलं आणि मग स्वगृही कोचीकडे रवाना झालं. हवा चांगली होती आणि एकाच मध्यम गतीनं वाहणाऱ्या वाऱ्यात 'म्हादेई' आरामात चालली होती. मी मस्तपैकी दुपारचं जेवण उरकून वामकुक्षी घेत होतो, तेवढ्यात माझ्या व्हीएचएफ वर कॉल आला.

"सेलबोट... वॉरशिप बोलत आहे."

"हा माणूस परत का आलाय आणि त्याच्या ॲक्सेंटला (बोलण्याची ढब) काय झालं? तो इतका औपचारिकपणे का बोलतोय?" कोचीला थोड्या वेळापूर्वी रवाना झालेलं जहाज काही कारणानं मागे आलं असं समजून तोंडातल्या तोंडात पुटपुटत मी कॉलला उत्तर द्यायला उठलो.

"वॉरशिप, ही 'म्हादेई' आहे, काय झालं आणि तुम्ही कुठे आहात?"

"सेलबोट, तुमच्या डाव्या बाजूला (पोर्ट बीम) अर्ध्या मैलावरून वॉरशिप बोलत आहे, तुम्हाला काही मदत हवी आहे का?"

अभावितपणे मी डाव्या बाजूला असलेल्या झरोक्यातून बाहेर पाहिलं. तिथे संपूर्ण झरोका जवळजवळ व्यापून एक विमानवाहू जहाज उभं होतं आणि ते नक्कीच भारतीय नव्हतं! मी त्याला माझी ओळख सांगत असताना एक 'चिनूक' हेलिकॉप्टर काही क्षणांसाठी डोक्यावरून गेलं. त्यावर लिहिलेली अक्षरं बघितल्यावर ते कोणत्या देशाचं होतं याबाबत काही शंकाच राहिली नाही. जहाजावरच्या टेहळणी अधिकाऱ्यानं स्पष्ट केलं की त्यांना 'म्हादेई'वरून प्रकाश परावर्तित होताना दिसला, त्यांना तो मदतीसाठी केलेला इशारा वाटला आणि म्हणून ते पाहणी करण्यासाठी जवळ आले होते. अमेरिकन नौदलाच्या जहाजांचा तो ताफा होता आणि आमच्यापासून अंतर राखण्यासाठी त्यांनी आधीच मार्ग बदलला होता. पुढचा तासभर मी ती प्रचंड जहाजं

बघण्यात आणि त्यांचे फोटो काढण्यात घालवला.

आम्ही जसजसे उत्तरेला आणि गोव्याच्या जवळ जायला लागलो, तसा वारा वेडावाकडा वाहायला लागला. २३ जून २००९ रोजी बंदरापासून काही मैल अंतरावर पोचलो तेव्हा वारा पूर्णपणे पडला होता. शिडं उभारूनच थोडा वेळ इंजिन सुरू ठेवण्याचा निर्णय मी घेतला. वाऱ्याची गती वाढून आम्हाला पुढे जाता येईल, अशी अपेक्षा होती. इतक्या मोठ्या प्रवासाहून आल्यानंतर किनारा समोर दिसत असताना इकडेतिकडे भरकटत राहण्यात काही अर्थ नव्हता. मी बोट स्वयंचालकावर सोपवली आणि लॉग बुक भरायला आत आलो. माझा पहिला एकल प्रवास जवळजवळ संपल्यातच जमा होता आणि तो साजरा करण्याच्या मनःस्थितीत मी केव्हाच शिरलो होतो.

नेमक्या अशाच वेळी तुम्ही घाईगडबडीत शिकायचे विसरलेले धडे समुद्र तुम्हाला शिकवून जातो! बोटीच्या मागच्या बाजूकडे तयार झालेलं प्रचंड वादळ मला दिसलं, तेव्हा खूप उशीर झाला होता. मी बाहेर आलो तेव्हा ताशी ४० सागरी मैल वेगानं वाहणाऱ्या वाऱ्यानं बोट जवळजवळ उलटी करायची बाकी ठेवली होती. स्वयंचालकाचं त्यापुढे काही चाललं नाही आणि त्यानं 'राम' म्हटलं आणि हातांनी 'म्हादेई'ला वळवण्याचे माझे सगळे प्रयत्न तोकडे पडले. वादळांशी सामना करण्याचा किंवा अणीबाणीच्या परिस्थितीत शिडं गुंडाळण्याचा अजून फारसा सराव नसल्यानं मी लवकरात लवकर पुढच्या बाजूला पळण्याचा प्रयत्न केला. असं करताना मोठं शीड खाली खेचण्याच्या आणि बोट नियंत्रणात आणण्याच्या प्रयत्नांत शिडाला बांधलेला दोर निसटला. ही चूक फार महागात पडली, कारण मुख्य शीड प्रचंड फडफडायला लागलं आणि त्यानं दोन दंडुके (शिडं ताठ राहण्यासाठी त्यांच्या नेफ्यात घातल्या जाणाऱ्या लाकडी पट्ट्या)- बॅटन्स- तोडले. शीड डेकवर आडवं पडलं आणि आणखीनच गोंधळ वाढला! वाऱ्याची गती थोडी मंदावल्यावर मी बोटीवर काही प्रमाणात नियंत्रण मिळवण्यात यशस्वी होत असेपर्यंत आम्ही मॉर्मुगाओ बंदराच्या मुखाजवळ पोचलो होतो. अभिलाष स्पीडबोटीत बसून आमच्या दिशेनं येत आहे हे पाहून मला फार आनंद झाला.

''काय झालं तुम्हाला?'' 'म्हादेई'वर उडी घेत असताना न राहवून त्यानं विचारलं.

''अगदीच मूर्खपणा झाला! मी नंतर तुला सगळं सांगतो, आत्ता आपण तिला शक्य तेवढी नीट करू या,'' मी उत्तरलो. अभिलाषला जाणवलं त्यापेक्षा जास्त मूर्ख मी स्वतःला समजत होतो आणि डेकवर पडलेल्या मुख्य शिडाचं आणखी नुकसान होऊ नये म्हणून ते गोळा करायचा प्रयत्न करू लागलो.

सुदैवानं फार मोठं नुकसान झालं नव्हतं. आम्ही इंजिन सुरू करून बोट बंदरात

आणली, आयएनएस 'बित्रा' या नौदलाच्या जहाजाशेजारी बांधली आणि जहाजावरच्या एका छोटेखानी स्वागत समारंभात सामील झालो. परत येऊन छान वाटत होतं. आम्ही मे महिन्यात गोवा सोडलं तेव्हा सर्वत्र वाळका पिवळा रंग पसरलेला होता. आता, एक महिन्यापेक्षा थोडे जास्त दिवस उलटल्यावर सगळीकडे इतकी हिरवाई होती, की डोळे दिपून जात होते. कडक उन्हाळा संपून त्याची जागा ओल्या आणि आल्हाददायक मॉन्सूननं घेतली होती. मात्र, सगळ्यात मोठा बदल माझ्या मनात, डोक्यात झाला होता; वृत्तीत झाला होता. गेली तीन वर्षं ही मोहीम सुरू व्हावी म्हणून मी लोक जे सांगतील ते ऐकत होतो. माझा फुटबॉल झाला, टक्केटोणपे मिळाले, प्रसंगी लोकांनी माझं पायपुसणं केलं तरी ते मी सहन केलं; कारण कोणत्याही युक्तिवादाला किंवा चुकीच्या सूचनेला प्रतिवाद करण्याचा मी प्रयत्न केला की समोरून विचारणा व्हायची, ''पण तुला अनुभवच काय सोलो सेलिंगचा?'' ''काहीच नाही, सर,'' बावचळून मी पुटपुटायचो. आता यापुढे हा प्रश्न विचारला गेल्यावर माझी मान शरमेने खाली जाणार नव्हती. अभिमानानं छाती फुगवण्याची आणि माझ्या इच्छेप्रमाणे गोष्टी घडवण्याची सवलत मी आता घेऊ शकत होतो- मी माझ्या कष्टांनी ती कमावली होती!

सगळ्यांसाठीच तो क्षण अभिमानाचा होता. 'म्हादेई' तिची शेवटची चाचणी उत्तुंग गुण मिळवून उत्तीर्ण झाली होती. तिच्या दुरुस्तीसाठी करण्याच्या गोष्टींची आणि बसवलेली उपकरणं पुन्हा नीट बसवण्याच्या कामांची यादी लांबलचक झाली होती खरी, पण ते सगळं सहज करता येण्याजोगं होतं. महत्त्वाचं हे होतं की, तिनं समुद्रावर तगून राहण्याची क्षमता सिद्ध केली होती, लांब अंतरावर एकटा खलाशी तिला घेऊन जाऊ शकतो, हे तिनं दाखवून दिलं होतं आणि जे आव्हान पेलण्यासाठी तिची निर्मिती झाली होती, ते ती समर्थपणे पेलू शकते, हे सगळ्यांना दिसलं होतं. एकल पृथ्वीप्रदक्षिणा करण्यासाठी तिला आणि तिच्या कप्तानाला तयार करण्याकडे लक्ष केंद्रित करण्याची आता वेळ होती! या मोहिमेचे मार्गदर्शक म्हणून ॲडमिरल आवटींनी सत्ताधीशांवर पहिली तोफ डागण्याची जबाबदारी स्वतःकडे घेतली.

*प्रिय ॲडमिरल्स,*

*मॉरिशसहून एकट्याने सागरी सफर करत भारतात येऊन इतिहास घडवणाऱ्या 'म्हादेई'चं आणि तिचा कप्तान असणाऱ्या दिलिपचं स्वागत करायला मी गोव्यात आलो आहे. उघड्या शिडाच्या बोटीतून- यॉटमधून- एकट्यानं समुद्र पार करण्याची कामगिरी करणारा तो पहिला भारतीय ठरला आहे; जर नेव्ही त्या मनःस्थितीत असेल तर ही आनंदोत्सव साजरा करण्यासारखीच घटना आहे. 'म्हादेई'ची निर्मिती ज्या मोहिमेसाठी झाली, ती साध्य*

*करण्यासाठी तिचा निर्माता आता तिला तयार करत आहे. त्यासाठी बरंच काम करावं लागणार आहे. नेहमीप्रमाणेच या कामात अडथळे आहेत आणि या वेळी ते गोवा कस्टम्सनं उभे केले आहेत. संरक्षण मंत्रालयाने (नौदल विभाग)- (MOD - Ministry of Defence) - प्रमाणपत्र जारी करूनसुद्धा काही महत्त्वाच्या उपकरणांवरील शुल्क ते माफ करायला तयार नाहीत. ते उपकरण 'म्हादेई'वर बसलं तरच माझ्या मनाप्रमाणे तिची तयारी झाली असं मी मानेन. कदाचित यात तुम्ही काही मदत करू शकाल. कृपया प्रयत्न करा. देशाच्या दृष्टीनं या मोहिमेचं महत्त्व आणि किंमत सर्व संबंधितांनी ओळखावी, अशी मी विनंती करतो. फार दिवसांपूर्वी मी 'सागर परिक्रमा' म्हणजे सागरी सफरींमधलं एव्हरेस्ट आहे असं म्हटलं होतं. खरंतर, ते त्याहीपेक्षा आव्हानात्मक आणि भीतिदायक आहे. जे लोक यॉटला एक चैनीची वस्तू ठरवून तिचं अवमूल्यन करतात आणि तिच्यावरचं सीमाशुल्क माफ करायला विरोध दर्शवतात, त्यांनी एकदा 'म्हादेई'नं तिच्या कप्तानासह काय साध्य केलं आहे, हे नीट लक्ष देऊन पाहावं, असं मी म्हणेन. भारतीयांमध्ये जागृत होणाऱ्या सागरप्रेमाचं ही यॉट आणि तिचा कप्तान हे प्रतीक आहे.*

*सस्नेह प्रणाम,*

*मनोहर*

# प्रवासाची रूपरेषा आखताना

पृथ्वीप्रदक्षिणा करताना फक्त दोन ठिकाणी थांबण्याची योजना मी आखली होती. माझी अखेरची चाचणी आणि प्रशिक्षण म्हणून मी मॉरिशस ते गोवा ही दोन हजार ४०० सागरी मैलांची सफर केली होती, जी माझ्या पृथ्वीप्रदक्षिणेच्या मुंबई ते फ्रीमँटल या पाच हजार ४०० सागरी मैल अंतराच्या पहिल्या टप्प्यापेक्षा अर्ध्या अंतराची होती. त्यानंतरचा टप्पा फ्रीमँटल ते केप टाऊन हा जास्त अंतराचा म्हणजे ११ हजार सागरी मैलांचा असणार होता, जो पहिल्या टप्प्यापेक्षा दुप्पट अंतराचा होता. केप टाऊन ते मुंबई हा शेवटचा टप्पा पुन्हा पाच हजार ८०० सागरी मैलांचा असणार होता. या योजनेवर मी रॉबिन यांच्याशी चर्चा केली होती, ती नौदल मुख्यालयाला पाठवल्यानंतर माझ्या डोक्यातून तो विषय मी काढून टाकला होता कारण अनेक महत्त्वाची कामं हातावेगळी करण्याची घाई होती. 'म्हादेई' निर्मितीच्या अवस्थेत असतानाच्या वेळची म्हणजे २००८ सालची ही गोष्ट आहे. बोट पाण्यावर तरंगायला त्या वेळी बरेच महिने होते आणि तिच्यासह नौकानयन करणं, ही बाब कल्पनातीत होती. २००८ च्या सप्टेंबर महिन्यातल्या एके दिवशी दिवसभराचं काम संपत आलेलं असताना मला नौदलाच्या परिचालन विभागा (Directorate of Naval Operations)कडून फोन आला. मी मोहिमेवर निघाल्यावर माझा माग ठेवण्याची जबाबदारी या विभागावर असणार होती.

"तुम्ही दोन थांबे घेत पृथ्वी प्रदक्षिणा करण्याचा प्रस्ताव मांडला आहे आणि त्यातला दुसरा टप्पा ११ हजार सागरी मैलांपेक्षाही जास्त अंतराचा असेल, तो पूर्ण करायला दोन महिन्यांपेक्षा जास्त काळ लागेल. तुम्हाला कोणताही टप्पा चार हजार सागरी मैलांपेक्षा जास्त किंवा सहा आठवड्यांपेक्षा जास्त काळाचा ठेवता येणार नाही, यांपैकी जो पर्याय कमी अंतराचा किंवा काळाचा असेल तो तुम्हाला निवडावा लागेल! म्हणून, तुम्हाला थांबता येण्याजोग्या आणखी काही बंदरांची नावं कृपया सांगा."

"मला समजतच नाही हे. अशा प्रकारचे आदेश द्यायला देशात कुणालाही

नौकानयनाचा इतका अनुभव असेल असं मला वाटत नाही!'' मी थोड्याशा उद्धटपणेच बोललो, माझ्या अननुभवाची मला तीव्रतेने जाणीव झाली. पण, माझ्या नियोजनामागची कारणमीमांसा सांगण्याचा मी प्रयत्न करत होतो.

''योजना नक्की करण्यासाठी आम्ही तुम्हाला दिल्लीला बोलवू, तेव्हा तुम्हाला काय द्यायचं ते स्पष्टीकरण द्या, पण आत्ता दुसऱ्या टप्प्याची विभागणी करण्यासाठी मला आणखी काही बंदरांची नावं सांगा.''

''ठीक आहे, ते बघण्यासाठी मला चार्ट डेपोमध्ये जावं लागेल; कारण माझ्याकडे ऑफिसमध्ये नौकानयनाशी संबंधित एकही पुस्तक वगैरे नाही. मी तुम्हाला दोन दिवसांनी फोन करू का?'' वेळ मागून घेण्याचा प्रयत्न करत मी उत्तर दिलं.

''मी तुम्हाला अर्ध्या तासात फोन करतो, तोपर्यंत तुम्ही बंदरांची नावं ठरवून ठेवा, नाहीतर आम्ही आमच्या मनानं ती ठरवू आणि तुम्हाला त्याप्रमाणे नियोजन करावं लागेल.''

''तुम्ही प्लीज मला पाऊण तास देता का?'' मुत्सद्दीपणानं माघार घेत मी म्हणालो. अशा परिस्थितीत हसावं की रागवावं ते मला कळेना.

नेव्हल चार्ट डेपोपर्यंत पोचायलाच मला अर्ध्या तासापेक्षा जास्त वेळ लागला असता आणि तिथे पोचेपर्यंत ते बंद होण्याची वेळ झाली असती. या परिस्थितीत मला एकच उपाय दिसत होता— 'गूगल अर्थ!' मी ते ॲप्लिकेशन उघडलं आणि पॅसिफिक महासागराच्या दक्षिणेला पूर्व आणि पश्चिम टोकांकडे कोणती दोन बंदरं आहेत ते शोधायला लागलो. फ्रीमँटल ते केप टाऊन या माझ्या मार्गावरून जाताना मला लांबचं वळण घ्यावं लागणार नाही, अशी ती ठिकाणं असणं आवश्यक होतं. बऱ्यापैकी मोठं बंदर शोधण्याचं कारण हे होतं, की तिथे मला बोटीची दुरुस्ती करून घेणं आणि आवश्यक ती रसद विकत घेणं सोपं गेलं असतं. न्यूझीलंडच्या दक्षिण बेटावरचं ख्राइस्टचर्च हे पॅसिफिकच्या पश्चिम बाजूकडे असलेलं सगळ्यात मोठं शहर होतं आणि ते माझ्या मार्गापासून फार लांबही नव्हतं. ख्राइस्टचर्च या शहराला किनारा नव्हता आणि त्याच्या बंदराचं नाव लिट्लटन आहे हे मला तेव्हा कळलं नाही. नकाशावरचं प्रमाण फक्त मोठं शहरंच दाखवत होतं आणि त्या शहराच्या व समुद्राच्या मध्ये जमीन असल्याचं माझ्या लक्षातच आलं नाही! गंमत म्हणजे नौदल मुख्यालयामध्येही कुणाच्या ही बाब लक्षात आली नाही. मी जेव्हा फ्रीमँटलला पोचलो आणि पुढे मी ख्राइस्टचर्चला जाणार असल्याचं सगळ्यांना सांगितलं, तेव्हा तिथले लोक बुचकळ्यात पडले आणि मग या गोंधळाचा उलगडा मला झाला.

चिलीच्या पश्चिम किनाऱ्यावर एकही मोठं बंदर दिसत नव्हतं, किमान मी ज्या प्रमाणाचा नकाशा बघत होतो त्यात तरी दिसत नव्हतं! मी हाही विचार करत होतो

की पॅसिफिक ओलांडल्यावरच जर मला थांबायचं असेल तर केप हॉर्नला वळसा घालूनच थांबावं. अर्जेंटिनाच्या आग्नेय टोकाला अशुआइया हे सगळ्यात मोठं बंदर होतं; परंतु बीगल खाडी पार करून तिथे जाईपर्यंत रॉबिनना खूप अडचणींना तोंड द्यावं लागल्याचं मी वाचलं होतं, ते मला आठवलं. त्या फंदात पडायची माझी इच्छा नव्हती. पुढचं बंदर मला दिसलं ते फॉकलंड बेटावरचं पोर्ट स्टॅन्ले. हे नाव मला परिचित होतं, कुमारवयात रेडिओवर फॉकलंड युद्धाच्या बातम्या ऐकल्या होत्या आणि नेव्हीत नोकरीला लागल्यावर विविध मोहिमांच्या अभ्यासाचा एक भाग म्हणून या बेटांबद्दल वाचलं होतं. सगळ्यात महत्त्वाचं म्हणजे हे नाव नौदल मुख्यालयाला माहीत होतं; त्यामुळे नंतर त्यांना स्पष्टीकरण देत बसण्याची कटकट टळणार होती. तिथे पोचण्यासाठी मार्गात मोठा बदल करावा लागणार नव्हता आणि तिथे भाषेचाही प्रश्न येणार नव्हता, त्यामुळे मी पोर्ट स्टॅन्लेची निवड केली. मी जेव्हा प्रत्यक्षात पोर्ट स्टॅन्लेकडे जात होतो, तेव्हा मला तिथे रसद मिळण्यातल्या अडचणी लक्षात आल्या. आतासाठी तात्पुरती बंदरांची निवड झाली होती; पण जेव्हा मी हा प्रसंग ॲडमिरल आवटींना सांगितला, तेव्हा ते संतापाने लालेलाल झाले.

''त्यांना म्हणावं की दक्षिण महासागरात तरंगती बेटं नाहीत. हा काय मूर्खपणा आहे!'' नौदल मुख्यालयाने घातलेल्या अटी ऐकून ते कडाडले.

''ठीक आहे, सांगतो,'' एवढंच मी बोलू शकलो, माझ्या भल्यासाठी असं काही सांगण्याचा माझा मुळीच इरादा नव्हता. माझ्या मनात काय चाललं आहे हे ॲडमिरल आवटींनी बरोबर ओळखलं आणि काही दिवसांनी मला फोन करून पुन्हा

दिक्चालन स्थानक

गरजले, "त्यांना जे सांगायला तुला सांगितलं होतं ते तू बोललास का?"

"सर, मी प्लॅनिंगवर शिक्कामोर्तब करायला दिल्लीला जाईन तेव्हाच संबंधितांशी युक्तिवाद करेन, तेच योग्य ठरेल असं मला वाटतं. फोनवर शिंगं भिडवण्यात काही अर्थ नाही, त्यामुळे आताच्या स्थितीत मोहिमेचंच नुकसान होईल. मार्गनिश्चिती करण्याआधी आपल्याला आणखी बऱ्याच महत्त्वाच्या गोष्टी करायच्या आहेत."

काही आठवड्यांनंतर मी दिल्लीला गेलो आणि माझं म्हणणं समजावून सांगण्याचा प्रयत्न केला; पण या विषयावर वाद घालण्यातली निरर्थकता माझ्या लक्षात आली आणि चार थांबे निश्चित करून मी माझ्या प्रवासाची आखणी करू लागलो.

# यादीवरून शेवटचा हात फिरवताना

'म्हादेई'वर करायच्या कामांची यादी हळूहळू वाढत होती. तिची बांधणी चुकीच्या पद्धतीने झाली होती, असा याचा अर्थ मुळीच नव्हता; उलट जी जी उपकरणं तिच्यावर बसवली होती ती बिनचूक काम करत होती. आम्ही तिला घेऊन नौकानयनाला गेल्यावर आलेल्या अनुभवांना आणि शहाणपणाला अनुसरून काही दुरुस्त्या करण्याचं किंवा नवीन साधनं बसवण्याचं ध्यानात आल्यामुळे ही यादी वाढत होती. अतिरिक्त रहाटयंत्र (Winches), जनरेटर आणि आणखी काही साधनं बसवण्याची गरज भासत होती. त्यातली बरीचशी आयात करावी लागणार होती आणि त्यासाठी नेव्हीकडून वेगळी मंजुरी घ्यावी लागणार होती. दोन वर्षांपूर्वी आम्हीच आमच्यासाठी निश्चित केलेली १५ ऑगस्ट २००९ ही तारीख प्रयाणासाठी गाठायची असेल, तर दोन महिन्यांपेक्षाही कमी वेळ उरला होता, त्यामुळे हातात असणारा वेळ ही फार महत्त्वाची बाब झाली होती. या प्रकल्पातल्या सगळ्या कालमर्यादा आम्ही आजवर पाळल्या होत्या आणि शक्य असेल तर ही उज्ज्वल परंपरा आम्हाला कायम ठेवायची होती.

'म्हादेई' तयार करणं हे जितकं महत्त्वाचं होतं, तितकीच इतरही कामांकडे लक्ष देण्याची आवश्यकता होती. 'म्हादेई' रत्नाकर आणि अभिलाषकडे गोव्याला सोपवून मी प्रवासाची अंतिम मार्गनिश्चिती करण्यासाठी दिल्लीला निघालो. गोव्याहून माझं विमान आकाशात झेपावलं, तशी अचानक एकटेपणाची भावना माझ्या मनात निर्माण झाली. 'म्हादेई'ला घेऊन समुद्रात जायला लागल्यापासून एक दिवसापेक्षा जास्त काळ तिच्यापासून लांब राहण्याची ही माझी पहिलीच वेळ होती आणि ते करताना मला काही बरं वाटेना. बोट चांगल्या विश्वासू हातांमध्ये आहे आणि दिल्लीतल्या कामावर मला लक्ष देणं भाग आहे, हे मनाला पटवताना मला जरा कष्ट पडले. दिल्लीचा माझा दौरा मोठा झंझावाती ठरला; साधारण वेळापत्रक आखायचं, मार्ग निश्चित करायचा, अहवाल सादर करायचा, शोध आणि बचावकार्याची (SAR - Search and Rescue) व्यवस्था करायची, आणीबाणीची परिस्थिती ओढवल्यास

काय उपाययोजना करायची ते ठरवायचं, पासपोर्ट, व्हिसा इत्यादींच्या संदर्भातली कागदपत्रं तयार करायची, अशी बरीच कामं उरकायची होती. भरीस भर म्हणून आम्हाला रत्नाकरला कर अधिकाऱ्यांच्या कचाट्यातून सोडवण्याचा प्रयत्न करायचा होता. प्रवास सुरू होण्यापूर्वी तरी निदान त्याचे नेव्हीकडून येणे असणारे पैसे मिळवून द्यायचे होते; मागवलेल्या अतिरिक्त साधनांसाठी लागणाऱ्या जास्तीच्या पैशांची व्यवस्था करायची होती आणि सगळ्यात महत्त्वाचं म्हणजे बोटीवर नेण्याच्या सामानासाठी काही रोख रकमेचीही तजवीज करावी लागणार होती. हे वाचायला जरा विचित्र वाटेल; पण नोकरशाही नोकरशाही म्हणतात ती अशी असते. निघायला एक महिन्यापेक्षाही कमी काळ राहिलेला असताना आणि सुमारे पाच लाख डॉलर्स या प्रकल्पासाठी मंजूर झालेले असतानाही बोटीवर सामान भरण्यासाठी आमच्या हातात रोख रक्कम नव्हती. मला भेटणारा प्रत्येक जण मॉरिशसच्या यशस्वी सफरीबद्दल माझं अभिनंदन करायचा, पुढच्या सफरीसाठी लागेल ती मदत करण्याचं आश्वासन द्यायचा आणि मी बोटीवरच्या सामानासाठी (कॅमेरा वा तत्सम साधनांसाठी) रोख रकमेचा विषय काढला की मला भलतीकडेच पाठवून द्यायचा. आंधळी कोशिंबीर खेळताना राज्य आलेल्या मुलासारखा मी अंधारात भिरभिरत होतो; कमालीचं होतं सगळं!

एक दिवस मी दिल्लीतल्या विविध कार्यालयांमध्ये इकडून तिकडे खेट्या घालत असताना, कर्मचारी विभागप्रमुखांनी मला त्यांच्या ऑफिसमध्ये भेटायला बोलावलं. एवढ्या वरच्या स्थानावरच्या व्यक्तीला भेटण्याची संधी मिळालेली असताना, नोकरशाहीचे अडथळे पार करण्यासाठी तिचा फायदा करून घेण्याचं मी ठरवलं. पण, प्रत्यक्षात जे काही घडलं ते फार अनपेक्षित होतं.

आतापर्यंत मी केलेल्या प्रगतीबद्दल ॲडमिरल साहेबांनी माझं अभिनंदन केलं, ते स्वतः आणि नेव्ही यांना माझ्या कामगिरीचा किती अभिमान वाटतो ते सांगितलं आणि अचानक एक गुगली टाकला!

"खरंतर, तुला चांगलं प्रशिक्षण द्यावं असं आम्हाला वाटत होतं, पण ते आम्ही करू शकलो नाही ही आमची त्रुटी आहे. खूप कमी प्रशिक्षण मिळूनही तू खूप काही साध्य केलं आहेस," साखर, मध आणि काळजी यांमध्ये घोळवलेल्या शब्दांत ॲडमिरल बोलले.

हे संभाषण नेमकं कोणतं वळण घेत आहे हे न कळल्यानं माझ्या पोटात ढवळायला लागलं होतं, पण तरीही मी कोरा चेहरा ठेवून ते ऐकत होतो.

"हे बघ, एकट्यानं पृथ्वीप्रदक्षिणा करणं ही खूप अवघड कामगिरी आहे आणि तुला आणखी प्रशिक्षण घेऊन त्यासाठी अगदी सज्ज होण्याची गरज आहे. मला वाटतं आपण ही मोहीम एक वर्ष पुढे ढकलू या; म्हणजे तुला शिकायला आणखी

वेळ मिळेल. तुला कुठे आणि कसं प्रशिक्षण घ्यायचं आहे ते फक्त तू आम्हाला सांग. तुला युरोपात शिकायला जायचं आहे, अटलांटिक काही वेळा पार करायचा आहे, एक वर्ष परदेशात घालवायचं आहे; काय करायचं आहे ते तू फक्त सांग आणि आम्ही तुला नेव्हीच्या खर्चानं तिथे पाठवू.''

''पण, सर...!'' ॲडमिरल जे बोलले त्यावर विश्वास न बसून मी बरळलो.

''पण नाही नि बीण नाही. तुझ्या भल्यासाठीच मी सांगतोय; तुला या सफरीतले धोके दिसत नाहीयेत. हा नेव्हीचा निर्णय आहे आणि तो पाळण्यातच तुझं कल्याण आहे,'' युरोपात वर्षभर सुटी घालवण्याच्या गाजरामागचा हा बडगा होता तर!

''सर, तुमचं झालं असेल तर मी काही बोलू का?'' आवाज स्थिर आणि चेहऱ्यावर हसू ठेवत मी थोड्या चढ्या आवाजात विचारलं.

''हो, बोल.''

''सर, या योजनेवर मी तीन वर्षांपेक्षाही जास्त काळापासून काम करतोय. या सगळ्या काळात, बोटबांधणी, नोकरशाहीचा सामना किंवा सेलिंग या फार अवघड गोष्टी नव्हत्या; तर सगळ्यात अवघड गोष्ट होती ती स्वतःवर विश्वास ठेवत राहणं, सतत मनाला बजावत राहणं की ही मोहीम होईल, नक्की होईल; कितीही अडचणी आल्या तरी मी ती पूर्ण करेन. खरं सांगतो सर, या बाबतीतली माझी सहनशक्ती आता संपत आली आहे आणि ती पुढच्या वर्षापर्यंत टिकून राहणं शक्य नाही, याची मला अगदी पूर्ण खात्री आहे. मी आतापर्यंत 'म्हादेई'ला घेऊन सुमारे सात हजार सागरी मैलांचा प्रवास केला आहे, सुरक्षितपणे केला आहे. त्यांतले जवळजवळ दोन हजार ५०० सागरी मैल मी एकट्यानं प्रवास केला आहे. मी तुम्हाला या मोहिमेच्या अंतिम परिणामाविषयी शब्द देऊ नाही शकणार, पण मला स्वतःविषयी एवढा विश्वास यापूर्वी कधीच वाटला नव्हता, हे मात्र खात्रीपूर्वक सांगू शकेन. म्हणूनच, एकतर ठरल्याप्रमाणे मी पुढच्या महिन्यात पृथ्वीप्रदक्षिणेला सुरुवात करणार किंवा मग तुम्ही ही सफर करण्यासाठी दुसरा कुणीतरी माणूस शोधा.'' ॲडमिरल माझ्याकडे अवाक् होऊन पाहत होते, त्यांच्या स्वतःच्या ऑफिसमध्ये एका कमांडरनं त्यांच्याशी अशा पद्धतीनं बोलण्याची बहुधा ही पहिलीच वेळ होती!

एक प्रकारे मी हा जुगारच खेळलो होतो. मी गोळा केलेल्या अनुभवाएवढा अनुभव नेव्हीत कुणालाच नव्हता, याची मला पूर्ण जाणीव होती. पण, तरीही नाड्या ॲडमिरल साहेबांच्या हातात होत्या आणि मला या मोहिमेतून बाहेर पडायची मुळीच इच्छा नव्हती आणि तसा हेतूही नव्हता. मी बडगा आधी दाखवला होता; आता गाजर बाहेर काढायची वेळ होती.

''सर, माझ्याकडे पुरेसं ट्रेनिंग आणि अनुभव नसल्यामुळे तुम्हाला माझ्या सुरक्षिततेची काळजी वाटणं साहजिकच आहे. पण मी तुम्हाला खात्रीपूर्वक सांगतो

की ज्या वेळी मला मी ही कामगिरी पूर्ण करू शकत नाही असं वाटेल, त्या वेळी मी सगळ्यात आधी तुम्हाला सांगेन आणि मला बोटीवरून उचलून परत आणायला सांगेन. माझा स्वाभिमान आणि अहंकार या निर्णयाच्या आड मी येऊ देणार नाही.'' नमतं घेण्याच्या पवित्र्यात मी बोलत राहिलो; मात्र माझ्या मनात नेमक्या याच्या उलट भावना होत्या. ''आता प्रशिक्षण कमी असल्याच्या बाबतीत म्हणायचं तर पुरेसं प्रशिक्षण किंवा सागरी अनुभव म्हणजे काय ते नक्की ठरवावं लागेल; म्हणजे समुद्रावर किती दिवस घालवले ते मोजायचं की किती सागरी मैल प्रवास केला ते मोजायचं; की दोन्ही मोजायचं? तुम्ही हे जर आधी स्पष्ट केलं असतं तर ते लक्ष्य मी नक्की पूर्ण केलं असतं. माझं पुरेसं प्रशिक्षण झालं नाही याबाबत आता या टप्प्याला चर्वितचर्वण करत बसण्यात काय अर्थ आहे? मी जगातलं असेल-नसेल ते प्रशिक्षण घेतल्यानंतरही पृथ्वीप्रदक्षिणेदरम्यान एखादा अपघात होऊच शकतो ना! समुद्राचा काय भरवसा?''

निरुपाय झालेल्या ॲडमिरल साहेबांनी नाखुशीनंच मला पुढच्या महिन्यात जाण्याची संमती दिली. ''आणखी काही बोलायचं आहे का?'' एक उसासा टाकत त्यांनी विचारलं.

''हो सर, एक बोलायचं आहे. आतापर्यंत नेव्हीनं प्रसारमाध्यमांपर्यंत या मोहिमेला पोचवण्यासाठी विशेष काही केलेलं नाही. आपण या मोहिमेवर बराच पैसा खर्च करत आहोत आणि त्यातून जर आपल्याला काही लाभ होणार नसेल तर तो पैसा पाण्यात गेला, असंच म्हणावं लागेल. यात माझा काही फायदा किंवा नुकसान होणार नाही; कारण या मोहिमेमुळे मला जे मिळणार आहे ते कुणीच हिरावून घेऊ शकणार नाही. पण, अशी संधी नेव्हीने गमावली तर मात्र ती दुःखाची गोष्ट असेल.''

''तू त्याची काळजी करू नकोस, तू नौकानयन कर आणि बाकीच्या गोष्टी आमच्यावर सोड!'' आपल्या मूळ स्वभावावर परत येत ॲडमिरल म्हणाले, मी कधी एकदा तिथून जातो, असं त्यांना झालं असावं.

'सागर परिक्रमा' ही मोहीम नक्की कुणाची आहे याबाबत नवल करतच मी त्या ऑफिसमधून बाहेर पडलो! अर्थात, मी आता त्यात इतका बुडालो होतो की मला काहीच फरक पडत नव्हता. ही मोहीम होऊ नये अशी नेव्हीतल्या काही लोकांची इच्छा असली तर असो बापडी! आता आम्ही जिथवर पोचलो होतो तिथे पोचण्यात इतर बऱ्याच लोकांचा हातभार लागला होता आणि ही परिक्रमा यशस्वीपणे पूर्ण व्हावी, अशीच त्यांची मनापासून इच्छा होती आणि माझ्यासाठी हे सगळे लोक महत्त्वाचे होते. मी त्यांचा विश्वास तोडणं शक्यच नव्हतं. दिल्लीतलं माझं काम शक्य तितकं भराभर उरकून मी मुंबईला घरी परतलो.

दरम्यान, अखेरची पाहणी करण्यासाठी रत्नाकर आणि अभिलाषनं बोट पाण्यातून

बाहेर काढली होती आणि तिचं राहिलेलं काम शक्य तितक्या लवकर पूर्ण करण्याच्या मागे लागले होते. निघायला पुरता महिनाही राहिला नव्हता आणि अजून खूप काम बाकी होतं. सगळ्याच आघाड्यांवर आम्ही अजून किती मागे होतो, याची कल्पना मी नौदल मुख्यालयाला पाठवलेल्या या पत्रावरून कदाचित येईल—

*सर,*

*१) 'सागर परिक्रमा' सुरू होण्यास एक महिन्यापेक्षाही कमी कालावधी राहिला आहे आणि बरेच विषय अजून प्रलंबित आहेत. त्यांची एक यादी तयार केली की त्यांचा आढावा घेणे आणि ते वेळेत सोडवणे सोपे जाईल, म्हणजे शेवटच्या क्षणी गोंधळ उडून शरमेने मान खाली घालावी लागणार नाही, असे मला वाटते. शिवाय, कॅलेंडरकडे बघितले की एक महिना शिल्लक आहे असे दिसते, परंतु प्रत्यक्षात आपल्याकडे कामे करण्यासाठी फक्त वीसच दिवस शिल्लक आहेत; कारण १० ऑगस्ट २००९ रोजी बोटीला गोव्याहून मुंबईसाठी निघावं लागेल. तातडीनं लक्ष देण्याची गरज असलेले विषय पुढे दिले आहेत, माझ्या नजरेतून सुटलेलेही काही विषय असू शकतात, ते एकदा आपण डोळ्यांखालून घालावेत.*

***(अ) व्हिसा :-*** *मुंबईहून निघण्यापूर्वी माझ्याकडे ऑस्ट्रेलियासाठी निदान व्हिसा तरी असणे गरजेचे आहे असे मला वाटते. ग्रॅटिस व्हिसाला सामान्यतः एक-दोन दिवस लागत असले, तरी हा विषय लवकरात लवकर निकालात काढला पाहिजे; कारण निघण्याची तारीख जवळ येऊ लागली की माझा बराचसा वेळ गोव्यात बोटीकडे लक्ष देण्यात जाईल.*

***(ब) बोटीवर अतिरिक्त साधने बसवणे :-*** *माझ्या माहितीप्रमाणे, बोटनिर्मात्याने कोटेशन दिले आहे; पण त्याला अजून जनरेटर व अन्य साधनांच्या खरेदीचे आदेश मिळालेले नाहीत. या वस्तू मागवण्यासाठी आणि बोटीवर बसवण्यासाठी त्याला एक महिन्याचा कालावधी हवा असल्याचे त्याने यापूर्वीच कळवले आहे. मी बोट वापरणार असल्याने नवीन साधने बसवल्यानंतर त्यांची क्षमताचाचणी मला घ्यावी लागेल आणि ती चालत असल्याची खात्री करून घ्यावी लागेल. म्हणून बोटनिर्मात्यापेक्षाही जास्त वेळ आपल्याला सर्व साधनांची चाचणी करून घेण्यासाठी लागेल. १९ ऑगस्ट रोजी जर मोहीम सुरू करायची असेल तर हा विषय आपण शक्य तितक्या लवकर निकालात काढला पाहिजे.*

***(क) अतिरिक्त रहाटयंत्रे :-*** *ही अजून गोव्यात कस्टम्सच्या ताब्यातच आहेत. ती बसवणे ही वेळखाऊ प्रक्रिया आहे कारण, आधी ती कशी आहेत*

ते पाहून त्याप्रमाणे ती बसवण्याच्या जागेत बदल करून मग त्यात ती बसवावी लागतील आणि नंतर त्यांची अंतिम चाचणी घ्यावी लागेल. हे झाल्यावर त्यांच्याबरोबर नौकानयनाचा सराव करावा लागेल.

**(ड) अबकारी कराचा परतावा :-** आपण हा प्रश्न अजून सोडवलेला नाही; त्यामुळे बोटनिर्मात्याच्या बोट तयार करण्यासंदर्भातल्या दृष्टिकोनात लक्षणीय बदल झाला आहे; ही बाब अत्यंत चिंताजनक आहे कारण मी अनोळखी सागरी प्रदेशात ही बोट घेऊन जाणार आहे. तुम्ही याला अंधश्रद्धा म्हणा किंवा माझी मानसिक तयारी म्हणा; याबद्दल जवळजवळ प्रत्येकाने मला काही न काहीतरी सल्ला दिला आहे; अगदी योग शिकण्यापासून ते मानसोपचारतज्ज्ञाची मदत घेण्यापर्यंत. पण, जोपर्यंत बोटनिर्मात्याने बोटीवर केलेला खर्च त्याला मिळत नाही, तोपर्यंत अशा मोहिमेवर जाताना मला अजिबात चैन पडणार नाही, मानसिक स्वास्थ्य लाभणार नाही. यासाठी दिल्लीत सर्वतोपरी प्रयत्न केले जात असतीलच याची मला खात्री आहे; परंतु आपल्याला त्या प्रयत्नांचे ठोस परिणाम मिळायला हवेत.

**(इ) बोटीची सजावट :-** 'म्हादेई'च्या सफेद पांढऱ्या बाजूंवर आणि शिडांवर नेव्हीचा आणि देशाचा प्रचार आणि प्रसार करता येईल, या प्रकल्पाच्या इतर उद्दिष्टांपैकी हे एक उद्दिष्ट आहे, असं मी समजतो. बोटीवर काम करणाऱ्या आताच्या टीमच्या आवाक्याबाहेरील हे काम आहे; कारण सफरीसाठी बोट पूर्णपणे तयार करणे याकडेच साहजिकपणे त्यांचे लक्ष एकवटले आहे.

**(फ) छायाचित्रण (फोटोग्राफी) :-** या मोहिमेच्या प्रसिद्धीसाठी काय काय करावे लागेल याबाबतचा सल्ला नेव्हीच्या जनसंपर्क अधिकाऱ्याने दिला आहे, त्यात प्रेक्षकांना बघायला आवडतील अशा व्हिडीओंचे प्रकार व दर्जा, त्यांना ऐकायला आवडतील असे किस्से, बोटीवर हातात कॅमेरा धरून फोटो काढण्यात येणाऱ्या अडचणी इत्यादींचा समावेश आहे. या बाबी आपल्या सर्वांनाच माहीत आहेत; कारण आपण आजपर्यंत प्रेक्षक म्हणून इतरांना या गोष्टी करताना बघत आलो आहोत. प्रश्न हा आहे की, प्रेक्षकांना जे हवे आहे ते कसे द्यायचे आणि कुणी द्यायचे! आपल्याला जर बोटीवर हाय-टेक कॅमेरे किंवा अन्य साधने बसवायची असतील तर आपल्याकडे वेळ फार थोडा आहे; कारण आधी ती बसवण्यासाठी बोटनिर्मात्याला वेळ द्यावा लागेल आणि नंतर ती चालवायला शिकून घेण्यासाठी मला! पुन्हा एकदा, हे काम बोटीवर काम करणाऱ्या सध्याच्या टीमच्या आवाक्याबाहेरचे आहे. त्यासाठी तज्ज्ञांकडून सल्ल्याची नाही, तर कृतीची अपेक्षा आहे.

**(ग) प्रसिद्धी :-** मॉरिशसची सफर ही नमुना चाचणी समजली गेली आणि

*नौदलातले सगळे लोक हे प्रेक्षक मानले गेले, तर असे दिसून येते की आपल्याच वर्तुळात नौकानयनाविषयी किंवा एकल नौकानयनाविषयी आपण फार थोड्या प्रमाणात जाणीवजागृती करू शकलो. दोन प्रकारांमध्ये एका भारतीयाने 'प्रथमच' अशी कामगिरी केली- एक म्हणजे एकट्याने शिडाची बोट चालवली आणि दुसरी म्हणजे दोन हजार ३०० सागरी मैलांपेक्षाही जास्त अंतर एकट्याने पार केले- याबाबत लोकांपर्यंत नीट माहिती पोचली नाही. आपले प्रसिद्धीबाबतचे धोरण हेच राहिले तर 'सागर परिक्रमे'नंतरही परिस्थितीत फारसा बदल दिसून येणार नाही आणि आपण भारत व भारतीय नौदल यांची उज्ज्वल प्रतिमा स्थापित करण्याची सुवर्णसंधी सहा कोटी रुपये खर्च करूनही साधू शकणार नाही. या प्रकल्पाची क्षमता जोखून तिला पूर्ण न्याय द्यायचा असेल तर आपल्याला तातडीने पावले उचलावी लागतील.*

*२) एकल पृथ्वीप्रदक्षिणेसाठी कोणकोणत्या गोष्टींची आवश्यकता असते याची काहीही कल्पना नसताना आणि प्रत्येक टप्प्यावर अनोळखी प्रश्नांशी सामना करावा लागत असताना तीन वर्षांपूर्वी हा प्रकल्प सुरू झाला; तेव्हापासून या प्रकल्पाने त्याच्या समोरील सर्व उद्दिष्टे खर्चाच्या अंदाजपत्रकाच्या मर्यादेत राहून पूर्ण केली आहेत. या शेवटच्या महिन्यात या प्रकल्पाच्या वेळापत्रकातील शेवटचा टप्पाही वेळेवर पूर्ण होईल आणि मोहीम शंभर टक्के यशस्वी होईल यासाठी आपण सर्वांनी प्रयत्नांची पराकाष्ठा केली पाहिजे.*

*सादर,*
*कमांडर दिलिप दोंदे*
*२० जुलै २००९*

आमची निघण्याची तारीख १५ ऑगस्टऐवजी १९ ऑगस्ट अशी निश्चित करण्यात आली होती. नौदलप्रमुखांना आमच्या निरोप समारंभासाठी मुंबईत हजर राहण्याची इच्छा होती; पण १५ ऑगस्ट रोजी दिल्लीतल्या स्वातंत्र्य दिवस सोहळ्याला त्यांना उपस्थित राहणं गरजेचं होतं. १० ऑगस्ट २००९ला गोव्याहून मुंबईसाठी निघण्याआधी 'म्हादेई'चं जास्तीत जास्त काम उरकायचं असं आम्ही ठरवलं होतं. शेवटच्या क्षणी करण्याच्या तयारीसाठी आमच्या मदतीला रत्नाकर मुंबईत येणार होता.

अगदी निघेपर्यंत काही न काही काम करावं लागणार हे तर स्वाभाविकच होतं. दुसरा पर्याय म्हणजे निघण्याची तारीख पुढे ढकलायची हा होता; पण ती किती पुढे ढकलायची यावर आमचं एकमत होत नव्हतं. ''जेवढा वेळ उपलब्ध असेल तेवढा व्यापण्याची क्षमता कामांमध्ये असते,'' या पार्किन्सनच्या नियमावर माझी प्रगाढ

श्रद्धा आहे; थोडक्यात काय तर मारुतीच्या शेपटासारखी कामं वाढतच जातात. प्रस्थान पुढे ढकललं जाणार आहे याची थोडी जरी चाहूल इतरांना लागली असती तरी, त्या क्षणी आम्ही सगळ्यांवर टाकत असलेला कालमर्यादेचा दबाव निघून गेला असता आणि कामं रेंगाळत राहिली असती. आणि हे आम्हाला बिलकूल मंजूर नव्हतं.

ऑगस्टच्या पहिल्या आठवड्यात मी बोटीकडे परतलो. बोटीवर करण्याच्या कामांची यादी बरीच कमी झाली होती; पण आमची रहाटयंत्रं आणि जनरेटर अजूनही कस्टम्सच्या गुदामात अडकले होते. अभिलाष आणि रत्नाकर यांच्यावर तासन्‌तास काम करत राहण्याचा ताण स्पष्टपणे दिसत होता; ते आजारी असल्याचं पाहूनच कळत होतं. टायफॉइडच्या शंकेमुळे स्थानिक नेव्हीच्या हॉस्पिटलमध्ये अभिलाषला ॲडमिट केलं गेलं आणि त्याने पुन्हा बोटीकडे जाण्याची भाषा केली तर त्याला जास्त दिवस हॉस्पिटलमध्ये ठेवण्याची धमकी दिली गेली! काही काळ काम जरा दमानंच घ्यावं लागणार होतं.

१० ऑगस्ट २००९ रोजी आम्ही गोव्याहून निघालो तेव्हा निरोप द्यायला नेव्हीतले उत्साही लोक आणि स्थानिक वृत्तपत्रांचे प्रतिनिधी हजर होते. माझ्याबरोबर एका बातम्या देणाऱ्या वाहिनीकडून टीव्हीसाठी चित्रीकरण करणारे दोन तंत्रज्ञ आणि एका राष्ट्रीय पातळीवरच्या दैनिकाची पत्रकार होती. ॲडमिरल आवटी आमच्याबरोबर येण्यासाठी मोठ्या उत्साहानं तयार झाले होते, पण निघायच्या आदल्या दिवशी पाठीच्या दुखण्याने बेजार झाल्यामुळे त्यांना ऐन वेळी माघार घ्यावी लागली. अभिलाषला आजारपणाची सुटी देऊन लवकर बरं होण्यासाठी घरी धाडून देण्यात आलं होतं आणि तो मुंबईत येऊन आम्हाला सामील होणार होता. मी अगदीच नवख्या लोकांना घेऊन निघाल्याचं पाहून गोवा विभागाच्या मुख्य अधिकाऱ्यांनी त्याच्या तरुण, उमद्या फ्लॅग लेफ्टनंटला खलाशी म्हणून माझ्यासोबत पाठवण्याचा निर्णय घेतला. त्याला नौकानयनाचा फारसा अनुभव नव्हता, पण तो नौदलाचा एक निपुण वॉचकीपर होता आणि त्यापेक्षाही महत्त्वाचं म्हणजे काम करण्यास इच्छुक, उत्सुक होता आणि हेच मला हवं होतं. आमची ही सफर विशेष काही न घडता सहजपणे पार पडली. मॉन्सूनचा काळ असल्यानं समुद्र उचंबळत होता, त्यामुळे बोटीवरच्या खलाश्यांना 'बोट लागणं' किंवा 'सी सिकनेस' म्हणजे काय याची चव चाखता आली. दुसऱ्या दिवशी संध्याकाळपर्यंत वारा पडल्यामुळे आम्ही शांतपणे मुंबई बंदराच्या दारात पोचलो होतो. त्या मायानगरीचं चमचमणारं ऐश्वर्य आम्हाला खुणावत होतं. शेवटचे राहिलेले मैल इंजिन सुरू करून पार करायचे की वाऱ्याची वाट बघत थांबायचं, असं विचारलं असता माझ्या खलाश्यांनी एकमुखानं आणि तातडीनं त्यांचा निर्णय सांगितला, "आपण पटकन जमिनीवर जाऊन पोचू या. आमच्याकडे बातमी देण्यासाठी पुरेसा मजकूर जमला आहे!" पुढच्या दोन तासांत

आम्ही मुंबईच्या गोदीत येऊन थडकलो.

निघायच्या आधीचे आठ दिवस म्हणजे घाईगर्दीचा कळसाध्याय होता. पु.लं.च्या शब्दांत सांगायचं तर प्रत्येक जण मुंडी कापलेल्या कोंबडीसारखं 'थैमान' घालत होता! रत्नाकर आणि अभिलाष बोटीला काय हवं-नको ते बघत होते; जास्तीची उपकरणं आणि सुटे भाग भरून ठेवत होते. घरी आई माझ्यासाठी 'भूक लाडू - तहान लाडू' अशी शिदोरी बांधण्याच्या कामी व्यग्र होती. गेल्या दोन वर्षांपासून ती स्वतःच्या मनाने स्वतःच्या खास पद्धतीनं 'खाण्यासाठी तयार' किंवा 'रेडी-टू-ईट' पदार्थांचे प्रयोग करून बघत होती आणि आता ते पदार्थ व्यवस्थित पॅक करून त्यावर चिठ्ठ्या डकवण्याचं तिचं काम चाललं होतं. माझी बहीण आणि माझी मैत्रीण स्वाती या दोघींनी बोटीवर पुस्तकं आणि गाणी भरण्याची जबाबदारी घेतली होती. मी बोटीवरचं सामान नीट लावण्यात माझा जास्तीत जास्त वेळ घालवत होतो आणि दुसरीकडे काही राहिलं तर नाही ना, याचा शोध घेत होतो. आम्ही शेवटच्या चाचणीसाठी बोट मुंबई बंदराबाहेर फिरवून आणली आणि आता प्रस्थानाची तयारी करण्याचा निर्णय घेतला. कुठेतरी तयारीला पूर्णविराम तर द्यायलाच हवा होता. जे सर्वोत्तम करणं आम्हाला शक्य होतं, ते आम्ही केलं होतं. जे करता आलं नव्हतं ते आमच्या मनातून काढून बाजूला ठेवण्याची आणि आत्मविश्वासानं पुढचं पाऊल टाकण्याची वेळ आता झाली होती. या टप्प्यावरसुद्धा, या मोहिमेच्या यशाविषयी आणि माझ्या परत येण्याविषयी शंका व्यक्त करणारे बरेच जण होते! निघण्यापूर्वी काही दिवस रॉबिन यांच्याकडून मला इ-मेल आला; मला आलेल्या अनेक मेल्समधला हा सर्वोत्कृष्ट मेल होता—

दिलिप,

तू आत्ता खूप बिझी असशील, मला माहीत आहे, म्हणून थोडक्यात लिहितो. येणाऱ्या सफरीसाठी मी तुझं फक्त अभीष्टचिंतन करू इच्छितो. ही मोहीम घडत जाताना पाहणं आणि तिच्यात सहभागी होणं ही माझ्यासाठी फार आनंदाची गोष्ट होती. तुझा वाढता आत्मविश्वास पाहणं ही त्याहूनही जास्त आनंद देणारी बाब होती. तू आता अशा टप्प्यावर येऊन पोचला आहेस की यानंतर फक्त तू निघावंस असं मला वाटतं. म्हणूनच मग, आत्मविश्वासाला सोबत घेऊन आणि तुला ओळखणाऱ्या आम्हा साऱ्यांच्या शुभेच्छा बरोबर घेऊन जा.

ही गोष्ट पक्की लक्षात ठेव की - तू हे 'करू शकतोस'!

जय हिंद!

आर के जे

▲ मुंबईत प्रथम प्रवेश

▲ 'म्हादेई' निघाली मॉरिशसला

मोहिमेचे आधारस्तंभ (डावीकडून उजवीकडे) -
रत्नाकर दांडेकर, मनोहर आवटी, अभिलाष टॉमी, दिलिप दोंदे ▼

▲ विषुववृत्तीय सूर्योदय

▼ विषुववृत्तीय सूर्यास्त

# 'डाउन अंडर'- खाली ऑस्ट्रेलियाकडे!

निघण्याचा दिवस अखेरीस उजाडला. आजपर्यंतच्या घाईगडबडीच्या दिवसांपेक्षा हा दिवस काही वेगळा वाटत नव्हता! माझं सामान भरण्यासाठी मी आदल्या रात्री उशिरापर्यंत जागा होतो. दुसऱ्या दिवशी सकाळी अभिलाषनं ऑफिसर्स मेसमधून मला हे विचारण्यासाठी फोन केला की बोटीकडे जाताना मी त्याला माझ्या गाडीतून घेऊन जाऊ शकतो का? त्याचा फोन आला तेव्हा मी स्वतःला अंथरुणातून कसंबसं खेचून बाहेर काढलं.

तो म्हणत होता, ''सर, आपली अधिकृत कार आज उपलब्ध होऊ शकणार नाही. इथल्या वाहतूक विभागानं मला सांगितलं की, आज कुठेतरी जाणाऱ्या एका कोणत्यातरी बोटीला निरोप देण्यासाठी नौदलप्रमुखांसह अनेक ज्येष्ठ अधिकारी शहरात दाखल झाले आहेत आणि सगळ्या गाड्या त्यांच्या दिमतीला असल्यानं एकही गाडी रिकामी नाही! तुम्ही जेव्हा बोटीकडे जायला निघाल, तेव्हा मेसमधून तुम्ही प्लीज मला घेऊन जाऊ शकाल का?''

'अशा या घाईच्या वेळी आपल्याला थोड्याशा विनोदाची गरज आहे, नाही का!' तयार होत असताना माझ्या मनात विचार आला, विनोदाचा आणखी खुराक माझ्यापुढे वाढून ठेवलेला असेल याची मला खात्री वाटत होती.

आदल्या दिवशी संध्याकाळी, बोटीवरून काम उरकून निघताना अभिलाषला इमिग्रेशनच्या औपचारिकता पूर्ण करण्याची आठवण आली. नौदलाच्या जहाजानं प्रवास करण्यासाठी त्यांची कधी गरज पडत नसल्यामुळे ही गोष्ट कुणाच्याच लक्षात आली नव्हती. त्यासाठी मला नक्की काय करावं लागणार आहे ते ठरवण्यात आमचा काही वेळ गेला आणि दिवसाची सुरुवात मी इमिग्रेशन ऑफिसपासून करावी असं मी ठरवलं. हे ऑफिस म्हणजे एक पोलिस स्टेशन असल्याचं निष्पन्न झालं. ते फार लांब नव्हतं. माझी प्रस्थानाची वेळ दुपारी साडेचारची ठरली होती, त्यामुळे हातात जास्त वेळ नव्हता.

''तुमच्या पासपोर्टवर स्टॅम्प न मारता तुम्ही मुंबई बंदरात प्रवेश कसा काय

केला? तुम्हाला खरंतर गजाआड टाकायला हवं आणि तुमची बोट जप्त करायला हवी,'' माझ्या पासपोर्टवर ज्यानं स्टॅम्प मारायची गरज होती तो पोलिस अधिकारी गरजला. मी त्याच्या समोर त्याच्या ऑफिसमध्ये अवाक् होऊन बसलो होतो.

''पण, बोट तर गोव्यात बांधली गेली आणि ती घेऊन मी मुंबईला आलो. दोन भारतीय बंदरांमध्ये बोट चालवण्यासाठी माझ्या पासपोर्टवर स्टॅम्प कशाला मारायला हवा? शिवाय ती नौदलाची बोट आहे आणि माझ्या पासपोर्टवर तुम्ही स्टॅम्प मारावा हे सांगणारं नेव्हीचं पत्र माझ्याकडे आहे. ते जर तुम्हाला करायचं नसेल, तर मला माझा पासपोर्ट परत देता का, कारण आज संध्याकाळी मला निघायचं आहे. आणि बोट जप्त करण्याबाबत म्हणाल तर ती नौदलाच्या गोदीत आहे, बघा जप्त करता येते का ते!''

''तुम्हाला तुमचा पासपोर्ट परत तर मिळणार नाहीच, पण तुम्हाला कुठे जाताही येणार नाही!''

हे निरर्थक आणि तरीही रंगतदार संभाषण जवळजवळ एक तासापेक्षाही जास्त काळ सुरू होतं. मध्ये मध्ये विश्रांती घेत ते सुरूच राहिलं. आम्ही ऑफिसच्या बाहेर उभं राहून बोलत होतो; कारण स्वाइन फ्लूची साथ असल्यानं आतमध्ये डासनाशक औषधाची फवारणी चालली होती! माझा संयम आता खरोखरच संपत आला होता. अचानकपणे, इतका वेळ माझ्याशी हुज्जत घालणारा तो पोलीस माझा चेहरा बारकाईनं निरखत म्हणाला, ''तुम्ही काल रात्री टीव्हीवर होतात?''

''हो, मीच असणार तो.''

''अच्छा, म्हणजे ते शिडाच्या होडीने जगाला प्रदक्षिणा घालायला जाणारे तुम्हीच का?''

''अहो, हेच तर मी केव्हापासून तुम्हाला सांगण्याचा प्रयत्न करतोय आणि मला आजच संध्याकाळी निघावं लागेल. मग, आतातरी माझा पासपोर्ट परत मिळू शकेल का?'' शक्य तितका भावनारहित आवाज काढण्याचा प्रयत्न करत मी विचारलं.

''अरे, यांचा पासपोर्ट स्टॅम्प मारून आणा बरं लवकर, पण आधी तो मिठाईचा बॉक्स द्या,'' त्यानं त्याच्या हाताखालच्या अधिकाऱ्याला फर्मावलं.

पुढच्या पाच मिनिटांत मी पोलिस स्टेशनच्या बाहेर निघालो तेव्हा माझ्या पासपोर्टवर स्टॅम्प मारलेला होता, तोंडात मिठाई कोंबलेली होती आणि सगळ्या पोलिस स्टेशनच्या शुभेच्छा माझ्या गाठीशी होत्या!

अगदी शेवटचं म्हणून मी घरी गेलो, पटकन चार घास पोटात ढकलले, माझं वैयक्तिक सामान माझ्या गाडीत भरलं आणि बोटीकडे निघालो. एखाद्या छोट्या सफरीवर निघावं तसा मी निघालो, काही वेगळ्या भावना वगैरे दाटून आल्या

नाहीत! सगळ्यांना अपेक्षित होतं तसा मी अजिबातच तणावाखाली किंवा उल्लसित नव्हतो. याचं श्रेय मला वाटतं पावलोपावली माझ्या सोबतीला असलेल्या 'गणवेशातल्या विनोदाला' द्यायला हवं. नौदलाच्या गोदीत शिरल्यावर मी बोटीकडे जायला लागलो, तसं नौदल पोलिसानं मला थोपवलं.

"सर, तुम्हाला गाडी घेऊन पुढे जाता येणार नाही. पुढे रस्ता बंद आहे."

"आणि रस्ता का बंद आहे?"

"कोणती तरी बोट कुठेतरी जायला निघणार आहे आणि तिला निरोप द्यायला नौदलप्रमुख आणि इतर व्हीआयपी मंडळी येणार आहेत. सुरक्षेच्या कारणासाठी आम्ही रस्ता बंद केला आहे."

"अच्छा! आणि ती बोट कोण चालवणार आहे?"

"ते मला माहीत नाही, सर. पण तुम्ही मात्र पुढे जाऊ शकत नाही."

"पण मी स्वतः आणि माझं सामान जोपर्यंत त्या बोटीत चढत नाही, तोपर्यंत ती बोट निघूच शकणार नाही. मी तुम्हाला समजावून सांगतो." हे सगळं नेमकं कशासाठी चाललं आहे हे त्या पोलिसाला समजावून सांगण्यात वेळ तर गेलाच आणि माझा धीरही सुटायला लागला. शेवटी माझं म्हणणं पटून त्यानं आम्हाला पुढे सोडलं.

लवकरच वृत्तपत्रांचे प्रतिनिधी आले आणि आम्ही त्यांच्याशी बोलण्यात गुंतलो. काही वेळानं सगळीकडे इतका कोलाहल माजला की कधी एकदा यातून बाहेर पडतो, असं मला झालं. अल्प परिचय आणि भाषणं झाल्यानंतर मी नौदल प्रमुखांना बोटीकडे घेऊन गेलो आणि त्यांना बोट फिरून दाखवली. बोटीतून खाली उतरताना माझा निरोप घेण्यासाठी ते वळले तेव्हा मी एक कडक सॅल्यूट ठोकला आणि चेहऱ्यावर उमटणारं हसू दाबत त्यांना विचारलं, "पृथ्वीला प्रदक्षिणा घालण्याची परवानगी द्या, सर!"

"हो नक्कीच, तुला खूप खूप शुभेच्छा!" ते हसून म्हणाले. मी मागे पळालो, इंजिन सुरू केलं आणि रत्नाकर व अभिलाषला बोटीचे दोर सोडायला सांगितलं.

हे सगळं सुरू असताना माझं मन अगदी अलिप्त होतं, गेल्या दोन तासांपासून जे काही चाललं होतं ते माझ्या मनापर्यंत पोचतच नव्हतं. आजूबाजूला घडत असलेल्या घटना मी हवेत विहरत असताना लांबून पाहत आहे आणि माझा त्यांच्यात काहीच सहभाग नाही, अशी काहीतरी विचित्र भावना माझ्या मनात निर्माण झाली होती. सगळ्या घडामोडींमध्ये अत्यंत यांत्रिकपणे मी वावरत होतो. आजूबाजूला लोक उत्साहानं आणि आनंदानं चीत्कारत होते आणि धक्क्यावर नौदलाचा बँड वाजत होता. या सगळ्याचा कोणताही परिणाम माझ्या मनावर होत नव्हता. माझं सगळं लक्ष तराफ्यापासून बोटीला काहीही इजा न होता लांब घेऊन जाण्याकडे

लागलं होतं. या सगळ्या आवाजांमधून एका लहान बालिकेचा टिपेचा आवाज माझ्या कानात शिरला. ती ओरडत होती, ''ऑल द बेस्ट!'' ते ऐकून मी धाडकन वास्तवात आलो. ती माझी चार वर्षांची भाची होती, तिच्या बाबांच्या कडेवर बसून मला निरोप देत होती. आतापर्यंत ती अगदी गप्प होती, आसपासच्या गडबड-गोंधळामुळे बावरली असावी बिचारी. आता मात्र तिचा उत्साह तिला गप्प बसू देत नव्हता आणि तिला कंठ फुटला होता. मी हातातलं काम थांबवलं, मागे वळलो आणि तिला 'टाटा' केला.

मी नौदलाच्या गोदीबाहेर बोट आणली तेव्हा माझ्या मागे काही 'होबी १६' कॅटमरॅन बोटी होत्या; त्या नेव्हल सेलिंग क्लबकडून आल्या होत्या. अर्ध्या तासात मी संरक्षित विभागातून पुरेसा पुढे निघून आलो होतो आणि आता शिडं उभारायला हरकत नव्हती. 'पश्चिम विभागीय जहाजांचा ताफा' (वेस्टर्न फ्लीट) बंदरात प्रवेश करत होता म्हणून मी मुख्य प्रवाहापासून थोडा दूर गेलो, वाऱ्याच्या दिशेला बोट वळवली, तिला स्वयंचालकावर सोपवली आणि मुख्य शीड उभारायच्या कामाला लागलो. शीड अर्ध्यापर्यंतच जेमतेम उभारलं असेल तेवढ्यात एक राखाडी रंगाचं धूड माझ्याच दिशेनं येताना मला दिसलं, ते स्वाभाविकपणे त्याच्या नांगरण्याच्या जागेकडे चाललं होतं. मी हातातलं काम तसंच टाकलं, सुकाणूकडे गेलो आणि शीड अर्धवट फडफडत असतानाच बोट वळवली. खुल्या समुद्रात आल्यावर शीड पुन्हा उभारायच्या कामाला लागलो, बोटीचं तोंड दक्षिण दिशेला वळवलं आणि इंजिन बंद करून टाकलं. एकदाचे आम्ही शिडं उभारून आमच्या मार्गाला लागलो होतो. गोदीमधली प्रवासी बोट माझ्या जवळून गेली, त्यात मला हात हलवून निरोप देणारे कुटुंबीय आणि मित्र होते.

''चल पोरी, समारंभ पुरे झाले आता, आपल्याला पुढे जायला हवं,'' बोटीवर लावलेली बॅनर्स आणि बाकीच्या सजावटीच्या वस्तू काढून टाकत; मोहीम सुरू करण्यासाठी सज्ज होत असताना बोटीला मी म्हणालो. मुंबई बंदराच्या तोंडावर 'प्रॉग्स द्वीपस्तंभ' पार केल्यावर मी सागराला नारळ अर्पण केला. नौदलप्रमुखांनी तो मला दिला होता आणि असं करण्याची परंपरा असल्याचं मला कुणीतरी सांगितलं होतं. असा नैवेद्य दाखवल्यावर माणूस सुखरूप परत येतो म्हणे!

पुढचं काम होतं बंदराबाहेर पसरलेल्या मासेमारीच्या जाळ्यांना चुकवणं. वायव्येकडून छान वारा वाहत होता आणि आम्हाला बोट वळवावी न लागता किंवा कोणत्याही जाळ्यात न अडकता आरामात खांदेरी बेट पार करता आलं. भारतीय द्वीपकल्प पार करेपर्यंत भारतीय किनारपट्टीला समांतर असं दक्षिण, दक्षिण-पूर्व दिशेला जात राहायचं, अशी योजना होती. फोनच्या कक्षेबाहेर जाण्याआधी मी घरच्यांशी मोबाइल फोनवर बोललो. निरोप समारंभाहून घरी परतलेल्या कुटुंबीयांची

पार्टी चाललेली दिसत होती आणि त्याचबरोबर सगळा समारंभ ते टीव्हीवर पाहत होते.

'ही सगळी गंमत मला अनुभवता आली नाही, पण इतर कोणत्याही गोष्टीसाठी मी अशा प्रकारच्या सफरीची कुर्बानी दिली नसती,' माझ्या मनात विचार आला. मी बाहेर बसून सँडविचेस आणि अंडी खात होतो, तेवढ्यात मला रेडिओवर अगदी ओळखीचा आवाज ऐकू आला. आकाशवाणीवरून थोड्या वेळापूर्वी घेतलेली माझीच मुलाखत प्रसारित होत होती!

तीन दिवसांनी बोटीवर स्थिरस्थावर झाल्यावर मी माझा ब्लॉग लिहायला सुरुवात केली. माझा मित्र अंशुमन चॅटर्जी याने हा ब्लॉग मला तयार करून दिला होता त्याला वर्ष होऊन गेलं होतं. पण, माझ्या कार्यबाहुल्यामुळे म्हणा किंवा माझा आळस म्हणा, त्यावर मी काहीही लिहिलं नव्हतं. शिवाय, ही मोहीम होणार की नाही याबाबतही अनिश्चितता होती. आता मात्र कोणतीही सबब चालणार नव्हती, कारण मी निघालो होतो. आणि मी मोहीम यशस्वीपणे पार करेन की नाही हा नंतरचा भाग झाला, काय घडतंय ते जाणून घेण्याचा लोकांना हक्क होता. शेवटी काय, माझे संभाव्य वाचकच ते करदाते होते ज्यांच्या पैशातून ही मोहीम शक्य झाली होती; त्यांना याची जाणीव बहुधा नसावीच. पुढे माझ्या ब्लॉगवर मी त्या त्या दिवशी लिहिलेली टिपणं फारसे बदल न करता तिरक्या अक्षरात देत आहे. माझ्या पृथ्वीप्रदक्षिणेचा हा एकमेव लेखी दस्तऐवज आहे, म्हणून तो जसाच्या तसा देण्याचा प्रयत्न केला आहे; त्यातून माझी त्या त्या वेळची मनःस्थिती नेमकी कशी होती ते दिसून येईल—

### *सागर परिक्रमा - पहिले दोन दिवस*

#### *बुधवार, १९ ऑगस्ट २००९*

*शेवटी पावणेपाच वाजता मुंबईहून निघालो. निरोप समारंभात मीडियाचा जो कोलाहल चालला होता तो पाहून खरेच तेथून निघाल्याचा मला आनंदच झाला. सात वाजून वीस मिनिटांनी शीड उभे राहिले होते आणि मुख्य शीड उभारताना झालेल्या दमछाकीमुळे मी एखाद्या कुत्र्यासारखा हाफत होतो. वायव्येकडून 'म्हादेई'च्या बाजूने तिरक्या येणाऱ्या (ब्रॉड रीच) वाऱ्यामुळे ती मजेत चालली होती. खरेतर नैर्ऋत्य मॉन्सूनच्या काळात वायव्येकडून वारा वाहणे, ही बाब जरा विचित्रच होती. वाऱ्याचा वेग वाढत होता आणि काही वेळ आम्ही ताशी १० नॉट्स (सागरी मैल) वेगाने चाललो होतो. अशा गतीने गोवा २४ तासांत गाठण्याचा आमचा इरादा होता. रात्रभर वाऱ्याची गती बदलत राहिली. त्यामुळे आणि मच्छीमारी करणाऱ्या बोटींमुळे झोपेचे खोबरे झाले. पहाटेपर्यंत वारा पूर्णपणे पडला.*

**गुरुवार, २० ऑगस्ट २००९**

पडलेल्या वाऱ्यामुळे, निघायच्या आधीच्या काळात मिळालेल्या अपुऱ्या झोपेमुळे आणि मान अवघडून दुखायला लागल्यामुळे सकाळी आठ वाजता अनिवार्य असलेला दैनंदिन अहवाल पाठवून दिल्यावर बोटीवर 'रविवारची सुटी' जाहीर करण्यात आली. नाश्ता बनवण्याचीही गरज नव्हती, कारण 'तरंगिणी'वरचा माझा सहकारी लेफ्टनंट कमांडर अटल मोहन याच्या पत्नीने- मंजिरीने मस्तपैकी डब्यात शिरा भरून दिला होता. जोडीला ब्रुफेन आणि पॅरासिटेमॉल यांचे कॉकटेल मानेची काळजी घ्यायला होतेच. दिवसभर छान झोप काढल्यावर रात्री झोपायची योजना सतत बदलणाऱ्या वाऱ्यांनी मोडीत काढली; त्यांच्याबरोबर अनपेक्षितपणे भल्या मोठ्या पाकोळ्यांनी ५० सागरी मैल दूर असलेल्या किनाऱ्यावरून येऊन हल्ला चढवला. पहिली पाकोळी सूर्यास्ताच्या सुमाराला आली. तिचा दिशेचा अंदाज अचूक ठरल्याबद्दल नवल करत असतानाच आणखी पाकोळ्या हळूहळू बोटीवर उतरायला लागल्या. बोटीवरच्या दिव्यांनी त्यांना खेचून आणले असावे. लवकरच बोटभर पाकोळ्याच पाकोळ्या झाल्या. चार्ट प्लॉटर, सुकाणू, दिशादर्शक उपकरणे, दिवे यांच्यावर त्या हाराकिरी करू लागल्या. शेवटी मी चार्ट प्लॉटर विझवला आणि बाहेर येऊन झोपलो; कारण आत शिरलेल्या एका पाकोळीला बाहेर जाण्याचा रस्ता सापडत नव्हता म्हणून ती फडफडत होती. तसाही वारा फारसा नव्हताच आणि बोट जवळजवळ जागीच उभी होती.

**शुक्रवार, २१ ऑगस्ट २००९**

कालच्या वाऱ्याला दोष देण्यात अर्थ नव्हता हे मला आज कळले. त्यापेक्षाही वाईट स्थिती असू शकते याचा शोध आज मला लागला! दोनेक तास ईशान्येकडून वाऱ्याच्या झुळका आल्या आणि मग... शांतता! समुद्र म्हणजे जणू एखादी काच अंथरल्यासारखा भासत होता. अशा परिस्थितीत तुम्हाला दुसरं काही करता येत नसतं; फक्त जेनोआ उघडायचं (जेनोआ हे असमभुज शीड कमी वाऱ्यात उभारण्याचं शीड असतं), मुख्य पुढचे आणि त्यामागचे शीड खाली ओढून त्यांचं फडफडणं कमी करायचं, स्वयंचालक बंद करून टाकायचा आणि सुकाणू एका दिशेला स्थिर करायचं. खरं सांगायचं तर बोट चालवण्यासाठी लागणारी सगळी साधनं मी 'ऑफ' (बंद) करून टाकली कारण आम्ही नुसतेच इकडेतिकडे डुंबत असताना ती चालू ठेवण्यात काहीच अर्थ नव्हता. छानपैकी वरण-भाताचं जेवण केलं आणि त्यानंतरची अनिवार्य अशी वामकुक्षी घेतली. डुलक्यांच्या मध्ये-मध्ये सवयीनुसार डेकवर गेलो तेव्हा डॉल्फिन्स पाण्यात विहार करताना दिसले. हे लिहीत असताना आता संध्याकाळचे सात वाजले आहेत. वायव्येकडून येणारा वारा 'म्हादेई'ला

पुढे ढकलण्याचा प्रयत्न करत आहे. सकाळी मी 'नुकतेच गोव्याला मागे' टाकले होते आणि सायंकाळीही मी 'नुकतेच गोव्याला मागे' टाकले आहे! उद्या मी कोठे पोचलो असेन, बघू या. तोपर्यंत गोव्याचा निरोप घेताना माझ्या याआधीच्या सफरींवरचा खलाशी लेफ्टनंट कमांडर अभिलाष टॉमी याचा आवडता 'गोवा सॉसेज पुलावा'चा आस्वाद घेऊ या. त्याचबरोबर ऑल इंडिया रेडिओचं पणजी स्टेशन माझी करमणूक करायला आहेच!

**शुक्रवार, २१ ऑगस्ट २००९ म्हादेई'वरून रात्री उशिरा केलेली ही नोंद**

दिवस सगळा शांततेत घालवल्यावर रात्री नऊपासून ताशी २० नॉट्स वेगानं वाहणाऱ्या वाऱ्यात आम्ही ताशी नऊ नॉट्सपेक्षाही जास्त वेगानं चाललो आहोत. माझ्या डोक्यावर माझ्याच सोबत चाललेला काळ्याकुट्ट ढगांचा एक गठ्ठा आहे आणि बाहेर तो बादल्यांनी पाणी ओतल्यासारखा बदाबदा पाणी ओतत आहे. अभिलाष आणि रत्नाकर यांच्या कल्पकतेतून त्यांनी पाण्यापासून बचाव करण्यासाठी बसवलेलं तावदान त्याची योग्यता सिद्ध करत आहे. माझा आणि बोटीच्या आतल्या भागाचा पाण्यापासून बचाव करण्यात ते यशस्वी ठरलं आहे. असं दिसतंय की रात्रभर जागरण घडणार, पण निदान आम्ही पुढे जात आहोत ही समाधानाची बाब आहे! सॉसेज पुलाव चटकदार होता. आता रात्रभर काही काळजी नाही; भरपेट पोटपूजा झाली आहे.

**शनिवार, २२ ऑगस्ट २००९ : 'म्हादेई'वरून केलेली पोस्ट**

रात्रीचे सुमारे साडेनऊ वाजले आहेत. हातसडीच्या तांदळाचा भात आणि वाळवलेली पालकाची भाजी यावर खलाश्यांचा आडवा हात मारून झाला आहे. बाजूकडून अंगावर ताशी २० सागरी मैलांच्या गतीनं सातत्यानं वाहणाऱ्या वाऱ्याच्या आणि मागून येणाऱ्या समुद्राच्या लाटांच्या सोबतीनं 'म्हादेई' मजेत पुढे चालली आहे. दिवसभर रिपरिपणाऱ्या पावसामुळे हवा एकदम थंड झाली आहे आणि रेडिओवर अजूनही गाणी ऐकू येत आहेत. यापेक्षा सुख-सुख म्हणतात ते आणखी काय पाहिजे! कालची रात्र खरंच होती का, असं वाटायला लावणारी ही परिस्थिती आहे.

काल रात्री मी ब्लॉग लिहिल्यानंतर लगेचच वारा अगदीच पडला आणि शिडं डोकं फिरल्यासारखी फडफडायला लागली. हेडसेल (डोलकाठीच्या पुढे असलेले शीड) गुंडाळले, तळकाठी बांधून टाकली आणि ताशी ३० नॉट्स वेगानं वारा वाहायला लागला. तसाच उठलो, शिडं उभारली आणि पुन्हा वारा रुसला. मधूनच

*उठणारी वादळं, दिशा बदलणारा वारा हे चक्र रात्रभर सुरूच राहिलं. बोट सरळ ठेवण्यासाठी मी किती वेळा वारा शिडात भरावा यासाठी बोट मागच्या टोकाकडून वळवली असेल (Gybe) याची गणतीच नाही. अशीच एकदा बोट वळवताना 'रेमरीन' हा स्वयंचालक अचानक संपावर गेला. नशिबानं, 'जेफा' हा स्वयंचालक मदतीला धावून आला आणि आम्ही बोट वळवू शकलो. शेवटच्या क्षणी बसवलेली जास्तीची रहाटयंत्रं आता उपयोगी पडली. त्यांना कस्टम्सच्या तावडीतून सोडवण्यासाठी आणि बोटीवर बसवण्यासाठी घेतलेले कष्ट सार्थकी लागले, असंच म्हणावं लागेल. वाऱ्याचे मूड्स सांभाळताना होणारी त्रेधातिरपीट कमीच होती की काय म्हणून पाकोळ्यांनी पुन्हा हल्लाबोल केला. सतत बदलणाऱ्या शिडांमुळे त्या त्रस्त झाल्या असाव्यात. त्यामुळे, जेव्हा मी शिडांशी कुस्ती खेळत नसेन आणि बाहेर पाण्यात भिजत नसेन तेव्हा आतमध्ये माझे निशाणबाजीचे कौशल्य पणाला लावून कीटकनाशकांचा फवारा मारून पाकोळ्यांवर शरसंधान करत होतो! हा सतत दिशा बदलणारा सौम्य वारा भल्याभल्यांना जेरीस आणू शकतो. हा वारा वस्तूंची मोडतोडही करू शकतो हे मला दुसऱ्या दिवशी सकाळी कळले. मुख्य शीड तळकाठीला बांधायला वापरलेला जाड स्टेनलेस स्टीलचा साखळदंड (Tack Shackle)अगदी चांगल्या प्रतीचा असूनही तुटला होता. सुदैवानं एक जास्तीचा साखळदंड बोटीवर होता. एक 'लेझी जॅक' (Lazy Jack) म्हणजे मुख्य शीड तळकाठीवर व्यवस्थित राहण्यासाठी वापरलेला विशिष्ट दोर निघाला होता आणि उजवीकडच्या रनरमध्ये (Starboard Runner) अडकला होता. फार उशीर होण्याआधीच मला तो पकडता आला, हे नशीब. रेमरीन स्वयंचालकाचे काय बिनसले आहे ते उद्या बघेन. सकाळी वारा अजिबात नव्हता, समुद्रातही लहान लाटा उठत होत्या. एका दृष्टीनं हे बरंच होतं, कारण त्यामुळे मला रात्री झालेल्या नुकसानीची पाहणी करता येणार होती आणि साखळदंडही बदलता येणार होता. दुपारपासून वाऱ्यानं चांगला जोर पकडला आहे. थोड्या वादळानं सुरुवात झाली, पण वाऱ्याची गती चांगली राहिली आहे, वारा वायव्येकडून वाहतोय! आणि मला वाटत होतं की हा मॉन्सूनचा मोसम आहे! अधूनमधून सारखी वादळं उठताहेत; पण ताशी ३० नॉट्सच्या वर त्यांचा वेग जात नाही. एवढा वेग माझा सगळ्यात महत्त्वाचा खलाशी असलेला जेफा स्वयंचालक सांभाळू शकतो. गेल्या सहा तासांत ५० सागरी मैल आम्ही कापले आहेत, ६५ सागरी मैल दूर असलेला मंगलोरचा किनारा पार केला आणि आता पूर्वेला ६७ सागरी मैल अंतरावर असलेल्या केरळच्या किनाऱ्यावरून जात आहोत.*

त्या रात्री, मध्यरात्र उलटून गेल्यावर लगेचच मी वादळी हवामानाचा सामना करत असताना माझ्या व्हीएचएफ रेडिओवर एका मच्छीमाराचा आवाज ऐकला.

त्यानं खूप मोठं जाळं फेकलेलं असावं आणि त्यापासून लांब राहण्याचा इशारा तो जवळपास असलेल्या बोटींना देत होता. मी बॅटऱ्या चार्ज करण्यासाठी नुकतंच इंजिन सुरू केलं होतं आणि त्याच वेळी अंघोळीसाठी पाणी गरम करत होतो. खूप लांबवर मला काही दिवे दिसत होते आणि रेडिओवरच्या कॉल्समध्ये मच्छीमार बोटीच्या नेमक्या ठिकाणाचा उल्लेख नसल्यामुळे ते दिवे तिचेच असावेत, असा मी अंदाज बांधला. अचानक, एक सर्चलाइट बोटीजवळ चमकायला लागला आणि तो मच्छीमार व्हीएचएफवर त्याचा ठावठिकाणा सांगायला लागला. मी नक्कीच जवळपास त्याच्या जाळ्यात अडकणार होतो. त्या भीतीनं मी बोटीचं तोंड घाईघाईनं वळवलं आणि हे करताना इंजिनाच्या गिअरच्या दांड्याला अडखळून धडपडलो; ज्यानं प्रोपेलर नको असतानाही फिरू लागलं. मी त्या वेळी बोट वळवत होतो आणि माझे दोन्ही हात गुंतलेले होते. 'ठीक आहे, चिंतेचं कारण नाही, आधी मी बोट वळवतो आणि मग मी इंजिन बंद करतो आणि प्रॉपेलर थांबवितो,' फिरणाऱ्या पंख्याच्या पात्यांमध्ये जाळं गुंतण्याची चिंता मला वाटत होती. अचानक मला बोटीच्या आतल्या बाजूनं ठोकल्यासारखे आवाज यायला लागले. इंजिनानं एक जोरदार किंकाळी मारली आणि ते थंडावलं. प्रॉपेलरच्या पात्यात जाळं अडकल्यामुळे ते फिरायचं थांबलं आणि इंजिन बंद पडलं, हा पहिला विचार माझ्या मनात आला. पण, बोट तर अजून चालत होती आणि तिच्यामागे जाळ्यासारखं काही अडकून येतानाही दिसत नव्हतं. गोंधळून मी आतमध्ये पाहायला गेलो. बघतो तर आतल्या भागाला युद्धभूमीचं स्वरूप प्राप्त झालं होती. इंजिनाला हवा लागावी म्हणून इंजिनरूमची झडप उघडी ठेवण्याची मला सवय होती. त्या झडपेतून माझी रकसॅक (पाठीला अडकवण्याची सॅक) आत पडली होती आणि मघाशी गिअरच्या दांड्याला माझा धक्का लागला तेव्हा प्रॉपेलरची पाती झोपेतून जागी झाली होती व त्यांनी माझ्या सॅकच्या चिंध्या करून आतल्या सगळ्या वस्तू भिरकावून दिल्या होत्या. हे करून झाल्यावर अखेरीस इंजिन बंद पाडलं होतं. ठोकल्यासारखे जे आवाज येत होते त्यामागचं रहस्य हे होतं तर! तो सावळा गोंधळ निस्तरायला मला चांगले दोन तास लागले. इंजिन किंवा पात्यांचं खूप मोठं कायमचं नुकसान झालं नव्हतं, याचंच मला समाधान मिळालं. साफसफाई करून झाल्यावर गरम पाण्याच्या अंघोळीची काही गरजच उरली नव्हती, कारण धापा टाकत पळणाऱ्या डुकरासारखा मी घामानं निथळत होतो आणि पुढच्या वादळात 'नैसर्गिक' गार पाण्याचा शॉवर कधी मिळतोय याची आतुरतेनं वाट बघत बसलो!

**सोमवार, २४ ऑगस्ट २००९ : 'म्हादेई'वर सोमवारची सकाळ आळसावलेली नसते!**

*एक आठवड्यापेक्षा जास्त काळ एकट्यानं बोट चालवत जाण्याचा एक फायदा म्हणजे 'मंडे मॉर्निंग ब्लूज्!' किंवा 'आळसावलेला सोमवार,' अशी काही भानगड उरतच नाही! एकतर प्रत्येक दिवस हा सुटीचा दिवस असतो किंवा एकही दिवस सुटी मिळत नाही. तुम्ही त्याकडे कोणत्या दृष्टिकोनातून पाहता त्यावर हे अवलंबून असतं. मी पहिल्या दृष्टिकोनातून पाहणं पसंत करतो. प्रदीर्घ रात्रीनंतरचा आजचा हा दिवस छान उगवला. अधूनमधून नियमितपणे वादळे होत आहेत आणि पाठोपाठ मंद गतीनं वाहणारा वारा. रात्री आम्ही बरीच प्रगती केली आणि दिवसाही पुढे जात राहिलो. रात्री अनपेक्षितपणे हवा थंड झाली, इतकी की, मला माझी स्लीपिंग बॅग बाहेर काढावी लागली. आम्ही जहाजांच्या वर्दळीच्या मार्गानं जात असल्यामुळे मोठ्या जहाजांची सतत सोबत होती. अंधाऱ्या मच्छीमार बोटींपेक्षा ही जहाजं शंभर पटींनी बरी! बहुतेक मोठ्या जहाजांवर एआयएस (स्वयंचलित निर्धारण प्रणाली) बसवलेली असते. रडारवर ती व्यवस्थित दिसतात आणि आमच्या वेड्यावाकड्या जाणाऱ्या बोटीपासून लांब राहण्याच्या व्हीएचएफवर दिल्या जाणाऱ्या इशाऱ्यांना ती प्रतिसाद देतात. जमिनीपासून ७५ सागरी मैल दूर असल्यामुळे मच्छीमार बोटींची वर्दळ कमी होती. आत्ता हे लिहीत असताना आम्ही केप कोमोरीन, म्हणजेच सगळ्यांच्या ओळखीचे कन्याकुमारी पार केले. भारतीय द्वीपकल्पाचे हे दक्षिणेकडचे शेवटचे टोक. याआधी अभिलाषच्या सोबतीनं कोलंबोला जाताना मे महिन्यात आम्ही या मार्गानं गेलो होतो. या सफरीला फक्त तीन महिने झाले, यावर विश्वास बसत नाही. तो परदेशी भूमीकडे केलेला आमचा पहिला प्रवास होता. वारा ताशी २० नॉट्सपेक्षा जास्त वेगानं वाहू लागल्यावर आमची कशी घाबरगुंडी उडायची ते अजून आठवते. आताही पुन्हा वारा त्याच वेगानं वाहतोय; पण मी मात्र आज आतमध्ये बसून आरामात हे लिहितोय. त्यानंतर 'म्हादेई'नं आणि मी मिळून सात हजार सागरी मैलांपेक्षा जास्त प्रवास केला आहे आणि आमचा परस्परांवरचा विश्वास कैक पटींनी वाढला आहे! आजचा दिवस सर्वस्वी स्वयंचालकांचा होता. दोन दिवस तोंड पाडून बसलेला रेमरीन स्वयंचालक आज पुन्हा कामावर रुजू झाला. तो आता बोट चालवत आहे आणि मी त्याला दृष्ट लागू नये म्हणून मनोमन प्रार्थना करत आहे. 'विंड वेन' हा स्वयंचालक म्हणजे बोटीवरचे सगळ्यात कमी वापरले गेलेले उपकरण आहे; त्याला आज दोन तास कामाला जुंपले आणि तो परीक्षा उत्तीर्ण झाला. माझा विजेचा वापर कमी करण्यासाठी उद्या दिवसभर त्याच्यावर बोट सोपवण्याचा इरादा आहे. दिवस संपताना आयएनएस बंगाराम आमच्या जवळ*

*फेरी मारून गेली. आमची ख्यालीखुशाली विचारण्यासाठी तिला पाठवण्यात आलं होतं. 'म्हादेई'ला चांगल्या वाऱ्याची साथ लाभो ' अशा शुभेच्छा देण्यासाठी जहाजावरच्या सगळ्या खलाश्यांनी डेकवर गर्दी केली होती! आता रात्रीचे साडेनऊ झाले आहेत. मोठा ट्यूना फिश, बटाटा, अंडे आणि कांदा यांची कोशिंबीर आणि जोडीला गरमगरम सूप, असे भरपेट जेवण झाल्यावर रात्रभर छोट्या छोट्या डुलक्या काढण्याच्या नित्यक्रमाला सुरुवात करण्याची वेळ झाली होती. ही रात्र पण न संपणारी असणार, असं दिसत आहे. वारा अधूनमधून जोर पकडत आहे, लांबवर वादळाची चिन्हं दिसत आहेत. आणि बोटींची वाहतूकही बऱ्यापैकी आहे. दर रात्रीप्रमाणे रेडिओ वाजायला सुरुवात झाली आहे, आणि तेसुद्धा गोवा आकाशवाणी केंद्र! तुम्हाला जागं राहायचं असेल तर हा खरोखर उत्तम पर्याय आहे.*

वादळं थोडी त्रासदायकच होती, त्यांना कसं तोंड द्यावं ते शिकण्यात माझा थोडा वेळ गेला. विषुववृत्त पार करेपर्यंत त्यांनी आमचा पिच्छा काही सोडला नाही. दिवसा वादळ येताना मला दिसायचं तरी, पण रात्री मात्र रडारवर त्यांना पाहणं हा एकमेव मार्ग होता. त्यांच्याकडे लक्ष ठेवता ठेवता मी समोर बसून डुलक्या काढत असायचो. ती जेव्हा येऊन आदळायची, तेव्हा डेकवर राहून बोटीला नुकसान होण्यापासून वाचवण्याचा जास्तीत जास्त प्रयत्न करणं, एवढंच माझ्या हातात असायचं. जेव्हा तुम्ही ही गोष्ट रात्रभर सतत करत राहता, तेव्हा हळूहळू थकवा जाणवायला लागतो आणि मग अगदी क्षुल्लक गोष्टी करत असतानादेखील तुमच्या हातून चुका घडायला लागतात. अशा परिस्थितीत बोटीवरचं वातावरण तापायला लागतं. तोंडातून शिव्याशाप, आरडाओरडा निघायला लागतो. आमच्या बोटीवर मात्र एक नियम होता, कुणीही 'अरे'ला 'का रे' करायचं नाही, प्रत्युत्तर द्यायचं नाही!

### *गुरुवार, २५ ऑगस्ट २००९ - आज 'म्हादेई'वर डोसा स्पेशल दिवस*

*काल रात्री उशिरा आम्ही भारतीय द्वीपकल्प पार केला आणि आज सकाळपर्यंत मानारचे आखात. ही बाब आणि गेल्या चोवीस तासांत आम्ही १८२ सागरी मैल अंतर पार केले. या दोन्ही गोष्टी साजऱ्या करण्यासारख्या होत्या. रोजचे भात आणि हवाबंद पदार्थांचं तेच तेच जेवण आज नको, अशी कप्तानानं स्वयंपाक्याला ऑर्डर सोडली आणि त्यानंही गरमगरम डोसे आणि 'कापी' (कॉफी!) बनवण्याचा घाट घातला. तव्यावरचे गरम डोसे थेट ताटात पडत होते, नाश्ता आणि जेवण त्यातच झालं. ओटाव्हियो आणि पै यांनी मोठ्या प्रेमानं दिलेल्या कॉफीमेकरमध्ये ताजी कॉफी*

केली आणि डोशांसोबत तिचा आस्वाद घेतला. सकाळपासून मन आनंदी असण्याचं आणखी एक कारण म्हणजे विंड वेन स्वयंचालकाला सहा तासांपासून कामाला लावलं होतं आणि मागून येणारा वारा आणि समुद्र असूनही त्यानं कोणत्याही प्रकारची कुरकुर केली नव्हती. ही फार चांगली बातमी होती, कारण मी आता डिझेलची बचत करू शकणार होतो आणि वीज नसताना माझ्या हातात एक पर्याय उपलब्ध झाला होता.

हे एक फार उपयुक्त उपकरण आहे. ते केवळ वाऱ्याच्या गतीवर आणि बोटीजवळून वेगानं वाहणाऱ्या पाण्याच्या जोरावर चालतं आणि बोटीला वाऱ्याशी इच्छित कोन करून चालती ठेवतं. दिवस असा मजेत गेला; मोठी जहाजं जा-ये करत होती, आकाशात इंद्रधनुष्यं होती. संध्याकाळी पहिल्यांदाच विषुववृत्तीय वादळ येताना दिसलं. माझं सहावं इंद्रिय जागं झालं आणि मी जेनोआ शीड लपेटून ठेवलं. मुख्य शिडाची घडी घालायला वेळ उरलाच नाही. वादळ येऊन धडकलं. सुरुवातीला ताशी ३० ते ३५ नॉट्स वेगाचा वारा आला; पण 'म्हादेई' सुकाणूला प्रतिसाद देत होती. मग पाऊस कोसळायला लागला; हरकत नाही, तसाही मी अंघोळ करण्याच्याच विचारात होतो! हे वादळ आपण यशस्वीपणे झेललं आहे असा विचार मनात येतो न येतो तोच, प्रचंड मोठा झंझावात आला. 'म्हादेई'नं जवळजवळ कोलांटी उडीच मारली आणि मग वळून वाऱ्याच्या दिशेकडे तोंड करून उभी राहिली, हे तिच्यासाठी बरंच झालं. मुख्य शीड पूर्ण उघडं असताना आणि सुकाणू जाम झालेलं असताना, बोट वाऱ्याकडे तोंड करून अगदी समतोल उभी होती, हा प्रकार जरा विचित्रच होता. मला हा अनुभव अगदीच नवा होता! तळकाठी रनरमध्ये अडकली होती, त्यामुळे सगळी ताकद पणाला लावून बोटीची मागची बाजू वाऱ्यातून वळवताना माझी हाडं खिळखिळी झाली. कशीबशी बोट वाऱ्याकडे पाठ करून ठेवण्यात मी यशस्वी झालो. मी पूर्णपणे भिजलो होतो आणि थकव्याच्या कडेलोटाकडे चाललो होतो, तेवढ्यात माझ्या पाठीला उन्हाचा स्पर्श झाला. मागे वळून पाहतो तर लख्ख निळं आकाश आणि जणूकाही वादळ झालंच नाही, अशा थाटात तळपणारा सूर्य! मी पहिली गोष्ट काय केली असेल तर मुख्य शिडाची घडी घातली. कारण, रात्रीच्या अंधारात कुणालाच अशा भयंकर अनुभवातून जायला आवडलं नसतं. डेकवर चार स्क्विड माशाची पिल्लं वाहून आलेली सापडली. बोटीनें कोलांटी उडी मारण्याची कसरत केली तेव्हा जो हलकल्लोळ माजला होता, वस्तू भिरकावल्या गेल्या होत्या, त्या जागच्या जागी लावण्यात आणि साफसफाई करण्यात खूप वेळ गेला. आता मध्यरात्र उलटून गेली आहे आणि मी रडारसमोर बसून वादळावर लक्ष ठेवून आहे. दोन वादळं येताना दिसत आहेत; त्यामुळे आता लिखाण पुरे. त्यांचा सामना करण्यासाठी सज्ज व्हायला हवं.

**बुधवार, २६ ऑगस्ट २००९ - देखणी बोट चालवण्यातले धोके**

'म्हादेई'च्या देखणेपणाबद्दल लोक माझं अभिनंदन करताना आणि समुद्रातही तिला बघायला जहाजं येताना मी पाहिलं आहे, पण तिचा देखणेपणा वादळांनाही आकर्षून घेतो, हे मला माहीत नव्हतं! काल रात्री हे मी माझ्या डोळ्यांनी पाहिलं. रडारवर मी आधी ढगांचे पुंजके विखुरलेले पाहिले, मग ते हळूहळू एकमेकांजवळ आले आणि आमच्या माथ्यावर येऊन त्यांनी सूड उगवल्यासारखे आमच्यावर त्यांचा खजिना रिता केला. या खजिन्यात मुख्यतः ताशी ३० ते ४० नॉट्स वेगानं वाहणारा वारा होता आणि काही टन पाणी होतं. जहाजांची वर्दळ असलेल्या विभागात काळ्याकुट्ट अंधाऱ्या रात्री ही घटना जर वारंवार घडायला लागली तर ते एखाद्या भयस्वप्नापेक्षाही भीतिदायक ठरू शकतं. सुदैवानं, मी मुख्य शिडाची घडी घातली होती आणि जेनोआ पण गुंडाळून ठेवले होतं, त्यामुळे नुकसान कमी झालं. आताही दुसरा पर्याय नाही. रेनकोट घालून डेकवर उभं राहून बोट कह्यात ठेवण्याचा प्रयत्न चालू आहे.

सगळी रात्र अशा प्रकारे घालवावी लागली. दिवस उजाडेपर्यंत माझ्या अंगात त्राणच शिल्लक राहिले नव्हते. वारा एकदम बंद झाला होता, त्यामुळे स्वयंचालकावर आणि माझ्या स्वतःवर जास्त ताण न टाकता मी सुकाणू लॉक करून टाकले आणि चक्क झोपी गेलो. मला झोपून काहीच मिनिटे झाली असतील तेवढ्यात बोट हलल्याने मला जाग आली. पाहतो तर 'म्हादेई'ने पाण्याशी मागच्या बाजूने ३० अंशांचा कोन केला होता. आणखी एक वादळ येऊन धडकले होते आणि 'म्हादेई' भेलकांडत होती. हातांनी सुकाणू फिरवून तिला नियंत्रणात आणण्याच्या प्रयत्नांत अपुऱ्या झोपेमुळे किंवा चुकलेल्या अंदाजामुळे तिचा मागचा भाग अचानक वळला, त्यामुळे तळकाठी उजव्या बाजूच्या रनरवर धाडकन आदळली आणि बोट आणखीनच विचित्र वागायला लागली. माझी चूक सुधारण्याचा मी प्रयत्न केला आणि तळकाठी तिच्या मूळ स्थितीत आली; पण हे करताना मुख्य शीड बोटीच्या होकायंत्रात गुंतले आणि होकायंत्र उखडले गेले. होकायंत्राला काही झाले नाही; पण ते ज्यावर बसवले होते ती स्टीलची चौकट तुटली आहे. पुढच्या मुक्कामात हे काम वाढले! वरच्या दोन काठ्याही (Bottens) मोडलेल्या दिसत आहेत; बहुतेक पडलेल्या वाऱ्यात शिडे सतत फडफडत असतात म्हणून असेल. माझ्याकडे जास्तीच्या काठ्या आहेत, पण समुद्रात असताना त्या बदलणे म्हणजे दिव्यच. त्यामुळे पुढच्या बंदरावर पोचल्यावरच मी हे काम करेन. मोडक्या काठ्यांमुळे वाऱ्याच्या दिशेच्या विरुद्ध दिशेला जाताना शिडांच्या कार्यक्षमतेवर परिणाम होऊ शकतो, पण समुद्रात असताना काहीतरी नसते उद्योग करण्यापेक्षा ते परवडले. दुपारपर्यंत परिस्थिती

*निवळली आणि मला अत्यंत गरजेची असलेली झोप मी घेऊ शकलो. दुपारी माझा एक जुना मित्र कमांडर परेश साहनी त्याचे जहाज घेऊन भेटायला आला. आम्ही दोघे १९९५ मध्ये ईस्टर्न फ्लीटमध्ये लेफ्टनंट म्हणून कामाला होतो आणि आता ताफ्यातील एका जहाजाचा कमांडर म्हणून त्याच्याकडे पाहताना मला आनंद होत होता. 'रात्रीच्या गर्भात उद्याचा उषःकाल दडलेला असतो' ही म्हण आज रात्री अक्षरशः खरी ठरली. अर्थात तिचे शब्द उलटे करायला हवेत : 'धुमसणाऱ्या दिवसानंतर शांत रात्र येते', असं म्हणायला हरकत नाही. मी आतमध्ये लिहीत असताना बाहेर स्वच्छ, गार रात्र आहे, अष्टमीची चंद्रकोर चमचम करत आहे, ताशी २० ते २५ नॉट्स वेगाने वारा वाहतो आहे आणि 'म्हादेई' कुशीवर वारा घेत, समुद्राला 'ये रे माझ्या मागल्या' म्हणत ताशी आठ नॉट्स वेगाने मजेत चालली आहे. नौकाविहारासाठी आणखी काय पाहिजे!*

एकंदरीत काय, तर आंबटगोड अनुभव घेत प्रवास चालला होता. काही वेळा विषुववृत्तीय वादळं येऊन आदळत होती आणि बोट कह्यात ठेवण्याचा प्रयत्न करणाऱ्या मला चिंब भिजवून जात होती. काही वेळा पश्चिमेकडून येणारा मॉन्सूनचा वारा आम्हाला पुढे पिटाळत होता. वादळाचे तडाखे खाल्ल्याचे परिणाम तुटलेल्या काठ्यांच्या आणि मोडलेल्या होकायंत्राच्या चौकटीच्या रूपात बोटीवर दिसत होते, पण काही गंभीर समस्या आतापर्यंत उद्भवली नव्हती आणि 'म्हादेई' मोठ्या हिमतीने सगळ्याला तोंड देत होती. हे नुकसान होण्यात मोठा वाटा माझ्या अननुभवाचा होता. बोटीच्या दर्जापेक्षा विषुववृत्तीय हवामानाचे पूर्वानुमान न लावता आल्याने माझी उडणारी तारांबळ आणि त्यामुळे येणारा थकवा, या गोष्टी नुकसानाला कारणीभूत ठरल्या होत्या. ही बाब एका दृष्टीनं दिलासा देणारी होती, कारण आता या स्थितीला मी बोटीत सुधारणा करू शकत नव्हतो; पण जास्तीत जास्त अनुभव मिळवून तिला चांगल्या प्रकारे हाताळायला मात्र मी शिकू शकत होतो. 'यापेक्षा नक्कीच चांगलं होणार आहे,' मी स्वतःला बजावलं. मुंबई सोडून एक आठवडा झाला होता आणि जमिनीच्या आठवणी धूसर होत चालल्या होत्या. विषुववृत्त पार करण्याआधी अधिकाधिक पूर्वेला जाण्याचा माझा प्रयत्न होता. काही वेळा, जेव्हा वादळांची तीव्रता आणि वारंवारिता वाढायची किंवा वारा उलटा-सुलटा वाहू लागला, की दक्षिणेकडे जाऊन विषुववृत्त पार करून विश्वासू व्यापारी वाऱ्यांच्या आश्रयाला जाण्याचा मोह व्हायचा. मी तो मोह टाळला आणि पूर्वेकडे जात राहिलो ते फार बरं झालं, हे मला थोड्याच दिवसांत कळून चुकलं.

**शनिवार, २९ ऑगस्ट २००९ - दहा दिवस आणि १५०० मैल**

*आम्ही दहा दिवसांपासून समुद्रात आहोत आणि बरोबर एक हजार ५०० सागरी मैल अंतर कापले आहे. संथ सुरुवात बघता ही प्रगती काही वाईट नाही. मुंबईत झालेला भव्य निरोप समारंभ, त्याआधीची धावपळ, या आठवणी इतक्या पुसट झाल्या आहेत की जणूकाही त्या या पृथ्वीतलावरच्या नाहीतच! काही दिवसांच्या नौकानयनानंतर येणारी ही परमानंदाची अनुभूती काही वेगळीच आहे, कारण या अवस्थेत तुम्हाला पार करायचे असलेले अंतर, तुम्ही जात असलेला वेग आणि जमिनीवर उपभोगायला मिळणारी भौतिक सुखं, कशाकशाचीच पर्वा तुम्हाला राहत नाही. तुम्हाला अचानकपणे कोठेही जाण्याची घाई जाणवेनाशी होते. आज पुन्हा एकदा एक मस्त दिवस उगवला आहे! विषुववृत्तीय सूर्योदय डोळे भरून पाहत असताना मी एकीकडे वाफाळलेल्या कॉफीचे घुटके घेत होतो, तेव्हा शाळेच्या मुलांसारखी डॉल्फिन्सची टोळी जाताना दिसली. नेहमीच्या कॅमेऱ्याऐवजी व्हिडिओ कॅमेरा काढला आणि मनसोक्त शूटिंग केले. डॉल्फिन्सला 'हॅलो' म्हणून दिवसाची सुरुवात करणे आता नित्याचेच झाले आहे. ते बहुधा अर्धा तास इकडेतिकडे खेळतात आणि मग त्यांच्या वाटेने निघून जातात. विषुववृत्ताजवळ जसे आपण जातो, तसे सूर्योदय आणि सूर्यास्त जास्तच प्रेक्षणीय होत जातात, समोरचे जास्त स्पष्ट दिसते, समुद्र एरवीपेक्षा जास्त सपाट दिसतो आणि आकाशात रंगांची उधळण सुरू असते. ताशी १० ते १५ नॉट्स वेगाने सातत्याने दिवसभर वाहणारा वारा, मागून येणारा समुद्राचा प्रवाह, याचा अर्थ 'म्हादेई' तिच्या कुशीवर वारा घेत डुलत-डुलत चालली होती, विंड वेन स्वयंचालक तिला घेऊन चालला होता. वादळांनी आज आमच्याकडे ढुंकूनही पाहिले नाही! दोन वादळे आली होती; पण लक्ष न देता निघून गेली. नाश्त्याला गोडाचा शिरा होता आणि जेवायला वाळवलेले झिंगे (कोळंबी) घालून केलेला भात आणि डाळ असा बेत होता. रात्रीच्या जेवणात ट्यूना फिश (कपा मासे)ची करी आणि सूप असा रसना तृप्त करणारा मेन्यू होता. उरलेली ताजी फळे जोडीला होती आणि प्रत्येक खाण्यानंतर छानपैकी डुलक्या काढायची सोय होती! यापेक्षा आणखी चांगली सुटी कोणती असू शकते? मी हे लिहीत असताना बाहेर सुंदर रात्र उगवली आहे; लखख चंद्रप्रकाश, थंडगार वाऱ्याच्या झुळका, लडिवाळपणा करणारा सागर, ऑल इंडिया रेडिओच्या राष्ट्रीय प्रसारणात वाजणारे सुमधुर संगीत... मला वाटतं, आज मी चंद्राकडे बघत बघत बाहेरच झोपावे. हे आनंददायी दिवस किती काळ टिकतात ते बघू या. विषुववृत्त पार करून व्यापारी वाऱ्यांच्या क्षेत्रात शिरल्यावर जोरदार वाऱ्यात आणि महाकाय समुद्रात मौजमस्ती करून चालणार नाही; जरा जास्त गांभीर्याने बोट चालवण्याकडे लक्ष दिले पाहिजे. पण, तोपर्यंत या क्षणांचा आनंद घेऊ या!*

विषुववृत्त पार करताना तिथे मी बघितलेले सूर्योदय आणि सूर्यास्ताचे देखावे निव्वळ डोळ्यांचं पारणं फेडणारेच होते. आकाशात होणारी रंगांची उधळण आणि सपाट भासणारा समुद्र यामागची कारणं मला माहीत नाहीत पण ही दृश्यं अनोखी असतात हे निश्चित. मी आता नौकानयनाचा खराखुरा आनंद लुटायला सुरुवात केली होती. पुढच्या बंदरात मुक्कामी जाण्यासाठी अजून खूप मोठा पल्ला गाठायचा होता. मला फक्त एवढंच करायचं होतं की बोटीकडे लक्ष द्यायचं, माझ्याकडे लक्ष द्यायचं आणि बोटीला मैल फस्त करत पुढे पुढे जाऊ द्यायचं.

**रविवार, ३० ऑगस्ट २००९ - 'म्हादेई'वरचा संक्षिप्त वृत्तान्त**

*आम्ही वादळांच्या नंदनवनात प्रवेश केला आहे असे वाटत आहे. त्या सगळ्यांना आमच्याबद्दल प्रचंड कुतूहल आहे; आणि ती अधूनमधून आमची पाहणी करायला येत असतात. डेकवर सदासर्वकाळ हजर राहणे गरजेचे आहे. आज रात्र रेनकोटमध्ये काढावी लागणार, असं दिसत आहे!*

*गुडनाइट.*

**सोमवार, ३१ ऑगस्ट २००९ - दक्षिण गोलार्धातून अभिवादन**

*३१ ऑगस्टच्या सकाळी आठ वाजून ४८ मिनिटांनी ०९० अंश २३ मिनिटे पूर्व या रेखांशावर 'म्हादेई'ने दक्षिण गोलार्धात प्रवेश केला. विषुववृत्तावर वस्ती करून राहणारा राजा नेपच्यून याने आमच्याकडे एक कटाक्ष टाकला आणि कपाळावर हात मारून घेऊन तो म्हणाला, 'पुन्हा तुम्ही दोघं? अरे देवा!' कारण या वर्षीच्या मेपासून आम्ही तिसऱ्यांदा विषुववृत्त ओलांडत होतो. विषुववृत्ताच्या थोड्या उत्तरेला वारा दक्षिण आग्नेयेकडून वाहायला लागला, त्यामुळे आम्ही वायव्येकडे ढकलले जाऊ लागलो, त्यामुळे वाऱ्याच्या तोंडावरून बोट वळवण्याची वेळ झाली आणि दक्षिण आग्नेय दिशेकडे तोंड करून पुढे सरकता आले. हा मार्ग आम्ही ३५ अंश दक्षिण अक्षांशापर्यंत आता सोडणार नव्हतो. त्यानंतर पूर्वेकडे वळून सरळ फ्रीमँटल बंदराकडे जाणार होतो. आम्हाला लगेचच आग्नेय व्यापारी वाऱ्यांची साथ मिळाली असे दिसत आहे, कारण सकाळपासून वारा एकाच गतीने वाहत आहे. तो आम्हाला थोडा पश्चिम दिशेकडे घेऊन जात आहे, पण किमान आम्ही पुढे तर चाललो आहोत, याचे समाधान आहे. अकरा दिवसांनंतर झालेला हा मोठा बदल आहे! वारा आणि लाटा आमच्या विरुद्ध दिशेनं येताहेत, त्यामुळे आम्ही छानपैकी डचमळत चाललो आहोत, पण पडलेल्या वाऱ्यात इकडेतिकडे भरकटण्यापेक्षा आणि वादळांची चिंता करण्यापेक्षा हे बरं! शेवटी*

*एकदाचं विषुववृत्त पार करताना छान वाटलं! बोटीचं तोंड वळवल्यावर बराच लांबचा पल्ला पार करताना तुम्हाला तुमच्या जीवनशैलीत काही विशिष्ट बदल करावे लागतात. उदाहरणार्थ, गेले अकरा दिवस मी सगळी कामं उजव्या बाजूला झुकून करत होतो; आता मी जाणवेल इतका डाव्या बाजूला झुकून ती करतो. आपल्या राजकारण्यांसारखे तर हे होत नाही ना? माझं स्वयंपाकघर डाव्या बाजूला होतं आणि बोट उजव्या बाजूनं उचलली जात होती, त्यामुळे मी स्वयंपाक करताना एखादं कपाट उघडं ठेवू शकत होतो. आज सकाळी न्याहरी बनवताना त्यातल्या वस्तू बाहेर सांडल्या; कारण आता बोट डाव्या बाजूनं वर उचलली जात होती! विषुववृत्ताजवळच्या 'मंदवात पट्ट्या'नं (Doldrums) वादळं आणि दिशा बदलणाऱ्या वाऱ्यांचा नजारा पेश करून आमच्या नाकीनव आणले असले तरी त्यानं आम्हाला अत्यंत प्रेक्षणीय अशा सूर्योदयाचं आणि सूर्यास्ताचं दर्शनही घडवलं. मानवी मनाचं हेच तर सौंदर्य आहे, की वाईट आठवणी लवकर विस्मरणात जातात आणि चांगल्या आठवणी चिरकाल स्मरणात राहतात. म्हणूनच वाईट हवामानाच्या आठवणी पुसट होत चालल्या आहेत, तर ३० ऑगस्टच्या मनोहारी सूर्योदयाचं सौंदर्य मनावर कायमचं कोरलें गेलं आहे.*

अखेरीस विषुववृत्त पार केलं. मला आणखी पूर्वेला जायला आवडलं असतं; पण वाऱ्याची दिशा नक्कीच बदलायला लागली होती आणि काही रेखांश पूर्वेला सरकण्यासाठी झगडत राहण्यात काही मतलब नव्हता.

### *बुधवार, २ सप्टेंबर २००९ - 'म्हादेई' अजूनही 'डोलड्रम्स'च्या कचाट्यात*

*मंदवात पट्ट्या (डोलड्रम्स)ने रात्री वादळाचा खेळ करून आणि दिवसभरात मंद वाऱ्यांना सोडून आपले अस्तित्व पुन्हा एकदा जाणवून दिले. मी माझी सतर्कता जराशी सैल सोडली होती आणि मुख्य शीड रात्री पूर्णपणे उघडले होते. विंड वेन त्याचे काम करत होता. मध्यरात्री नेहमीप्रमाणे सगळे नीट आहे ना ते पाहण्यासाठी डेकवर गेलो, तर वादळ अगदी आमच्या माथ्यावर होते! धावपळ करत मुख्य शिडाच्या घड्या घातल्या आणि विंड वेन बंद केला; वादळातून सुखरूप पार पडलो. अजून आम्ही आयटीसीझेड (Inter Tropical Convergence Zone) म्हणजेच आंतरवृत्तीय संमीलन मंडळाच्या कक्षेत आहोत, हे लक्षात ठेवायला पाहिजे; यालाच 'डोलड्रम्स' म्हणतात. आणखी एक-दोन दिवसांत आम्हाला व्यापारी वारे भेटतील. दिवसभर मंद आणि दिशा बदलणारा वारा होता; दुपारनंतर त्याचा वेग पूर्ण मंदावला. समुद्रही बराचसा शांत होता; ही*

*संधी साधून मुख्य शिडाच्या दोन तुटलेल्या काठ्या बदलल्या. हे लिहिणे सोपे आहे; प्रत्यक्षात आधी संपूर्ण शीड खाली घेतले, डोलकाठीवर तीन मीटरपर्यंत चढून तुटलेल्या काठ्यांचे तुकडे काढले. यासाठी कितीतरी वेळा चढ-उतर करावे लागले. आणि शेवटी तळकाठी आणि मुख्य शीड यावर बसून दुसऱ्या काठ्या लावल्या. २१ वर्षांपूर्वी राष्ट्रीय संरक्षण प्रबोधिनी (एनडीए)मध्ये शिकलेले घोडेस्वारीचे कौशल्य आता कामी आले. कारण डुलणाऱ्या बोटीत तळकाठीवर बसून दोन्ही हातांनी काम करणे म्हणजे घोड्याच्या पाठीवर बसून रपेट मारण्यासारखेच होते ते. जोरदार व्यापारी वाऱ्यांच्या क्षेत्रात प्रवेश करण्यापूर्वी हे काम उरकणे गरजेचे होते. तुटलेल्या काठ्यांमुळे शिडाचे आधीच थोडे नुकसान झाले होते, त्यामुळे सातत्याने वाहणाऱ्या वेगवान वाऱ्यात त्याचे आणखी नुकसान होऊ नये, हीच इच्छा होती. बॅटरी नियंत्रक, जो मला बॅटरीची क्षमता आणि ती कधी चार्ज करावी याविषयी मार्गदर्शन करतो, तो शेवटी बंद पडलेला दिसतो. कालपासूनच त्याचे काहीतरी बिनसले होते; त्यामुळे त्याच्या जोडण्या काढून स्वच्छ करण्याचे मनात घोळत होतेच. मात्र, हे केल्यानंतरही त्याने काम करण्याचे नाकारले ते नाकारलेच! आता, बॅटरी किती शिल्लक आहे किंवा ती खरेच चार्ज होत आहे का, हे समजायला माझ्याकडे मार्ग नाही. बॅटरी चार्ज्ड राहावी यासाठी दर बारा तासांनी तिला चार्ज करत राहावे हे उत्तम. त्यामुळे डिझेलचा वापर थोडा वाढेल, पण सक्षम जनरेटरमुळे काही अडचण यायला नको. पिण्यायोग्य पाण्याची एक टाकी अर्ध्यावर आल्यामुळे पहिल्यांदाच 'वॉटरमेकर' सुरू केला. १३ दिवस नौकानयन केल्यावर तो चालू केला हे कौतुकास्पदच! पूर्वेला लखलखीत चंद्र दिसत असताना आज सूर्यास्त बघायला मिळाला आणि डोळ्यांचे पारणे फिटले. वारा सारखा पडत असल्यामुळे आजही रात्रीचे जागरण होणार असे वाटते. जेव्हा वारा पडतो, तेव्हा तुम्हाला डेकवर जाऊन तळकाठी इकडेतिकडे आपटू नये म्हणून मुख्य शीड घट्ट बांधावे लागते आणि जेव्हा वारा वेग पकडतो, तेव्हा धावत जाऊन दोर सैल करावे लागतात, नाहीतर बोट एका बाजूने उचलली जाऊ शकते. आजचा दिवस स्वच्छ आणि गरमीचा होता, त्यामुळे समुद्राच्या पाण्याची छान वाफ होऊन वर गेली असणार. रात्रीच्या वेळी वादळाच्या स्वरूपात ती नक्कीच खाली कोसळणार. प्रत्येक वादळ अंगावर ओढून घेण्याची आमची खोड बघता, रात्री लक्ष ठेवलेले बरे!*

समुद्राच्या मध्यावर असताना माझ्या मीच, कुणाचीही मदत न घेता काठ्या बदलल्यामुळे माझा आत्मविश्वास खूपच वाढला. सुरुवातीला मला यशाची खात्री नव्हती. प्रचंड मोठं आणि जड असलेलं मुख्य शीड खाली उतरवल्यावर आणि

डेकवर पसरवल्यावर आवरणं मोठं कठीण काम असतं, विशेषतः वारा वाहत असताना, अगदी वरच्या काठ्या मोडल्यामुळे सगळं शीड खाली उतरवण्याशिवाय पर्याय नव्हता. तुटलेल्या काठ्यांमुळे शीड फाटायला लागल्याचं पाहून ते वाचवण्यासाठी मी आधी फक्त काठ्यांचे तुकडे काढून घ्यायचा विचार केला होता. ते यशस्वीपणे पूर्ण झाल्यावर एक पाऊल पुढे सरकून नव्या काठ्या बसवण्याचा मी निर्णय घेतला.

हे काम दोन्ही हातांनी करण्याची गरज होती आणि त्यासाठी मला तळकाठीवर चढून बसावं लागणार होतं. तिच्यावर आधीच मुख्य शिडाच्या घड्या कशातरी गुंडाळून ठेवलेल्या होत्या. आधाराला तिथे काहीच नव्हतं. एका मोठ्या घोड्यावर बसून तो पळत असताना दोन्ही हातांनी काम करण्यासारखंच होतं हे आणि तो घोडाही कसा, तर काहीही करून मला खाली पाडण्याचा चंग बांधलेला, सतत हलणारा! बाकी कशापेक्षाही जास्त मला तिथून धडपडून खाली समुद्रात पडण्याची भीती वाटत होती. शीड तळकाठीवर आणि डेकवर सगळीकडे पसरलेलं असल्यामुळे मला स्वतःला दोरखंडानं बोटीशी बांधून घेण्यालाही जागा उरली नव्हती. सुदैवानं, वायुदेवानं दोन तासांसाठी अज्ञातवास पत्करला होता आणि त्यासाठी कधी नाही ते मी त्याचे आभार मानले! वारा जर जोरात वाहायला लागला असता, तर त्यानं शिडासकट मलाही भिरकावून दिलं अस्तं. ही दुरुस्ती अगदी वेळेत झाली, माझे प्रयत्न सार्थकी लागले. दुसऱ्याच दिवशी आम्ही व्यापारी वाऱ्यांच्या क्षेत्रात प्रवेश केला आणि पुढचा आठवडाभर त्या वेगवान वाऱ्यांच्या तावडीतून आमची सुटका झाली नाही. त्या संध्याकाळी मी त्या तुटलेल्या काठ्या बदलल्या नसत्या, तर मुख्य शिडाचे नक्कीच तुकडे झाले असते.

### *गुरुवार, ३ सप्टेंबर २००९ - 'डोलड्रम्स'ना 'म्हादेई'चा रामराम, व्यापारी वाऱ्यांबरोबर दौड*

*आणखी एका वादळातून सुखरूप बाहेर पडल्यावर आम्ही जणुकाही एक अदृश्य रेघ पार केली आणि अचानक व्यापारी वारे आम्हाला गवसले! काही मिनिटांतच वाऱ्याची दिशा आम्ही पकडली आणि तो आमच्यासोबत पळू लागला. मध्यरात्रीपर्यंत वाऱ्याचा उत्साह इतका वाढला की आम्हाला तो झेपेना. त्यामुळे मुख्य शिडाची आणखी एक घडी घालावी लागली आणि मोठ्या जेनोआ शिडाच्या ऐवजी छोटे 'स्टे सेल' उभारावे लागले. व्यापारी वारे तुम्हाला पुढे जाण्यासाठी जशी मदत करतात, तसेच ते समुद्राला उधाण आणायचे कामही करतात. आम्हाला ज्या दिशेला जायचे आहे नेमक्या त्याच दिशेने ते वाहत असल्याने आम्हाला त्यांची साथ सोडता येत नाही आणि त्याचबरोबर समुद्रात*

उठणाऱ्या मोठ्या लाटाही झेलाव्या लागतात. याचा परिणाम म्हणजे 'म्हादेई' अंगात संचार झाल्यासारखी उसळायला लागली! प्रत्येक काम मला अगदी संथ गतीनं आणि बऱ्याचदा एकाच हातानं करावं लागत आहे, हे ओघानं आलंच; कारण दुसऱ्या हातानं पडू नये यासाठी सतत आधार घ्यावा लागतो. वारंवार लाटा डेकवर खेळायला येतात म्हणून सगळे झरोके (पोर्टहोल्स) सतत बंद ठेवावे लागतात, त्यामुळे आतमध्ये वातावरण दमट आणि उबदार आहे, आणि डेकवर बसलं तर खाऱ्या पाण्याची अंघोळ ठरलेलीच. पुढच्या दोन दिवसांचा हवामानाचा अंदाज सांगतो की ताशी २६ नॉट्स वेगानं वारा वाहणार आहे आणि पाच मीटर उंचीच्या लाटा उठणार आहेत, त्यामुळे वर वर्णन केलेली परिस्थिती आणखी आठवडाभर तरी तशीच राहील, असं दिसतं! वाऱ्याच्या आणि लाटांच्या दिशेमुळे आम्ही थोडे पश्चिमेला सरकत आहोत, याचाच अर्थ, एकदा व्यापारी वाऱ्यांच्या कक्षेबाहेर पडल्यावर तेवढंच अंतर पूर्वेकडे कापत जावं लागेल. ठीक आहे, सध्या तरी हसून वेळ साजरी करण्याशिवाय जास्त काही आम्ही करू शकणार नाही किंवा 'म्हादेई'वर असल्यामुळे 'हसून'च्या ऐवजी 'धरून' म्हणू या फार तर! 'डोलड्रम्स'मध्ये इकडेतिकडे भटकत राहण्यापेक्षा हे केव्हाही चांगलंच. वादळांची वारंवारिता आणि तीव्रता कमी झाली आहे. शिवाय शिडं कमी करून आम्ही चाललो आहोत; त्यामुळे शिडं पूर्ण उभारलेली असताना वादळात जेवढं नुकसान होईल, तेवढं आता होणार नाही. स्वयंपाक्यानं डोसा किंवा डाळ-भात असा वेळखाऊ स्वयंपाक न करता तयार खाद्य पदार्थ किंवा झटपट पदार्थ ताटात वाढायला सुरुवात केली आहे! आता रात्री मी लिहीत असताना आकाशात पूर्ण चंद्राची मनोहारी प्रभा फाकली आहे. आम्ही अमावस्येच्या दिवशी मुंबईहून निघालो होतो; त्याला बरोबर पंधरा दिवस झाले आणि दोन हजार २०० सागरी मैल अंतर आम्ही कापले. पुढच्या अमावस्येपर्यंत इतकेच अंतर आम्ही पार केलेलं असेल का?

### शुक्रवार, ४ सप्टेंबर २००९ - मजेत दौडत असलेल्या 'म्हादेई'ला मारपीट

या दुपारपासून 'म्हादेई' जोरदार वाऱ्याच्या आणि उसळणाऱ्या समुद्राच्या थपडा खात आहे. वारा ताशी २० ते २५ नॉट्स वेगानं वाहत आहे आणि अधूनमधून येणाऱ्या झंझावाताचा वेग तर ताशी ३५ नॉट्सपेक्षाही जास्त आहे. यामुळे समुद्र चार मीटरपर्यंत वर उसळत आहे आणि 'म्हादेई' बिचारी या हलकल्लोळात सापडली आहे! अशी स्थिती आणखी दोन दिवस तरी राहण्याचा हवामानाचा अंदाज आहे, त्यामुळे ही मारपीट अजून काही काळ सहन करावी लागणार, असं वाटतं.

*स्वयंपाक्यानं काहीही शिजवायला साफ नकार दिला आहे; कारण छल्ले असलेल्या गॅस ओव्हनमुळे (Gimballed) भांडी इकडेतिकडे सरकत नाहीत, पण बोटीनं उसळी मारल्यावर भांडी वर उडतात, त्यावर त्याच्याकडे काही उपाय नाही. त्यामुळे बिचारा कप्तान स्वयंपाकघरात हाताला लागेल ते सटरफटर खाऊन कसेबसे दिवस काढत आहे. 'म्हादेई' आदळत, आपटत चालली आहे आणि 'हेही दिवस संपतील' अशी वर्षानुवर्षं चालत आलेली समजूत घालून तिला चुचकारण्याशिवाय कप्तान काहीही करू शकत नाही.*

हा आठवडा फारच छळवादी होता. गेल्या तीन महिन्यांमध्ये दुसऱ्यांदा मी व्यापारी वाऱ्यांच्या विरुद्ध दिशेला चाललो होतो आणि आधीपेक्षा आताच्या स्थितीत काहीही फरक पडला नव्हता. वारा एकाच गतीनं वाहत होता आणि आम्हाला जायचं होतं त्याच दिशेकडून तो येत होता. वाऱ्याच्या दिशेला जास्तीत जास्त चिकटून पुढे जात राहण्यापेक्षा अधिक मी काही करू शकत नव्हतो. बोट लाटांवर उसळत होती, खारं पाणी अंगावर घेत होती त्यामुळे बाहेरचा भाग ओलाचिंब, तर आतला भाग गरम आणि दमट, अशीच परिस्थिती सतत होती. बराच वेळ मी माझ्या बंक बेडमध्ये पडून हे दिवस लवकर सरण्याची वाट बघत असायचो; पण अशा वेळी घड्याळही संथ गतीनं पुढे सरकतं, वेळ जाता जात नाही. बोट कोणत्या दिशेनं चालली आहे किंवा किती अंतर कापायचं राहिलं आहे, हे वारंवार तपासण्याचा मोह मी कसाबसा टाळत होतो. बऱ्याचदा आम्ही ऑस्ट्रेलियाच्या दिशेनं न जाता ,आफ्रिकेच्या दिशेनं जात असायचो, आणि हे पाहणं मोठं निराशाजनक असायचं. त्यापेक्षा बोटीची डावी बाजू वाऱ्याकडे ठेवून बोट चालवणं आणि बाकीच्या विचारांना मनात थारा न देणं अधिक सोपं होतं. घर सोडल्यापासून व्यापारी वाऱ्यांच्या प्रदेशात कधी एकदा शिरतो, असं झालं होतं. आता त्यातून कधी एकदा बाहेर पडतो, असं झालं होतं.

### ***सोमवार, ७ सप्टेंबर २००९ - मारपीट अजूनही सुरूच***

*व्यापारी वाऱ्यांच्या कचाट्यात सापडून दक्षिण नैर्ऋत्येला थपडा खात खात नाइलाजानं प्रवास करताना आता चार दिवस उलटून गेले आहेत. आम्ही अजूनही त्याच परिस्थितीत आहोत आणि हवामानाचा अंदाज खरा ठरला तर पुढचे दोन दिवस हा त्रास कायम राहील, असं दिसतं. वारा ताशी २० ते ३० नॉट्स गतीनं नैर्ऋत्येकडे वाहत आहे, मधूनच झंझावात आला की ती गती वाढून ताशी ३५ नॉट्स होते. इतर वेळी अशा वाऱ्यांच्या साथीनं आम्ही सामान्यपणे दक्षिण दिशेकडे गेलो असतो. पण, दुर्दैवानं या वाऱ्यामुळे समुद्रात चार मीटर उंचीच्या*

लाटाही उठत आहेत. वाऱ्याशी ५० अंशांचा कोन करून बोट चालवणं म्हणजे लाटा सरळ सरळ अंगावर घेणे, त्यामुळे प्रत्येक लाटेबरोबर बोट जागीच थांबते आणि लाट तिच्यावर आदळून नुकसान होऊ शकतं. म्हणून आम्ही दक्षिण नैर्ऋत्येकडे जात आहोत. प्रवासाचं अंतर यामुळे वाढेल याची जाणीव आम्हाला आहे; कारण व्यापारी वाऱ्यांच्या क्षेत्रातून बाहेर पडून पश्चिमी वाऱ्यांची साथ लाभली की इतकंच अंतर आम्हाला पूर्व दिशेकडे जाताना पुन्हा कापावं लागेल. स्वयंपाक्यानं शेवटी त्याचा अघोषित संप अंशतः मागे घेतला आणि गॅस ओव्हन तापवायला थोडी थोडी सुरुवात केली, त्यामुळे आम्हाला सकाळी गरम कॉफीचा आणि रात्री गरमगरम सूपचा आणि 'रेडी-टू-ईट' बिर्याणीचा आस्वाद घेता आला. काल 'गरम करून खाण्याचा', घरी तयार केलेला आणि वाळवलेले मासे घातलेला उपमा केला होता. काय चव होती अहाहा! माझ्या आईच्या रेसिपीज कुणी चोरण्याच्या आत तिनं त्यांचं पेटंट घ्यायला पाहिजे, असं मला खरंच वाटतं. सूर्यास्तानंतर हवा थंड व्हायला लागली आहे. जगाच्या या भागात हिवाळा सुरू असल्याची आठवण या निमित्तानं झाली. प्रवास सध्या ज्या मार्गानं आणि गतीनं चालला आहे तो पाहता, उद्या रात्रीपर्यंत आम्ही मकरवृत्त (२३.५ अंश दक्षिण) पार करायला हवं. पुढच्या वर्षी घरी परत येताना हिंदी महासागरात प्रवेश करेपर्यंत आम्ही दक्षिण गोलार्धातच फिरत राहणार. विषुववृत्त ओलांडण्याचा क्षण जसा साजरा केला, तसाच हा पण क्षण साजरा करण्याजोगाच असेल! माझ्यावर लक्ष ठेवणारा ट्रॅकर आज रात्री कामात व्यग्र दिसत आहे, त्यामुळे आजच्या सकाळची आमची स्थिती मी कळवतो. गुडनाइट.

**मंगळवार, ८ सप्टेंबर २००९ - २० दिवस आणि ३,००० मैल**

मुंबई सोडून २० दिवस झाले आहेत आणि आम्ही आतापर्यंत तीन हजार सागरी मैलांपेक्षा जास्त अंतर कापलं आहे. काही वाईट नाही! अपेक्षित होतं त्याप्रमाणेच साधारण ही कामगिरी झाली असं म्हटलं पाहिजे, अर्थात पश्चिमी वाऱ्यांच्या प्रदेशात प्रवेश करून पूर्वेकडचा प्रवास सुरू करायला अजून दोन हजार सागरी मैलांपेक्षा जास्त अंतर कापावं लागणार आहे. माझ्या स्थितीचा अहवाल पाठवताना संध्याकाळी माझ्या असं लक्षात आलं की, दिवसभरात जवळपास ८० सागरी मैलांची रपेट करूनसुद्धा सकाळपासून फ्रीमँटल आमच्यापासून कायम एक हजार ९०० सागरी मैलांवरच राहिले आहे! लवकरच पूर्वेकडे सरकायला सुरुवात केली नाही तर हे अंतर वाढतच जाईल. शिडाच्या होड्यांची हीच तर गंमत असते! 'म्हादेई'नं हे तीन हजार मैलांचं अंतर पार केलं, याचाच अर्थ नेव्हीच्या सेवेत १२ फेब्रुवारी २००९ रोजी दाखल झाल्यानंतर तिनं

अल्पकाळातच १० हजार सागरी मैलांपेक्षा जास्त प्रवास केला आहे. तोही सात महिन्यांपेक्षाही कमी कालावधीत आणि कोणतीही कुरकुर न करता! मला वाटतं, याचं सगळं श्रेय तिचा निर्माता रत्नाकर आणि गोव्याच्या ॲक्वेरिअस फायबरग्लासमधील त्याच्या सगळ्या सहकाऱ्यांचं आहे. आतातरी महान भारतीय नोकरशाहीला दया येईल आणि बोटीचे उरलेले पैसे ती चुकते करेल, अशी मला आशा आहे. आम्ही जसे मकरवृत्ताच्या जवळ पोचत आहोत तसा समुद्र थोडा शांत झाला आहे आणि वाऱ्याचा वेग कमी झाला आहे. मुख्य शिडाच्या दोन घड्या मी अजून तशाच ठेवल्या आहेत आणि 'स्टे सेल' (छोटे शीड) उभारले आहे; यामुळे बोटीचा वेग कमी होऊ शकतो; पण रात्रीतून वाऱ्याची लहर फिरली आणि तो जोरात वाहायला लागला तर पंचाईत नको, म्हणून ही काळजी मी घेत आहे. रात्रीच्या अंधारात आम्ही घड्या घालणं आणि शीड बदलणं, ही कामं केली आहेत, पण असं करणं टाळलेलंच बरं, कारण ते फारसं सुखावह नसतं. शिवाय, बाहेर गारठा पण वाढायला लागला आहे. मला वाटतं, उष्णकटिबंधीय प्रदेशातील गरम वातावरणाचा संबंध आता थेट पुढच्या वर्षीच येईल. खरं सांगायचं तर, यापुढे ऊन हवंहवंसं वाटणार आहे. आज सकाळीच ही गोष्ट माझ्या लक्षात आली. आज मी ढगाळलेलं आकाश पाहिलं आणि स्वतःशीच म्हटलं की, आज दिवसभर गार हवा असणार, त्यापेक्षा निरभ्र, स्वच्छ सूर्य दिसणारं आकाश असतं तर किती बरं वाटलं असतं. २० दिवसांपूर्वी मी बरोब्बर याच्या उलट म्हटलं असतं! ही तीन हजार सागरी मैल पार करण्याची कामगिरी साजरी करण्यासाठी ऐन वेळी कॉर्न मटण आणि त्यावर कांदा आणि काकडीची सजावट असा बेत केला. स्वयंपाक्याला अन्न वाया घालवायला आवडत नाही, त्यामुळे त्यानं रात्रीच्या जेवणातही हाच पदार्थ वाढला तेव्हा कप्तानानं किंचित नाराजी दर्शवली आणि आधी थोडं सूप पिणं पसंत केलं. त्यानंतर आईल मॉरिसच्या मागच्या सफरीहून आणलेल्या फिनिक्स बिअरचा शेवटचा कॅन रिता केला. फ्रीमँटलला पोचेपर्यंत आता बिअर मिळणार नव्हती, पण दक्षिण आफ्रिकन वाइनचा भरपूर साठा होता आणि विशेष प्रसंगांसाठी कॉग्नॅक (Cognac) होती! हवामानात झालेली सुधारणाही खलाश्यांचा नेहमीच लाडका असणारा 'शिकागो' हा चित्रपट पाहून साजरी केली गेली. सकाळपासून फक्त प्रोमोज आणि पडद्यामागचे किस्से पाहणं चालू आहे. प्रत्यक्ष चित्रपटाला हे ब्लॉगलेखन झाल्यावर सुरुवात होणार आहे, कारण तेव्हा बॅटरी चार्ज करून झाली असेल, इंजिन बंद झालेलं असेल आणि चित्रपटाच्या उत्कृष्ट पार्श्वसंगीताचा खरा आनंद लुटण्यासाठी आवश्यक असलेली प्रगाढ शांतता बोटीवर असेल.

## बुधवार, ९ सप्टेंबर २००९ - उष्णकटिबंधाला रामराम

आज सकाळी सात वाजून ४२ मिनिटांनी 'म्हादेई'नं मकरवृत्त ओलांडलं आणि पुढच्या सहा महिन्यांसाठी उष्णकटिबंधाला आणि गरम हवामानाला रामराम ठोकला. समुद्र शांत झाला आहे, त्यामुळे डेकवर बसायला मजा येत आहे. कमी वेगानं वाहणाऱ्या वाऱ्यातही बोट चांगली प्रगती करत आहे. आम्ही खूपच पश्चिमेला चाललो आहोत, एवढीच चिंता आहे. पश्चिमी वाऱ्यांच्या प्रदेशात गेलो की तेवढे अंतर पूर्वेकडे जावं लागणार आहे, पण याला अजून दोन दिवस तरी लागतील. या भागात असलेल्या कायमस्वरूपी उच्चदाबाच्या पट्ट्याकडे आम्ही सरकत आहोत, त्यामुळे वारा मंद गतीनं वाहणार. त्यातून झगडूनच आम्हाला बाहेर पडावं लागेल. व्यापारी वाऱ्यांच्या तडाख्यातून बाहेर पडल्यानंतर ही बाब फार तक्रार करण्यायोग्य नाही. बदल होणार म्हणून हरखून जाण्यात फार अर्थ नाही; कारण हवामानाचा अंदाज दर्शवतो की पश्चिमी वाऱ्यांचा वेग ताशी ३५ नॉट्स आहे, म्हणजे व्यापारी वाऱ्यांपेक्षा ताशी १० नॉट्स जास्त. सुदैवानं हा वारा आमच्या पाठीमागून येणारा असेल आणि लाटाही मागून येतील, अशी अपेक्षा आहे. त्यामुळे अनुभव फार वाईट नसावा. तो जेव्हा येईल तेव्हा लक्षपूर्वक पाहावं लागेल; कारण हा प्रदेश आमच्यासाठी अनोळखी आहे. उद्यापासून गरम कपडे बाहेर काढावे लागणार; कारण सूर्य बुडाल्यावर अचानक गारठा वाढायला लागला आहे. ब्लॉगवर आलेल्या प्रतिक्रियांवरून असं लक्षात आलं की लोकांना 'म्हादेई'च्या खलाश्यांबद्दल आणि तीन आठवडे समुद्रावर घालवल्यानंतर त्यांच्यात झालेल्या कायापालटाबद्दल कुतूहल आहे. या ब्लॉगवर जो 'सेल्फी' टाकला आहे, तो दक्षिण हिंदी महासागराच्या मध्यावर लाखो डॉलर्स किमतीच्या यॉटमध्ये आनंदात दिवस कंठणाऱ्या आणि भरपेट डोसे खाऊन तृप्त झालेल्या कप्तानाचा/ स्वयंपाक्याचा/ फर्स्ट मेटचा / पत्रकाराचा आणि इंजिनिअरचा आहे, त्यावरून या खलाशात काय बदल झाला आहे, ते सगळ्यांना कळेल.

संध्याकाळी आज माझ्या सोबतीला एक नवीन पक्षी आला. आतापर्यंत आमच्या मागे-मागे येणारे पक्षी हे गडद करड्या रंगाचे आणि पिवळी चोच असलेले होते. हा पक्षी राखाडीसर पांढऱ्या रंगाचा होता आणि याचे पंखही मोठे होते. हे पक्षी सारखे इकडून तिकडे उडत असतात, समुद्र कितीही खवळलेला असला तरी त्यापासून अगदी एका केसाचे अंतर ठेवून उडत असतात, त्यामुळे त्यांना कॅमेऱ्यात कैद करणे सोपे नसते. अगदी जवळचा किनारासुद्धा एक हजार सागरी मैल दूर असताना हे पक्षी तग कसे धरतात, हे मानवी मनाला पडलेले एक कोडेच आहे. सूर्यास्ताचे काही फोटोज टाकत आहे. विषुववृत्ताजवळ अनुभवलेल्या सूर्यास्ताच्या देखाव्यांपुढे हे काहीच नाहीत, पण म्हणूनच ते देखावे कसे खास होते, हे यावरून

लक्षात येईल. माझ्या जी-मेल अकाउंटला माझी नकाशावर दाखवलेली जागा आतापर्यंत माहीत झाली असेलच. पण ते आत्ता उघडण्याचे नाव घेत नाहीये, त्यामुळे पुढच्या ब्लॉगसाठी थोडी वाट पाहावी लागेल. सर्वसाधारणपणे सांगायचे तर आम्ही मकरवृत्तापासून ८० सागरी मैल दक्षिणेला आहोत, आणि चेन्नईच्या खाली सरळ रेषेत आहोत.

### शुक्रवार, ११ सप्टेंबर २००९ - हॅलो व्हेल्स! / अ‍ॅहॉय व्हेल्स!

कालचा दिवस हा आणखी एक वारा नसलेला दिवस होता तरीही वेळ कसा गेला ते कळले नाही. काही झिजलेले, कापलेले दोर बदलले, पुन्हा नीट बांधले; व्यापारी वाऱ्यांमध्ये धुलाई झालेली बोट नीट स्वच्छ केली, सामान जागच्या जागी लावले. दुपारी वाऱ्याची गती थोडी वाढत आहे असे दिसल्यावर वर गेलो आणि मुख्य शीड थोडे सैल करायला लागलो तोच, ज्याची मला भीती होती ते संकट 'आ' वासून समोर उभे होते. मुख्य शिडाचा डोलारा धरून ठेवणारा तक्ता कोयंडा (Padeye किंवा Eyebolt) मुळापासून उखडून पडला होता! हा कोयंडा तळकाठीला बोटीशी जोडून ठेवतो आणि जर तो निघून आला तर तळकाठीला नियंत्रित करण्याचा दुसरा कोणताही उपाय नसतो. त्यामुळे तळकाठी जोरजोरात इकडून तिकडे आपटत राहू शकते आणि जोरदार वाऱ्यात त्यामुळे डोलकाठीला मोठे नुकसान पोचू शकते. काही वेळा तर डोलकाठी मोडून पडण्याचा धोका असतो. कोयंडा पक्का करण्याचा प्रयत्न केला तर समजले की त्याला बसवलेल्या चार बोल्टपैकी दोन बोल्ट मोडून पडले होते. मी ताबडतोब शीड कमी केले आणि तळकाठी तात्पुरती डाव्या बाजूच्या कोयंड्याला बांधली. बोट बांधणाऱ्याशी लगेच फोनवर सल्लामसलत केली. त्याने दिलेल्या सल्ल्यानुसार कोयंडा बसवलेल्या रोल बारच्या खाली एक मोठे भोक पाडावे लागणार होते. नौकानयन थांबवण्यात आले. बोट दुरुस्त करणाऱ्याला बोलावण्यात आले, त्याने पुढचे दोन तास रोल बारमध्ये एक बऱ्यापैकी मोठे भोक पाडण्यात घालवले, जेणेकरून कोयंड्याला दुसरे बोल्ट बसवता येतील.

ते झाल्यावर तुटलेले बोल्ट काढून टाकण्यात आले, नवीन बोल्ट बसवण्यात आले आणि सगळे बोल्ट जागच्या जागीच राहावेत म्हणून नट लावून पक्के करण्यात आले. रत्नाकरच्या दूरदृष्टीचे आभार मानायला हवेत की त्याने आवश्यक ती जास्तीची उपकरणं आणि हत्यारं बोटीवर व्यवस्थित ठेवली होती. मध्यरात्रीच्या सुमाराला आम्ही पुन्हा नौकानयनाला सुरुवात केली होती. खरचटलेली बोटं, अंगभर उडालेला ग्लास फायबरचा चुरा, त्यामुळे साहजिकच सुटलेली खाज असा साज अंगावर ल्यालेल्या बोटदुरुस्ती करणाऱ्याने बऱ्यापैकी चांगली कामगिरी पार पाडली

*होती आणि एरवी उद्‌भवली असती तशी कठीण परिस्थिती कौशल्यानं हाताळली होती. त्यासाठी त्याचा 'तिथल्या तिथे' सत्कार करण्यात आला आणि सगळ्यात महत्त्वाचं म्हणजे मध्यरात्रीनंतर त्याला गरम पाण्याच्या अंघोळीचाही लाभ झाला! सतत वेग बदलणाऱ्या मंद वाऱ्यामुळे किंवा अजिबात वारा नसल्यामुळे रात्रभर जागरण घडलं. वाऱ्याचा वेग वाढला की उठून मुख्य शीड थोडं सैल सोडायचं आणि वारा थोडा पडला की तळकाठी आपटू नये म्हणून तिला बांधून ठेवायचं, एवढा एकच उद्योग करत करत रात्र गेली. आम्ही उच्चदाब क्षेत्राच्या अगदी जवळ आहोत आणि अपेक्षेप्रमाणे पश्चिमी वारे या क्षेत्राच्या दक्षिणेला आहेत. मी त्यांना 'कोल्ड्रम्स' म्हणायला सुरुवात केली आहे. 'डोलड्रम्स'ची थंडगार आवृत्ती म्हणून 'कोल्ड्रम्स'! सुदैवानं, इथे वादळं नाहीत. गेल्या दोन दिवसांपासून आकाश पूर्णपणे आभ्राच्छादित आहे आणि दिवसागणीक थंडी वाढत आहे. गरम कपडे बाहेर आले आहेत आणि स्लीपिंग बॅगचा अपवाद वगळता सर्वत्र सतत पायात शूज घालावे लागतात. सकाळी कॉफीचे घुटके घेत असताना स्थानिक रहिवासी 'म्हादेई'ला अभिवादन करायला आले. मी मोजले तर किमान चार व्हेल मासे अगदी जवळ आले, इतके की मी त्यांचे उच्छ्वास ऐकू शकलो. सुदैवानं, त्यांना 'म्हादेई'शी खेळण्यात रस नव्हता, तिला न्याहाळून ते त्यांच्या मार्गानं निघून गेले. एक शिष्टाचार म्हणून बहुधा ते आले असावेत.*

तक्ता कोयंडा उखडून येणं ही आतापर्यंत बोटीवर उद्‌भवलेली सगळ्यात मोठी अडचण होती आणि त्यामुळे मला थोडा धक्का बसला, हे मी मान्य केलंच पाहिजे. ती समस्या माझ्या लक्षात आली आणि वेळेत मी ती सोडवली, तरीही एक प्रश्न मनात वारंवार उठत होता की, 'काही दिवसांपूर्वी तब्बल एक आठवडा मी जोरदार वाऱ्यातून बोट चालवत होतो, तेव्हा ही अडचण उभी राहिली असती तर?' तळकाठी आणि मुख्य शीड आपटत राहिले असते आणि त्यांनी संपूर्ण दोराचं जाळं खाली आणलं असतं, तर मोठंच संकट कोसळलं असतं. वर उल्लेखलेली अडचण जेव्हा माझ्या लक्षात आली आणि रत्नाकरशी सल्लामसलत करून 'रोल बार'ला भोक पाडून तुटलेले बोल्ट काढून नवीन बसवण्याशिवाय पर्याय नाही हे नक्की झालं, तेव्हा मी 'होल सॉ कटर' (भोक पाडण्यासाठी असलेली करवतीसारखी कात्री) शोधायला सुरुवात केली. मोठी भोकं पाडण्यासाठी ड्रिलिंग मशिनवर हे उपकरण बसवतात. रत्नाकरने मला हे उपकरण दाखवल्याचं आणि त्याचा वापर कसा करतात हे समजावल्याचं मला आठवत होतं, त्यामुळे सुरुवातीला मला फार काळजी वाटली नाही. मात्र, मी प्रत्यक्ष जेव्हा ते उपकरण ड्रिल मशिनवर बसवण्याचा प्रयत्न केला, तेव्हा ते त्याच्यावर बसेना. ते उपकरण

बोटयार्डात वापरल्या जाणाऱ्या मोठ्या ड्रिल मशिनवर बसवायचं असावं आणि माझ्याकडे छोटं ड्रिल मशिन असल्यामुळे ते त्यावर बसत नव्हतं, हे स्पष्ट झालं! त्यावर सगळ्यात मोठं ड्रिल बिट बसवून अगदी जवळजवळ भोकं पाडायची, म्हणजे सगळी मिळून एकच मोठं भोक तयार होईल हा एकच उपाय होता, जेणेकरून त्यातून पाना घालून मला रोल बारमधून बोल्ट खोलता आणि नवीन लावता येतील. माझ्या अडचणीत भर घालायला म्हणून की काय रोल बार हा अधिकाधिक फायबरग्लास आणि इपॉक्सोचे थरांवर थर देऊन भक्कम केला गेला होता. रोल बार तयार होत असताना बोटयार्डात उभं राहून मी पाहत होतो, ते मला आठवलं. नजीकच्याच भविष्यात त्यात मी भोकं पाडत असेन आणि तो इतका भक्कम नको होता असा विचार करत असेन, हे तेव्हा माझ्या स्वप्नातही आलं नाही. फारसा वारा वाहत नसताना ते बोल्ट तुटले, हे माझं भाग्यच म्हटलं पाहिजे. पण वाऱ्याची गती केव्हाही बदलू शकली असती, त्यामुळे मला माझं काम भराभर पूर्ण करावं लागलं. शेवटी, बारा तास अखंड काम करून एकदाचे मी ते तुटलेले बोल्ट काढून टाकले, त्यांच्या जागी नवीन बोल्ट बसवले आणि नट लावून ते पक्के करून टाकले. सगळं काम संपेपर्यंत पहाटेचे दोन वाजले, माझी बोटं रक्ताळलेली होती आणि फायबरग्लासचा चुरा अंगभर उडून खाज सुटली होती, हा उल्लेख आधी आलाच आहे. पण या सगळ्या गोष्टी बोटीच्या सुरक्षित असण्यापुढे क्षुल्लक होत्या आणि त्यासाठी मी सुटकेचा निःश्वास टाकला. त्यानंतर गरम पाण्यानं मनसोक्त अंघोळ केली, अंगावर प्रिकली हीट पावडरचा शिडकावा केला आणि बंक बेडमध्ये शिरून थोडी झोप घेतली. फायबरग्लासचा चुरा बोटीतून आणि माझ्यातून पूर्णपणे काढायला काही दिवस जावे लागले.

'म्हादेई'ला भेटायला व्हेल आल्याचा उल्लेख वर केला आहे, त्या भेटीविषयी थोडं विस्ताराने सांगतो—

दुसऱ्या दिवशी सकाळी कॉफीचा पहिला कप हातात घेऊन मी वर आलो तर बोटीच्या मागच्या भागातल्या पाण्यात एक मैलभर अंतरावर एक छोटा फवारा वर येताना दिसला. त्या वेळी आकाश पूर्णपणे आभ्राच्छादित होतं, समुद्र राखाडी रंगाचा होता आणि फारशा लाटाही उठत नव्हत्या; वाराही नव्हता. सुरुवातीला मला वाटलं की हा नजरेचा खेळ आहे; कारण फायबरग्लासची धूळ सगळीकडे उडत होती. पण पुन्हा मला तो फवारा दिसला आणि तो काय असावा याबाबत माझ्या मनात शंका उरली नाही. नक्कीच तो व्हेल होता! मी ताबडतोब कॉफी बाजूला ठेवली आणि कॅमेरा आणायला आत पळालो. व्हेल लवकरच जवळ आले, त्यातला प्रत्येक मासा हा 'म्हादेई'पेक्षा आकाराने मोठा होता. मला

शक्य होते तेवढे फोटो मी काढले, पण कॅमेरा बाजूला ठेवून त्यांचा राजेशाही वावर डोळ्यांनी बघण्यातच जास्त मजा होती, विशेषतः ते माझ्या इतके जवळ असताना. कारण, सगळे एका फोटोफ्रेममध्ये मावणं शक्यच नव्हतं. त्यातला एक बोटीच्या उजव्या बाजूकडून इतका जवळ आला की मी अक्षरशः त्याच्या नाकात बघू शकत होतो. त्याच्या प्रत्येक उच्छ्‌वासाबरोबर येणारा माशांचा खास गंध माझ्या नाकाला जाणवत होता. हलक्या वाऱ्यात आम्ही संथपणे चाललो होतो आणि त्याचमुळे बहुधा व्हेल्स जरी आरामात विहार करत असले तरी त्यांना आम्ही खूपच हळू चालत आहोत, असं वाटलं असावं. त्यामुळे ते पुढे दक्षिण दिशेला निघून गेले. हा अनुभव माझ्या दीर्घ काळ स्मरणात राहील, कारण पुढच्या सगळ्या प्रवासात व्हेल्सना इतक्या जवळून पाहण्याचा योग पुन्हा आला नाही. त्या क्षणी माझ्या मनात उत्क्रांतीसंबंधी विचार आले आणि मी त्यांचा हेवा करू लागलो असं म्हटलं तर ती अतिशयोक्ती ठरणार नाही. समुद्रातून बाहेर पडून माझ्या पूर्वजांनी मानवी वंश सुरू केला तो शहाणपणा होता की त्यांच्या पूर्वजांनी कोणतीही सीमा नसलेल्या साध्या-सोप्या आयुष्याची निवड करून समुद्रातच राहण्याचा निर्णय घेतला तो शहाणपणा होता, हे कोडं मला पडलं!

### *रविवार, १३ सप्टेंबर २००९ - अखेरीस 'कोल्ड्रम्स'च्या बाहेर*

*जास्त दाबाच्या पट्ट्यातले शेवटचे तीन दिवस विषुववृत्त पार केल्यानंतरचे सगळ्यात वाईट दिवस होते. आकाश सदैव काळ्या ढगांनी आच्छादलेले होते. सूर्याचा तर पत्ताच नव्हता; वारा अजिबात नव्हता आणि बोट हेलकावे खात राहील एवढ्या लाटा होत्या आणि त्यामुळे शिडे इकडून तिकडे आपटत राहायची. मी आतापर्यंत पाहिलेल्या रात्रींपैकी या रात्री सगळ्यात अंधाऱ्या होत्या. आकाशात कोठेतरी अर्धचंद्र असला तरी त्याचा प्रकाश मात्र ढगांचे जाड पांघरूण भेदून पृथ्वीवर येऊ शकत नव्हता. अशा परिस्थितीत शांत झोपणेही शक्य नव्हते. एकतर वारा नसताना मुख्य शीड फडफडू नये म्हणून तुम्ही ते पक्के बांधायला वर जाणार नाही तर वाऱ्याची गती वाढत आहे असे वाटून ते सैल करायला धावणार. या सगळ्यामुळे स्वयंचालकाचा गोंधळ उडून तो टिवटिव करायला सुरुवात करणार, म्हणजे त्याला गप्प करून स्वतः हातात सुकाणू धरण्याशिवाय तुम्हाला पर्याय नसणार. स्वयंचालकाला जर बोट चालवायची असेल, तर ती पुढे सरकणे गरजेचे असते. ती पुढे जायची थांबली की काय करायचे ते न कळून तो तुमचे लक्ष वेधण्यासाठी हाका मारण्याचा सपाटा लावतो. शिवाय मंद वाऱ्यात आणि लाटा उठत असताना विंड वेन सेन्सर*

हॅलो व्हेल्स! / व्हेल्स अहॉय!

▲ आगंतुक पाहुण

▼ सीलने केला पाठलाग

सगळ्या दिशांना हलत राहतो; कारण बोट डचमळत असते, स्वयंचालक त्यानुसार चालायला बघतो आणि थोड्याच वेळात हात टेकतो! गेल्या तीन दिवसांत बोटीचे जे नुकसान झाले आहे ते पाहता, बोटीच्या दृष्टीने आणि खलाश्यांच्या दृष्टीने जोरदार व्यापारी वाऱ्यांपेक्षाही ही निर्वात स्थिती जास्त जिकिरीला आणते, अशा निष्कर्षाप्रत मी आता आलो आहे.

'कोल्ड्रम्स'च्या या वैताग आणणाऱ्या परिस्थितीत काल रात्री उशिरा एक रोचक घटना घडली. अगदी हलका पाऊस पडत होता आणि मी अर्धवट झोपेत कॉकपिटमध्ये पुन्हा एकदा धडपडत उठलो आणि मुख्य शीड पक्के बांधायला गेलो कारण तळकाठी आपटायला लागली होती. अचानक वीजप्रवाह चालू असलेल्या २३० व्होल्ट्सच्या वायरचा धक्का माझ्या चेहऱ्याला बसल्यासारखे मला वाटले आणि मी जवळजवळ उडालोच. सगळ्या बोटीला २४ व्होल्ट्सच्या विजेचा धक्का बसू नये म्हणून वायरिंग केलेले असताना मला इतका मोठा शॉक बसलाच कसा? परंतु विषुववृत्त सोडल्यापासून मला कुठेच विजा चमकताना दिसल्या नव्हत्या. आता खडबडून जागा झाल्यावर हळूहळू माझ्या लक्षात आले की ही स्थितिक विद्युत (Static Energy) होती! तळकाठीच्या टोकाला एक छोटे पलाटणे लोंबकळत असते. बोट जेव्हा उचलली जाते, तेव्हा माझा तोल सांभाळण्यासाठी धरून ठेवायला ते उपयोगी पडते. ते पावसामुळे ओले झाले होते आणि तळकाठी आपटत असल्यामुळे सतत हेलकावे खात होते, त्यामुळे त्याच्यात मोठ्या प्रमाणावर स्थितिक ऊर्जा निर्माण झाली होती. माझ्या चेहऱ्याला त्याचा स्पर्श झाल्या झाल्या मला जोरात शॉक बसला होता. काय शॉक होता तो पण!

तीन आळसावलेल्या दिवसांनंतर आज मस्त दिवस उगवला होता. ढग निघून गेले होते आणि एकदाचे सूर्यदर्शन झाले होते. समुद्र शांत होता, बोटीला योग्य दिशा देण्याइतपत हलका थंड वारा पश्चिमेकडून वाहत होता आणि डेकवर बसून ऊन खाण्याचे सुख अनुभवण्याइतपतच गरमी होती. गरम कपडे काढून टाकून, सूर्यप्रकाशात छोट्या छोट्या दुरुस्त्या करत डेकवर बसणे म्हणजे परमोच्च सुखाचा अनुभव होता. आजूबाजूला अनेक पक्षी उडत होते. चार वेगवेगळ्या प्रकारचे पक्षी मी पाहिले. त्यांना पाण्यावर बसलेले पाहताना मजा येते. पाण्यावर बसण्याआधी ते त्यांचे जाळीदार पाय खाली करतात आणि पाण्यावर घसरत जाणाऱ्या, स्कीइंग करणाऱ्या लोकांसारखे घसरत जातात. उडायच्या आधीही, विमान धावपट्टीवर धावते तसे ते काही अंतरावर धावत जाऊन मग आकाशात झेप घेतात. हलणाऱ्या बोटीवरून त्यांच्या या मोहक हालचाली कॅमेऱ्यात टिपता येणे जवळजवळ अशक्य आहे, ही दुर्दैवाची बाब म्हटली पाहिजे.

व्यापारी वाऱ्यांमध्ये आमची जी पिटाई झाली, त्यातून मी लवकरच सावरलो आणि नंतर मंद वाऱ्याच्या क्षेत्रात प्रवेश केल्यावर आधीपेक्षा वाईट अनुभव आल्यामुळे निराश वाटायला लागलं. आम्ही ३० अंश दक्षिण अक्षांशाच्या जवळ होतो आणि ४० अंश दक्षिण अक्षांशाच्या आसपास वेगवान पश्चिमी वारे आम्हाला भेटतील असा हवामानाचा अंदाज होता, म्हणजे हे क्षेत्र ६०० सागरी मैलांपेक्षा कमी अंतरावर होते. आम्ही दक्षिणेकडेच जात राहिलो असतो तर दोन ते तीन दिवसांत आम्ही चांगल्या गतीने वाहणाऱ्या वाऱ्यांपर्यंत पोचायला हरकत नव्हती. त्यानंतर आम्ही 'गरजणारे चाळीस' (वाऱ्यांचं नाव) ज्या महामार्गावरून जातात, त्या मार्गाला लागलो असतो आणि झपाझप पूर्व दिशेला कूच करू शकलो असतो. दक्षिणेला जाऊन, या महामार्गावरून फ्रीमँटलला मुक्काम न करता सरळ न्यूझीलंडला जाण्याचा मला मोह झाला होता. उखडून बाहेर आलेला जो कोयंडा मी पक्का केला होता तो तग धरून राहील असा माझा होरा होता. यापेक्षा अन्य कोणतीही मोठी समस्या तेव्हा तरी बोटीवर नव्हती आणि न्यूझीलंडपर्यंत आरामात पुरेल इतका अन्न-पाण्याचा साठा बोटीवरच होता. पण, आम्ही नौदलाची बोट होतो आणि इतक्या झटपट ठरलेल्या योजनेत बदल करणं म्हणजे गोवर्धन पर्वत उचलण्यासारखं अवघड काम होतं.

***सोमवार, १४ सप्टेंबर २००९ - आगंतुक पाहुणा***

*आणखी एक छान दिवस आणि मुक्कामाच्या दिशेने आणखी प्रगतीची पावले. ताशी १५ ते २० नॉट्स वेगाने वाहणाऱ्या नैर्ऋत्य वाऱ्यांनी आम्हाला ताशी सात ते आठ नॉट्स वेगाने फ्रीमँटलच्या दिशेने थेट जाण्यास मदत केली. मी लिहीत असताना दुर्दैवानं वाऱ्याचा वेग कमी होताना दिसत आहे. दक्षिणेकडे शंभर मैल अंतरावर असणारा शीत पट्टा जोरदार वाऱ्यांची फौज आमच्या दिशेनं पाठवत आहे, त्यामुळे निर्माण होणाऱ्या लाटांवर आम्ही मजेत हेलकावे खात आहोत. त्याच वेळी, दुर्दैवानं पश्चिमेकडून उच्च दाबाचा पट्टा याच दिशेकडे सरकत आहे, तो वाहणाऱ्या वाऱ्याला पूर्णपणे रोखेल असे वाटते. त्यामुळे लाटा आणि मंद वारा हे दुष्ट समीकरण आमच्या वाट्याला येणार, हे नक्की. बोटीसाठी ही बातमी चांगली नाही! एका मोठ्या मच्छीमार बोटीच्या रूपाने आज एक आगंतुक पाहुणा आमच्या भेटीला सकाळी आला. 'कोल्ड्रम्स'मध्ये हेलकावे खात असताना बोटीवर वापरातील काही पार्ट्स खराब झाले होते, ते डेकवर बसून मी दुरुस्त करत होतो, तेव्हा बोटीच्या डाव्या बाजूला फक्त १०० यार्डांवर मला ती मोठी मच्छीमार बोट दिसली! मी सुमारे एक तासापासून डेकवर काम करत होतो; डोलकाठीकडे, इकडेतिकडे फेऱ्या मारत होतो, पण ती इतक्या जवळ*

येईपर्यंत मला दिसलीच नाही! माझ्या आसपास कोणत्याही प्रकारची बोट दिसून आता आठवड्यापेक्षा जास्त काळ लोटला होता, त्यामुळे इतरत्र लक्ष ठेवण्याच्या बाबतीत जरा ढिलाई आली होती, कारण लक्ष ठेवणार कुणावर? किनाऱ्यापासून एक हजार ५०० सागरी मैलांपेक्षाही दूर असताना, जहाजवाहतुकीच्या नेहमीच्या मार्गांपासून दूर कोणती बोट दिसण्याची अपेक्षाही नव्हती. आता यापुढे पुन्हा काळजीपूर्वक लक्ष ठेवण्याची गरज आहे.

वारा कमी होऊ लागला आहे, त्यामुळे आज रात्रभर सारखे बाहेर येऊन मुख्य शीड सोडावे किंवा बांधावे लागणार. बाहेर गारठा पण चांगलाच वाढला आहे, म्हणजेच प्रत्येक वेळी बाहेर येताना गरम कपड्यात गुरफटून यावे लागणार आणि शूजही चढवावे लागणार. परत आत गेल्यावर सगळा जामानिमा उतरवून स्लीपिंग बॅगमध्ये शिरतो न शिरतो तोच बाहेर जाण्याची वेळ येणार! रात्रभर करमणुकीचा कार्यक्रम हा असाच सुरू राहणार!

## बुधवार, १६ सप्टेंबर २००९ - बोटीवरचा प्रवासी

नौकानयनासाठी आणखी एक मस्त दिवस! ताशी २५ ते ३० नॉट्स वेगानं वायव्येकडून वाहणारा वारा आणि दोन ते अडीच मीटर उंचीच्या नैर्ऋत्येकडून येणाऱ्या लाटा यांच्या साथीनं 'म्हादेई'नं आज दिवसभरात जवळपास १०० सागरी मैल पार केले आहेत. अशी परिस्थिती आणखी दोन दिवस तरी टिकली पाहिजे. अर्थात हवामानाच्या अंदाजानुसार वाऱ्याची गती पुढचे दोन दिवस मंदावणार आहे आणि आताच त्याचा वेग कमी झाल्यासारखा वाटतो. वाऱ्याच्या उलट्या दिशेला बोट चालवणं आणि वाऱ्याच्या दिशेबरोबर बोट चालवणं यांत किती जमीन-अस्मानाचा फरक असतो, हे पाहून आश्चर्य वाटतं. वाऱ्याच्या विरुद्ध दिशेला जात असतो तर व्यापारी वाऱ्यांप्रमाणे आताही आदळतआपटत राहिलो असतो; पण, वाऱ्यासोबत जात असताना ताशी २० नॉट्सपेक्षा वेग कमी झाला तर लगेच ती बाब काळजी करण्याजोगी बनते!

आज संध्याकाळी, रात्रीसाठी स्वयंपाक करत असताना कॉकपिटमध्ये धडधड झाल्यासारखा मोठा आवाज आला. असा आवाज याआधी बोटीवर कधी ऐकला नव्हता. एक महिना अत्यंत शांततेत घालवल्यामुळे त्या आवाजानं मी दचकलोच. हातातलं काम तसंच टाकून बाहेर डोकावलो, तर एक प्रवासी बोटीवर चढलेला दिसला! तो एक पक्षी होता; जखमी होता, दमलेला होता की पाण्याऐवजी चुकून बोटीवर उतरला होता, कोण जाणे ! बोटीचा यजमान म्हणून त्याचं आदरातिथ्य करणं मला माझे कर्तव्य वाटले, म्हणून ताजे मासे नसल्यामुळे मी वाळवलेली कोळंबी त्याच्यापुढे टाकली, पण बहुधा तो मासेच खात असावा, कारण त्याला मी

*टाकलेल्या खाण्यात काहीही रस नव्हता. माझी त्याला फारशी भीतीही वाटलेली दिसली नाही, कारण त्याच्या पाठीवर थोपटून मी त्याचे फोटो काढले तेव्हा तो बिचकला नाही. कॉकपिटच्या बाहेर जाण्याचा तो प्रयत्न करतो; वर चढण्यासाठी त्याला मदत लागते, पण उडून जाण्याऐवजी तो परत आत येतो. तो जखमी असल्यामुळे त्याला उडता येत नाही की मागे मी पक्ष्यांना पाण्यावर धावत जाऊन उडताना पाहिले होते त्याच प्रकारे याला उडता येते की काय, काही समजत नाही. खूप दिवसांपासून अशा प्रकारचे पक्षी आमचा पाठलाग करत आहेत आणि आमच्यात एक अदृश्य नाते तयार झाले आहे, त्यामुळे बोटीवर बसून त्यांना सैर करायची असेल तर त्यांचे नेहमी स्वागतच आहे! मला वाटते, आजची रात्र त्याला इथेच राहू द्यावे. रात्री वारा पडला किंवा चढला तर वर जाण्यासाठी मला उठावे लागेल तेव्हा काळजीपूर्वक पावले टाकावी लागतील, नाहीतर बिचाऱ्याच्या अंगावरच माझा पाय पडायचा. हा कोणत्या प्रकारचा पक्षी आहे ते कदाचित ॲडमिरल आवटी सांगू शकतील.*

त्या पक्ष्याच्या जातीविषयी माझ्या ब्लॉगच्या वाचकांनी बरेच अंदाज व्यक्त केले. आता तो पक्षी आठवताना माझी पक्की खात्री आहे की तो बदामी रंगाचा ॲल्बट्रॉस पक्षी होता. खूप लोकांना माहीत असलेल्या मोठ्या, पांढऱ्या रंगाच्या ॲल्बट्रॉस पक्ष्याचा हा छोटा चुलत भाऊ असावा. मला जरी आतापर्यंत बोटीवर एकटेपणा वाटला नव्हता, तरी एक पक्षी आल्यावर त्याचा सहवास मला आवडला. अचानक माझ्यावरची जबाबदारी वाढल्यासारखं मला वाटलं आणि त्याचं वास्तव्य सुखाचं कसं होईल याचा मी विचार करू लागलो. त्याला जास्त त्रास न देता आणि न घाबरवता एकटं सोडू लागलो. त्याचा परिणाम लगेच दिसायला लागला, कारण तो हळूहळू इकडेतिकडे फिरायला लागला आणि वाऱ्याचा वेग वाढायला लागल्यावर बोटीच्या आत निघून गेला. आता डेकवर जाण्याची पाळी माझी होती, कारण वादळ झालं तर बोटीवर नियंत्रण ठेवण्यासाठी रात्रीचा बराच वेळ मला तिथेच काढावा लागणार होता.

***गुरुवार, १७ सप्टेंबर २००९ - शीत पट्ट्याशी सामना***

*काल रात्री आमचा शीत पट्ट्याशी पहिला सामना झाला. जन्मापासून उष्णकटिबंधात राहिल्यामुळे हा माझा पहिला अनुभव होता. शीत पट्टा जवळ येताना कोणकोणत्या विविध टप्प्यांमधून जावे लागते याबद्दल मी सकाळीच वाचले होते, हे सुदैवच म्हणायचं, कारण त्यामुळे नक्की काय घडत आहे याचा मला अंदाज येत होता. रात्री उशिरा मी लॅपटॉपवर चित्रपट पाहत असताना बोट*

मागच्या बाजूनं अचानक वळली आणि वाऱ्याच्या दिशेकडे तोंड करून असलेल्या रनरवर तळकाठी आपटली आणि स्वयंचालकानं काम करणं बंद केलं. मला समजलं की वाऱ्यानं अचानक दिशा बदलल्यामुळे बोटीनं आपणहोऊनच दिशा बदलली. मी बोटीवर ताबा मिळवला, स्वयंचालकाला चुचकारून पुन्हा कामाला लावलं; या वेळी विंड वेनला कामाला जुंपलं, जेणेकरून पुन्हा अचानक बोट वळू नये. आम्ही मुख्य शिडावर एक घडी घालून आणि जेनोआ उभारून नौकानयन करत होतो आणि दिवसभरात चांगल्या वेगानं पुढे जात होतो. वाऱ्याची दिशा बदलणं, हा एक किरकोळ योगायोग होता आणि पुन्हा आम्ही सातत्यानं एकाच गतीनं वाहणाऱ्या वाऱ्याच्या साथीनं पुढे जाऊ शकू ही माझी अपेक्षा फोल ठरली, कारण वाऱ्याचा वेग वाढतच गेला आणि तो सारखी दिशा बदलू लागला. पहाटे तीनच्या सुमारास वारा ताशी ३५ नॉट्सच्या वेगानं वाहायला लागला आणि मधूनच ताशी ४० नॉट्सच्या वेगानं झंझावात यायचा आणि हळूहळू मागे जायचा; त्यामुळे पूर्वेला जाण्याच्या ऐवजी आम्ही उत्तरेकडेच भरकटायला लागलो आणि बोट ताब्यात ठेवता ठेवता मला नाकीनव आले! जेनोआ घडी करून गुंडाळून ठेवण्याशिवाय आणि बोटीचा मागचा भाग वाऱ्याच्या दिशेतून वळवून घेऊन पूर्वेचा रस्ता धरण्याशिवाय दुसरा पर्याय नव्हता. हे सगळे करेपर्यंत पहाटेचं तांबडं फुटायला लागलं होतं आणि कधी एकदा स्लीपिंग बॅगमध्ये शिरतो, असं मला झालं होतं. रात्र आली आणि गेलीसुद्धा!

इतक्या सगळ्या गोष्टी घडत असताना माझा पंखवाला पाहुणा आतमध्ये जीव मुठीत धरून बसला होता. मला सतत इकडून तिकडे धावपळ करताना बघून तो नक्कीच घाबरला असावा. शिवाय, बोट सारखी हलत होती, कधी पुढच्या तर कधी मागच्या बाजूनं उचलली जात होती, त्यामुळे तो बिचारा आतमध्ये घसराघसरी खेळत होता. दुपारी त्याला बाहेर काढलं, कॉकपिटच्या वर चढायला मदत केली, कारण आतमध्ये तो सुरक्षित जरी असला तरी भुकेनं मेला असता. त्यानं त्याचे पंख उघडले, सूर्यप्रकाशात जणू आळोखेपिळोखे दिले, शरीर ताणलं, बोटीच्या शेपटाकडे गेला आणि पहिली लाट आल्याबरोबर तिच्यावर स्वार होऊन निघूनसुद्धा गेला! त्याच्यासारखेच आणखी पक्षी आजूबाजूला होते, त्यामुळे माझा पाहुणा मला ओळखू येईना. तो चुकून रात्रीच्या वेळी बोटीवर चढला होता आणि उडण्यासाठी त्याला मोकळी जागा न मिळाल्यामुळे तो अडकून पडला असावा, असा मी तर्क केला किंवा येणाऱ्या तुफानाची चाहूल लागल्यामुळे त्या चलाख पक्ष्यानं बोटीवर आरामात बसून ते जाण्याची वाट पाहण्याचं ठरवलं होतं? कोण जाणे, आपल्याला ते कधीच कळणार नाही!

कोणत्याही सजीवाचा सहवास लाभला तरी माणसाचं मन कसा विचार करायला लागतं नाही! मग तो पाहुणा माणूस नसला तरी चालतं. त्या तुफानात मी बोट सरळ राहावी म्हणून धडपडत असताना मी बोट अधिक नाजूकपणे हाताळत होतो, कारण आतमध्ये वास्तव्याला आलेल्या रात्रीच्या त्या पाहुण्याला त्रास होऊ नये अशी माझी इच्छा होती; या गोष्टीची माझीच मला गंमत वाटली. माझं जागृत मन यासाठी माझी खिल्ली उडवत होतं, तरी अर्धजागृत मन मात्र काळजीपूर्वक बोट हाताळत होतं आणि स्वतःला त्या पक्ष्याच्या सुरक्षिततेसाठी जबाबदार धरत होतं!

***शनिवार, १९ सप्टेंबर २००९ - समुद्रावर एक महिना***

*मुंबई सोडून आम्हाला एक महिना झाला. ती आठवण आता अगदी पुसट झाली आहे, हे सांगण्याची गरज नाही. ते आयुष्य आता स्वप्नवत वाटतं. त्यानंतर किती बदल झाले! उदाहरण द्यायचं झालं तर मुंबई सोडताना इतकी गरमी होती की कधी एकदा अंगातला टी-शर्ट काढून टाकतो असं होत होतं, आता स्वच्छतागृहात जाताना कपडे काढण्याआधी मला दोन वेळा विचार करावा लागतो! डोल्ड्रम्सची जागा कोल्ड्रम्सने घेतली आणि विषुववृत्तीय वादळांची शीत पट्ट्यानं. आम्ही आतापर्यंत चार हजार ६०० सागरी मैल अंतर कापलं आणि अजून ७५० सागरी मैल पार करायचे बाकी आहेत. आम्हाला घाई नाही, घाई केली तरी काही फरक पडला असता असंही नाही, कारण आमचा वेग सर्वस्वी वाऱ्यांवर अवलंबून आहे. ताशी २५ ते ३० नॉट्स वेगानं दिवसभर छान वाहणारा वारा आणि मागून येणाऱ्या समुद्राच्या लाटा यामुळे गेल्या बारा तासांत आम्ही जवळजवळ ९० सागरी मैल अंतर कापलं आहे. आणखी एक शीत पट्टा दोन तासांपूर्वी लागला. त्याची आता सवय झाली आहे, त्यामुळे शिडांच्या घड्या घालून त्यांचा सामना करणं खूप सोपं झालं आहे. एक महिना पूर्ण झाला तो साजरा करण्यासाठी आज 'भेळपुरी ब्रंच'चा बेत केला होता. नाश्ता आणि जेवण भेळपुरीवर ताव मारण्यातच पार पडले! वारा सारखा ताशी ४० नॉट्सचा आकडा गाठत आहे आणि लाटाही मागून बऱ्याच उंच उसळत आहेत, त्यामुळे आजची रात्र लांबलचक असणार, असे वाटते. मागच्या वेळी जेव्हा असे घडले तेव्हा दुसरा दिवस अत्यंत शांततेत गेला होता! उद्या पुढ्यात काय वाढून ठेवले आहे बघू या. या क्षणाला, मुक्कामाकडे होणाऱ्या घोडदौडीची मजा लुटू या.*

शीत पट्ट्यांचा सामना आता वारंवार व्हायला लागला होता आणि त्यांच्याशी दोन हात करण्याची माझी क्षमताही वाढायला लागली होती. जसजसं ते आम्हाला

थपडा मारून पुढे निघून जात होत, तसतसं, काही वर्षांपूर्वी मुंबईच्या माझ्या घरी दुपारच्या जेवणादरम्यान रॉबिन यांच्याशी दक्षिण महासागराला तोंड देण्याबाबत माझं झालेलं संभाषण मला आठवू लागलं.

''तुम्ही नेहमीच खराब हवामानाचा सामना करणं फार सोपं असतं असं दर्शविता,'' त्यांना काय काय अनुभव आले आणि त्यांचा सामना करायला ते कसे शिकले हे जाणून घेण्याच्या उत्सुकतेपोटी मी विचारलं होतं.

''किनाऱ्यावरचे लोक तुमच्या मदतीसाठी काहीच करू शकत नसताना त्यांना उगीचच घोर का लावायचा?'' अलिप्तपणे त्यांनी उत्तर दिलं होतं.

''अशा प्रकारच्या हवामानाची सवय होण्यासाठी किती वेळ जावा लागतो?'' टेबलावर समोर बसलेल्या माझ्या आईनं विचारलं.

''जेव्हा तुम्ही पहिल्यांदाच मोठ्या तुफानाला सामोरे जाता, तेव्हा जगाचा अंत जवळ आला आहे आणि आपण यातून काही वाचत नाही, अशी तुमची खात्री पटलेली असते. दुसऱ्या वेळी तुम्हाला वाटतं की, मागच्या वेळी आपण यातून वाचलो होतो, त्यामुळे कदाचित आताही वाचू शकू. तिसऱ्या वेळी आपण वाचू याबद्दल तुम्हाला विश्वास वाटत असतो, कारण तोपर्यंत तुम्ही जिवंत राहिलेले असता. दहाव्यांदा तुफानाचा सामना करताना फक्त पुढचे काही दिवस तुम्हाला गरम अन्न खायला मिळेल की नाही, याची चिंता मनात घर करत असते! परंतु ही अवस्था प्राप्त करण्यासाठी तुम्हाला पहिल्या नऊ टप्प्यांमधून पार पडावं लागतं. दुर्दैवानं, यासाठी कोणतेही शॉर्टकट्स नाहीत.''

किती अचूक सल्ला होता तो! अखेरीस, तो अनुभव मी घेत होतो.

***बुधवार, २३ सप्टेंबर २००९ - ५,००० मैल पार, २२५ बाकी!***

*एकदाचे आम्ही फ्रीमँटलच्या जवळ पोचलो असे वाटते! २२५ सागरी मैल म्हणजे मुंबईपासून गोव्यापर्यंतचे अंतर, पाच हजार सागरी मैलांचा प्रवास केल्यानंतर ते फारच जवळ असल्यासारखे वाटते. वाऱ्याचा मनमानी खेळ अजूनही चालूच आहे त्यामुळे पोचण्याची वेळ नक्की सांगता येत नाही, तरीही आणखी दोन दिवस लागतील असा अंदाज बांधायला हरकत नाही. वारा नीट वागला तर आजची रात्रही शांततेत घालवलेली शेवटची रात्र ठरावी; कारण उद्यापासून काही अंशी जहाजांची, बोटींची वर्दळ जाणवायला लागेल आणि टक्कर टाळण्यासाठी मला जागरूक राहावे लागेल. गेले दोन दिवस मी काहीही लिहिलं नाही. आळस हे मुख्य कारण असलं तरी मंद आणि फिरणारा वारा असल्यामुळे विशेष काही घडलं नाही; आकाश ढगाळलेले होतं आणि दिशाहीन प्रवास चालल्याची भावना होती! हॉलिवूडचे जुने चित्रपट पाहताना माझी छान*

*करमणूक होत होती. माझा सहकारी अभिलाष टॉमी यानं मोठ्या विचारपूर्वक त्यांचा साठा बोटीवर केला आहे. मी बोटीवर मस्त सुटी घालवत असताना तो बिचारा मात्र फ्रीमँटलला माझा मदतनीस म्हणून पोचावे यासाठी कागदपत्रे गोळा करताना दिल्लीत वेगवेगळ्या ऑफिसेसचे उंबरठे झिजवत आहे. आम्ही तेथे पोचण्याआधी त्याने पोचावे अशी योजना होती, जेणेकरून बोटीच्या दुरुस्तीसाठी जी व्यवस्था करायची ती आधीच करता यावी. पण, आता आम्ही त्याला या शर्यतीत हरवू, अशीच चिन्हे दिसतात. बोटीचा निर्माता रत्नाकरही आपली सगळी कामे बाजूला टाकून फ्रीमँटलला भेट देण्याच्या तयारीत आहे. पुढच्या टप्प्यासाठी बोटीला सज्ज करण्यासाठी तो येणार आहे, कारण त्या टप्प्यात 'म्हादेई'ची आणि माझी गाठ प्रथमच 'गरजणाऱ्या चाळिसां'शी पडणार आहे. आतापर्यंत त्यातल्या त्यात सुखाने प्रवास चालू आहे, पण दक्षिण महासागरात शिरल्यानंतर परिस्थिती गंभीर रूप धारण करू शकते.*

*मी लिहीत असताना सूर्य विषुववृत्त पार करून दक्षिण गोलार्धात प्रवेश करत असेल. म्हणजे आज 'शरत्कालीन विषुव दिन' (Autumnal Equinox) आहे, जगाच्या या भागातील उन्हाळ्याची सुरुवात. मुंबईहून ऑगस्ट महिन्यात प्रस्थान ठेवण्यामागे हा पण एक विचार होता, दक्षिण गोलार्धात असताना जास्तीत जास्त काळ उन्हाळ्याचा मिळावा. आम्ही ते लक्ष्य साध्य केले आहे, एक-दोन दिवस इकडेतिकडे.*

*माझ्या पंखवाल्या सोबत्यांचे फोटो काढण्याचा प्रयत्न केला, पण फारसे यश आले नाही! त्यांचा डौल कॅमेऱ्यात कैद करणे कठीण आहे. त्यांचे सौंदर्य टिपायचे असेल तर समुद्रावर असण्याशिवाय पर्याय नाही. मी हे लिहायला आणि फोटो टाकायला सुरुवात केली तेव्हा माझा एक डोळा वाऱ्याच्या बदलणाऱ्या गतीवर आणि दिशेवर होता. तळकाठी आपटता आपटता राहत होती आणि फ्रीमँटलपासून ४० अंशांचा कोन करून आम्ही जात होतो. लेखन पूर्ण करेपर्यंत वाऱ्याने ताशी २५ नॉट्सचा वेग ओलांडला होता, मला धावत जाऊन मुख्य शिडाची एक घडी घालावी लागली आणि दुसरीही घालावी की काय याचा मी अजूनही विचार करतोय. मला वाटले होते तितकी ही रात्र शांततेत जाणार नाही, असाच एकंदर रागरंग आहे. मी काही तक्रार करत नाही; कारण ताशी आठ नॉट्सच्या चांगल्या वेगाने हा वारा आम्हाला थेट आमच्या मुक्कामाच्या ठिकाणी घेऊन चालला आहे.*

जवळजवळ एक हजार नॉट्स मंद गतीने वाहणाऱ्या आणि दिशा बदलणाऱ्या वाऱ्याच्या हातचं खेळणं होत आम्ही एकदाचे फ्रीमँटलच्या जवळ पोचलो. कॅनबेरातल्या

भारतीय संरक्षण सल्लागाराला मला माझ्या आगमनाची तारीख कळवणं गरजेचं होतं; कारण आमच्या स्वागतासाठी तो तिथे पोचणार होता. २३ सप्टेंबरच्या दुपारपर्यंत विरुद्ध दिशेने येणाऱ्या मंदगती वाऱ्यामुळे हैराण होऊन मी त्याला २५ सप्टेंबरच्या विमानाचं तिकीट काढायला सांगितलं, कारण त्याआधी फ्रीमँटलला पोचण्याचं कोणतंच चिन्ह दिसत नव्हतं. वायुदेवाला हा स्वतःचा अपमान वाटला असावा. त्यानं मला आणि हवामानाच्या अंदाजाला खोटं ठरवण्याचा चंग बांधला! रात्रीतून वाऱ्याची दिशा बदलली आणि गतीही वाढली. आम्ही ताशी आठ नॉट्सच्या वेगानं फ्रीमँटलकडे धावू लागलो. सकाळ उजाडली तेव्हा आम्ही ताशी ३० नॉट्स वेगानं वाहणाऱ्या वाऱ्याच्या साथीनं, उंच उंच लाटांवर स्वार होऊन आमच्या लक्ष्यापासून सुमारे ५० सागरी मैल दूर होतो. दुपारपर्यंत फ्रीमँटल बंदराच्या बाहेर असलेल्या रॉटनेस्ट बेटाचं दर्शन आम्हाला झालं, ३४ दिवसांपूर्वी मुंबई सोडल्यानंतर जमिनीचं झालेलं हे पहिलं दर्शन होतं.

मी त्या बेटाला उत्तरेकडून वळसा घालून बंदरात प्रवेश करण्याची तयारी करत होतो, तेव्हा एक प्रचंड व्हेल बोटीच्या डाव्या बाजूनं पुढच्या टोकापासून फक्त ५० मीटर अंतरावर अचानक दिसला. तो आमच्या मार्गात डावीकडून उजवीकडे आडवा जात होता. तो पुढच्या वेळी पाण्यातून वर येताना आमच्या बोटीखाली येतो की काय, अशी काळजी मला वाटली. बंदरात आमचं फारच झकास स्वागत झालं होतं! त्यानंतर थोड्याच वेळात, वारा ताशी ३५ नॉट्स वेगानं वाहत असताना मी शिडं गुंडाळून ठेवली आणि इंजिन सुरू करून फ्रीमँटल यॉट क्लब मरीनामध्ये प्रवेश करण्याची तयारी सुरू केली. अडीच वर्षांपूर्वी मी रॉबिनना त्यांच्या शर्यतीचा दुसरा टप्पा सुरू करताना इथे पाहिलं होतं आणि त्या वेळी स्वतःची बोट घेऊन याच बंदरात प्रवेश करण्याची इच्छा माझ्या मनात निर्माण झाली होती. बोट बांधणं आणि ती घेऊन जगाची सफर करणं, हे त्या वेळी केवळ एक स्वप्न होतं. आमचं लक्ष्य कसं गाठायचं याबाबतच्या कल्पना अगदी धूसर होत्या. आणि आता, मी माझी स्वतःची बोट चालवत होतो- खरंतर भारतीय नौदलाची, पण असो! — त्या वेळची पुसट कल्पना वास्तवात उतरली होती. मला खूप छान वाटत होतं.

झंझावाती वारा आणि अस्थिर समुद्र असतानादेखील फ्रीमँटल सेलिंग क्लबनं मरिनाच्या चिंचोळ्या प्रवेशमार्गातून वाट दाखवण्यासाठी एक बोट पाठवली होती. दुपारी साडेचार वाजता आम्ही तिथे जाऊन पोचलो. थोडे धक्के खावे लागले; पण गंभीर नुकसान झालं नाही. धक्क्यावर आमच्या स्वागताला काही लोक जमलेले पाहून मला आनंदाश्चर्याचा धक्का बसला. ऑस्ट्रेलियन नेव्ही, कस्टम्स, इमिग्रेशन, आमचे यजमान, द फ्रीमँटल सेलिंग क्लब, आमच्या इथल्या वास्तव्यात आमचे

एजंट असणारे आयएसएस शिपिंग यांचा कुणी न कुणी प्रतिनिधी हजर होता आणि हो, अर्थातच कुटुंबाचं प्रतिनिधित्व करणारा भारतीय भाऊबंदही हजर होता. त्याचं हजर असणं, हे आता जगाच्या पाठीवर अनिवार्य झाल्यासारखंच आहे! माझ्या मोहिमेच्या समाप्तीनंतर या गोष्टीबाबत माझी खात्री झाली आहे की भारतीय सापडणार नाही, असं एकही ठिकाण जगाच्या पाठीवर नाही.

भारतीय संरक्षण सल्लागाराने माझा सल्ला ऐकला होता त्यामुळे तो दुसऱ्या दिवशी दाखल होणार होता, तर माझा एकमेव मदतनीस अभिलाष नियुक्तीसाठी लागणाऱ्या कागदपत्रांची जुळवाजुळव करत अजूनही दिल्लीत चकरा मारत होता. भारतीय सरकारी नोकरांना एअर इंडियानं प्रवास करणं बंधनकारक असतं आणि हा नियम अभिलाषलाही लागू होता. या बाबतीत, म्हणजे मुक्कामाच्या ठिकाणी आम्ही आधी पोचू की मदतनीस, 'म्हादेई' एअर इंडियाला हरवेल अशी पैज आम्ही लावत असू. पहिल्या खेपेला फ्रीमँटलला आम्ही यावर खूप हसलो होतो, पण पुढच्या प्रत्येक बंदरात अशीच परिस्थिती वारंवार उद्भवायला लागल्यावर आम्हीच विनोदाचा विषय ठरत असल्याची जाणीव आम्हाला झाली!

फ्रीमँटलला मला भेटलेल्यांपैकी पहिली व्यक्ती होती जॉन सँडर्स, विख्यात ऑस्ट्रेलियन, एकल पृथ्वीप्रदक्षिणा लागोपाठ तीन वेळा करणारा पहिला मानव! आमच्या स्वागताला तो आला होता आणि मी बोटीवर कस्टम्स, इमिग्रेशनच्या औपचारिकता पूर्ण करत असताना त्यानं डेकवरचे सगळे पसलेले दोर सावरून व्यवस्थित जागी ठेवले होते. ते पाहून मला भरून आलं. "हे तू करण्याची गरज नव्हती जॉन, थोड्या वेळानं मी ते करणारच होतो." मी त्याला म्हणालो. तो त्याचं लाजरं हसू हसला आणि त्याच्या बोलण्याच्या विशिष्ट लकबीनुसार पुटपुटला की 'हे करण्यात त्याला आनंदच होता, बोट चांगली दिसायला हवी होती' आणि मी नक्कीच दमलेलो असणार, हे त्यानं जाणलं होतं.

जमिनीवर पाय ठेवून आणि लोकांना भेटून छान वाटत होतं. हा टप्पा सुरक्षितपणे पार करू शकल्यामुळे हायसं वाटत असण्याची भावना जास्त प्रबळ होती असं मला वाटतं — जेव्हा जेव्हा मी बंदरात प्रवेश केला तेव्हा तेव्हा हीच भावना अनुभवाला आली. बोटीला कुलूप घालण्यापूर्वी आणि त्या रात्रीपुरता तरी नौकानयनाचा विचार डोक्यातून काढून टाकण्यापूर्वी मी ब्लॉगवर एक छोटा संदेश लिहिला.

### *गुरुवार, २४ सप्टेंबर २००९ - हेलो धरणीमाते!*

*दुपारी साडेचार वाजता (GMT+8) 'म्हादेई' फ्रीमँटल यॉट क्लब मरिनाच्या धक्क्याला लागली. बाकीचं वर्णन नंतर, कारण एकाच वेळी मद्याचा चषक तोंडाला*

*लावणं (Elbow Bending) आणि ब्लॉग लिहिणं कठीण आहे!*

लांबलचक लिखाणापासून सुटका करून घेण्यासाठी ही 'एल्बो बेंडिंग'ची सबब चांगली वाटली. टप्पा पूर्ण केल्यानंतर चढलेला आणि नवीन जागी पोचल्याचा कैफ उतरायला लागल्यावर मी किती दमलो होतो, याची जाणीव व्हायला लागली.

# दक्षिण महासागराची पहिली चव

***रविवार, ४ ऑक्टोबर २००९ - फ्रीमँटलमधला एक आठवडा***

*ताशी ३५ नॉट्स वेगाने वाहणाऱ्या वाऱ्यात तिच्यापेक्षा आकाराने दुप्पट असलेल्या पॉवर बोटच्या साथीने 'म्हादेई'ने फ्रीमँटल सेलिंग क्लब मरिनामध्ये प्रवेश केला, त्या गोष्टीला आता आठवड्यापेक्षा जास्त काळ लोटला आहे. याआधी उल्लेख केल्याप्रमाणे, क्लबचे प्रतिनिधी, तसेच ऑस्ट्रेलियन नौदल, बोटीचा एजंट आणि कस्टम्स व इमिग्रेशन या अनिवार्य असलेल्या औपचारिकता पूर्ण करणाऱ्यांचे प्रतिनिधी यांनी तिचे चांगले स्वागत केले. या अधिकाऱ्यांनी त्यांची तपासणी लगेचच पूर्ण केली आणि आम्हाला अगदी घरच्यासारखे वागवले. मि. जॉन सँडर्स या चार वेळा पृथ्वीप्रदक्षिणा करणाऱ्या विक्रमवीराने आम्हाला भेट देण्यासाठी खास वाट वाकडी केली. दुसऱ्या दिवशी दुपारी क्लबमध्ये एक छोटेखानी स्वागत समारंभ आयोजित केला होता, त्याला माननीय अतिथी उपस्थित होते; त्यात भारताचे वाणिज्यदूत, भारतीय संरक्षक सल्लागार, एचएमएएस स्टर्लिंगचा कमांडिंग ऑफिसर आणि भारतीय नौसेना व भूदल यांचे निवृत्त अधिकारी यांचा समावेश होता. माझा एकमेव मदतनीस लेफ्टनंट कमांडर अभिलाष टॉमी दुसऱ्या दिवशी विमानाने येऊन पोचला. 'म्हादेई'ने एअर इंडियाला चांगले दोन दिवसांचे अंतर राखून हरवले होते!*

*आम्ही क्लबच्या आणि फ्रीमँटल शहराच्या आदरातिथ्याचा उपभोग घेत आहोत, 'म्हादेई' धक्क्यालगत सुरक्षित जागी उभी आहे आणि तिचे खलाशी जवळच सगळ्या सोईंनी युक्त अशा सर्व्हिस्ड अपार्टमेंटमध्ये मुक्कामी आहेत. क्लबचा 'सीझन ओपनिंग' समारंभ ११ ऑक्टोबर रोजी साजरा होणार आहे आणि त्यात भाग घेण्यासाठी आम्हाला आमंत्रित करण्यात आले आहे. बहुधा पहिल्यांदाच एक भारतीय बोट अशा समारंभात भाग घेणार आहे! बोटीचे काम सुरू केले आहे; स्वच्छ करणे, तुटके दोर बदलणे, शिडे किरकोळ दुरुस्तीसाठी पाठवणे, डोलकाठीवर चढून वर सगळे आलबेल आहे की नाही ते पाहणे, पाण्यात बुडी मारून बोटीचा तळ तपासणे इत्यादी कामे सुरू आहेत. 'एका गृहिणीचे काम कधीच संपत नसते',*

*या जुन्या उक्तीप्रमाणे बोटीचे कामही कधीच संपत नसते, कुठेतरी काहीतरी दुरुस्ती निघतच राहते, जी तुम्हाला करावीच लागते.*

*बोटीच्या कामांखेरीज छोटे छोटे आनंद लुटण्याचे कामही सुरू आहे; जसे - बंक बेड किंवा स्लीपिंग बॅगमध्ये न झोपता बिछान्यात, पलंगावर झोपणे, बोट कधी हलेल या भीतीने न वावरता स्वतःसाठी एक कप कॉफी आणि नाश्ता बनवणे, वॉटर मेकरची चिंता न करता रोज गरम पाण्याने अंघोळ करणे, भाजी बाजारात जाऊन ताजी फळे विकत आणणे, चालायला जागाच न उरण्याचा प्रसंग न येता दूरवर झपझप फिरायला जाता येणे, ही यादी न संपणारी आहे... कितीतरी गोष्टी आपण जमिनीवर असताना गृहीत धरून चालतो, या विचाराने गंमत वाटते! सगळ्या सोईंनी युक्त अशा सर्व्हिस्ड अपार्टमेंटमध्ये राहणे म्हणजे माझा स्वयंपाकघरात मुक्त संचार! प्रयोग करण्यासाठी बिचारा माझा सहखलाशी होताच, जो पानात पडेल ते मुकाट्याने खात होता, तेही हसत; अगदी रसदार कांगारू स्टेक्ससुद्धा!*

*भारताच्या वाणिज्यदूतांच्या आमंत्रणावरून आज रात्री जगजीत सिंग यांची मैफल ऐकायला जाणार आहे.*

अभिलाष फ्रीमँटलमध्ये दाखल झाल्यापासून आम्ही बोटीच्या देखभालीचं काम सुरू केलं. तिला पुढच्या टप्प्यासाठी सज्ज करायचं होतं ना! अभिलाषपाठोपाठ रत्नाकरही आला आणि कोरम पूर्ण झाला. काम खूप होतं, काही दुरुस्त्या होत्या, काही सुधारणा करायच्या होत्या. एखाद्या गुंतागुंतीच्या यंत्रासारखा बोटीलाही स्थिरस्थावर व्हायला वेळ लागतो, तसा 'म्हादेई'ला आम्ही देऊ शकलो नव्हतो. एखादं उपकरण तयार करणाऱ्या उत्पादकाकडून सर्व्हिस इंजिनिअर येऊन ते बसवून देतो आणि त्याची चाचणी करतो, अशी खरी पद्धत असायला हवी. पण आम्ही अशी उपकरणं माहिती पुस्तिका वाचून स्वतःच बसवली होती; कारण सर्व्हिस इंजिनिअर्सची आपल्या देशात वानवा आहे. आतापर्यंत थोड्या कुरबुरी करत का होईना; पण सगळ्या प्रणाली ठीक काम करत होत्या; परंतु भविष्यात कोणतीही अडचण यायला नको यासाठी त्या योग्य रीतीनं बसवणं आवश्यक होतं. फ्रीमँटल हे 'यॉट-स्नेही' बंदर होतं, तिथे आम्हाला अशा सगळ्या प्रकारची कामं करून मिळाली असती, चांगल्या दर्जाची उपकरणं आणि सुटे भाग विकत घेता आले असते आणि एकूणच बोटीची अवस्था सुधारता आली असती. बोटीच्या डिझाइनबद्दलही आमच्या मनात काही शंका होत्या, विशेषतः दोरांच्या जाळ्याबद्दल. तक्ता कोयंडा जवळजवळ उखडून येणं ही काही नेहमी उद्भवणारी सर्वसाधारण समस्या नव्हती. मंद गतीने वाहणाऱ्या वाऱ्यात मी ती सोडवू शकलो होतो, पण पुन्हा ती उद्भवली तर दक्षिण

महासागरात ही बाब खूपच गंभीर रूप धारण करू शकली असती. असं का झालं याचं उत्तर सापडलं तर या घटनेची पुनरावृत्ती टाळता येणार होती. डिझाइनमध्ये काही दोष असल्यामुळे असं झालं का? मेनशीट ब्लॉक धरून ठेवण्यासाठी एकच तक्ता कोयंडा बसवण्याऐवजी 'ट्रॅव्हलर' (धातूचा कोयंडा किंवा घोडा) — सरकणी — बसवण्याची गरज होती का? मग, जर तो बसवायचा असेल तर आम्ही तो उत्तमरीत्या बसवू शकू का? तक्ता कोयंडा आणि ब्लॉक योग्य आकाराचे होते का? की, माझ्या अननुभवामुळे नौकानयनाच्या कौशल्यात मी कमी पडलो?

असे अनेक मतप्रवाह होते, मुद्दे होते, ते खोडून काढणारे दावे होते. दक्षिण महासागरातून होणाऱ्या बोटीच्या पुढच्या प्रवासाची सगळ्यांना काळजी वाटत होती. आतापर्यंत वातावरणाची स्थिती फार खराब नव्हती. उष्णकटिबंधातून आणि व्यापारी वाऱ्यांमधून बोटीने चांगल्या प्रकारे मार्गक्रमण करत आपली विश्वासार्हता दाखवून दिली होती. पण, खरी अग्निपरीक्षा किंवा खरंतर 'जलपरीक्षा', पुढे दक्षिण महासागरातच होणार होती. बोटीवर तुम्ही सर्वोत्तम दर्जाची उपकरणं बसवू शकता, जेणेकरून ती तुटण्याची किंवा काम न करण्याची शक्यता मोठ्या प्रमाणात कमी होते; परंतु बोटीचं मूळ डिझाइन जर चांगल्या दर्जाचं नसेल तर कितीही उत्कृष्ट साधनं असली तरी ती कधी ना कधी दगा देण्याची शक्यता असते. या विषयावर आम्ही जेवढी चर्चा करू लागलो, तेवढी मतं आणि उपाय आमच्यासमोर मांडले जाऊ लागले. पण त्यांतला कोणता अचूक उपाय होता, हे सांगणं कठीण होतं. शेवटचा निर्णय मला घ्यायचा होता आणि पुन्हा एकदा मला या विषयातल्या माझ्या अननुभवाची तीव्रतेनं जाणीव होत होती. बोटीच्या डिझाइनमध्ये खूप मोठे बदल करण्याच्या विरोधात मी होतो; कारण कोणतीही चाचणी न करता बदललेल्या स्वरूपातली बोट मला दक्षिण महासागरात घेऊन जायची नव्हती. एक तक्ता-कोयंड्याऐवजी बोटीवर सरकणी बसवण्याबाबतच्या चर्चेला मी ठामपणे पूर्णविराम दिला. मी थोड्या मोठ्या आकाराचा ब्लॉक विकत आणला आणि मेनशीट ब्लॉकच्या जागी तो बसवला; त्याचप्रमाणे कोयंड्याचे बोल्ट रोज तपासून बघण्याचं आश्वासन दिलं, म्हणजे काही अडचण असेल तर लगेच माझ्या ध्यानात येईल, असा त्यामागे हेतू होता. हे सगळं करूनही मी न्यूझीलंडहून निघेपर्यंत या विषयावरची चर्चा, अर्थात चांगल्या हेतूनं चाललेली, सुरूच होती. सुदैवानं, या बाबतीत पुन्हा समस्या उद्भवली नाही आणि फ्रीमँटलला ज्या सुधारणा केल्या होत्या, त्यानुसार बोटीनं निमूटपणे पुढचा प्रवास पार पाडला.

फ्रीमँटलचा मुक्काम म्हणजे नुसतं काम नव्हतं, तर मजाही होती! एक नौदलाची बोट म्हणून आम्हाला आमच्या देशाचे दूत ही भूमिकाही पार पाडायची होती. आम्ही अनेक नवे मित्र जोडले, जुन्या संबंधांना उजाळा दिला आणि एकूणच

तिथल्या वास्तव्याचा आनंद लुटला. हवा अगदी छान होती. दिवस मोठे आणि उबदार व्हायला लागले होते. फ्रीमँटल सेलिंग क्लबनं सगळ्या सुविधा देऊ केल्या होत्या आणि दोन आठवडे बोट ठेवण्यासाठीचं शुल्कही माफ करून टाकलं होतं. त्यांच्या ऋतुआरंभाच्या शर्यतीत भाग घ्यायला मजा आली आणि काही दिवसांनी ऑस्ट्रेलियातल्या भारताच्या राजदूत मिसेस सुजाता सिंग यांना फ्रीमँटल बंदराची सफर घडवतानाही छान वाटलं. त्या ऑस्ट्रेलिया खंड पार करून कॅनबेराहून खास आम्हाला भेटायला आल्या होत्या. पृथ्वीप्रदक्षिणा एकट्यानं करणारा मी पहिला भारतीय आहे यावर सहसा लोकांचा विश्वास बसायचा नाही. मला एक प्रश्न नेहमी विचारला जायचा, "अब्जावधी लोकसंख्या असलेल्या आणि सागरी किनारा लाभलेल्या देशात पृथ्वीप्रदक्षिणेचा प्रयत्न करणारे तुम्ही पहिलेच कसे काय असू शकता?" माझ्याकडे या प्रश्नाचं उत्तर नसायचं आणि हा प्रश्न अंतःकरणात खोलवर कुठेतरी रुतायचा- माझ्या देशबांधवांना मी परत गेल्यावर हा प्रश्न विचारण्याची मी मनोमन प्रतिज्ञा केली. खरंच, आपण असा प्रयत्न यापूर्वी का केला नसेल?

बोटीवरच्या कामानं मी थकून गेलो असेन आणि मला थोडी विश्रांतीची गरज असेल हे ओळखून माझे जुने मित्र पिप सॉयर आणि जॉन शार्पी मला आठवड्याच्या अखेरीस अक्षरशः ओढून त्यांच्या द्राक्षमळ्यात (विनयार्ड) घेऊन गेले. तो फ्रीमँटलपासून काही तासांच्या अंतरावर होता. 'म्हादेई'ला एकटं सोडून जाणं मला साहजिकच जड जात होतं, पण दक्षिण ऑस्ट्रेलियाच्या ग्रामीण भागातून फेरफटका मारून मला ताजंतवानं झाल्यासारखं वाटलं. काही दिवसांतच मी वळसा घालणार असलेल्या केप लीऊविनलाही आम्ही भेट दिली; मी भेट देणार असलेल्या तीन मोठ्या केप्सपैकी ते एक होतं. केप लीऊविनच्या लाइट हाउसवर उभं राहून दक्षिणेकडे पाहताना माझ्या मनात विचार आला की, दक्षिण महासागरात प्रवेश करत असताना समुद्रावरून हे केप कसं दिसेल? जमिनीवरून समुद्र सुंदर दिसत होता, तसा तो नेहमीच दिसतो, जोरात वाहणारा वारा सुखावणारा होता आणि मी माझ्या मित्रांच्या गराड्यात मजेत वेळ घालवत होतो. काही दिवसांतच हे चित्र बदलेल आणि मी डोलणाऱ्या 'म्हादेई'वर एकटाच असेन, हा विचार माझ्या मनातून कधीच दूर गेला नव्हता. प्रत्यक्षात शेवटी, वायुदेवाच्या कृपेनं या लाइट हाउसचं दर्शन मला समुद्रातून होऊ शकलं नाही; कारण त्यानं फ्रीमँटलहून निघाल्यापासून काही दिवसांतच आम्हाला ऑस्ट्रेलियन भूमीपासून लांब पिटाळलं.

ऑक्टोबर महिन्याच्या शेवटी आमचा हा आनंददायी मुक्काम संपला आणि पुन्हा बोट हाकारण्याची वेळ आली. नौदल मुख्यालयाच्या अत्यंत कल्पक नियोजनामुळे माझी किनाऱ्यावरची सहायक मंडळी आधीच मायदेशी रवाना झाली होती. १ नोव्हेंबर २००९ रोजी मी माझी भाड्याची गाडी परत केली, रस्त्यानं जाता-जाता

बेकरीतून ताजा ब्रेड घेतला आणि चालत चालत फ्रीमँटल सेलिंग क्लबला जाऊन 'म्हादेई'ला बाहेर काढलं आणि निघालो. बोटीकडे चालत जात असताना मला कस्टम्स आणि इमिग्रेशन विभागाचे दोन अधिकारी भेटले.

"सर, तुम्ही त्या बोटीकडे निघालात का?" एका अधिकाऱ्यानं विचारलं.

"हो, चाललो आहे."

"ठीक आहे, ही तुमची कागदपत्रं, तुमचा प्रवास सुखाचा होवो." त्यांनी मला माझी कागदपत्रं दिली आणि निघून गेले. त्यांच्या आणि माझ्या मायभूमीत असलेल्या त्यांच्या भाईबंदांच्या वृत्तीतला आणि काम करण्याच्या पद्धतीतला फरक पाहून मी अचंबित होऊन तिथेच उभा राहिलो.

निरभ्र आकाश आणि आल्हाददायक वारा, असं वातावरण असलेला तो एक सुंदर दिवस होता. मला निरोप द्यायला आलेली मित्रमंडळी पाहून बरं वाटत होतं. शेवटची निरोपानिरोपी झाली, फोटो काढले गेले, मी इंजिन सुरू केलं आणि 'म्हादेई' तिच्या पुढच्या यात्रेला निघाली.

मरिनाच्या प्रवेशद्वारापासून जेमतेम मैलभर गेलो असताना मी मुख्य शीड उभारायला सुरुवात केली आणि मला जाणवलं की शीड गुंडाळण्यासाठी जे दोर बांधलेले असतात ते मेनशीटच्या ब्लॉकमध्ये विचित्र रीतीने गुंतले गेले आहेत. दोनच दिवसांपूर्वी आम्ही मेनशीटचा ब्लॉक घाईघाईत बदलला होता आणि तो तपासून बघण्याची तसदी मी घेतली नव्हती. कुणीतरी मदतीला असतं तर मी ते काम अर्ध्या तासात करू शकलो असतो. परत फिरावं आणि जवळच राहणाऱ्या पिप आणि जॉन यांना मदतीला बोलवावं, असा विचार क्षणभरासाठी माझ्या मनात चमकून गेला. 'नाही, या मूर्खपणापायी आपण आता मागे फिरणार नाही; आपल्याला जमेल तसं आणि जमेल तेवढ्या चांगल्या पद्धतीनं हे प्रकरण आपण स्वतःच निस्तरू या,' माझ्या छळवादी अंतर्मनानं बजावलं! बंदराच्या मुखाशी इतस्ततः भरकटत राहून तो सगळा गुंता सोडवण्यात माझे पुरते दोन तास खर्ची पडले. शेवटी एकदाचं मुख्य शीड आणि जेनोआ पूर्णपणे उघडून आम्ही निघालो. समुद्रावर परत येऊन छान वाटत होतं. दक्षिण महासागराच्या रौद्र भीषण रूपाविषयी मी खूप ऐकलं होतं आणि वाचलं होतं, त्यामुळे त्या त्या वेळी माझ्या मनात उत्सुकतेबरोबरच धास्तीही निर्माण झाली होती. कल्पनाशक्तीचे खेळ आता एकदाचे संपले होते आणि आम्ही, म्हणजे 'म्हादेई' आणि मी, आमच्या प्रवासातल्या सगळ्यात मोठ्या आव्हानाचा प्रत्यक्ष अनुभव घ्यायला निघालो होतो.

फ्रीमँटल बंदराच्या मुखाशी असलेल्या रॉटनेस्ट बेटाला वळसा घालत असताना आम्हाला आग्नेयेकडून वाहणाऱ्या वाऱ्याची साथ मिळाली आणि आम्ही खुल्या सागरात प्रवेश केला. वाऱ्यामुळे चांगल्या चार मीटर उंचीच्या लाटा तयार झाल्या

होत्या आणि त्या आम्ही अंगावर झेलत होतो किंवा खरंतर त्यांच्यावर जाऊन आपटत होतो, असं म्हणणं जास्त योग्य ठरेल! एक महिन्याच्या जमिनीवरच्या मुक्कामानंतर नौकानयन सुरू करण्यासाठी ही परिस्थिती फार अनुकूल नव्हती. वाऱ्याचा वेग वाढत राहिला. किनाऱ्यापासून दूर जायला लागल्यावर वारा आणि सागरी प्रवाह आम्हाला दक्षिण नैर्ऋत्येला ढकलू लागले; खरंतर आम्हाला दक्षिण आग्नेयेला जायचं होतं. सातत्यानं हिंस्र बनत असणाऱ्या बोटीशी जुळवून घेताना आणि आतमध्ये सामान आवरताना दिवस कसा संपला ते कळलंच नाही. सूर्यास्तानंतर चंद्रप्रकाशात न्हाऊन निघालेल्या रजनीनं आमचं स्वागत केलं. बोट इतकी हलत नसती तर या स्वागताचा आस्वाद अधिक चांगल्या प्रकारे घेऊ शकलो असतो.

रात्री साडेआठ वाजण्याच्या सुमारास बोट लाटांवर आपटत का होईना पण चांगली प्रगती करत होती. जेनोआ कधी गुंडाळावा आणि मुख्य शिडाला आणखी एक घडी कधी घालावी, याचा विचार करत मी बंकमध्ये पडलो होतो. तेवढ्यात अचानक, बाहेर धबाधब मारल्यासारखा मोठा आवाज आला आणि डोलकाठीला धरून तिला मुळासकट उपटून फेकून देण्याच्या इराद्यानं कुणीतरी बोट गदागदा हलवत असावं, अशा रीतीनं बोट हलायला लागली. मी उडी मारून बाहेर आलो, पाहिलं तर जेनोआ धडाधड आपटत होतं. आटापिटा करून मी ते गुंडाळण्याचा प्रयत्न चालवला. आवाज ऐकून मी जेनोआ गुंडाळायला लागलो. त्यात फक्त तीन सेकंदांचा अवधी गेला असावा; काही क्षणांतच माझे प्रयत्न व्यर्थ असल्याचं मला कळून चुकलं. काही सेकंदांतच माझ्या मजबूत आणि महागड्या शिडाची लक्तरं झाली होती. मोहिमेचा दुसरा टप्पा सुरू करण्यासाठी ही चांगली नांदी नव्हती. माझ्या संपूर्ण प्रवासात ते शीड टिकून राहील अशी अपेक्षा होती. मी खूपच उद्विग्न झालो. कसंतरी स्वतःला सावरत या अपघातामागच्या कारणांचा शोध घ्यायला लागलो. फोरस्टेवर फाटलेल्या शिडाचे तुकडे लोंबकळताना पाहवत नव्हते. डेकवरच्या जोडण्या तर व्यवस्थित दिसत होत्या. हे दृश्य दिलासा देणारं होतं, कारण मी माझ्याकडचा दुसरा जेनोआ जोडू शकणार होतो. अपघाताला कारणीभूत ठरू शकणारी दुसरी गोष्ट म्हणजे जेनोआ शीट, तेही व्यवस्थित दिसत होतं. मग, अपघाताचं कारण काय होतं, ते काही लक्षात येईना.

'काय झालं असावं त्याचा विचार करत बसण्यात अर्थ नाही; ते शोधण्यासाठी पुष्कळ वेळ आहे,' मी विचार केला. यापुढे काय आणि कसं करायचं ते ठरवणं जास्त महत्त्वाचं होतं. बोटीचा वेग खूपच कमी झाला होता आणि वारा पडल्यानंतर, तो तर नंतर पडलाच, तिचा वेग आणखीनच मंदावणार होता. सेल लॉकरमध्ये अतिरिक्त जेनोआ होता; पण आजपर्यंत बंदरातसुद्धा मी कधी स्वतः तो उभारला नव्हता. बोट धक्क्याला बांधलेली असताना आणि वारा नसताना आम्हाला तिघांना

मिळून हे काम करण्यासाठी सुमारे एक तास लागला असता. इथे भर समुद्रात वारा कमी झालेला असताना आणि समुद्र शांत झालेला असतानाही मी हे करू शकणार होतो का? मला शंभर टक्के खात्री वाटत नव्हती. बोटीच्या वेगापेक्षा तातडीनं सोडवणं गरजेचं असलेली एक समस्या माझ्या लक्षात आली. फाटलेलं शीड जोरजोरात फडफडत होतं, त्यामुळे डोलकाठीवर बसवलेली रडारसारखी उपकरणं निघून येण्याचा धोका निर्माण झाला होता. त्या फडफडण्यानं दोरांचं जाळं इतकं गदागदा हलत होतं की, मला डोलकाठीचीच चिंता वाटायला लागली. त्यामुळे, सगळ्यात आधी मला फाटकं शीड खाली उतरवावं लागणार होतं; अन्यथा डोलकाठीच उन्मळून पडण्याची भीती होती.

या सगळ्याच्या मानानं सोपा पर्याय होता, तो म्हणजे, फ्रीमँटलला परत जाणं. आम्ही बंदरापासून ८० सागरी मैलांवर होतो आणि दुसऱ्या दिवशी सूर्यास्ताच्या आत तिथे पोचू शकलो असतो. त्यानंतर नवीन शीड बनवून घेऊन काही दिवसांनी पुन्हा प्रवासाला सुरुवात करता आली असती. हा दुसरा पर्याय अधिक सोपा होता आणि त्यात अपयशाची शक्यताही कमी होती. दोन्ही पर्याय मनातल्या मनात तोलून पाहत असताना, माझं ते छळवादी अंतर्मन जागं झालं आणि त्यानंतर कप्तान व त्याचं अंतर्मन यांच्यात अक्षरशः रणधुमाळी सुरू झाली!

"काही तासांपूर्वी तुला निरोप देणाऱ्या बंदराकडेच माघारी जाण्याचा विचार तू कसा काय करू शकतोस? नाही, मुळीच नाही. तू माघारी फिरणार नाहीस. बोट अजूनही चालते आहे, वारा कमी होणार आणि केव्हातरी समुद्रही शांत होणार. असं झाल्यावर शीड बदलण्याचा प्रयत्न करायला काय हरकत आहे? किंवा किमान फाटलेलं शीड तर काढता येईल?"

"पण, मी हे याआधी कधीही केलेलं नाही. बंदरामध्ये इतर खलाश्यांना बरोबर घेऊनही ते करणं सोपं नाही; हे तुलाही माहीत आहे आणि मलाही."

"वा! काय पण! या मोहिमेला सुरुवात केली तेव्हा प्रत्येक जण हेच म्हणत होता. आजवर कुणाही भारतीयानं हे केलं नाही; कारण ते खूप कठीण आहे आणि ते सफल होणार नाही. आणि आता आपण १० हजार सागरी मैल मागे टाकून दक्षिण महासागराच्या उंबरठ्यावर उभे आहोत. नकारघंटा वाजवणाऱ्यांची तोंडं बंद करून तू पुढे कूच कसं केलंस, हे आठवतंय ना?"

"हो, मी हसायचो आणि त्यांना सांगायचो की प्रत्येक गोष्टीची पहिली वेळ कधी ना कधी असतेच! वाईटात वाईट काय होईल की आपण अपयशी ठरू; पण आपण प्रयत्नच केला नाही असं व्हायला नको."

"अशा लोकांचा सामना करताना आपण एक ऊर्दू कहावत पुटपुटायचो :

गिरते हैं शह सवार ही,
मैदान-ए-जंग में.
वो तिफ्ल क्या गिरे,
जो घुटनों के बल चले.''

(जे युद्धभूमीवर दौडत जातात तेच पडू शकतात, जे भित्रे लोक मुळातच गुडघ्यांवर चालतात, ते काय पडणार?)

''मग, आता परिस्थितीत काय मोठा फरक पडला आहे? तू इतकं सगळं पहिल्यांदाच केलंस आणि आता एक शीड बदलायची तुला काळजी वाटते? हा वेडेपणा आता पुरे झाला. हवा जरा सुधारू दे, मग फाटलेलं शीड काढण्याचा प्रयत्न कर. त्यामुळे तातडीचा एक प्रश्न निकालात निघेल. दुसरं नवीन शीड कसं उभारायचं त्याचा विचार आपण नंतर करू. हे जर आपण करू शकलो नाही तर न्यूझीलंडपर्यंत आपण सावकाश मार्गक्रमण करू. तसंही, दक्षिण महासागरानं आपला खरा रंग दाखवायला सुरुवात केली तर आपल्याला कमीत कमी शिडं उभारून चालावं लागेल आणि या मोठ्या शिडाची गरजच भासणार नाही.''

''ठीक आहे, ठरलं तर मग! चालत राहू या आणि वातावरण शांत झालं की लगेच संधी साधू या. त्यानंतर काय करायचं ते नंतर ठरवू.''

''आता कसं शहाण्यासारखं बोललास बरं! काही खायला आहे का? मला खूप भूक लागली आहे आणि मी खूप दमलो पण आहे.''

''वोलोग्नीज सॉस आणि ब्रेड चालेल? मी पण खूप दमलोय, स्वयंपाक नाही करत.''

''हो, अगदी बरोबर! अगदी माझ्या मनातलं बोललास. चल, खाऊन घेऊ आणि थोडी विश्रांती घेऊ. जगाचा अंत जवळ आलेला नाही, आपण करू काहीतरी; मार्ग काढू.'' अशा प्रकारे बोटीवर झडलेल्या अनेक वादांपैकी एकाला पूर्णविराम मिळाला!

पुढचे दोन दिवस आम्ही दक्षिण नैर्ऋत्येकडेच जात राहिलो; त्यानंतर वाऱ्याचा वेग कमी होऊ लागला आणि लाटा उसळणंही कमी झालं. ३ नोव्हेंबरला सकाळी लवकर मी फाटलेलं शीड, म्हणजे त्याचा बराचसा भाग, खाली उतरवू शकलो— दोन आठवड्यांनंतर मी न्यूझीलंडला पोचलो तेव्हाही दोरांच्या जाळ्यामधून मी शिडाचे तुकडे आणि चिंध्या काढतच होतो. शीड उभारणाऱ्या रिळाला (Furler) काही हानी पोचली नव्हती, हे बघून मी सुटकेचा निःश्वास टाकला. फाटलेलं शीड एकदाचं काढल्यानंतर माझी महत्त्वाकांक्षा जागी होऊ लागली.

'ही केलेली कृती उलट्या क्रमानं अमलात आणून दुसरं नवं शीड का उभारू नये?' मी विचार केला. ते करण्यात खूप वेळ आणि प्रयत्न खर्ची पडले. वाऱ्याच्या

एका झुळकेसरशी शीड लगेच फुगतं, ते इतकं मोठं असतं की तुम्ही दक्षता घेतली नाही तर तुम्हाला समुद्रात भिरकावून द्यायची ताकद त्याच्यात असते. त्याचा एक भाग जरी बोटीवरून घसरून पाण्यात गेला तरी बाकीचा भाग ते पाण्यात ओढून घेऊ शकतं आणि त्याचबरोबर त्यावर बसलेला माणूससुद्धा. अखेरीस, खटपट करून मी ते काम एकदाचं पूर्ण केलं. चार तास सतत काम करून ते मी साध्य केलं त्यामुळे मी प्रचंड दमलो होतो, पण तितकाच समाधानीही होतो. आम्ही फ्रीमँटल सोडताना 'म्हादेई' जेवढी नीटनेटकी होती, तेवढीच आताही झाली होती. दक्षिण महासागरात प्रवेश करायला आम्ही सज्ज झालो होतो. त्या संध्याकाळी बसून मी दुसऱ्या टप्प्याचा पहिला ब्लॉग लिहायला घेतला.

### *मंगळवार, ३ नोव्हेंबर २००९ - गुडबाय फ्रीमँटल*

*पाच आठवड्यांच्या विश्रांतीनंतर ठरल्याप्रमाणे १ नोव्हेंबर रोजी स्थानिक वेळेनुसार सकाळी साडेदहा वाजता स्वच्छ सूर्यप्रकाशात 'म्हादेई'ने फ्रीमँटलचा मुक्काम हलवला. बोटीसाठी आणि बोटीवरच्या खलाश्यांसाठी ही मधली सुटी फार लाभदायक ठरली. मात्र, 'जमिनीवरच्या पायांची' सवय होण्याच्या आत आणि 'सागरी पाय' विस्मरणात जायच्या आत निघायला हवं होतं, त्याप्रमाणे आम्ही निघालो!*

*फ्रीमँटलच्या उत्तरेला असलेल्या रॉटनेस्ट बेटाला वळसा घालून लवकरच आम्ही खुल्या समुद्रात प्रवेश केला. पुढचे दोन दिवस २० ते २५ नॉट्स वेगाने वाहणाऱ्या वाऱ्यांनी आम्हाला भरपूर थपडा दिल्या. पहिल्या रात्री जेनोआचे संधान (Clew) तुटले, त्यामुळे शीड अनावरपणे फडफडायला लागले. बिचाऱ्याला मी गुंडाळण्याच्या आधीच त्याच्या चिंध्या झाल्या! आज वारा एकदाचा मंदावला आणि मी फाटके शीड काढण्यात व दुसरे नवीन शीड उभारण्यात यशस्वी झालो. सुदैवाने, आम्ही न्यूझीलंडहूनच शिडे मागवली होती आणि आता ती जिथे बनली तिथेच त्यांची दुरुस्ती शक्य होणार होती. पिप सॉयरने अगदी विचारपूर्वक पॅक करून दिलेल्या स्वादिष्ट वोलोग्नीज सॉसमुळे आजच्या न्याहरीपर्यंतचे खाणे सोपे केले. तो सॉस मी पास्त्याबरोबर खाणे अपेक्षित होते; पण बोट इतकी उधळत होती की तो ब्रेडसोबत खाणे जास्त सोपे होते! ब्रेडसोबतही तो तितकाच चविष्ट लागला.*

*सकाळपासून आम्ही उच्चदाबाच्या पट्ट्यात बसलो आहोत असे दिसते; याचा अर्थ वारा मंदगतीने वाहणार आणि सारखी दिशा बदलणार. या वेळी मला तक्रार करायला जागा नाही, कारण असे झाले नसते तर मला शीड बदलता आले नसते. हवामानाच्या अंदाजानुसार वारा पूर्वेकडे आणि ईशान्येकडे वाहू लागणार आहे; त्यामुळे तो आम्हाला आमच्या पुढच्या मुक्कामाच्या ठिकाणी म्हणजे न्यूझीलंडला*

नेऊन पोचवेल, अशी अपेक्षा आहे.

**बुधवार, ४ नोव्हेंबर २००९ - अखेरीस, केप लीऊविनला वळसा!**

मी हे लिहीत असताना आम्ही केप लीऊविनचे रेखांश पार केले; परिणामी, पृथ्वी प्रदक्षिणेच्या नियमांमध्ये नमूद केलेल्या तीन 'ग्रेट केप्स'पैकी एका केपला आम्ही वळसा घातला. पुढे केप हॉर्नचा क्रमांक येणार आणि त्यानंतर केप ऑफ गुड होपचा. हा दिवस विशेष काही न घडता पार पडला. वारा पूर्व ईशान्य ते उत्तर ईशान्य असा वाहत होता, त्यामुळे चांगल्या वेगाने आम्ही आमच्या इच्छित स्थळाकडे जात होतो. गेल्या दोन तासांपासून वाऱ्याची गती हळूहळू वाढत आहे आणि तो जास्तीत जास्त मागच्या बाजूने येत आहे त्यामुळे आमचा वेगही लाटांवर न आपटता हळूहळू वाढत जाईल.

एक अनुभवी खलाशी असलेल्या फ्रीमँटलच्या जॉन शार्पी या आमच्या यजमानाने तुटलेल्या संधानाचे आणि त्यामुळे झालेल्या जेनोआच्या चिंध्यांचे रहस्य उकलले. त्याच्या म्हणण्यानुसार, आम्ही लाटांवर आपटत चाललो असताना एक मोठी लाट जेनोआवर येऊन आदळली असणार आणि त्यामुळे संधान तुटले असणार. आम्ही खुल्या समुद्रात त्या वेळी वाऱ्याच्या विरुद्ध दिशेला चाललो होतो आणि लाटा डेकवर येत होत्या. एक खूप मोठी लाट आली आणि तिने शिडाची वाट लावली!

फ्रीमँटलहून निघालो त्या दिवशी माझी भेट टिमोथी एट्रिज या जुन्या मित्राशी झाली. आम्ही २००६ मध्ये व्हीलक्स फाइव्ह ओशन्स रेसच्या वेळी सर रॉबिन नॉक्स- जॉन्स्टन यांचे मदतनीस म्हणून काम केले होते. मी फ्रीमँटलहून निघायच्या आदल्या रात्री तो तिथे पोचला आणि दुसऱ्या दिवशी मला निरोप द्यायला हजर होता, हा एक चांगला योगायोग होता.

**गुरुवार, ५ नोव्हेंबर २००९ - गरजणाऱ्या चाळिसांसोबत पहिली रात्र**

'गरजणाऱ्या चाळिसां'चे घर असलेला ४० अंश दक्षिण अक्षांश आम्ही पार केला! पूर्वेकडून येणारा वारा काल रात्री थोडी दिशा बदलून आता दिवसभर उत्तरेकडून येत आहे आणि आता उत्तर वायव्येकडून वाहत आहे, ताशी २० ते २५ सागरी मैल अशी चांगली गतीही आहे. त्यामुळे न्यूझीलंडच्या दक्षिण टोकाकडे जलदगतीने जायला आम्हाला मदतच होत आहे. याचाच दुसरा अर्थ असा, की आम्ही लाटांवर आता आपटत नाही, तर बोटीच्या मागच्या डाव्या कोपऱ्याहून येणाऱ्या लाटांवर डुलत चाललो आहोत. सकाळपासून अधूनमधून पावसाच्या सरी

येत-जात आहेत, आकाश काळ्या ढगांनी आच्छादलेलं आहे, त्यामुळे दिवस उदासवाणा आणि थंडगार आहे, रात्र तर याहूनही थंड आणि अंधारी असेल.

दुपारच्या जेवणानंतर माझ्या चार्ट प्लॉटरवर तीन सागरी मैल दूर असलेल्या एका जहाजाचे एआयएस (Automatic Identification System - स्वयंचलित सूचना प्रणाली)चे चिन्हे दिसले. डोळ्यांना ते दिसत नव्हते. फ्रीमँटल सोडल्याच्या दुसऱ्या दिवसापासून बंद पडलेला माझा व्हीएचएफ एमएमबी संच मी अजून दुरुस्त केला नव्हता, याची मला जाणीव झाली. त्या जहाजाला मला काही संदेश द्यायचा असेल किंवा सावध करायचे असेल तर कोणताही मार्ग नव्हता, म्हणून त्या संचाची सुटलेली वायर शोधून ती जोडण्याच्या कामी लागलो. उड्या मारणारी बोट आणि एक इलेक्ट्रिशियन म्हणून माझे दिव्य कौशल्य, यामुळे हे करणे बिलकूल सोपे नव्हते! कोणतीतरी वायर खेचून आधी मी माझा चार्ट प्लॉटर बंद पाडला, चिंतेचा भुंगा डोके पोखरू लागला! त्यानंतर बऱ्याच ठिणग्या उडवून स्वतःलाच घाबरवून सोडण्यात यशस्वी ठरलो. घाईघाईने मुख्य स्विच बंद करण्याबरोबरच स्वयंचालकही बंद करून टाकला! बोटीवर नियंत्रण ठेवण्यासाठी बाहेर पळालो, स्वयंचालकाला पुन्हा कामाला लावलं आणि मग दिवसाचा बराचसा वेळ वायरी जोडण्यात घालवला. संध्याकाळपर्यंत सगळ्या गोष्टी सुस्थितीत आणल्या. बोटीवरचा आणखी एक नेहमीसारखाच दिवस - धावपळीचा!

**शुक्रवार, ६ नोव्हेंबर २००९ - दक्षिण महासागरातला एक छान, शांत दिवस**

असे दिसते की आज दक्षिणेकडून येणारा शीत पट्टा उत्तरेकडून येणाऱ्या उष्ण पट्ट्याला भेटला— आमच्यापासून जवळच. त्यामुळे सगळीकडे धुके दाटले, अधूनमधून भुरभुरणारा पाऊस, मंद वारा आणि बराचसा शांत समुद्र असे एकूण वातावरण होते. मला वाटत होते तितका वारा पडला नाही. बोटीच्या कडेवर तो येत राहिला आणि आम्ही मजेत ताशी सहा सागरी मैलांच्या गतीने आरामात पुढे पुढे जात राहिलो. फ्रीमँटलला बसवून घेतलेला अडसर (Preventer) त्याची उपयुक्तता सिद्ध करत होता; कारण मंद वारा असताना आणि समुद्र फारसा उसळत नसताना तळकाठी आता आपटत नाही, बोटही पुढे जात राहते. याआधीच्या टप्प्यात मी तो बसवण्याचा प्रयत्न केला होता, पण फारसे यश मिळाले नव्हते, मात्र स्नॅच ब्लॉकचे तुकडे झाले होते. फ्रीमँटलला माझ्या कामातल्या त्रुटी एकल पृथ्वीप्रदक्षिणा करण्यात माहीर असलेल्या जॉन सँडर्सनं निदर्शनाला आणून दिल्या होत्या आणि त्याचं निदान अचूक होते, असे आता दिसते!

रात्रीच्या जेवणाला झटपट बनवलेला रिसॉट्टो (इटालियन पुलाव) होता आणि

त्यानंतर लॅपटॉपवर एक चित्रपट. गेल्या शुक्रवारी पर्थमधल्या महागड्या रेस्टॉरंटमध्ये पिप आणि जॉन यांनी जिभेचे चोचले पुरवणारा पिझ्झा खाऊ घातला होता आणि त्यानंतर किंग्ज पार्क बॉटॅनिकल गार्डनमधून फिरवून आणले होते, त्याच्याशी याची तुलना होणे शक्यच नाही!

### रविवार, ८ नोव्हेंबर २००९ - फ्रीओनंतरचा एक आठवडा

फ्रीमँटल सोडल्याला एक आठवडा पूर्ण झाला. जमिनीपासून दूर जाताना, पाश तोडतानाचा पहिला आठवडा मला नेहमीच खूप अवघड वाटतो; त्यानंतर मात्र दिवस भराभर निघून जातात. दुर्दैवाने, प्रत्येक वेळी या पहिल्या आठवड्याला नव्याने सामोरे जावे लागते!

आजही शांतपणे प्रवास सुरू आहे. ताशी २० नॉट्सपेक्षा कमी वेगाने मागून वाहणारा वारा, मागून येणारा समुद्राचा प्रवाह यामुळे बोट अगदी शहाण्या मुलासारखी सरळ चालली आहे; इतकी सरळ की ती चालली आहे की नाही याचीच शंका यावी! अडसर त्याचे काम चोख बजावत आहे, याचा मला इतका आनंद झाला आहे म्हणून सांगू! नाहीतर, अशा परिस्थितीत तळकाठी आपटू नये म्हणून जिवाच्या आकांताने धावपळ करता करता मला वेड लागायची पाळी एव्हाना आली असती.

अंधार पडल्यावर एक छान चित्रपट पाहिला आणि चांदण्यांनी भरलेले आकाश बघायला बाहेर आलो. गेल्या आठवड्यापासून प्रथमच हे दृश्य बघायला मिळाले! फार काळ याचा आनंद घेत बसता येणार नाही कारण गारठा चांगलाच आहे. आज संध्याकाळचा सूर्यास्तही प्रेक्षणीय होता. सूर्य समुद्रात पूर्ण बुडताना सहसा पाहायला मिळत नाही, दुर्मीळ दृश्य होते ते.

### सोमवार, ९ नोव्हेंबर २००९ - पंप आणि पॅनकेक्स!

सकाळची सुरुवात सूर्याच्या सोनेरी किरणांची उधळण करत झाली. हवा प्रसन्न होती, त्यामुळे बऱ्याच दिवसांनी स्वयंपाक्याला काहीतरी नवीन बनवून पाहण्याची हुक्की आली. गरम पॅनकेक्स आणि मध, जोडीला ताजी संत्री आणि वाफाळती कॉफी असा मस्त बेत जमून आला. सगळ्यात आनंदाची गोष्ट कोणती असेल तर बाहेर उन्हात अनवाणी बसून या बेताचा आस्वाद घेता येणे ही! गरम कपडे घालण्याची कटकटही नव्हती. मागून येणारा शांत समुद्र आणि मंद वाहणारा वारा यामुळे स्वयंपाक्याला बऱ्यापैकी आरामात स्वयंपाक करता आला आणि कप्तानाला अन्न सांडण्याची चिंता न करता मनसोक्त तो खाता आला. एकच अडचणीची गोष्ट होती— आणि ती तर प्रत्येक वेळी असायलाच पाहिजे, नाही का! - ती म्हणजे, तयार पिठाची सगळ्यात लहान बाटली विकत आणूनसुद्धा ते पीठ आणखी दोन

*नाश्त्यांना पुरेल इतके झाले. त्यामुळे दुपारच्या जेवणासाठी काही प्रयोग करण्यात आले. चीज, चटण्या, लोणची इत्यादी पदार्थांबरोबर वेगवेगळ्या जोड्या जमवून नवीन पदार्थ खात असल्याचे समाधान मिळवले! उद्याचा मेन्यू काय असणार आहे हे वेगळे सांगायची गरज नाही, अर्थात हवामानाने साथ दिली तरच!*

*बोटीच्या तळाशी साचलेले पाणी उपसणाऱ्या पंपांपैकी एक पंप अडेलतट्टूपणा करत होता. सकाळी हे माझ्या लक्षात आले म्हणून मी त्याच्या सगळ्या जोडण्या तपासल्या, पण काहीच निष्पन्न झाले नाही. शेवटी वैतागून त्याला दोन थपडा लगावल्या, त्यामागे कोणतीही तांत्रिक कारणे नव्हती; पण तो सुरू झाला! त्यामुळे आता, पुढचे बंदर येईपर्यंत पंप सुरू करण्याची पद्धत अशी आहे- स्विच ऑन करणे, जमिनीवरच्या फळ्या उचलणे आणि तोंडातल्या तोंडात प्रार्थना पुटपुटून पंपाला दोन थपडा लगावणे. या पंपाला चालवण्यात यश मिळाल्यामुळे आत्मविश्वास वाढलेल्या इलेक्ट्रिशिअनने पाणी शुद्ध करण्याच्या पंपाला हात घालण्याचे ठरवले, कारण फ्रीओ सोडल्यानंतर लवकरच त्यानेही 'राम' म्हटले होते. नीट बघितल्यावर त्याचा फ्यूज उडाल्याचे माझ्या लक्षात आले, तो बदलणे गरजेचे होते आणि नेमका इथे 'मर्फीचा नियम' आडवा आला. म्हणजे, उदाहरणार्थ - तुमचे हात ग्रीसने माखलेले आहेत आणि नेमकी त्याच वेळी तुमच्या नाकाला खाज येते किंवा तुम्ही बाथरूममध्ये डोक्यावर तांब्या उपडा केला की नेमका त्याच वेळी लॅन्डलाइन फोन वाजतो. तसेच इथेही झाले. १५ ॲम्पिअरचा फ्यूज सोडून सगळे फ्यूज कसे व्यवस्थित सापडले. खराब झालेल्या फ्यूजच्या जागी मोठ्या आत्मविश्वासाने मी ३० ॲम्पिअरचा फ्यूज जोडला, पंप चालू केला आणि पंपाजवळ काळ्या धुराचा लोट उठला. पंपाला होणारा वीजपुरवठा ताबडतोब बंद करण्यात आला आणि त्याहीपेक्षा जलद गतीने इलेक्ट्रिशिअनला कामावरून काढून टाकण्यात आले! तर मग, आता वॉटरमेकर नाही. खरेतर यामुळे काही अडायला नको; कारण एक महिना पुरेल इतके गोड पाणी साठवलेले आहे. पण, गरम पाण्याची अंघोळ करता येणार नाही ही खरी अडचण आहे. याचाच दुसरा अर्थ, या अशा थंडीत न्यूझीलंडला पोचेपर्यंत तरी अंघोळीला सुटी द्यावी लागणार. मी पोचण्याच्या आधीच लिटीलटनला पोचणारा भारतीय संरक्षण सल्लागार मी धक्क्याला लागण्याआधीच लांबून मला वासावरून ओळखू शकेल, अशी चिन्हे आहेत.*

बोटीच्या मागून येणाऱ्या वाऱ्यामुळे आणि समुद्रामुळे आम्ही मजेत पुढे चाललो होतो. आतापर्यंत मी सागरी दिनक्रमाला सरावलो होतो; येता-जाता सगळीकडे लक्ष ठेवत होतो, हट्टीपणा करणाऱ्या उपकरणांच्या दुरुस्त्या करत होतो; अर्थात कोणतीही गंभीर अडचण आतापर्यंत उद्‌भवली नव्हती. सगळ्या गोष्टी नीट आहेत ना हे

पाहण्यासाठी दर तासाला उठत होतो आणि पुन्हा स्लीपिंग बॅगमध्ये शिरून एक डुलकी काढत होतो. झोप येत नसेल तर एखादं पुस्तक वाचत होतो किंवा लॅपटॉपवर चित्रपट बघत होतो. पुढचा मुक्काम गाठण्याची कोणतीही घाई नव्हती आणि फ्रीमँटलच्या मुक्कामाच्या गोड आठवणी पुसट होत चालल्या होत्या.

परमोच्च सुखाचा अनुभव म्हणतात तो हाच असावा! तुमच्या कामाची रूपरेषा ठरलेली आहे, तुम्हाला फक्त बोटीकडे लक्ष द्यायचं आहे आणि तिला चालती ठेवायची आहे. कोणतीही किचकट कागदपत्रं तपासायची नाहीत, जमिनीवरच्या आयुष्याचा अविभाज्य भाग असणाऱ्या जबाबदाऱ्या आणि ताणतणाव यांचं ओझं नाही, कोणतीही साचेबद्ध दिनचर्या नाही, अमुकच प्रकारचे कपडे घालण्याचं बंधन नाही, भेटीगाठींची वेळ पाळायची नाही. आतापावेतो, दक्षिण महासागर अगदीच निरुपद्रवी ठरला होता. आमच्या आसपास मोठ्या लाटा उसळत होत्या; पण आम्हाला त्यांच्यावर जाऊन आपटावं लागत नव्हतं आणि 'म्हादेई' त्यांच्याबरोबर छान पुढे चालली होती. सगळ्या गोष्टी कशा सुरळीतपणे चालल्या होत्या, जरा जास्तच सुरळीतपणे चालल्या होत्या कदाचित! 'वादळापूर्वीची शांतता' म्हणतात ना, तशीच ही काहीशी स्थिती होती हे नक्की, असं माझ्या हवामानाची पूर्वसूचना देणाऱ्या सॉफ्टवेअरवर दिसणाऱ्या पश्चिमेकडून पूर्वेकडे सरकणाऱ्या मोठ्या चक्रवाताकडे बघत मी स्वतःशीच बोललो. हा चक्रवात बराच मोठा दिसत होता आणि क्षणाक्षणाला त्याची तीव्रता वाढत होती. दुर्दैवानं, तो इतका प्रचंड होता की त्यापासून सुटका करून घेणं कठीण दिसत होतं, कारण आम्ही दिवसाला सरासरी १८० सागरी मैल अंतर कापू शकत होतो. तो येईल तेव्हा त्याचा हसत हसत सामना करण्याशिवाय दुसरा पर्याय दिसत नव्हता.

चक्रवात पट्टा जसा जवळ यायला लागला तसा वाऱ्याचा वेग वाढायला लागला, त्यामुळे लाटा उंच उसळायला लागल्या, डोक्यावर पांढऱ्याशुभ्र फेसाचे मुकुट मिरवायला लागल्या. वाऱ्याचा जोर वाढला की तो फेस उडून डेकवर येऊन पडायचा. मी असं वाचलं होतं की पूर्वी जेव्हा फक्त शिडांची जहाजं असायची, तेव्हा टेहळणी अधिकाऱ्याचं एक काम असायचं ते सुकाणू धरणाऱ्याला मागे वळून न बघू देण्याचं कारण समुद्राचा रुद्रावतार पाहून भीतीने तो सुकाण्या सुकाणू सोडून पळून जाईल की काय अशी त्याला धास्ती असायची. मी ज्याला 'सर्व्हायव्हल मोड' (अस्तित्व टिकवून धरणारी प्रणाली) म्हणतो त्या मोडमध्ये आता मी नाव चालवत होतो! आम्ही कोणत्या दिशेला चाललो होतो ते महत्त्वाचं नव्हतं, लाटा आणि वारा आमच्या मागून येत आहेत, एवढंच फक्त पाहायचं होतं. या परिस्थितीत 'म्हादेई'ला चालवण्याचा हाच सर्वोत्तम मार्ग दिसत होता. एखादी प्रचंड लाट मागच्या बाजूनं बोटीवर आपटण्याची शक्यता होतीच; खलाश्यांच्या भाषेत त्याला 'कंबरेत लाथ

घालणं' (getting pooped in) म्हणतात; पण यापेक्षा चांगला पर्याय दिसत नव्हता. जेव्हा निसर्गाचं असं रौद्र भीषण रूप अनुभवायला येतं, तेव्हा आपल्या क्षुद्रपणाची, खुजेपणाची आपल्याला जाणीव होते.

१४ नोव्हेंबरच्या सकाळी मी पूर्ण कपड्यांनिशी माझ्या बंकमध्ये विचार करत पडलो होतो की बोट आणखी किती तडाखे सोसू शकेल? आतापर्यंत तर तिनं उत्तम रीतीनं सगळ्या परिस्थितीला तोंड दिलं होतं; पण कधी ना कधी तिच्यात बिघाड होण्याची वेळ तर येणारच होती. मी शिडाची तिसरी घडीही घातली होती आणि बोट वाऱ्याच्या तालावर नाचत असल्याचं स्पष्टच दिसत होतं. चौथीही घडी घालावी का, याबाबत मी विचार करत होतो. पण, त्यानंतर पुढे काय? सगळी शिडं गुंडाळून ठेवली तर बोट दिशाहीन भरकटायला लागेल याची मला खात्री होती; मग चौथ्या घडीनंतर वाऱ्याच्या लहरीनुसार ती वाटेल तिकडे जायला लागल्यावर मी काय करणार होतो? वारा सातत्यानं ताशी ५० नॉट्सपेक्षाही जास्त वेगानं वाहत होता, अधूनमधून ताशी ५५ ते ६० नॉट्स वेगाचे झंझावात येत होते. लाटा निष्ठुरपणे नऊ मीटरपर्यंत उंच उसळत होत्या.

लाटेच्या उतारावर बोट असताना मागच्या बाजूचं क्षितिज दिसेनासं होऊन पाण्याची प्रचंड भिंतच आम्हाला गिळून टाकायला येत आहे, असं वाटायचं. ती भिंत जवळ आली की 'म्हादेई' तिची शेपूट (मागचा भाग) वर उचलायची आणि त्या लाटेवर जणू 'सर्फिंग' करायला लागायची, असं करत ती भिंत पुढे निघून गेली की समोरच्या बाजूला मोठा पाण्याचा पडदा उभा राहायचा, त्याच वेळी मागून दुसरी लाट येऊन ठेपलेली असायचीच. असा पाठशिवणीचा खेळ २४ तास सतत सुरू होता. समुद्राच्या पाण्याचा फवारा आणि ढगाळलेलं आकाश यामुळे थंडी कमालीची होती. बोटीच्या आत जाणारं प्रवेशद्वार बंद ठेवण्यासाठी बसवण्यात आलेले वॉशबोर्ड्स सारखे बंदच ठेवावे लागत होते. त्यामुळे आत-बाहेर करणं थोडं त्रासदायक झालं होतं. ते जर बंद ठेवले नाहीत तर एखाद्या लाटेची चपराक बसून पाणी आत आलं असतं तर गहजब झाला असता, कारण आतमध्ये सगळी विजेवर चालणारी उपकरणं होती.

अचानक बोटीनं विचित्र प्रकारे उसळी मारली आणि ती नियंत्रणाबाहेर जात आहे असं वाटल्यानं क्षणार्धात बंकमधून उडी मारून मी सुकाणू पकडलं.

स्वयंचालकानं काम करणं थांबवलं होतं आणि ते अगदी स्वाभाविक होतं. त्याला सुकाणूपासून सोडवून चाक हाती घेताना माझ्या मनात विचार आला, 'या अशा समुद्रात त्याला बिचाऱ्याला दोष देण्यात काय अर्थ आहे?' तोपर्यंत बोटीनं आपली बाजू लाटांकडे वळवली होती आणि तळकाठीनं थयथयाट करायला सुरुवात केली होती. बोटीच्या कुशीवर येऊन आपटणाऱ्या लाटांमुळे आता ती दोन्ही

बाजूंनी डोलायला लागली होती. दोरांचं सर्वांत उंच जाळं खाली कोलमडून पडतं की काय, अशी शक्यता त्यामुळे निर्माण झाली. मला अजून परिस्थिती तितकीशी गंभीर आहे असं वाटलं नव्हतं. स्वयंचालकानं काम करणं अशक्य झाल्यावर ताबा सोडून देणं, ही गोष्ट काही असाधारण नव्हती. हातानं सुकाणू फिरवून बोटीचा तोल सावरला की तो सहसा ताळ्यावर येतो आणि तेच करायचा मी प्रयत्न करत होतो. वारा वाहत होता त्या दिशेकडे मी बोट वळवण्याचा प्रयत्न केला; त्याआधी ती तशीच पुढे जात होती. पण, ती काही केल्या ऐकेना; मी ज्या दिशेला तिला वळवू पाहत होतो त्या दिशेला सुकाणू वळण्याचं नावच घेईना. दुसऱ्या दिशेला मी तिला वळवायला गेलो कारण कुशीवर आपटणाऱ्या लाटांमुळे ती पाण्यात लोळण घेईल की काय असं वाटत होतं; पण त्यामुळे तिचं तोंड वारा येत होता आणि लाटा उसळत होत्या त्या दिशेकडे झालं.

'ठीक आहे, काहीतरी हललं तरी!' मी मनात म्हणालो.

पुढच्याच क्षणी मला कळून चुकलं की समोरून येणाऱ्या अक्राळविक्राळ लाटांमुळे 'म्हादेई' तिच्या टाचांवर उभं राहून आकाशाकडे तोंड करण्याचा प्रयत्न करत आहे! जणूकाही मला खाली घालून तिला उलटी कोलांटी उडी मारायची असावी. 'द परफेक्ट स्टॉर्म' या चित्रपटातल्या दृश्याची नक्कल करण्याची तिला जणू हुक्की आली होती! तिचं पुढचं टोक उचललं गेलं तेव्हा मला जाणीव झाली की मघाशी घाईघाईनं वर आल्यामुळे मी माझं खोगीर- जीवरक्षक जॅकेट- न चढवताच आलो होतो आणि बोट जर खरंच उलटी मागे झुकली तर सरळ पाण्यात पडू शकलो असतो. पण आता हा विचार करून उपयोग नव्हता. जिवाच्या आकांतानं समोरच्या सुकाणूचं चाक घट्ट धरून ठेवण्याशिवाय मी दुसरं काहीही करू शकत नव्हतो. लाट बोटीखालून मागे गेल्यावर बोटीने कोन बदलला आणि लाट निघून गेलेल्या गर्तेकडे तोंड करून 'टायटॅनिक' चित्रपटातल्या दृश्यासारखी पुढे कोलांटी उडी मारण्याची तयारी केली. तिने अचानक केलेल्या या हालचालीमुळे बेसावध असलेल्या माझा तोल गेला आणि मी सुकाणूवरून डेकवर भेलकांडत जाता-जाता वाचलो. डेकवर मला अडथळा करणारी कोणतीच संरक्षक वस्तू नसल्यानं मी सरळ समुद्रातच गेलो असतो. सुकाणूच्या मदतीनं बोटीवर नियंत्रण ठेवण्याचे माझे सगळे प्रयत्न फोल ठरताना दिसत होते. ती सुकाणूला कोणताच प्रतिसाद देत नव्हती. स्पष्टच होतं की तिच्या अशा वागण्याचं कारण केवळ खराब हवामान हे नव्हतं. मागच्या भागात एक कटाक्ष टाकल्यावर लक्षात आलं की सुकाणूमध्येच काहीतरी गंभीर बिघाड झाला आहे आणि म्हणून 'म्हादेई' अशी अडेलतट्टूपणा करत आहे.

सुकाणू फिरवून बोटीवर ताबा मिळवण्याचा नाद मी सोडून दिला, धडका

मारणारी तळकाठी शक्य तितकी पक्की बांधून टाकली आणि नेमकं काय झालं आहे ते बघायला मागच्या भागात शिरलो. लवकरच मला दिसून आलं की बोटीच्या उजव्या बाजूचा स्टिअरिंग गिअरबॉक्स उखडला गेला आहे, त्यामुळे त्याच्या जोडण्या तुटल्या आहेत आणि अर्थातच सुकाणूचं चाक कितीही फिरवायचा प्रयत्न केला तरी ते काम करणं शक्य नाही. तुटलेले भाग काढून टाकणं, हे पहिलं काम हाती घ्यावं लागणार होतं, जेणेकरून चाकाला अडथळा होणार नाही. त्यामुळे बोटीला वाऱ्याच्या दिशेनं वळवण्यात मला थोडंफार यश मिळालं असतं, म्हणजे ती स्थिर होऊन पुढे चालू लागली असती. आवश्यक ती अवजारं गोळा करून मी कामाला लागलो. दुसरीकडे, अंगात आल्याप्रमाणे 'म्हादेई'चं घुमणं सुरूच होतं. अशा परिस्थितीत नेहमीच अवजारांना पाय फुटतात आणि तुमची त्यांच्यावरची पकड सुटली रे सुटली की ती सैरावैरा धावत सुटतात आणि अशा वेळी खरंच खूप वैताग येतो! हे काम किचकट होतं; पण माझा नाइलाज होता. हे व्हायलाच हवं होतं आणि लवकरात लवकर व्हायला हवं होतं; म्हणजे आणखी अनर्थ टळला असता. पुढच्या एक तासाच्या आत मी उजव्या बाजूचा गिअर आणि त्याच्या जोडण्या मोकळ्या करण्यात यशस्वी झालो होतो. मी पुन्हा सुकाणू ताब्यात घेतलं आणि 'म्हादेई'नं वाऱ्याच्या दिशेकडे चालू लागावं, यासाठी तिला चुचकारू लागलो. या वेळी ती आनंदानं तयार झाली आणि आम्ही पुन्हा वारा पाठीवर घेऊन मार्गक्रमण करू लागलो. अशा पद्धतीनं चालताना ती बऱ्यापैकी स्थिर होती, त्यामुळे आता पुढे काय करावं, याचा विचार करायला मला जरा उसंत मिळाली.

बोटीला दोन स्टिअरिंग गिअर्स असतात, दोन्हींनाही आपापला स्वतंत्र स्वयंचालक असतो. हे दोन्ही स्वयंचालक सुकाणूला जोडलेले असतात. मी उजव्या बाजूचा (स्टारबोर्ड) गिअरबॉक्स, चक्र आणि स्वयंचालक आता वापरू शकत नव्हतो. माझा विंड-वेन स्वयंचालक, जो विजेशिवाय बोटीला वाऱ्याशी विशिष्ट कोन करून चालती ठेवू शकतो, तो त्याच उजव्या बाजूच्या चक्राला जोडलेला असल्यामुळे काही कामाचा नव्हता. उरला डाव्या बाजूचा (पोर्ट) स्वयंचालक, जो पहिल्यापासूनच फार विश्वासार्ह नव्हता; पण आता माझ्या मदतीला फक्त तोच राहिला होता. तोही काम करेनासा झाला असता तर आणीबाणीसाठी ठेवलेलं सुकाणूचं हँडल हातात घेऊन नाव पुढच्या बंदरापर्यंत नेण्याशिवाय माझ्याकडे दुसरा पर्याय उरला नसता. अर्थात, आम्ही ज्या खवळलेल्या समुद्रातून जात होतो, त्यामध्ये नाव सुकाणूच्या हँडलनं नेण्याइतकी ताकद त्या एवढ्याशा दिसणाऱ्या हँडलमध्ये मला पहिल्यापासूनच दिसली नव्हती.

मी तक्त्याकडे पाहिलं. माझ्या आधीच ठरलेल्या मुक्कामाच्या ठिकाणापासून, म्हणजेच लिट्लटन बंदरापासून आम्ही सुमारे एक हजार सागरी मैल पश्चिमेला होतो.

अगदी जवळचा भूभाग टास्मानियाचा होता, जो आमच्या उत्तरेला ७०० सागरी मैलांवर होता. ही भूमी जरी जवळ होती, तरी तिथे जाण्यासाठी डाव्या बाजूला ९० अंशांचा कोन करून बोट वळवावी लागली असती आणि लाटा डाव्या अंगावर झेलाव्या लागल्या असत्या. पण हे जास्तच त्रासदायक झालं असतं, त्यापेक्षा त्या मागून आलेल्याच जास्त बऱ्या होत्या. एकाच स्वयंचालकाच्या भरवशावर लिट्लटनपर्यंत जाण्याशिवाय दुसरा पर्याय दिसत नव्हता. या प्रश्नावर चर्चा करण्यासाठी आणि सर्व शक्य उपायांवर विचार करण्यासाठी मी रत्नाकरला कॉल केला. डाव्या बाजूच्या स्वयंचालकानं कुरकुर करायला सुरुवात केलीही होती आणि कोणत्याही क्षणी बंद पडण्याची तो जणू धमकीच देत होता. दिशानियंत्रण गमावण्याची वेळ पुन्हा येऊ नये यासाठी मला उखडलेलं स्टिअरिंग गिअर जागेवर बसवणं आवश्यक होतं. मी कामाला लागलो. तक्ते-कोयंडे आणि दोर यांच्या साहाय्यानं उजव्या बाजूचा स्टिअरिंग गिअर जागेवर पक्का बसवण्याची तात्पुरती व्यवस्था केली. अनेक अपयशी प्रयत्नांती आणि दोन दिवसांच्या कसून केलेल्या मेहनतीनंतर ही व्यवस्था आणीबाणीच्या परिस्थितीत अल्पकाळ का होईना पण टिकून राहील, असा विश्वास मला वाटायला लागला.

माझ्या अडचणीत भर टाकण्यासाठी नाइया नॅव्हरिया (NAVAREA) संदेशांमध्ये आलेल्या एका हिमनगाच्या इशाऱ्यानं भरच पडली. आमच्यापासून सुमारे २५० सागरी मैलांवर दक्षिणेकडे हा हिमनग असल्याचा इशारा देण्यात आला होता. तो सरकत सरकत उत्तरेला आमच्या मार्गात येण्याची शक्यता वर्तवण्यात आली होती. असं म्हटलं जातं की, तुम्हाला जेव्हा डोळ्यांनी हिमनग दिसतो, तेव्हा तुम्ही केव्हाच त्याच्या खूप जवळ आलेला असता. आमच्याभोवती उसळत असलेल्या उंच लाटांमुळे दिवसासुद्धा आम्हाला दूरवरचं फारसं काही दिसत नव्हतं, तर रात्रीच्या वेळी बोटीखालचं पाणी दिसण्याचीसुद्धा पंचाईत होती! हिमनगावर आपटण्याची चिंता मनाला लागून राहिली असली, तरी त्याबाबत फार काही करता येण्यासारखं नव्हतं. 'मरू दे तो हिमनग! त्याला जाऊन धडकल्यावर पाहता येईल काय करायचं ते,' शेवटी मी ठरवलं आणि तो विषय मनातून काढून टाकण्याचा प्रयत्न केला. (त्या वेळची मनःस्थिती दर्शवणाऱ्या ब्लॉगमधल्या या काही नोंदी) —

### *रविवार, १५ नोव्हेंबर २००९ - दक्षिण महासागरातील पहिल्या तुफानातून बचावलो*

*गेल्या तीन दिवसांपासून वारा ताशी ५५ नॉट्स गतीनं घोंघावत आहे, लाटा आठ ते नऊ मीटर उंच उसळत आहेत आणि तापमान १० अंश सेल्सिअसच्या खाली आहे. काल छोटे शीड (स्टे सेल) खाली आले, बहुतेक शीड वर-खाली*

करण्याची दोरी तुटली म्हणून असेल. ते चढवण्यासाठी वारा कमी होण्याची वाट पाहत आहे. उजव्या बाजूचे चक्र काढून ठेवावे लागले; कारण सुकाणूला जोडलेल्या त्याच्या जोडण्या ज्यावर बसवलेल्या होत्या तो पाया वादळामुळे तुटला, त्यामुळे एक इलेक्ट्रॉनिक स्वयंचालक निकामी झाला आणि विंड वेन स्वयंचालकही काम करत नाही. (याबाबत सविस्तर वर्णन वर आलेच आहे.) डाव्या बाजूचे चक्र आणि स्वयंचालक कुरकुर करत आहेत. कधीही उखडून पडण्याची भीती घालत आहेत! फक्त १/३ मुख्य शीड उभारून, तीन घड्या घालूनही ताशी आठ नॉट्स वेगानं चाललो आहोत आणि अधूनमधून वाऱ्यापुढे हात टेकत आहोत. हवामानाच्या अंदाजानुसार उद्यानंतर वाऱ्याचा वेग कमी होणार आहे. बघू या, तसंच होवो!

**मंगळवार, १७ नोव्हेंबर २००९- न्यूझीलंडच्या दक्षिण टोकाकडे कूच**

गेले काही दिवस 'म्हादेई'ची आणि तिच्या खलाश्यांची धुलाई करणारे तुफान अखेर थंडावले. आधी वाऱ्याचा वेग कमी झाला आणि त्यानंतर लाटांचे उसळणे कमी व्हायला आणखी एक दिवस जावा लागला, त्यामुळे सकाळपर्यंत सगळे वातावरण कसे शांत-शांत झाले; लाटांची झेपही दोन मीटरपर्यंत खाली उतरली. आता वाऱ्याने पुन्हा जोर पकडायला सुरुवात केली आहे - ताशी २५ नॉट्सपर्यंत त्याचा वेग वाढला आहे, लाटांनीही त्या तालावर चार मीटर उंची गाठायला सुरुवात केली आहे. पण, दोन्हीही आमच्या पाठीकडून येत आहेत, त्यामुळे न्यूझीलंडच्या दक्षिण टोकाकडे आम्ही चांगल्या गतीने कूच करायला सुरुवात केली आहे. दक्षिणेकडच्या किनाऱ्याजवळ असलेल्या स्टुअर्ट बेटाला वळसा घालून आम्हाला ईशान्येकडे मोर्चा वळवावा लागणार. त्या दिशेने दोन दिवस प्रवास केल्यानंतर ख्राइस्ट चर्चचे बंदर असलेल्या लिट्लटनला आमचा पडाव पडेल.

कालच्या शांततेचा फायदा घेऊन स्टिअरिंग असेम्ब्ली काढून पुन्हा बसवण्याची संधी मी साधली. बंदरावर पोचल्यानंतर त्यावर काम करावे लागणारच आहे, पण तोपर्यंत तात्पुरता उपाय म्हणून बोल्ट आणि दोर यांच्या साहाय्याने कामचलाऊ व्यवस्था झाली आहे, ती टिकेल असे वाटते. गेल्या काही दिवसांतील पहिले गरम जेवण जेवण्याचा योग आला- 'सरसों का साग', गरमगरम भात आणि भरपूर घरगुती आंब्याचे लोणचे अशा फक्कड बेतावर ताव मारला! दिवसागणीक गारठा वाढत आहे. तुफानातून जात असताना आमच्यापासून २०० सागरी मैलांवर एक हिमनग असल्याची कुणकुण लागली होती. एरवी त्याच्या दर्शनाची ओढ मला लागली असती; पण मिट्ट काळोख्या रात्री, वारा पाठीशी लागलेली बोट किंचाळत पुढे जात असताना ते धाडस करण्याचे त्राण माझ्या अंगी उरले नव्हते!

वारा आणि लाटा आमचा छळ करत असतानाच थंडीमुळे माझी उष्णकटिबंधीय हाडं गोठायला लागली! कशा प्रकारचे आणि किती कपडे मी घेऊन जायला पाहिजे होते याबाबतचे माझे आडाखे नक्कीच चुकले होते. बोटीवर असलेला प्रत्येक गरम कपडा चढवून त्यावरून रेनकोट घालूनसुद्धा थंडी लांब पळत नव्हती, विशेषतः डेकवर खाऱ्या पाण्याचे फवारे, पावसाची भुरभुर आणि घोंघावणारा वारा असताना. स्लीपिंग बॅगमध्ये पडून राहणं, हा काही व्यवहार्य उपाय नव्हता, कारण बोट सतत उसळ्या मारत होती आणि कण्हणारा स्वयंचालक कधीही 'राम' म्हणायची शक्यता होती. एक दिवस, सकाळी लवकर वर एक चक्कर मारून येण्यासाठी मी स्वतःला बंक बेडमधून खेचून बाहेर काढत असताना अचानक मला जाणवलं की मला विचार करताना त्रास होत आहे. त्याआधी वर जाऊन मी पाहणी कधी केली होती हेच मला आठवेना किंवा मी किती वेळ झोपलो होतो किंवा आता मी जबरदस्तीने उठून काय करायला जाणार होतो, हे काही म्हणता काही आठवेना. या थंडीने माझा मेंदू गोठवून टाकला, असंच मला वाटलं. मी कसाबसा बंकमधून रांगत बाहेर आलो आणि गॅस पेटवला. पाणी गरम होत असताना माझं डोकं अक्षरशः रिकामं होतं आणि मी बोटीत आजूबाजूला काही न उमजून भकास नजरेनं बघत होतो. पाणी बराच वेळ उकळल्यावर माझं तिकडे लक्ष गेलं असावं. मी ते गरम पाणी कपात ओतलं, त्यात थोडं नळाचं गार पाणी मिसळलं आणि कोमट पाण्याचा मोठा घोट घेतला. त्यामुळे मेंदूला ऊब मिळून तो जागा झाला असावा. त्यानं मला सांगितलं की, नेहमीप्रमाणे बोटीत सगळं नीट आहे ना, ते बघायला मला जायचं आहे. घड्याळात बघितल्यावर मला कळलं की, त्याआधीची पाहणी करून आल्यानंतर मी फक्त १५ मिनिटांची डुलकी काढली होती!

### *बुधवार, १८ नोव्हेंबर २००९ - १८ दिवसांनी जमिनीचे दर्शन*

*आज सकाळी न्यूझीलंडच्या दक्षिण टोकाला असलेल्या स्नेअर्स बेट या द्वीपसमूहाचे आणि खडकांचे दर्शन झाले. वर्षभर निष्ठुर हवामानाचा सामना करावा लागत असल्यामुळे ही बेटे ओसाड दिसत होती; पण खूप प्रकारचे पक्षी मात्र तेथे दिसत होते. त्यामुळे ही बेटे पक्षी अभयारण्ये म्हणून जाहीर केली गेली, यात काही नवल नाही. म्हणजे, माझा पाठलाग करणारे अल्बॅट्रॉस आणि पेटरेल पक्षी येथे येऊन घरटी करत होते तर! बेटांना वळसा घालून आम्ही ईशान्येकडे वळलो, या प्रवासात प्रथमच आम्ही उत्तर दिशेला वळलो होतो. पुढच्या वेळी जेव्हा पुन्हा उत्तरेकडे वळू, तेव्हा केप हॉर्न पार करून आम्ही घरचा रस्ता धरलेला असेल.*

*मागून चांगल्या वेगाने येणारा वारा आणि समुद्र यामुळे आम्ही चांगली प्रगती केली. उद्यापासून वाऱ्याची गती मंदावेल, असा अंदाज आहे. त्यामुळे जेवढे पुढे*

*जाता येईल तेवढे जायचे आहे. या मुक्कामात करायच्या कामांची यादी बनवण्यात आजच्या दिवसाचा बराचसा वेळ घालवला. हा मुक्काम फ्रीमँटलसारखा दीर्घ नसून, फक्त दोनच आठवड्यांचा आहे, त्यामुळे कामे लवकर उरकावी लागतील. दुपारी सूर्य चांगलाच तळपू लागला आणि उन्हात नुसतेच बसून, पक्षी दाखवत असलेले उड्डाणकौशल्य बघण्यात वेळ मजेत निघून गेला. आणखी ३०० सागरी मैल पार करायचे आहेत; परंतु वाऱ्याचा वेग कमी होण्याचा अंदाज असल्याने, ते आम्ही दोन दिवस एका रात्रीत पार करू शकू, की दोन दिवस दोन रात्री लागतील, ते सांगता येत नाही.*

स्नेअर्स बेट बघून खूप छान वाटलं. तो दिवस सुंदर होता; कितीतरी दिवसांनंतर निळ्या आकाशात सूर्य तळपत होता. मी ऊन खात आणि बेटांवर विहार करणाऱ्या पक्ष्यांच्या लीला पाहत बसलो होतो, त्यातले काही आमचा पाठलाग करत होते, तर काही बेटांवरून येऊन आम्हाला न्याहाळून परत जात होते. थोड्याच दिवसांपूर्वी मी जमीन बघू शकेन का अशी शंका मला येत होती, पण ते आता एक दुःस्वप्न वाटत होतं! वाईट परिस्थितीतून मानवी मन किती लवकर सावरतं नाही? माझ्या बाबतीत, शांत समुद्र आणि सूर्यप्रकाशात न्हाऊन निघालेल्या एका दिवसानं ही किमया केली होती.

उत्तरेला लिट्लटनकडे जाण्याआधी न्यूझीलंडच्या दक्षिण बेटांना वळसा घालण्याचा सर्वोत्तम मार्ग कोणता, यावर मी विचार करत होतो. क्षणभर, 'फोवोक्स' (Foveaux) सामुद्रधुनीतून जाण्याचा मला मोह झाला, त्यामुळे मी 'ब्लफ'च्या जवळ गेलो असतो. हे न्यूझीलंडमधलं अगदी दक्षिणेकडचं शहर आहे. असं केल्यानं माझं प्रवासाचं अंतर कमी झालं असतं; पण मला सागरी प्रवाहांचा आणि सामुद्रधुनीतल्या वर्दळीचा सामना करावा लागला असता. शिवाय, जमिनीजवळून बोट चालवत न्यावी लागली असती. धड न चालणारं स्टिअरिंग गिअर घेऊन, त्यातलं अर्ध तात्पुरत्या व्यवस्थेनं कसंबसं बांधलेलं असताना, जमिनीच्या जवळून प्रवास करण्याची कल्पना तितकीशी सुखद नव्हती. विचारांती, मी सुरक्षित पर्याय निवडला आणि खुल्या समुद्रातच राहण्याचा निर्णय घेतला. अशानं, इतर बोटींना धडकण्याची किंवा खडकांवर आपटण्याची चिंता राहणार नव्हती. पुढच्या काही दिवसांच्या हवामानाच्या अंदाजानुसार वारा मंद गतीनं वाहणार होता आणि त्यामुळे दक्षिण बेटाला वळसा घालून त्याच्या आडोशानं जात असताना समुद्र तुलनेनं शांत असेल, अशी मी अपेक्षा करत होतो.

***शुक्रवार, २० नोव्हेंबर २००९ - सीलने केला 'म्हादेई'चा पाठलाग***

*मी प्रवासाला सुरुवात केली तेव्हा 'कोठे जलपऱ्या दिसतात का ते बघ', असे मला सांगण्यात आले होते आणि आज आमचा पाठलाग ज्या प्राण्याने केला तो दिसायला जलपरीच्या जवळ जाणारा असाच होता! एका सीलने आमचा १५ मिनिटांपेक्षा जास्त वेळ पाठलाग केला. तो जवळ यायचा, मग थांबायचा, पाण्यातून डोके वर काढून आम्हाला निरखून पाहायचा आणि मागे पडला की पुन्हा पाठलाग सुरू करायचा. समुद्र शांत होता आणि आम्ही आरामात ताशी सहा नॉट्स वेगाने चाललो होतो. त्याला पाण्यात उड्या मारताना पाहणे आणि बोटीच्या पृष्ठभागाजवळ आल्यावर पाण्याखालून पोहताना पाहणे अतिशय नेत्रसुखद होते. डॉल्फिनने केलेल्या पाठलागापेक्षा हा अगदी वेगळाच अनुभव होता.*

*या टप्प्यातली ही ब्लॉगची शेवटची नोंद असेल असे दिसते. मी हे लिहीत असताना आम्ही लिट्लटन बंदरापासून सुमारे ३० सागरी मैलांवर आहोत आणि साडेपाच वाजेपर्यंत तेथे पोचायला हवे; म्हणजे आम्हाला न्यायला आलेल्या जहाजाची आणि त्या मुक्कामासाठी नेमलेल्या आमच्या एजंटची भेट होऊ शकेल. आम्ही बंदरात प्रवेश करत असताना फोटो घेण्याची व्यवस्था संरक्षण सल्लागाराने केली आहे, त्यामुळे आम्ही बंदरात जरा इकडेतिकडे फिरू आणि मग १० वाजेपर्यंत प्रवेश करू.*

*या ठिकाणी दुसरा टप्पा संपेल. हा सगळ्यात कमी अंतराचा टप्पा ठरणार आहे. ग्रेट ऑस्ट्रेलियन बाइट आणि टास्मान सी पार करत २० दिवसांत आम्ही तीन हजार २०० सागरी मैलांपेक्षा जास्त अंतर पार केले असेल. टास्मान सी पार करत असताना दक्षिण महासागराने, तो काय-काय करू शकतो याची काही दिवस झलक पेश केल्याचा अपवाद वगळता, या टप्प्यात खरोखरच अत्यंत चांगल्या वातावरणाचा अनुभव आम्ही घेतला, हे मला मान्य करावेच लागेल. आज रात्री जागे राहण्याचा प्रयत्न करत आहे; कारण मुंबई सोडल्यापासून आज पहिल्यांदाच आम्ही रात्रीच्या वेळी किनाऱ्याच्या इतक्या जवळून प्रवास करत आहोत. नशिबाने, गेल्या काही रात्रींपेक्षा आजची रात्र जास्त उबदार आहे, त्यामुळे डेकवर गरम कपडे गुंडाळून थांबणे सोपे झाले आहे. अधूनमधून आलटूनपालटून गरमगरम सूप आणि वाफाळती कॉफी यांचा आधार आहेच.*

आम्ही 'इंच-इंच लढवत' उत्तरेकडे सरकत असताना पोर्ट ऑफ ड्यूनेडिन पार करत होतो, तेव्हा मला सर रॉबिन यांच्या पुस्तकातला एक प्रसंग आठवला. त्यात त्यांनी १९६८-६९ सालच्या 'गोल्डन ग्लोब रेस'च्या दरम्यान काही तासांसाठी त्यांची बोट 'सुहेली' तिथेच कशी खिळून राहिली होती, त्याचं वर्णन केलं आहे.

प्रसिद्ध पुस्तकांमध्ये उल्लेख केलेल्या ठिकाणांवरून जाणं मला नेहमीच रोमांचक वाटत आलेलं आहे. त्या पुस्तकांमध्ये वर्णन केलेल्या साहसांचा आपण एक हिस्सा आहोत, अशी एक भावना त्यामुळे उगीचच मनात निर्माण होते; जणूकाही छोट्या प्रमाणात का होईना तो प्रसंग आपण जगलो आहोत, असं वाटत राहतं.

सीलने केलेला पाठलाग हा नक्कीच कालच्या दिवसाचा परमोच्चबिंदू होता. त्याचे मोठे मोठे भावपूर्ण डोळे आणि लांब मिशा यामुळे एखादा पाळीव गोजिरवाणा कुत्रा तुमच्याकडे पाहत असावा, असं वाटतं. बोटीच्या कडेवरून खाली झुकून त्याला थोपटावं किंवा काहीतरी खायला द्यावं, असा मोह मला झाला. पण तो कदाचित घाबरला असता म्हणून तो मोह मी टाळला आणि त्याला बघत बसलो. तो जवळ आला की त्याच्या नजरेत नजर घालून पाहण्याचा प्रयत्न करत होतो; त्यानं मात्र तो घाबरला नाही.

आगमनाच्या अंदाजे वेळेपेक्षा थोड्या अधिक वेळानं आम्ही लिट्लटन बंदरात पोचलो. मी फोनवरून आमच्यासाठी नेमलेला एजंट पीटर री याच्या संपर्कात होतो आणि त्याला मी आमच्या आगमनाची अंदाजे वेळ कळवली होती. आम्ही बंदराच्या मुखाशी पोचलो, तेव्हा तो पायलट बोट घेऊन आम्हाला मार्ग दाखवायला आला. जमिनीवर राहणाऱ्या एखाद्या व्यवस्थापकाऐवजी- कारण 'एजंट' म्हटल्यावर आपल्या डोळ्यांसमोर असंच चित्र उभं राहतं- हा पीटर एक अनुभवी, सत्तरीतला खलाशी आणि तरबेज नाविक निघाला. अगदी नखशिखान्त जुन्या परंपरेतला खलाशी असलेला पीटर मर्चंट नेव्हीत उच्चपदाला जाऊन पोचला होता आणि मग लिट्लटनमध्ये स्थायिक झाला होता. बंदर संघटनेतील जवळ जवळ सगळी पदं त्यानं त्याच्या लांब कारकिर्दीत भूषवली होती. पीटर सगळ्यांना माहीत होता आणि तो आमच्याबरोबर असेपर्यंत कोणत्याही ठिकाणी जायला आम्ही मोकळे होतो. तो मध्य भारतातल्या जबलपूरला जन्मला होता. तिथे त्याचे वडील ब्रिटिश भारतीय सेना दलात काम करत होते. पीटरला भारताविषयी खूप जिज्ञासा होती.

बंदराला वेढून असलेल्या उंच उंच टेकड्यांवरून आमचे फोटो घेतले जात होते तोपर्यंत आम्ही बंदरात फेऱ्या मारल्या; वारा मंद मंद वाहत होता. त्यानंतर संरक्षित बंदरातल्या आमच्यासाठी राखून ठेवलेल्या जागी आम्ही गेलो. याआधीच्या बंदरालगतची भूमी सपाट होती; त्याउलट इथे दोन्ही बाजूंनी उंच टेकड्या असलेला भूभाग होता आणि त्यातून वाट काढत आम्ही जात होतो. कोळसा साठवण ठिकाणावरून आम्ही जात असताना पीटरनं माझं लक्ष जवळच असलेल्या शिपिंग कॉर्पोरेशन ऑफ इंडियाच्या एका मालवाहू जहाजाकडे वेधलं. उल्लसित होऊन तो म्हणाला, "मला वाटतं ते तुला सलाम करत आहेत (dipping their ensign)!" मी वर पाहिलं आणि त्या जहाजाच्या कृतीनं मला भरून आलं. व्यापारी जहाज आणि नौदलाचं

जहाज यांच्यात एकमेकांना अभिवादन करण्याच्या पद्धतीला ‘डिपिंग द एन्साईन’ असं म्हणतात; ही एक परंपरा आहे आणि ती पाळली जाते. आमच्यापेक्षा कैक पटींनी मोठ्या असलेल्या जहाजानं आमचा अशा प्रकारे सन्मान केल्याचं बघून मी भारावून गेलो. एखाद्याला सन्मानानं वागवण्याची किती ही अनोखी रीत! मी धावलो आणि आमचं निशाण झुकवून त्यांच्या सन्मानाची परतफेड केली किंवा दाद दिली, असं म्हणू या! पीटरनं सुकाणू सांभाळल्यावर मी मुख्य शीड गुंडाळण्याच्या कामी गुंतलो. आमच्या मुक्कामाच्या ठिकाणी पोचत असतानाच एका तुफानानं आम्हाला झोडपलं. कसंबसं सावरून, थोडं नुकसान सोसत आम्ही एकदाचे इच्छित स्थळी पोचलो आणि ‘म्हादेई’ला तिच्या विश्रांतिस्थानावर सुरक्षित बांधण्यात यशस्वी झालो. दुसरा टप्पा संपला होता. किती झटपट, झटापटीचा आणि झपाटलेला टप्पा होता हा!

किया ओरा लिट्लटन
(स्थानिक माओरी भाषेत हॅलो लिट्लटन)

# मोठ्या मनाचं चिमुकलं गाव

भारतीय नौदलातले भारतीय संरक्षण सल्लागार कॅप्टन जतिंदर सिंग यांच्या नेतृत्वाखाली लोकांची बरीच मोठी गर्दी तराफ्यावर जमलेली पाहून मला आनंदाश्चर्याचा धक्का बसला. ते एक दिवस आधीच शहरात येऊन दाखल झाले होते आणि त्यांनी आमच्या आगमनाची वार्ता सर्वत्र पसरवली होती. आमचं झालेलं स्वागत मनापासून होतं. इथे येताना प्रवेशद्वाराशीच तुफानानं केलेल्या दंगामस्तीमुळे शिणलेल्या देहाला आणि मनाला उभारी देण्यासाठी आणि ताजंतवानं करण्यासाठी अगदी साग्रसंगीत शँपेनचीही व्यवस्था करण्यात आली होती.

स्वागत समारंभ आटोपल्यावर आम्ही जवळच असलेल्या धक्क्यावर गेलो आणि अनिवार्य असलेल्या कस्टम्सच्या औपचारिकता पूर्ण केल्या. एक महिला कस्टम अधिकारी बोटीवर आली आणि तिनं नेहमीचे आवश्यक प्रश्न विचारायला सुरुवात केल्यावर मध्येच पीटर खट्याळपणे म्हणाला, ''गेल्या तीन आठवड्यांपासून स्त्रीचं दर्शन या माणसाला झालेलं नाही. त्याला आधी मिठी मार आणि मग प्रश्न विचार!'' सगळे जमलेले लोक हसायला लागले. त्या महिला अधिकाऱ्यानं पीटरची विनंती मान्य केली आणि पहिला प्रश्न विचारला, ''सर, हे तुम्हाला विचित्र वाटेल, पण मला ते विचारलंच पाहिजे. तुमच्या जवळ १० हजार डॉलर्सपेक्षा जास्त रक्कम या क्षणी आहे का?''

''माझ्याकडे जर इतके पैसे असते, तर हा आता करतोय तो वेडेपणा मी केला असता असं तुम्हाला वाटतंय का?'' मी ताबडतोब प्रतिप्रश्न केला.

''तुमचा मुद्दा माझ्या लक्षात आला! न्यूझीलंडमधलं तुमचं वास्तव्य सुखाचं होवो!'' मुलाखतीची सांगता करताना ती म्हणाली.

संध्याकाळपर्यंत बोटीवरची आवराआवरी आटोपून मी जवळच असलेल्या सर्व सोईंनी युक्त अशा फर्निश्ड अपार्टमेंटमध्ये दाखल झालो. स्थिर जमिनीवर परत येऊन बरं वाटत होतं. हे अपार्टमेंट छान ऐसपैस होतं. त्याच्या दिवाणखान्यातून खरंखुरं झाड उगवून वर गेलं होतं, एक पूल टेबल आणि ज्यूक बॉक्सही होता! या

घराची सगळ्यात उत्तम गोष्ट ही होती, की मी आत बसल्याबसल्या बंदरात उभ्या असलेल्या 'म्हादेई'ला बघू शकत होतो.

लिट्लटन हे एक छोटं, नयनरम्य बंदराचं गाव आहे जे आसपासच्या टेकड्यांवर उंच पसरलेलं आहे; त्याचा आडवा विस्तार फारसा नाही. तिथले लोक स्वभावानं प्रेमळ आणि दिलदार आहेत. संध्याकाळपर्यंत गावातल्या सगळ्या लोकांना आमच्याबद्दल माहीत झालं होतं आणि प्रत्येक जण आमचे अनुभव ऐकायला उत्सुक होता.

लिट्लटन बंदर

दुसऱ्या दिवशी रविवार होता आणि मला ख्राइस्टचर्चमधल्या स्थानिक गुरुद्वारामध्ये दुपारच्या भोजनाला आमंत्रित करण्यात आलं होतं. तीन महिन्यांपूर्वी मुंबईहून निघाल्यापासून मी दाढी केलेली नव्हती आणि तिथे जमलेल्या शीख बांधवांशी स्पर्धा करण्याइतपत माझी दाढी वाढली होती. माझ्याशी सगळे जण पंजाबी भाषेत का बोलत होते, याचं कारण हेच असावं. मी मात्र गंभीर चेहरा करून ते नक्की काय बोलत आहेत ते समजून घेण्याचा प्रयत्न करत होतो! या भाषेची मला थोडी तोंडओळख आहे, पण बोलताना मात्र माझी जीभ अडखळते. तिथे मला सन्मानचिन्हं म्हणून 'सरोपा' (डोक्याला बांधण्याच्या पगडीचं लांब कापड) भेट देण्यात आला आणि 'लंगर'चा आस्वाद घेण्यास सांगण्यात आलं. जमिनीवर मांडी घालून गुरुद्वारातल्या स्वयंसेवकांनी रांधलेलं हे भोजन साधं पण अत्यंत रुचकर असतं. पुढचे काही दिवस

भुर्रकन उडून गेले- स्थानिक प्रतिष्ठितांच्या भेटीगाठी घेण्यात, त्यातच ख्राइस्टचर्चमधल्या भारतीय बांधवांनी आयोजित केलेल्या आणि तिथल्या नगरराध्यक्षांनी यजमानपद भूषवलेल्या स्वागतसमारंभात सामील होण्यात, अगदी 'हाका' नृत्य करून पारंपरिक पद्धतीने केल्या गेलेल्या 'माओरी' स्वागतात!

जमिनीवरच्या वास्तव्याचा आनंद लुटत असताना दुसरीकडे मला बोटीची चिंता सतावत होती; कारण काम म्हणावं तसं वेगानं होत नव्हतं. माझ्या मदतनिसाचा अजून पत्ता नव्हता. अभिलाष नियुक्तिपत्र मिळवण्यासाठी दिल्लीत खेट्या मारत होता... (नेहमीप्रमाणेच)! एअर इंडियाला पुन्हा एकदा हरवण्याच्या विनोदामुळे आता हसू येईनासं झालं होतं. बोटीवर खूप काम करायचं होतं आणि बोटीची संपूर्ण माहिती असलेला कुणीतरी मला मदतीला हवा होता. एक दिवस, वैतागून मी बोटीवर जमा झालेलं सगळं मीठ धुवायला काढलं. तीन तासांनंतर मी अर्धवट गोठलेल्या अवस्थेत पूर्णपणे थकून गेलो होतो.

"आणखी एक माणूस माझ्यासोबत असता तर हे काम अर्ध्या तासात झालं असतं," आत्यंतिक निराशेनं माझ्या मनात विचार आला.

अखेरीस, काही दिवसांनी रत्नाकर माझ्या मदतीला आला आणि आम्ही मोठ्या दुरुस्त्या हाती घेतल्या. स्टिअरिंग गिअरच्या पेट्या पक्क्या बसवण्यासाठी त्यानं नवीन व्यवस्था तयार केली होती. त्यासाठी लागणाऱ्या जोडण्या त्यानं गोव्यातच तयार केल्या होत्या आणि त्या तो बरोबर घेऊन आला होता. फाटलेल्या जेनोआच्या जागी आम्ही नवीन जेनोआही मागवला होता. एके दिवशी आम्ही बोटीवर काम करत असताना संरक्षण सल्लागार सहज म्हणून डेकवर फिरत होते; तेव्हा त्यांनी विचारलं की, तळकाठीवर कोळ्याच्या जाळ्यासारख्या दिसणाऱ्या रेषा दिसत आहेत, तशा त्या नेहमीच दिसतात का? निरखून पाहिलं असता लक्षात आलं की, ते म्हणत होते ते कोळ्यांचं जाळं म्हणजे प्रत्यक्षात तळकाठीला पडलेल्या बारीक-बारीक चिरा होत्या!

"जणूकाही आधीच्या अडचणी कमीच होत्या," माझ्या मनात विचार आला. याआधी या चिरा आमच्यापैकी कुणालाच कशा दिसल्या नाहीत, हा विचार धक्कादायक होता. आता कामांच्या यादीत या फार महत्त्वाच्या आणि मोठ्या कामाची भर पडली होती. ही कामं पूर्ण न करता पुढच्या प्रवासाला निघणं, हा निव्वळ मूर्खपणा ठरला असता. बोटीवरून तळकाठी काढून घ्यावी लागली आणि स्थानिक गोदीच्या मदतीनं रत्नाकरनं त्या चिरांची व्यवस्था लावली.

अशा तणावपूर्ण दिवसांना विनोदाची फोडणी आणखी खुमासदार बनवते आणि अभिलाषच्या आगमनानंतर त्या खमंग फोडणीचा धूर आमच्या नाकातोंडात जाऊन ठसका लागायची पाळी आली, कारण नौदल मुख्यालयानं बोटीचं ऑडिट

करण्याचा हट्ट धरल्याची बातमी त्यानं आणली! सुरुवातीला हे सगळं इतकं विनोदी वाटलं नाही, किंबहुना निराशाच दाटून आली; पण जेव्हा सगळा फार्स उलगडत गेला, तेव्हा आम्ही एखाद्या मोठ्या कॉमेडी शोमध्ये भाग घेणारे कलाकार (किंवा 'नकलाकार') आहोत असं वाटायला लागलं!

अभिलाष एका शुक्रवारी ख्राइस्टचर्चला येऊन दाखल झाला. त्याला यायला एक आठवड्यापेक्षाही जास्त उशीर झाला होता, शिवाय त्याला जेट लॅगचाही त्रास होत होता. तीनच दिवसांनी त्यानं परत भारतात यायला निघावं, असे आदेश त्याला देण्यात आले होते; कारण तीनच दिवसांसाठी त्याच्या नियुक्तीला मंजुरी देण्यात आली होती. बिचाऱ्याला इथे पोचायलाच दोन दिवस लागले होते आणि तेवढाच वेळ त्याला परत जायला लागणार होता. हे फारच अफलातून नियोजन होतं! आठवड्याच्या शेवटी त्यानं आमच्याबरोबर बोटीवर काम केलं आणि तो थोडा स्थिरावतो न स्थिरावतो तोच त्याची निघायची वेळ झाली. त्याला इथेच काम करू देण्याबद्दल मी नौदल मुख्यालयाला करत असलेल्या विनवण्या आधी धुडकावून लावण्यात आल्या आणि नंतर दिल्लीत आठवडाअखेरीची सुटी सुरू झाल्यामुळे कुणी उत्तरच देईना. दुसरा कोणताच उपाय दृष्टिपथात न आल्यामुळे अभिलाषनं सोमवारी संध्याकाळी कामावर असलेल्या सगळ्यांचा निरोप घेतला आणि मंगळवारी सकाळी मी त्याला विमानतळावर सोडून आलो. विशेष काहीच साध्य न करता माझा एकुलता एक मदतनीस अदृश्य झाला होता. 'किती वेळ आणि शक्ती वाया गेली, आता मी काय करणार आहे?' विमानतळावरून परत येताना मी विचार करत होतो. रत्नाकरबरोबर बोटीवर कामासाठी जायला मी तयार होत असताना संरक्षण सल्लागाराचा मला फोन आला.

''अभिलाष गेला का? तो कोणत्या मार्गे जाणार आहे, तुला माहीत आहे का?'' ''ते मला आठवत नाही,'' या फोनमागचा हेतू काय असावा याचा विचार करत मी उत्तर दिलं.

''तो सिडनीमार्गे जाणार आहे का?''

''तुम्ही आता म्हणताय, तेव्हा मला असं वाटतंय की तो सिडनीमार्गेच जाणार होता. त्यानंतर सिंगापूर आणि मग दिल्ली. पण, काय झालंय? तुम्हाला ही माहिती कशाला हवी आहे? सगळं ठीक आहे ना?'' मला थोडी धास्ती वाटायला लागली होती.

''सगळं ठीक आहे, त्यानं आता सिडनी सोडलं असणार आणि तो माझ्या क्षेत्राच्या बाहेर गेला असणार,'' असं पुटपुटत संरक्षण सल्लागारानं फोन ठेवून दिला!

''काहीतरी चक्रमपणा आता घडणार बघ,'' बोटीकडे जात असताना मी

रत्नाकरला म्हटलं.

माझा तर्क खरा ठरला होता. दिवस संपता संपता मला अभिलाषचा फोन आला. दुसऱ्या दिवशी संध्याकाळी मी त्याला ख्राइस्टचर्च विमानतळावर घ्यायला येऊ शकतो का, हे तो मला विचारत होता! काय घडलं असावं हे साधारणपणे आम्ही सांगू शकत असलो, तरी आम्हाला प्रत्यक्ष अभिलाषच्या तोंडून ते ऐकायचं होतं. दुसऱ्या दिवशी संध्याकाळी अभिलाष उत्साहानं पावलं टाकत विमानतळावरून बाहेर आला. त्याच्या थकलेल्या चेहऱ्यावर तोंड भरून हसू होतं. हास्याच्या फवाऱ्यांच्या मध्ये मध्ये त्याच्याकडून आम्ही सगळी हकिगत काढून घेतली.

सिंगापूरपर्यंत त्याचा प्रवास बिनबोभाट झाला. दिल्लीला जाणारं विमान पकडण्यासाठी तो जात असताना विमानतळावरच्या 'पीए' (प्रवासी सूचना) प्रणालीवर त्याचं नाव पुकारलं गेलं. काय घोषणा होत आहे ते न समजल्यामुळे गोंधळलेल्या अवस्थेत प्रस्थान गेटपासून चार पावलांवर उभा असतानाच कडक पोशाखातल्या दोन सद्‌गृहस्थांनी त्याला गाठलं. त्यांनी स्वतःची ओळख सिंगापूरसाठीचा भारतीय संरक्षण सहायक आणि त्याचा सहायक अशी करून दिली.

"लेफ्टनंट कमांडर अभिलाष टॉमी, मागे फिरा आणि ऑकलंड आणि ख्राइस्टचर्चला जाणाऱ्या विमानाकडे चालू लागा," संरक्षण सल्लागारानं त्याच्या हातात तिकिटं सोपवत आदेश दिला आणि दिल्लीला जाणाऱ्या विमानातून त्याचं सामान बाहेर काढण्याचं आश्वासन दिलं!

त्या दिवशी शेवटी जेव्हा अभिलाषनं पुन्हा न्यूझीलंडच्या भूमीवर पाय ठेवले तेव्हा चोवीस तासांतले वीस तास त्यानं आकाशात घालवले होते. यामुळे, इमिग्रेशन काउंटरवर फारच गोंधळाचं वातावरण निर्माण झालं.

"तुम्ही न्यूझीलंड केव्हा सोडलं?" त्याच्या पासपोर्टवरच्या शिक्क्यांकडे गोंधळलेल्या नजरेनं बघत इमिग्रेशन अधिकाऱ्यानं विचारलं.

"काल," या कानापासून त्या कानापर्यंत हसत अभिलाष उत्तरला. "मग, आज कोणत्या कारणानं तुम्ही परत आलात?" या सगळ्या विमानोड्डाणांदरम्यान या माणसाला कोणतंही काम करायला कसा काय आणि किती वेळ मिळाला असेल याचा मनाशी हिशेब लावत त्या अधिकाऱ्यानं विचारलं.

"भारत सरकारचं काम!" हे अभिलाषचं त्यावरचं उद्धट उत्तर होतं!

पुन्हा सगळी टीम एकत्र आल्यामुळे बरं वाटत होतं. या सगळ्या घटनेमुळे हसून हसून जी मुरकुंडी वळली होती त्यानं आम्ही एकदम ताजेतवाने झालो. आमच्या प्रयाणाची निर्धारित तारीख फार लांब नसल्यामुळे वेळेत कामं पूर्ण करणं खूप गरजेचं होतं. दरम्यान, आम्हाला चार दिवसांची मुदतवाढ मिळाली, या वेळी

मात्र यासाठी सर्वस्वी जबाबदार राजकीय शिष्टाचार होता; त्यासाठी त्याचे आभारच मानायला हवेत.

नौदलप्रमुख म्हणून मला मुंबईहून ज्यांनी निरोप दिला होता ते ॲडमिरल सुरीश मेहता नौदलातून निवृत्त झाले होते आणि न्यूझीलंडमधले भारतीय उच्चायुक्त म्हणून त्यांची नियुक्ती झाली होती. त्यांच्याच हातून मला पुन्हा निरोपाचा विडा मिळावा, हे सयुक्तिक ठरलं असतं. मात्र, कोणत्याही अधिकृत समारंभात भाग घेण्याआधी त्यांना त्यांची अधिकारपत्रं गव्हर्नर जनरलना सादर करणं आवश्यक होतं. त्यामुळे पुन्हा एकदा आम्ही आमचं प्रस्थान चार दिवसांनी पुढे ढकललं; पहिल्यांदा असं करण्याचा योग २००९ सालच्याच ऑगस्ट महिन्यात आला होता. तेव्हा आम्ही १५ च्या ऐवजी १९ ऑगस्टला प्रवासाला सुरुवात केली होती. ही मुदतवाढ आमच्या पथ्यावरच पडली, कारण कोणतेही शॉर्टकट्स न घेता आम्ही आमचं काम व्यवस्थित करू शकणार होतो. आणखी एक प्रश्न विनोदी स्वरूप धारण करू बघत होता आणि तो निघण्याआधी निकालात काढणं गरजेचं होतं. तो होता बोटीचं ऑडिट!

बोटीच्या दर्जाबाबत अनेक शंका उपस्थित करण्यात आल्या होत्या. मागच्या टप्प्यात तिच्या दुरुस्तीबाबत आमचा आडवा आलेला अननुभव- विशेषतः स्टिअरिंग गिअरच्या समस्या- हा शंका वाढवणाराच ठरला होता. या विषयावर अनेक इ-मेल्सची देवाणघेवाण झाली होती, अर्थात यामागे खरी कळकळ, काळजी आणि सद्‌हेतू होते, यात काही वादच नाही. अशाच एका इ-मेलमध्ये अभिलाषनं बोटीच्या दर्जाबाबतच्या शंकांना पूर्णविराम देण्याच्या हेतूने असं सुचवलं होतं की, आमच्यापेक्षा जास्त अनुभवी व्यक्तीकडून बोटीचं ऑडिट केलं जावं. त्याची कल्पना अशी होती की जास्त अनुभव असलेल्या व्यक्तीने बोटीची पाहणी करावी, सुधारणा सुचवाव्यात आणि काही समस्या असतील तर त्या आधीच दूर कराव्यात. ज्याप्रमाणे बोट तयार होत असताना सर रॉबिन बोट बघायला आले होते, तसंच काहीसं हे ऑडिट असावं, अशी अभिलाषची सूचना होती. दुर्दैवानं, दिल्लीत बसलेल्या दिग्गजांनी 'ऑडिट' हाच शब्द धरून ठेवला. त्या शब्दाचा अर्थ तिथे ऑफिसमध्ये डेस्कच्या मागे बसलेल्या माणसाच्या दृष्टीने अगदीच वेगळा होता.

"आपल्याला बोटीचं ऑडिट करावं लागणार आहे."

मी : कल्पना चांगली आहे! पण म्हणजे नक्की काय करायचं?

"नवखे असल्यासारखं वागू नका! तुम्ही नौदलात इतकी वर्षं काढल्यानंतर ऑडिट म्हणजे काय हे तुम्हाला नक्कीच माहीत असणार. तर मग, ऑडिट करून घ्या आणि सर्टिफिकेट पाठवून द्या; ते केल्याशिवाय तुम्ही नौकानयन करू शकणार नाही!"

मी : एका नावाजलेल्या बोटनिर्मात्याकडून आम्ही बोटीची तपासणी करवून घेतली आहे आणि एकंदर पाहणीवरून बोटीत कोणतीच खोट सापडली नाही. त्यानं उलट उत्तम काम केल्याबद्दल रत्नाकरचं अभिनंदन केलं. ते पुरेसं नाही का?

"पण तो माणूस ऑडिटर आहे का? नाही! म्हणून मग आपल्याला बोटीचं ऑडिट करणारा शोधावा लागेल, त्याच्याकडून बोटीचं ऑडिट करावं लागेल आणि पुढच्या प्रवासासाठी बोट योग्य आहे याबाबत त्याच्याकडून सर्टिफिकेट घ्यावं लागेल."

मी : मी आजवर बोट-ऑडिटर या जमातीबद्दल कधीही ऐकलेलं नाही. तुम्हाला सर्वेक्षक म्हणायचं आहे का? कोणत्याही सर्वेक्षकाला कशाचं सर्वेक्षण करायचं आहे ते सांगून मी सर्वेक्षण करून घेऊ शकतो पण कोणताही सर्वेक्षक एकट्या खलाशानिशी चालवली जाणारी शिडाची होडी दक्षिण महासागरातून सहीसलामत पार पडू शकेल, याची शंभर टक्के खात्री देऊ शकणार नाही हे मी छातीठोकपणे सांगतो! काही विपरीत घडलंच तर माझा जीव धोक्यात येणार आहे आणि मला बोटीची संपूर्ण खात्री आहे.

"आम्ही फक्त तुमच्या शब्दावर विसंबून राहू शकत नाही. तिला काही झालं तरी तुम्हाला काय फरक पडणार आहे? त्यासाठी आम्हाला जबाबदार धरलं जाईल!"

मी : पण, मीच तिला चालवणार आहे! तिला काही झालं तर इतर कुणाहीपेक्षा मला कमी काळजी वाटेल असं तुम्हाला वाटतं?

हा खेळ बराच वेळ चालू राहिला आणि शेवटी मतभेद कायम असतानाच संपला. आमच्या प्रयाणाची तारीख लवकर जवळ येत चालली होती आणि माझी चिडचिड होऊ लागली होती. लिट्लटनमधला आमचा एजंट आणि स्वयंघोषित पालक पीटर री हा सगळा खेळ शांतपणे बघत होता. एक अनुभवी खलाशी म्हणून बोट चांगल्या स्थितीत आहे, असं त्याचं मत होतं; पण नोकरशाहीचं समाधान करता करता आमच्या नाकीनव आलं होतं. न्यूझीलंडच्या सागरी विभागानं सुरक्षा परीक्षण करावं, असा प्रस्ताव त्यानं मांडला, ज्यामध्ये प्रामुख्यानं सुरक्षा उपकरणांचा- अग्निशमन यंत्रणा आणि लाइफ जॅकेट्स- समावेश होता. ही तपासणी व्यवस्थित पार पडली आणि एकदाचं ते महत्त्वाचं सर्टिफिकेट नौदल मुख्यालयाकडे धाडण्यात आलं. ते बघून नौदल मुख्यालयाचं समाधान झालं आणि 'जा वत्सा जा, तुजप्रत कल्याण असो' अशा थाटात मला पुढचा प्रवास करायला त्यांनी अनुमती दिली. त्या सर्टिफिकेटवरची बारकी अक्षरं वाचण्याची कुणी तसदी घेतली असेल असं मला वाटत नाही!

मी सर रॉबिन यांच्याशी नियमितपणे संपर्क ठेवून होतो आणि त्यांना वेळोवेळी

सगळी माहिती पुरवत होतो. वर उल्लेख केलेल्या घटनांच्या दरम्यान आमच्यात इ-मेल्सची देवाणघेवाण झाली, ती वाचण्यासारखी आहे —

प्रिय रॉबिन,
सध्या सूचना, सल्ले आणि प्रतिक्रिया यांचा जो महापूर आला आहे, त्यावरून मला रुडयार्ड किपलिंगच्या प्रसिद्ध कवितेच्या - 'इफ'च्या सुरुवातीच्या काही ओळी आठवल्या!

'If you can keep your head while all about you
Are losing theirs and blaming it on you,
If you can trust yourself when all men doubt you,
But make allowance for their doubting too...'

(भावार्थ : तुमच्या आजूबाजूचे लोक संयम घालवून बसत असताना आणि त्याचं खापर तुमच्या माथ्यावर फोडत असताना तुम्ही जर तुमचं डोकं शांत ठेवू शकलात तर... सगळे लोक तुमच्याबाबत शंका व्यक्त करत असताना, त्यांच्या शंकेला जागा ठेवूनसुद्धा तुम्ही स्वतःवर विश्वास ठेवू शकलात तर...)

जसजशी ही मोहीम पुढेपुढे जात आहे, तसतशी माझीही वाढ होत आहे (बौद्धिक, मानसिक, भावनिक आणि अनुभवाच्या बाबतीत). ही भावना खूप छान आहे!

सप्रेम
दिलिप,

तुझं म्हणणं बरोबर आहे. स्वतःवर विश्वास ठेव आणि जेव्हा तुला स्वतःविषयी खात्री वाटत नसेल, तेव्हाच फक्त तुझा ज्यांच्यावर विश्वास आहे त्यांना विचार. खरंतर तुझ्या गाठीशी एकट्यानं प्रवास केलेले इतके मैल आहेत, की ज्या लोकांना हा अनुभव नाही, त्यांच्या सल्ल्याची तुला गरजच नाही.
आरकेजे

माझ्या आणि बोटीच्या क्षमतेबाबत शंका व्यक्त करण्यात येत असताना आणि सगळ्यात लांबच्या पल्ल्याची सुरुवात होत असताना मिळालेलं हे प्रोत्साहन लाखमोलाचं होतं! निघण्याआधीच्या संध्याकाळी नेहमीप्रमाणे मित्रांसोबत, म्हणजे पीटर, रत्नाकर आणि अभिलाष यांच्यासोबत जेवण घेतलं. घरी परतत असताना माझ्या एका दाढेला खड्डा पडल्याचं माझ्या लक्षात आलं. ही वाईट बातमी होती! समुद्रावर असताना दाढदुखी आणि तीदेखील महिनाभर कोणत्याही दंतवैद्याला

दाखवायची संधी नसताना, हा छळाचा नवीनच प्रकार म्हटला पाहिजे. तर दुसरीकडे, वेळेवर निघता यावं म्हणून इतका आटापिटा केल्यानंतर मी प्रस्थान पुढे ढकलण्यास नाखूश होतो. दुसऱ्या दिवशी दातांच्या डॉक्टरची अपॉइंटमेंट घेणं म्हणजे संरक्षण सल्लागारानं मोठ्या कष्टांनी आखणी केलेल्या निरोप समारंभावर पाणी ओतण्यासारखं होतं. मी द्विधा मनःस्थितीत सापडलो होतो आणि बोटीवर अडचण आल्यास मी जे केलं असतं तेच केलं; रत्नाकरलाच यावरचा उपाय विचारला. त्याच्याकडे नेहमीच प्रत्येक प्रश्नाला काही न काहीतरी उत्तर असतंच; या वेळीही त्याने फार उशीर केला नाही! त्याच्या प्रसाधनांच्या बॅगमधून लवंग तेलाची एक छोटी बाटली बाहेर आली.

"जेव्हा वेदना असह्य होतील, तेव्हा या तेलात कापूस बुडवून दाढेत ठेव. पोर्ट स्टॅन्लेला एखाद्या दंतवैद्याला दाखवता आलं तर बघ. काळजी करू नकोस, तू सगळं नीट पार पाडशील."

पुढचा महिनाभर जेव्हा जेव्हा वेदना असह्य झाली तेव्हा तेव्हा कितीतरी वेळा त्या छोट्याशा बाटलीतलं ते धगधगतं रसायन माझ्या हाकेला देवासारखं धावून आलं.

लिट्लटनला कॅप्टन पीटर री आणि कॅप्टन जॉर्ज यांच्यासोबत

◀ केप लिऊविन
येथे रत्नाकर

▲ लिट्लटनला माओरी
पद्धतीने स्वागत

▼ लिट्लटन सोडताना

▲ केप हॉर्न

▼ फॉकलंड्‌सला राजेशाही संरक्षण

# सागरी सफरींचं एव्हरेस्ट

**१२** डिसेंबर २००९ च्या दुपारी आमच्या प्रस्थानाची वेळ ठरली होती. हा दिवस 'म्हादेई'साठी खास होता. गोव्यात बरोबर एक वर्षापूर्वी याच तारखेला 'म्हादेई' तिचं नाव असलेल्या नदीत पहिल्यांदा तरंगली होती. त्या वेळी डोलकाठी किंवा अन्य उपकरणं नसलेला तो एक सांगाडा होता. एका वर्षातच, ती जगाच्या दुसऱ्या टोकाला प्रवास करत पोचली होती आणि दक्षिण प्रशांत महासागर पार करण्यासाठी सज्ज झाली होती. आम्ही लिट्लटन सोडण्याची तयारी करत असताना एका पाद्र्यांकडून पारंपरिक पद्धतीनं खलाशाला मिळतो तसा आशीर्वाद आम्हाला मिळाला. निरोप द्यायला मित्रांचा मेळावा जमला होता; त्यात अग्रभागी निवृत्त झालेले आणि आता न्यूझीलंडमधले भारताचे उच्चायुक्त म्हणून नवीन खेळी सुरू केलेले ॲडमिरल सुरीश मेहता होते.

आमचं आगमन झालं होतं तेव्हा धक्के खात खात धक्क्याला लागलो होतो, तर प्रयाणही तेवढंच त्रासदायक ठरलं. त्या चिंचोळ्या जागेतून बाहेर निघताना बोट आणि निरोप द्यायला आलेली मंडळी यांची थोडी गर्दी झाली; टक्कर होण्याची वेळ आली होती; पण नशिबानं एकही ओरखडा न उमटता आम्ही सहीसलामत बाहेर पडलो. तराफ्यावरचे आमचे मित्र कर्तव्य बजावायला निघताना शीख लोक पारंपरिक पद्धतीनं घोषणा देतात तशा आरोळ्या ठोकत होते - 'बोले सो निहाल, सत् श्री अकाल!' यामुळे आम्हाला स्फूर्ती आली आणि आम्ही प्रशांत महासागरात प्रवेश करण्यासाठी अगदी तयार झालो. आम्ही संरक्षित क्षेत्रातून बाहेर पडतो न पडतो तोच व्हीएचएफ रेडिओवर चार मीटर उंचीच्या लाटा उसळण्याचे आणि ताशी ४० नॉट्स वेगानं वारे वाहण्याचे इशारे येऊन थडकायला लागले. रत्नाकर, अभिलाष आणि पीटर यांनी एका बोटीत बसून, बंदराच्या मुखापर्यंत आमची सोबत करण्याची योजना आखली होती; पण मी लवकर बाहेर पडून शिडं उभारण्याच्या घाईत होतो.

मी शिडं उभारण्याच्या तयारीत असताना बोट ओहोटीच्या प्रवाहाबरोबर वेगानं पुढे चालली होती. बंदरातून बाहेर पडल्यावर वेगवान वाऱ्यांनी आणि लाटांनी

आम्हाला थपडा मारायला सुरुवात केली. मी वाऱ्याच्या दिशेला बोट वळवली आणि मुख्य शीड उभारायला सुरुवात केली. वाऱ्याचा वेग बघता मी दोन घड्यांपर्यंतच ते उघडणार होतो आणि पुढच्या दोन शिडांपैकी लहान असलेलं स्टे सेल उघडणार होतो. मी मुख्य शिडावर अजून काम करतच होतो, तेवढ्यात छोटं शीड (स्टे सेल) आपणहोऊन मध्यावर उलगडलं आणि जोरजोरात फडफडायला लागलं; त्यामुळे सगळं जाळं गदागदा हलायला लागलं. अर्धवट उघडलेल्या त्याच्या मधल्या भागात वारा शिरून तो तट्ट फुगल्यामुळे त्याच्या वरच्या आणि खालच्या टोकाचे गुंडाळलेले भाग घट्ट ताणले गेले. हे प्रकरण फारच गुंतागुंतीचं झालं. ते फाटून त्याचे तुकडे होतात की काय, अशी भीती मला वाटायला लागली. प्रवासाच्या या टप्प्यात वादळी वाऱ्यांचा सामना करावा लागणार असल्यामुळे हे शीड माझ्यासाठी फार महत्त्वाचं होतं आणि त्याचं नुकसान होणं मला परवडण्यासारखं नव्हतं. तो गुंता सोडवण्याचा मी प्रयत्न करत असताना माझ्या लक्षात आलं की पुढे एक खडकाळ भूप्रदेश आहे आणि आमच्यातलं अंतर वेगानं कमी होत आहे. ही अगदीच आणीबाणीची परिस्थिती येऊन ठेपली होती! अचानक, शीड फाटण्याचं संकट हे खडकांवर आपटून बंदराच्या मुखाशी एक स्मारक बनून राहण्याच्या संकटापुढे किरकोळ वाटायला लागलं. माझी पाचावर धारण बसली. माझे हात जलदगतीने काम करण्यात इतके गुंतले होते की मला 'टाटा' करायला आलेल्या बोटीला हात उंचावून निरोप देण्याचीही फुरसत मला मिळाली नाही. मी फक्त त्यांच्या दिशेला बघितलं, मान हलवली आणि पुन्हा कामात गुंतलो. तेसुद्धा वाऱ्याच्या झंझावातानं आणि लाटांच्या तडाख्यानं हैराण झाले होते, त्यामुळे त्यांनी मला माझ्या नशिबावर सोपवून बंदरात परत जाण्याचा निर्णय घेतला. नंतर रत्नाकरनं मला सांगितलं की परत जाताना त्यांची बरीच दमछाक झाली आणि त्याचं संध्याकाळचं विमान हुकण्याची नौबत आली होती.

अखेरीस मी स्टे सेलचा गुंता सोडवण्यात यशस्वी झालो, बोटीला खुल्या समुद्राकडे वळवलं आणि सुटकेचा निःश्वास टाकला. प्रवास सुरू झाला. हा आमचा सगळ्यात दूरचा आणि लांबचा पल्ला असणार होता. या मार्गात कोणतीही सुरक्षित बंदरं किंवा विश्रांतिस्थानं लागणार नव्हती किंवा संकटकाळी हाका ऐकू जातील इतकी जहाजांची वर्दळही असणार नव्हती. प्रशांत महासागराचा प्रशस्त, ऐसपैस पसारा आमच्यासमोर होता. आम्हाला जमिनीचं दर्शन होणार होतं ते केप हॉर्नला पोचल्यानंतर, जे दक्षिण अमेरिका खंडाचं सगळ्यात दक्षिणेकडचं टोक होतं.

लिट्लटनमध्ये घालवलेल्या आनंददायी दिवसांनंतर पुन्हा सागरी दिनचर्या सुरू करायला मला काही दिवस लागले. किनाऱ्यावरचे दिवस जरी मजेत गेले असले, तरी घाईगडबडीचे होते. जागेपणीचा प्रत्येक क्षण काहीतरी काम करण्यात गेला

होता. आता समुद्रावर आल्यानंतर कामं करण्यासाठी खूप वेळ होता, कोणतीही कालमर्यादा नव्हती आणि वेळ नुसताच घालवल्याबद्दल अपराधी वाटून घेण्याचंही कारण नव्हतं. हे ऐकायला विचित्र वाटेल, पण आयुष्याची गती कमी करण्यासाठी थोडा वेळ जाऊ द्यावा लागतो. तुमचा मेंदू ज्या वेगानं एरवी कामं करत असतो, तो वेग मंदावण्यासाठी आणि समुद्रावरच्या संथ जीवनशैलीचा सराव होण्यासाठी त्याला मोठ्या कष्टांनी दावणीला बांधावं लागतं. प्रत्येक टप्प्याच्या प्रारंभी हे करताना मला नेहमीच त्रास होतो आणि एक विचार मनात येतो की, न थांबता पृथ्वीप्रदक्षिणा करणं, हे बहुधा यापेक्षा जास्त सोपं गेलं असतं.

त्या रात्री ताशी २५ नॉट्स वेगानं वाहणाऱ्या वाऱ्यात बोट चालली होती आणि मी झोप घेत होतो तेव्हा वाऱ्याचा वेग अचानक वाढला. मला बोटीच्या चालीत झालेला बदल जाणवला, पण अर्धवट झोपेत मला असं स्वप्न पडलं की अभिलाष डेकवर बसला आहे आणि तो बोटीकडे लक्ष ठेवेल. मी त्याला तसं मोठ्याने ओरडून विचारलंही बहुधा आणि त्याचं होकारार्थी उत्तर आल्याचंही मी स्वप्नात ऐकलं! असं बराच वेळ सुरू होतं. मग मला वाटायला लागलं की अभिलाष बोटीला नीट हाताळू शकत नाहीये, आपणच वर जाऊन बघायला हवं. मी बंकमधून बाहेर आलो तेव्हा माझ्या अर्धजागृत मेंदूला हळूहळू जाणीव व्हायला लागली की मी बोटीवर एकटा आहे आणि तिच्याकडे मी लक्ष देण्याची गरज आहे. एकट्या खलाशाला भास होण्याच्या गोष्टी मी वाचल्या होत्या. मी त्या गोष्टींच्या अगदी जवळ जाऊन पोचलो होतो.

दुसऱ्या दिवशीच्या रात्री उशिरा मी स्लीपिंग बॅगमध्ये गुरफटून वाचत पडलेलो असताना खालच्या फळ्यांच्याही खालून मला कुणीतरी इकडून तिकडे फिरत असल्याचा आवाज आला. मी वाचत असलेलं पुस्तक फारच लक्षवेधक होतं आणि स्लीपिंग बॅगमध्ये छान ऊबही आली होती. त्यामुळे मी त्या आवाजाकडे दुर्लक्ष केलं आणि वाचू लागलो, काही वेळानंतर, मला ग्लासांची किणकिण आणि बिअरचा ओळखीचा वास यायला लागला.

आता काय मला उघड्या डोळ्यांनी भास होत आहेत? मला प्रश्न पडला. मला खरंच लिट्लटनची खूप आठवण येत असावी किंवा पुस्तक वाचण्यात मी इतका गुंग झालो आहे की मला खरोखरचे वास यायला लागले आहेत! मी स्वतःलाच बजावलं आणि पुन्हा वाचायला लागलो. थोड्या वेळानं माझ्या मेंदूच्या एका भागानं मला गदागदा हलवून सांगायला सुरुवात केली की पुस्तकात बिअरचा कुठेही उल्लेख नाही आणि मी टक्क जागा आहे त्यामुळे भास होण्याचाही प्रश्न नाही. शेवटी, नाखुशीनंच मी स्लीपिंग बॅगच्या बाहेर आलो आणि या विचित्र घटनेमागच्या कारणाचा शोध घेऊ लागलो. मी खालच्या फळ्या उचलून बघितल्या तर काय!

काही लिटर बिअर आणि फुटलेल्या बाटल्या यांचा चिखल झाला होता!

या कुठून आल्या? विश्वास न बसून मी विचार करू लागलो. 'किती वाया गेली ही बिअर!' अचानक मला लहानपणी माझं आवडतं कॉमिक असलेल्या 'टिनटिन'मधल्या कॅप्टन हॅडॉकसारखं वाटायला लागलं. मग हळूहळू डोक्यात प्रकाश पडायला लागला. निघण्याच्या आधी काही दिवस लिट्लटनमधल्या एका मित्रानं त्याच्या भट्टीत तयार झालेल्या विशेष प्रकारच्या बिअरच्या बाटल्यांची पेटीच भेट दिली होती. शेवटच्या क्षणी घाईत सामान भरण्याच्या नादात मी ती पेटी फळ्यांच्या खाली ठेवली होती आणि त्याबद्दल विसरून गेलो होतो. बंदरात असताना ती पेटी व्यवस्थित ठेवली गेली आहे असं वाटत होतं, पण प्रवास सुरू केल्यावर बोट हिंदकळायला लागली आणि बिअर काही बाटल्यांमधून फेसाळत बाहेर आली. पुठ्ठ्याची पेटी ओली होऊन तिचा लगदा झाला होता त्यामुळे सगळ्या बाटल्या एकमेकींवर आपटून फुटल्या होत्या. फळ्यांखाली काचा, पुठ्ठ्याचा लगदा आणि बिअर यांचा भयानक चिखल झाला होता. ती जागा स्वच्छ करायला पाहिजे होती आणि तीही लवकरात लवकर करायला पाहिजे होती.

''मनसोक्त पी आणि तुझ्या प्रजाजनांनाही दे,'' असं नेपच्यूनला सांगत मी पहिली बादली समुद्रात उपडी केली. पुढचे काही तास बादल्या ओतण्यात आणि जागा स्वच्छ करण्यात गेले. त्या वेळच्या ब्लॉगमध्ये मी काय नोंदी केल्या होत्या, ते आता पाहू!

### ***सोमवार, १४ डिसेंबर २००९ - गुडबाय लिट्लटन - मोठ्या मनाच्या चिमुकल्या गावा***

*१२ डिसेंबर २००९ च्या दुपारी 'म्हादेई' लिट्लटन बंदरातून निघाली. बरोब्बर एक वर्षापूर्वी याच तारखेला ती तिच्या नावाच्या नदीत तरंगली होती. तिला निरोप द्यायला पुन्हा एकदा ॲडमिरल सुरीश मेहता हजर होते; या वेळी ते न्यूझीलंडमधले भारताचे उच्चायुक्त या नात्याने आले होते. बरेचसे हितचिंतकही आले होते. मी 'बरेचसे' असे म्हणतोय कारण खरेच कुणाकुणाची नावे घेणार! मुक्कामासाठी लिट्लटनपेक्षा अधिक चांगले बंदर आम्हाला शोधूनही सापडले नसते. या विशाल हृदयाच्या छोट्याशा गावाने 'म्हादेई'कडे आणि तिच्या खलाशाकडे इतक्या आपुलकीने लक्ष दिले आणि घरच्यासारखी वागणूक दिली की निरोप घेताना खूपच जड गेले. भारतीय नौदलाने बंदरातल्या एका एजंटची बोटीची व खलाशाची देखभाल करण्यासाठी नेमणूक केली होती, पण प्रत्यक्षात कॅप्टन पीटर रीच्या रूपाने आम्हाला एक गॉडफादरच भेटला. एक तरबेज नाविक आणि अनुभवी यॉट्समन असलेल्या पीटरने प्रवासाच्या पुढच्या टप्प्यासाठी बोटीला आणि तिच्या खलाशाला तयार*

*करण्याची जबाबदारी स्वतःच्या शिरावर घेतली! बंदराने सगळ्या प्रकारचे शुल्क माफ केले, बोटीला पाद्र्यांनी आशीर्वाद दिले, ख्रिसमससाठी बोटीवर ताजी फळे आणि मिठाई यांचा साठा करण्यात आला, खलाश्यांचे पारंपरिक माओरी पद्धतीने ख्राइस्टचर्चला स्वागत करण्यात आले... ही यादी न संपणारी आहे! पण, सगळ्या चांगल्या गोष्टींचा शेवट कधी ना कधी येतोच आणि पुढे चालत राहणे हाच बोटींचा आणि खलाश्यांचा धर्म आहे, नाही का?*

*आंतरराष्ट्रीय दिनांक रेखा आज ओलांडली - १४ डिसेंबर, अशा प्रकारे हा सगळ्यात मोठा दिवस ठरला! संपूर्ण ४८ तासांचा दिवस! कारण उद्याही १४ डिसेंबर हीच तारीख असणार. अचानक जीएमटी पेक्षा १३ तास आघाडीवर असलेलो आम्ही ११ तास पिछाडीवर गेलो. आतापर्यंत समुद्र दयाळूपणे वागत आहे, वारा ताशी १५ ते २० नॉट्स गतीने वाहत आहे, दिवसा स्वच्छ सूर्यप्रकाश आहे, रात्री निरभ्र आहे. काही वेळा तर अगदी स्तब्ध वातावरण अनुभवायला मिळते. आम्ही पूर्व आग्नेय दिशेकडे चाललो आहोत आणि उद्या चॅथम बेटांना मागे टाकू. चार हजार सागरी मैलांवरच्या दक्षिण अमेरिका खंडाला स्पर्श करायच्या आधीचा हा शेवटचा भूभाग असणार आहे.*

मी माझ्या स्थितीचा अहवाल 'बचाव समन्वय केंद्रा' (रेस्क्यू कॉर्डिनेशन सेंटर)कडे न्यूझीलंडला पाठवत होतो. १७ डिसेंबर रोजी त्यांनी मला माहिती दिली की दूरवर दक्षिण महासागरात मला एक सोबती आहे. जेसिका वॉटसन ही अवघी १६ वर्षांची ऑस्ट्रेलियन मुलगी विनाथांबा एकटी पृथ्वीप्रदक्षिणा करायला निघाली होती. ती माझ्यापासून एक हजार २०० सागरी मैल ईशान्येला होती आणि केप हॉर्नकडे निघाली होती. आम्ही एकमेकांवर लक्ष ठेवावं, असंही त्यांनी सुचवलं, म्हणजे गरज पडल्यास परस्परांना मदत करता आली असती. फ्रीमँटलला असतानाच मी जेसिकाबद्दल वाचलं होतं आणि तिला मेलही लिहिला होता; पण तिच्या चाहत्यांकडून आलेल्या मेल्सच्या महापुरात तो बहुधा हरवून गेला असावा. आम्ही लवकरच एकमेकांना इ-मेल्स पाठवून आमच्या ठावठिकाणाविषयी आणि हवामानाविषयी कळवायला लागलो. सुदैवाने एकमेकांच्या मदतीसाठी धावून जावं लागण्यासारखी परिस्थिती दोघांच्याही बाबतीत उद्‌भवली नाही. पण, एक गोष्ट त्या वेळी आमच्या लक्षात आली नाही, ती म्हणजे, ती नकळतपणे माझ्या मोहिमेला सगळ्यात मोठी प्रसिद्धी देणार होती; माझ्या ब्लॉगच्या वाचकांमध्ये जगातल्या कान्याकोपऱ्यातल्या लोकांची मोठी भर पडणार होती.

**शनिवार, १९ डिसेंबर २००९- उच्चदाबाच्या पट्ट्यात अडकलो!**

गेले दोन दिवस हे आतापर्यंतचे सगळ्यात शांत दिवस होते. अनपेक्षितपणे, आम्ही उच्चदाब क्षेत्रात अडकलो आहोत, ज्यात वारा अजिबात नाही किंवा अगदीच कमी आहे. आम्ही नुसतेच इकडेतिकडे भरकटत आहोत असे वाटते! खरेतर पुढे जात राहिलो असतो तर जास्त बरे वाटले असते, तरी पण लाटा फार उसळत नसल्यामुळे आणि आकाश निरभ्र असल्यामुळे तसे आम्ही आरामात आहोत! स्वयंपाक्याला आज दिवसभर भरपूर काम होते. त्याने डोसे, भेळपुरी, प्रॉन्स करी असे पदार्थ बनवले; तर कप्तान रात्र जागवत वाऱ्याच्या झुळकेच्या प्रतीक्षेत सुकाणू धरून बोटीला दिशा दाखवत होता; कारण वारा पडला किंवा वाऱ्याची दिशा बदलली की स्वयंचालक रुसून बसायचा.

अमिताव घोषचे 'द ग्लास पॅलेस' वाचून संपवले. 'म्हादेई'वर वाचून झालेले या लेखकाचे हे दुसरे पुस्तक! योगायोग म्हणजे, या वर्षीच्या पूर्वार्धात मॉरिशसहून परत जाताना डोलड्रम्समध्ये भरकटत असताना त्याचे पहिले पुस्तक मी वाचले होते! वारा नसताना तुम्ही जेव्हा दिशाहीन भटकत असता, तेव्हा त्या निराशाजनक परिस्थितीमुळे निर्माण होणारी उदास मनःस्थिती दूर करायला चांगले पुस्तक उपयोगी पडते. पुढचे पुस्तक कोणते वाचावे याचा विचार करत आहे; अर्थात वाऱ्याचा वेग वाढत आहे असे दिसते. या उच्चदाब क्षेत्रातून बाहेर पडण्याच्या प्रयत्नांत आम्ही जास्त दक्षिण दिशेला जात आहोत आणि 'ग्रेट सर्कल रूट'च्या जवळून मार्गक्रमण करून मुक्कामाच्या ठिकाणी पोचण्याचे अंतरही कमी करत आहोत.

**बुधवार, २३ डिसेंबर २००९ - 'खवळलेल्या पन्नास'मधून मार्गक्रमण**

अनपेक्षितपणे वाहायला लागलेल्या पूर्व ईशान्य वाऱ्यामुळे गेल्या दोन दिवसांत आम्हाला लवकर दक्षिणेकडे जाता आले. दोन दिवस आत्यंतिक शांततेत गेल्यामुळे कोणत्याही दिशेला जाणं स्वागतार्हच म्हटले पाहिजे! वारा कधी उत्तरेकडून, तर कधी वायव्येकडून येत असल्यामुळे आम्ही पूर्व दिशेला एकामागून एक रेखांश ओलांडत चाललो होतो. आजचा दिवस निरभ्र आकाशासह चांगला होता. बघू या, हा चांगला काळ किती टिकतो ते आणि खवळलेले पन्नास आपला रंग दाखवायला कधी सुरुवात करतात ते!

पीटर निकोल्सचे 'ए व्हॉयेज फॉर मॅडमेन' वाचून संपवले. १९६८ मध्ये घेण्यात आलेल्या गोल्डन ग्लोब रेसचा हा 'संडे टाइम्स'मध्ये आलेला समग्र वृत्तान्त पुस्तकरूपाने प्रसिद्ध झाला होता. एकट्याने पृथ्वीप्रदक्षिणा करण्याची ही इतिहासातली पहिली शर्यत होती. इतक्या वर्षांपूर्वी ज्या परिस्थितीत त्या सहभागी स्पर्धकांनी सागरी सफर केली, त्या तुलनेत आजच्या काळातलं नौकानयन हे 'किस झाड की

पत्ती' ठरावे. अक्षरशः खिळवून ठेवणारे हे पुस्तक जवळजवळ न थांबता वाचून काढल्यावर आता जरा मन हलकं करणाऱ्या करमणुकीची वेळ झाली होती म्हणून मर्लिन मन्रोची भूमिका असलेला 'जंटलमेन प्रीफर ब्लाँड्स' हा सदाबहार विनोदी चित्रपट बघितला!

**शनिवार, २६ डिसेंबर २००९ - संस्मरणीय ख्रिसमस**

या वर्षी पॉलीनेशिया, हवाई आणि अलास्काचा अपवाद वगळता बाकी सर्व जगापेक्षा ख्रिसमस साजरा करण्याच्या बाबतीत आम्ही पिछाडीवर आहोत. मी हे लिहीत असताना या तिघांनी 'बॉक्सिंग डे' (२६ डिसेंबर - ख्रिसमसचा दुसरा दिवस) साजरा करायला सुरुवातही केली आहे. दिनांक रेषेच्या इतक्या जवळ असताना आणि एकटा असताना तारखांच्या बाबतीत थोडे मागे-पुढे होतच राहणार. माझ्या पुढे ६०० सागरी मैलांवर प्रवास करत असलेली आणि मला जगाच्या या भागात सगळ्यात जवळ असलेली मानव जेसिका वॉटसन ही सर्वांत तरुण एकल पृथ्वीप्रदक्षिणा करत असलेली मुलगी मात्र आपण स्थानिक तारखेनुसार २४ डिसेंबरलाच ख्रिसमस साजरा केल्याचे सांगत होती, कारण तिच्या घरी, ऑस्ट्रेलियात त्या दिवशी २५ तारीख असणार होती! 'म्हादेई'वर तिचंच अनुकरण करण्यात आलं. लिट्लटनहून निघण्याआधी तेथील मिसेस फिट्झगेराल्ड यांनी मोठ्या विचारपूर्वक दिलेला केक कापण्यात आला आणि न्याहरीला खाण्यात आला. त्यानंतर खरेतर दुपारच्या आणि रात्रीच्या जेवणाला काहीतरी खास मेन्यू असायला हवा होता; पण ताशी ३० नॉट्सच्या वाऱ्यासोबत 'म्हादेई' खेळण्यात रमल्यामुळे स्वयंपाक्याचा स्वयंपाकघरात खपून काही बनवण्याचा मूड नव्हता. त्याची भरपाई त्याने दुसऱ्या दिवशी वाळवलेले प्रॉन्स घातलेली मस्त थाय करी आणि वाफाळलेला भात असा फक्कड बेत करून केली. गोड पदार्थ काय होता हे ओळखणं फार सोपं आहे- ख्रिसमस केक, अर्थात! आणखी दोन दिवसही जेवणानंतरचा गोड पदार्थ हाच असणार आहे.

मागे वळून पाहिलं तर, फक्त दोन वर्षांपूर्वी याच तारखेला 'म्हादेई'च्या बांधणीला सुरुवात करताना ॲक्वेरियस बोटयार्डात आम्ही एक छोटेखानी समारंभ केला होता. त्याआधी काही दिवस मुंबईहून गोव्याला जाताना माझी कार अपघातात चेपली गेली होती. बोटबांधणीचा करार अजून व्हायचा होता आणि दुसऱ्या दिवशी रत्नाकर नेव्हीबरोबर तो करण्यासाठी दिल्लीला गेला होता, हे वाचकांना आठवत असेलच! आता हे वाचताना विचित्र वाटेल, पण मी कधीही बोट निर्माण होताना बघितली नव्हती आणि रत्नाकरने कधी बोट चालवली नव्हती वा नेव्हीबरोबर कामही केले नव्हते. या बोटबांधणीसाठी पैसा खर्च करणाऱ्या दिल्लीतील सत्ताधीशांनाही

*बोटनिर्मितीबाबत काही माहीत नसणार, हे म्हणण्याचे धाडस मी निश्चित करू शकतो! युद्धनौका बांधणी किंवा डिंघी (अगदी छोट्या होड्या) बांधणी आणि चालवणे माहीत असेल, पण यॉटबांधणी आणि सागरी नौकानयन मात्र नक्कीच नाही. आणि आता, दोन वर्षांनंतर आम्ही मजेत अर्ध जग पार करत होतो, जणूकाही ही अगदीच सामान्य गोष्ट आहे!*

***सोमवार, २८ डिसेंबर २००९ - अरे देवा! नको हे पूर्वीय वारे!***

*गेल्या दोन दिवसांपासून पूर्वेकडून जोरजोरात वारा वाहत आहे, तो आम्हाला पूर्वेकडे तर सरकू देत नाहीच; पण दक्षिणेकडे जायला भाग पाडत आहे. आम्ही आता ज्या अक्षांशावर आहोत, त्या भागात ही परिस्थिती असाधारण म्हटली पाहिजे; कारण सामान्यतः वारे पश्चिमेकडून वाहायला हवेत. संध्याकाळी आम्ही केप हॉर्नच्या अक्षांशापर्यंत आणि कप्तानाच्या सहनशक्तीच्या अंतापर्यंत येऊन पोचलो होतो! त्यामुळे बोटीचं तोंड वाऱ्यातून वळवून लाटा तोंडावर घेत गोगलगायीच्या गतीने ईशान्येकडे प्रवास सुरू केला आहे. लाटांवर स्वार होऊन सतत गर्तेत उड्या मारणारी बोट चालवणे ही काही फार सुखाची गोष्ट नाही; पण दुसरा पर्यायही नाही, मुक्कामाचे ठिकाण बदलून अंटार्क्टिका केले तर मग चालेल! सारखी पावसाची भुरभुर सुरू आहे, त्यामुळे सगळे कसे गार आणि दमट झाले आहे. वाऱ्याची दिशा बदलेल अशी आशा आहे, ती त्याला शेवटी बदलावीच लागेल; पूर्व सोडून कोणतीही चालेल!*

*जेसिकाने माझ्या ब्लॉगचा उल्लेख तिच्या ब्लॉगमध्ये केल्यापासून प्रतिक्रियांमध्ये आणि विचारल्या जाणाऱ्या प्रश्नांमध्ये अचानक वाढ झाली आहे. डचमळत असलेल्या बोटीवरून सगळ्या प्रश्नांची उत्तरे देणे कठीण आहे, पण काही सर्वसामान्य प्रश्नांची उत्तरे अशी आहेत. माझ्याकडे हाय फ्रीक्वेन्सी (HF) संपर्कयंत्रणा नाही, त्यामुळे फ्लीट ब्रॉडबॅन्डवर चालणाऱ्या नेहमीच्या इ-मेल द्वाराच मी संपर्क साधतो. मी १९ ऑगस्ट रोजी मुंबईहून प्रवासाला सुरुवात केली आणि वाटेत फ्रीमँटल व लिट्लटनला थांबलो. यानंतर पोर्ट स्टॅन्ले आणि केप टाउनला थांबून घराकडे कूच करण्याची योजना आहे, त्यामुळे मी अर्धा रस्ता पार केला आहे, असे म्हणायला हरकत नाही. माझी बोट ज्या नदीवर बांधली गेली, तिच्या पूर्वीच्या नावावरून बोटीचे नाव 'म्हादेई' असे ठेवले आहे. आता त्या नदीला 'मांडवी' म्हणतात. ती भारताच्या पश्चिम किनारी भागात गोवा राज्यातून वाहते.*

***मंगळवार, २९ डिसेंबर २००९ - मर्फीचा हल्ला!***

*गोष्टी जरा जास्तच सुरळीत व्हायला लागल्या की मी सावध होतो आणि तेच*

*झाले, जबरदस्तीने ईशान्येकडे वळून पूर्वीय वाऱ्यांच्या तावडीतून सुटल्याबद्दल सकाळी मी स्वतःचीच पाठ थोपटत होतो, तेव्हा दोन्ही इलेक्ट्रॉनिक स्वयंचालक एकापाठोपाठ बंद पडले! मी बोटीचा वेग कमी केला, ओट्स आणि कॉफी असा झटपट नाश्ता करून समोर उभ्या ठाकलेल्या समस्येवर उपाय शोधायला लागलो. उजव्या बाजूच्या स्वयंचालकाच्या मोटारीला धरून ठेवणारे चार बोल्ट तुटले आहेत, त्यामुळे बोटीला दिशा देण्याऐवजी ती मोटर स्वतःभोवतीच फिरत आहे. दिवस संपेपर्यंत मोटर बांधण्यात यश आले; कारण बोल्ट बदलायचे म्हणजे संपूर्ण स्टिअरिंग गिअरबॉक्स काढून घ्यावा लागला असता आणि विंड वेन स्वयंचालकही त्यामुळे काम करू शकला नसता. ही व्यवस्था किती काळ टिकेल माहीत नाही, विशेषतः विपरीत परिस्थितीत. आणीबाणीच्या प्रसंगी कामी येईल म्हणून ती तशीच ठेवतो. यापुढचा प्रवास विंड वेनच्या साहाय्याने किंवा हाताने सुकाणू फिरवून करावा लागणार असे दिसते. आतमध्ये आरामात बसून बटणे दाबून बोट चालवण्याची सोय आता नसणार! दिवसभर वाऱ्याचे जादूचे प्रयोग सुरूच होते, त्यामुळे मध्यरात्रीपर्यंत आम्ही चहूदिशांना भरकटत होतो, असे म्हटले तरी वावगे ठरणार नाही. शेवटी, उत्तर वायव्येकडून ताशी १५ नॉट्स वेगाने वारा यायला लागला आणि आम्ही विंड वेनच्या मदतीने पूर्वेकडे जायला लागलो.*

स्वयंचालकांच्या बाबतीत जे झालं ते सामान्यतः घडत नाही, कारण पाच मिलिमीटरचे स्टेनलेस स्टीलचे चार बोल्ट उखडण्यासाठी खूप जास्त शक्ती लागते. एक स्वयंचालक काम करत नसेल तर तो अपघात किंवा योगायोग म्हणता येईल, पण तीस मिनिटांमध्ये दोन स्वयंचालक बंद पडणं ही गोष्ट विचित्रच म्हणावी लागेल. मी चार्ट तपासला. आम्ही न्यूझीलंड दोन हजार सागरी मैल मागे टाकलं होतं, तर केप हॉर्न आणि चिलीचा किनारा सुमारे तीन हजार सागरी मैल पुढे होते. आमच्या उजवीकडे सुमारे दोन हजार मैलांवर बर्फाच्छादित अंटार्क्टिका खंड होता आणि डाव्या बाजूला तर बघण्याचीही सोय नव्हती कारण विशाल प्रशांत महासागर विषुववृत्ताच्याही पलीकडे उत्तर गोलार्धात पसरला होता. थोडक्यात काय तर आम्ही नजरेत मावू न शकणाऱ्या अकल्पित आणि अथांग क्षेत्राच्या मध्यभागी होतो!

या ठिकाणी विंड वेन आमचा तारणहार ठरला. बोटीवर उपकरणं बसवताना तो माझ्या प्राथमिक यादीत नव्हता; पण नायजेल रोव या अनुभवी नाविकाने दिलेला सल्ला प्रमाण मानून नंतर मी त्याचा समावेश केला होता. आम्ही प्रवास सुरू केल्यावर मी त्याला क्वचितच कामाला लावलं होतं. अधूनमधून फक्त तो चालत आहे ना एवढंच पाहिलं होतं; त्याच्याऐवजी मी इलेक्ट्रॉनिक स्वयंचालकांवरच जास्त विसंबून होतो, कारण ते वापरायला जास्त सोपे होते. ते दोन होते आणि

एखादा जरी निकामी झाला तरी दुसरा काम करेल, असाच विचार मी नेहमी करत आलो. मी मर्फीच्या क्षमतेबाबत अविश्वास दाखवला होता! विंड वेनबरोबर बोट चालवण्याचा सराव व्हायला थोडा वेळ लागला. बोटीचं संतुलन योग्य राखणं आवश्यक होतं आणि त्यानुसार विंड वेन योग्य रीतीने जुळवायला हवा होता. त्या उपकरणाच्या स्वभावातले बारकावे, खाचाखोचा, त्याच्या लहरी जसजशा माझ्या लक्षात यायला लागल्या, तसतसा मी त्याच्या क्षमतेमुळे प्रभावित होऊ लागलो. कोणत्याही प्रकारची वीज न वापरता वाऱ्याशी इच्छित कोन करून बोट चालती ठेवणारं, हे एक अद्‌भुत उपकरण आहे. एखाद्या दिवशी स्वच्छ सूर्यप्रकाश पडलेला असताना मी तास न् तास तो बोट योग्य मार्गावर कशी ठेवतो ते बघत बसायचो. त्याचं ते काम मन गुंगवणारं असायचं. त्याचं वर्णन करायला एकच शब्द योग्य आहे, तो म्हणजे, 'काळी जादू'! विंड वेन सेन्सरवर लागणाऱ्या वाऱ्याची दिशा जशी बदलेल त्याप्रमाणे तो हलत राहायचा आणि त्यापासून निघालेल्या दोन दोऱ्या उजव्या बाजूचं चक्र फिरवत राहायच्या आणि बोटीला योग्य मार्गावर ठेवायच्या. असं करत करत मला त्याच्या सोबतीनं बोट चालवण्याचा इतका सराव झाला की इलेक्ट्रॉनिक स्वयंचालक दुरुस्त झाल्यानंतरसुद्धा मी विंड वेनलाच माझा आवडता चालक बनवलं आणि दोन्ही इलेक्ट्रॉनिक स्वयंचालकांना बाजूला ठेवलं, दुय्यम स्थान दिलं किंवा अगदी मंद किंवा सतत फिरणारा वारा असताना जेव्हा विंड वेन काम करेनासा व्हायचा, तेव्हा मी ते दोन स्वयंचालक वापरायचो.

एका रात्री, जेव्हा विंड वेनचं तंत्र मी आत्मसात केलं आहे असा आत्मविश्वास वाटल्यानं उबदार बंक बेडमध्ये मी डुलकी काढायला गेलो, तेव्हा 'म्हादेई'नं तिचा मार्ग सोडला आणि हाडं मोडतील इतक्या जोरात आपली पिछाडी गर्रकन वळवली. मी डेकवर धावलो आणि हातानं सुकाणू वळवायला लागलो. वरून पडणाऱ्या थंडगार थेंबांनी माझी झोप पार उडवली. वारा सोसाट्याचा होता आणि दिशा बदलत होता, त्यामुळे विंड वेननं काम करणं थांबवलं असावं असा मी कयास बांधला.

"देवा रे, कृपा कर! आता आणखी स्टिअरिंग नको मोडायला!" खूपच जास्त चिंता वाटून मी मनात म्हणालो.

अंधारात मी चाक वळवून दिशा बदलणाऱ्या वाऱ्यांबरोबर जुळवून घेत होतो तेव्हा पुन्हा 'म्हादेई'नं आपली पिछाडी गर्रकन वळवली, या वेळी तळकाठीत रनर अडकला. रनर चाबकासारखा फिरला आणि अक्षरशः माझ्या कानाला चाटून गेला; असं करत असताना माझं मस्तकच धडावेगळं करणार होता म्हणा ना! माझ्या गळ्याभोवती दोर आवळलेल्या अवस्थेत माझा सांगाडा बोटीच्या शेपटाकडे लटकत असल्याचं दृश्य क्षणभर माझ्या नजरेसमोर तरळून गेलं; एखाद्या बचावासाठी आलेल्या जहाजाला असंच दृश्य बघायला मिळालं असतं. या होऊ घातलेल्या

‘फाशी’ला मी अगदी थोडक्यात हुलकावणी दिली होती याची मला जाणीव झाली!

मी बोटीला योग्य दिशेकडे स्थिर केलं आणि काही वेळ हातानं सुकाणू धरल्यावर विंड वेनवर ती सोपवण्याचा प्रयत्न सुरू केला. पण तो आता बोटीला योग्य मार्गावर ठेवूच शकत नव्हता. काहीतरी गडबड नक्कीच झाली होती. जवळून निरीक्षण केल्यावर असं दिसलं की विंड वेनच्या दोऱ्या स्टिअरिंग व्हीलला जोडणाऱ्या छोट्या ड्रमच्या तीन ज्युबिली क्लिप्सपैकी दोन तुटल्या होत्या, त्यामुळे बोट योग्य मार्गावर राहू शकत नव्हती. बोट विंड वेनवर चालत नसती तर तो ड्रम काढून दुसऱ्या क्लिप्स टाकणं काही तितकंसं अवघड नव्हतं. पण इलेक्ट्रॉनिक स्वयंचालक काम करत नसताना हा पर्याय काही उपयोगाचा नव्हता. शिडं खाली करून, बोट थांबवून आणि दुरुस्ती करायची ठरवली असती तर बोटीच्या कुशीवर लाटा झेलाव्या लागल्या असत्या आणि बोट गदागदा हलत राहिली असती. याआधीच्या टप्प्यात स्टिअरिंग गिअरची जी समस्या उभी राहिली होती, ती आठवण अजून मनात ताजी होती आणि त्यामुळे मी बोट थांबवायला राजी नव्हतो. आमच्या अडचणींमध्ये भर टाकण्यासाठी पावसाचा मारा आणि वाऱ्याचा झंझावात सुरूच होता.

सुकाणू हातात धरून उभं राहता राहता थंडीनं गोठण्याची माझ्यावर वेळ आली आणि परिस्थिती हाताबाहेर जायला लागली. जर मला कायमचं सुकाणूला चिकटून राहायचं नसेल तर कोणत्याही प्रकारचं स्वयंचालन मला मदतीला हवं होतं.

ही दुरुस्ती करायची म्हणजे खड्डे पडलेल्या रस्त्यावरून सायकल चालवत असतानाच अंधाऱ्या, ओल्या रात्री सायकलचं पेडल बदलण्यासारखं होतं! दुसरा काहीच उपाय नसल्याने मी सगळी अवजारं गोळा केली आणि माझ्या दोन हातांनिशी, तसंच शरीराचा जो जो म्हणून भाग वापरता येईल त्याला घेऊन कामाला सुरुवात केली. पायांची बोटं, पाय, गुडघे, कोपरं, तोंड, डोकं... हाताबाहेर गेलेल्या परिस्थितीत माणूस कल्पकतेने आपलं शरीर कसं वापरू शकतो हे बघणं कमालीचं आहे! अखेरीस, अनंत काळापासून मी काम करत आहे असं वाटत असतानाच तो ड्रम एकदाचा पक्का झाला. मी मान वर करून आजूबाजूला बघितलं. काळाकुट्ट अंधार निवळून पहाटेचा प्रकाश हळूहळू फाकायला लागला होता. मी रात्रभर अक्षरशः न थांबता काम करत होतो आणि खरंच सकाळच्या कॉफीची मला नितांत गरज होती. जिभेला जाणवणारी तिची कडवट चव हवीहवीशी वाटत होती; तशीच बधिर झालेल्या आणि खरचटलेल्या माझ्या हातांना गरम मगची ऊबही हवीशी वाटत होती!

**शुक्रवार, १ जानेवारी २०१० - दक्षिण महासागराची अंघोळ**

काल रात्री डेकवर मी विविध गोष्टी तपासत असताना बोटीच्या पृष्ठभागावर विंड वेनला धरून ठेवणाऱ्या दोन बोल्टपैकी एक निघून आल्याचे लक्षात आले. स्वयंचालक आधीच संपावर गेल्यामुळे ही बाब तशी गंभीरच होती! पाना घेऊन मी धावलो आणि पृष्ठभागावर बसून नवीन बोल्ट बसवत असताना दोन-तीन लाटा आल्या आणि मला पार बुटांच्या आतपर्यंत भिजवून गेल्या. 'अपार वेदना' असे याचे वर्णन करणे योग्य ठरेल! पाना हातातून सुटू न देता बोल्ट बसवण्यात यशस्वी ठरलो, कारण थंडीने बोटे गोठायला लागली होती. लगेच बोटीच्या आत आलो, पटकन अंग पुसून कपडे बदलले आणि सरळ स्लीपिंग बॅगमध्ये घुसून दोन तासांसाठी स्वतःला गुरफटून घेतले. रत्नाकरने जेव्हा नवीन वर्षाच्या शुभेच्छा देण्यासाठी आणि बोटीच्या अडचणींवर चर्चा करण्यासाठी फोन केला, तेव्हाच कसाबसा कुरकुरत बाहेर आलो. तो गोव्यात कुटुंबासोबत आणि मित्रांसोबत नवीन वर्षाचे स्वागत करत असला तरी त्याचे सगळे लक्ष दक्षिण महासागरात असलेल्या बोटीवर होते!

नवीन वर्ष सुरू होण्याच्या आदल्या रात्री मध्यरात्रीच्या सुमाराला मी वारा पडला होता म्हणून विंड वेनकडे बघण्यासाठी उठलो होतो, तेव्हा फोनची रिंग वाजली. इतक्या मध्यरात्री कुणाचा फोन असेल म्हणून जरा आश्चर्यानेच तो उचलला तर काय! पलीकडून जेसिका मला नवीन वर्षाच्या शुभेच्छा देत होती! तिच्या या विचारीपणाचे मला कौतुक वाटले. इतक्या वर्षांमध्ये मला वेगवेगळ्या ठिकाणी आणि वेगवेगळ्या लोकांकडून जेवढ्या म्हणून नवीन वर्षाच्या शुभेच्छा मिळाल्या , त्या सगळ्यांमध्ये या शुभेच्छांना मी खास स्थान देईन; कारण त्या माझ्यापासून ३५० सागरी मैल अंतरावर असलेल्या एकमेव मनुष्याकडून आणि एका अतिशय धाडसी आणि निश्चयी मुलीकडून आल्या होत्या. अशा शुभेच्छा मिळाल्यावर २०१० साल खूप छान जाणार, यात काय शंका!

२०१० मध्ये प्रवेश करत असताना माझ्या सगळ्या वाचकांना 'म्हादेई'कडून आणि तिच्या खलाशाकडून नवीन वर्षाच्या शुभेच्छा देतो. येणारे वर्ष सगळ्यांना सुखाचे आणि भरभराटीचे जावो!

**सोमवार, ४ जानेवारी २०१० - एक तुफान गेले आता दुसऱ्याची प्रतीक्षा!**

काल दिवसभर आणि रात्रभर वारा घोंघावत होता, त्यामुळे उंचच उंच लाटा उसळत होत्या. सुकाणू कुरकुरत असल्यामुळे 'म्हादेई'च्या खलाशाची अवस्था टांगल्यासारखी झाली होती. सकाळपर्यंत वाऱ्याचा वेग कमी झाला होता, लाटाही

*बऱ्यापैकी शांत झाल्या होत्या आणि आम्ही पुन्हा चांगल्या गतीने पुढे जात होतो. सुकाणूची कुरकुर सहन न होऊन मी डब्ल्यूडी फोर्टीची कॅन उचलली आणि स्टिअरिंग प्रणालीच्या प्रत्येक कोन्याकोपऱ्यात फवारली. त्याचा फारसा काही उपयोग होईल अशी मला मुळीच अपेक्षा नव्हती. एक तासातच माझे आडाखे चुकल्याचे लक्षात आल्यावर मला प्रचंड आनंद झाला! कुरकुर एकदम थांबली होती! आधी नेमके काय बिनसले होते ते काही कळले नाही; पण मी केलेला उपाय लागू पडला होता आणि तेच महत्त्वाचे होते.*

*पुढच्या दोन-तीन तासांत आणखी एका तुफानाचा अंदाज वर्तवला गेला आहे, त्यामुळे वाऱ्याकडे लक्ष ठेवून त्याची वाट पाहत आहे. गारठा आता चांगलाच जाणवत आहे. रात्री तापमान चार अंश सेल्सिअसच्याही खाली जाते आणि ढगाळ हवा असल्यामुळे दिवसाही काही विशेष फरक पडत नाही.*

थंडी आणि दमटपणाचा माझ्यावर परिणाम व्हायला लागला होता. दिवस खूप मोठे होत चालले होते; फक्त चारच तास अंधार पडायचा. पण सूर्य फारसा दिसत नसल्यामुळे दिवसही तसे झाकोळलेलेच असायचे.

लिट्लटनला मी एक चांगला इलेक्ट्रिक हीटर या अशाच दिवसांसाठी विकत घेतला होता; पण त्याला वीज खूप लागत असल्यामुळे बोटीच्या साठवण बॅटऱ्यांवर तो चालवणं शक्य नव्हतं; म्हणजे तो सुरू करण्यासाठी मला आधी जनरेटर सुरू करावा लागला असता. दुर्दैवानं, जनरेटरनं यापूर्वी केव्हातरी समुद्राचं पाणी गिळलं असल्यानं तो काम करत नव्हता. मी इंजिन सुरू करायचो आणि त्यावर बॅटरीज चार्ज करायचो, त्यामुळे मला थोडं गरम पाणी मिळू शकायचं, पण हीटर मात्र चालवता यायचा नाही. ऐकायला विचित्र वाटेल पण सकाळी कपडे काढून स्वच्छतागृहात जायचं तरी अंगावर काटा यायचा. सकाळी उठून मी किटलीत पाणी उकळायला ठेवायचो, कपडे काढायचो आणि स्वच्छतागृहात धाव घ्यायचो. आन्हिकं आटोपल्यावर परत धावत येऊन आधी घटाघटा गरम पाणी प्यायचो आणि मग गरम कॉफी रिचवायचो. विंड वेनचा वापर करायचा म्हणजे येता-जाता त्याच्याकडे लक्ष ठेवण्यासाठी डेकवर जावं लागायचं. इलेक्ट्रॉनिक स्वयंचालकांसारखं त्याच्यावर आतून नियंत्रण ठेवता येत नव्हतं. प्रत्येक वेळी बाहेर जाताना मला वॉशबोर्ड्स उघडावे लागायचे; त्यामुळे आतली उबदार हवा बाहेर निघून जायची. थोड्या वेळानं आतमध्ये ऊब निर्माण होते न होते तोच पुन्हा बाहेर जायची वेळ यायची!

### *बुधवार, ६ जानेवारी २०१० - स्वागतार्ह विश्राम!*

*गेले दोन-तीन दिवस घोंघावणारे तुफान आज थंडावले, त्यामुळे लाटांच्या उसळ्याही कमी झाल्या. सगळीकडे दाट धुके पसरले होते आणि अधूनमधून पावसाचा शिडकावा होत होता. तापमान घसरलेलेच होते. जास्त थंडी असूनही गार वारा नसल्याने जरा हायसे वाटत होते! दिवसभरातून तीन वेळा भरपेट आणि गरम जेवण घेताना बरे वाटत होते. त्याचबरोबर, एक-दोन घड्या झटकणे, बोटीवरच्या ज्या न हलणाऱ्या गोष्टी आहेत त्या पक्क्या करणे आणि जे हलू शकणार आहे किंवा हलायला हवे आहे त्या प्रत्येकावर डब्ल्यूडी फोर्टीचा फवारा करणे, अशी माझी दिनचर्या होती! सकाळी काही काळ वारा अगदीच पडतो की काय अशी स्थिती निर्माण झाली होती, पण नशिबाने तो फक्त दिशा बदलत होता. ताशी १० ते १५ नॉट्सच्या गतीने तो आता वायव्येकडून वाहायला लागला. गेले तीन दिवस तो पश्चिम नैर्ऋत्येकडून वाहत होता. त्यामुळे आम्हाला आरामात ताशी सहा नॉट्सचा वेग राखून पूर्व ईशान्य दिशा पकडून जाता येत होते. विंड वेनही आनंदात होता म्हणून आम्हीही आनंदात होतो. पुढचे काही दिवस तरी तुफानी वाऱ्याचे संकेत नाहीत, असा हवामानाचा अंदाज आहे. अर्थात समुद्रावर असताना विशेषतः अशा दूरच्या ठिकाणी हवामानाच्या अंदाजांवर कितपत भरवसा ठेवायचा, यातही शंका आहे, आपण आपले अळीमिळीगुपचिळी करून 'आला दिवस आपला' म्हणायचे झाले!*

८ जानेवारी रोजी मुंबईत कामाला असलेल्या माझ्या सहप्रशिक्षणार्थींनी नेव्हीतल्या सेवेची २० वर्षं (Commissioned Service) पूर्ण झाल्याप्रीत्यर्थ नेव्हल सेलिंग क्लबमध्ये एक मोठी पार्टी ठेवली होती. भारतातल्या सेवा अधिकाऱ्यांसाठी हा एक मैलाचा दगड मानला जातो, कारण वीस वर्षांच्या सेवेनंतर तुम्ही निवृत्तिवेतन घेण्यासाठी पात्र ठरता. मलाही या पार्टीचं आमंत्रण होतं आणि मीही ते आनंदानं स्वीकारलं, थोड्या वेळासाठी का होईना, मी स्काइपच्या मार्फत या सोहळ्यात सामील होणार होतो! माझ्या मित्रांनी सेलिंग क्लबच्या गच्चीवर लॅपटॉप ठेवून त्याला स्काइपचं कनेक्शन जोडलं, तर मी त्यांच्यापासून अर्धं जग दूर हलणाऱ्या-डुलणाऱ्या बोटीवर माझा लॅपटॉप घट्ट पकडून आणि बेंचवरून खाली पडू नये म्हणून बोट दुसऱ्या हातानं पकडून बसलो होतो. मला त्यांचे चेहरे स्पष्ट दिसत नसले तरी सगळ्यांशी गप्पा मारून बरं वाटलं. काही क्षणांसाठी मी उबदार मुंबईत ओळखीच्या चेहऱ्यांमध्ये आणि आवाजांमध्ये जाऊन पोचलो. 'म्हादेई'ला असूया वाटली असावी, कारण मी तिच्याकडे काही काळासाठी दुर्लक्ष केलं होतं ना! तिने मला डेकवर यायला भाग पाडलं, लॅपटॉप बाजूला टाकून गोठवून टाकणाऱ्या

थंडीत मला बाहेर यावं लागलं. मला वाटतं, मी सहभागी झालेल्या पार्ट्यांपैकी ही सगळ्यात संस्मरणीय पार्टी होती!

***रविवार, १० जानेवारी २०१० - सदिच्छा नेहमीच समूर्त होतात!***

*अनेकांनी व्यक्त केलेल्या सदिच्छांमुळे आणि पाठवलेल्या शुभेच्छांमुळे गेल्या काही दिवसांपासून समुद्र आणि वारा आमच्याशी प्रेमाने वागत आहेत. वारा मंद आहे आणि दिशा बदलत आहे, याचाच अर्थ विंड वेनकडे आणि शिडांकडे लक्ष देण्यासाठी वारंवार बाहेर जावे लागते; पण आम्ही पुढे पुढे जात आहोत; हेही नसे थोडके! लाटा बऱ्याच कमी झाल्या आहेत आणि आम्ही वाऱ्याच्या उलट दिशेला जात असल्यामुळे विंड वेनवर आणि कुरकुरणाऱ्या सुकाणूवर कमी ताण पडत आहे. जोरदार वाऱ्याची कमतरता ताशी दोन नॉट्स वेगाने वाहणारा समुद्राचा प्रवाह काही अंशी भरून काढत आहे. जेसिका केप हॉर्नला आलेल्या तिच्या पालकांना भेटायला वेगाने पुढे निघून गेलेली दिसते! तिच्या शेवटच्या पोझिशनवरून ती सुमारे ९० सागरी मैल पुढे होती, त्यामुळे आम्ही तिला गाठू शकू ही शक्यता नाही. केप हॉर्न अजून ३०० मैलांपेक्षाही जास्त अंतरावर आहे!*

दक्षिण महासागरातल्या प्रवाहाचा परिणाम आम्हाला स्पष्टपणे जाणवायला लागला होता. आम्ही जसे तुलनेने अरुंद असलेल्या ड्रेक पॅसेजच्या जवळ जात होतो तसा तो आणखी तीव्र होत चालला होता. दक्षिण अमेरिका आणि अंटार्क्टिका यांच्यामधल्या ६०० सागरी मैलांच्या पट्ट्याला ड्रेक पॅसेज म्हणतात. मी या प्रवाहाचे आभारच मानले, कारण एक चक्रवात आमच्या मागावर होता आणि त्याने आम्हाला गाठण्याआधीच हा पॅसेज पार करणं गरजेचं होतं. बोटीवरच्या अनेक समस्या बरोबर घेऊनही आम्ही आजपर्यंत तग धरला होता आणि आमचं नशीब आणखी आजमावण्याच्या मनःस्थितीत मी तरी नक्कीच नव्हतो.

आम्ही केप हॉर्नच्या जवळ जाऊ लागलो तेव्हा चक्रवाताची पुढची कड आमच्याकडे पूर्व ईशान्येकडून वाऱ्याचे झोत पाठवू लागली, त्यामुळे आम्ही पूर्वआग्नेय दिशेच्या मार्गावर आणखी दक्षिणेकडे ढकलले जाऊ लागलो. तो कुख्यात केप बघण्याचं आमच्या नशिबात आहे की नाही, असा विचार मनात यायला लागला. इतक्या लांब आल्यावर तो बघायला न मिळणं, ही मोठ्या नामुष्कीची बाब ठरली असती. ११ जानेवारीच्या मध्यरात्रीच्या सुमारास माझा संयम संपला आणि मी बोटीचं तोंड वळवून उत्तर ईशान्य दिशेकडे केलं. आता अमेरिका खंड आमच्या उत्तरेला ६० सागरी मैलांवर होता. हा योग्य निर्णय होता असं आता मागे वळून पाहताना वाटतं. सकाळी सात वाजून ४० मिनिटांनी मला

बोटीच्या डाव्या बाजूला पॅटागॉनियाचे उंच पर्वत दिसायला लागले. एक महिन्यापूर्वी न्यूझीलंड सोडल्यापासून झालेलं हे जमिनीचं पहिलं दर्शन होतं. याचा जणू सुगावा लागल्याप्रमाणे सकाळी पावणेआठला फोन वाजला. फोनवर नौदलप्रमुख होते आणि 'हॉर्न'ला वळसा घातल्याबद्दल ते माझं अभिनंदन करत होते! मला छान वाटलं. आदल्या रात्री मला केप हॉर्न दिसतो की नाही याची चिंता वाटत होती; आता तो दिसल्यावर त्याच्या पश्चिम किनाऱ्यावर आपटण्याची चिंता सतावायला लागली. चक्रवाताने आम्हाला गाठल्यावर वारा रात्रीतून पश्चिमेला सरकला होता आणि आमच्या मागच्या बाजूने कोन करून येत होता. आम्ही केपच्या जवळ होतो, जमिनीपासून दूर राहण्यासाठी मी बोटीचा मागचा भाग अधूनमधून वाऱ्यातून वळवत होतो. आकाश थोडं मोकळं झालं होतं आणि मला मधूनच निळं आकाश दिसत होतं. थोडासा पाऊसही होता. वारा ताशी ४० नॉट्स वेगानं घोंघावत होता आणि सहा मीटर उंचीच्या उंच लाटा आमच्या मागे तयार होत होत्या. या वेळी त्यांचा वेगळेपणा म्हणजे त्यांची कडा तुटत होती; हा धोक्याचा इशारा होता. त्यांपैकी एखादी जर बोटीच्या पिछाडीवर फुटली असती तर आमचं बोट चालवण्याचं एकमेव साधनही घेऊन गेली असती; पण सुदैवानं तसं झालं नाही!

मी वर्णन ऐकलं होतं आणि चित्रात पाहिलं होतं तसाच हा केप हॉर्न किंवा काबो द हॉर्नोस विस्मयकारक होता. हे एक छोटं खडकाळ, वैराण आणि वाऱ्यामुळे धूप झालेलं बेट आहे, किनाऱ्यापासून फार लांब नाही आणि शतकानुशतकं खलाश्यांच्या दंतकथांचा एक भाग होऊन राहिलं आहे. जगातली सगळ्यात भीषण वादळं आणि समुद्राचा रुद्रावतार त्यानं झेलला आहे. पृथ्वीवर नौकानयन करण्यासाठी ही सगळ्यात खतरनाक जागा समजली जाते किंवा सोप्या शब्दात सांगायचं तर नौकानयनासाठीचं हे 'एव्हरेस्ट' आहे!

केपपासून सुरक्षित अंतरावर जाईपर्यंत मी हे यश साजरं करण्याचं टाळलं. मी केपच्या जवळून जात असताना चिलियन नेव्हीच्या गस्त घालणाऱ्या नौकेचा मला व्हीएचएफवर हे विचारण्यासाठी फोन आला की मी सुरक्षित आहे ना. मला जर काही मदत लागली तर त्यांना कळवावं, असाही निरोप त्यांनी मला दिला. केप हॉर्नच्या पूर्वेला उपसागरात ही नौका होती. ही त्यांची कृती मनाला भिडणारी होती. त्या क्षेत्रात बरीच वर्दळ असल्याकारणानं शोध आणि बचावकार्य करण्याच्या हेतूनं ते तिथे थांबले असावेत, असं दिसत होतं. जेसिका एका दिवसाने माझ्या मागे होती. मी आणखी काही जणांविषयी वाचलं होतं; त्यात इसाबेल ऑटिझिए या प्रसिद्ध फ्रेंच एकल नाविकाचा समावेश होता. ती एक संशोधन कार्यक्रमासाठी एक संघ घेऊन अंटार्क्टिकाला चालली होती. तीसुद्धा ड्रेक पॅसेजमधून जात होती. त्या क्षणी मला

चिलियन गस्त नौकेच्या कर्मचाऱ्यांचा हेवा वाटला नाही, बिचारे रोज अशा हवामानात आमच्यासारख्या लोकांना मदत पुरवण्यासाठी उभे असतात.

एकदाचा आम्ही केपला वळसा घालून ईशान्येचा मार्ग धरल्यावर आता यश साजरं करण्याची वेळ झाली होती. मी रसगुल्ल्यांचा एक डबा राखून ठेवला होता. ख्राइस्टचर्चच्या एका इंडियन स्टोअरमधून मी तो घेतला होता. मी डबा उघडला आणि पहिला रसगुल्ला नेपच्यून देवाला अर्पण केला, आतापर्यंत आम्हाला सुरक्षित ठेवल्याबद्दल त्याचे आभार मानले. दुसरा रसगुल्ला माझी सगळ्यात जवळची, सगळ्यात विश्वासू आणि सध्याची एकमेव सहचरी 'म्हादेई'साठी होता!

'आपण हे साध्य केलंय, बाळे! अभिनंदन!!' बोटीचा हलकासा मुका घेत मी पुटपुटलो. डब्यातला थोडासा साखरेचा पाक डेकवर पसरवला. मी हे करत असताना एक विचित्र गोष्ट घडली- मला अनावर रडू यायला लागलं, मी माझ्या उभ्या आयुष्यात असं कधी केल्याचं मला स्मरत नव्हतं! एखाद्या चित्रपटासारखी इथपर्यंत पोचण्याची धडपड करत असतानाची साडेतीन वर्षं माझ्या डोळ्यांसमोरून तरळून गेली. या साडेतीन वर्षांत काय काय अनुभवायला मिळालं- भीती, धास्ती, आशा-निराशेचे चढ-उतार, तर काही वेळा अपमानसुद्धा! साम, दाम, दंड, भेद यांनी परिपूर्ण हरेक युक्तीचा वापर करून मोठ्या हिकमतीनं मी हे प्रत्यक्षात उतरवलं होतं आणि आता मी माझ्या लाडक्या बोटीवर बसून घराकडे परत निघालो होतो!

'आपण हे केलंय लाडके, स्वीटी, आपण हे केलंय! चल आता सुरक्षितपणे घराकडे जाऊ!' रसगुल्ले खाण्याचा प्रयत्न करत मी बोटीला म्हटलं. घशात अवंढा दाटून आल्यामुळे पहिला रसगुल्ला घशाखाली उतरवायला मला जरा वेळ लागला, पण जेव्हा मी तो खाल्ला, तेव्हा तो 'अमृताहुनी गोड' लागला.

### *बुधवार, १३ जानेवारी २०१० - हॉर्नला केलं पार!*

*जीएमटी वेळेनुसार दुपारी तीन वाजता 'म्हादेई'ने १२ जानेवारी रोजी हॉर्नला वळसा घातला. झंझावाती तुफानाचा सामना करत आहोत, परिस्थिती वाइटाकडून अतिवाइटाकडे चालली आहे! सध्या ईशान्येच्या मार्गावर राहण्याचा प्रयत्न करत आहे. बाकी नंतर...*

१२ जानेवारीच्या दुपारी, उंच लाटांवर स्वार होत असताना नंतर जेव्हा आमच्या डाव्या बाजूला अर्जेंटिनाची उंच किनारपट्टी दिसू लागली, तेव्हा मला बीगल खाडीतून अर्जेंटिनाचं एक आइसब्रेकर जहाज येताना दिसलं. अंटार्क्टिकाला बर्फावरची गस्त घालायला ते चाललं होतं, मी त्याचीच वाट बघत होतो. आम्ही व्हीएचएफवर बोललो आणि त्यांनी मला मालविनाला जाण्याऐवजी अर्जेंटिनाच्या

उशुआइया (Ushuaia) बंदरात येण्याचं निमंत्रण दिलं. फॉकलंड बेटांना ते 'मालविनाज' म्हणत होते. मला क्षणभर ते निमंत्रण स्वीकारण्याचा मोह झाला; कारण हवामान भयंकर होतं, सुकाणू कुरकुरत होतं आणि विंड वेन कधीही संपावर जाण्याची शक्यता होती. पण मी तो मोह टाळला, आइसब्रेकरला धन्यवाद दिले, त्यांना प्रवासासाठी शुभेच्छा दिल्या आणि माझा ईशान्येचा मार्ग कायम ठेवला.

जसा अंधार पडायला लागला तशी पोर्ट स्टॅन्लेला पोचण्यासाठी लू मेर (Le Maire) सामुद्रधुनीतून किंवा एस्ट्रेको द लू मेर (Estrecho de le Maire) असं स्थानिक भाषेत ओळखल्या जाणाऱ्या सामुद्रधुनीतून जाण्याची तीव्र इच्छा मला झाली, कारण त्यामुळे अंतर कमी झालं असतं. पश्चिमेला तिएरा डेल फ्यूएगो (Tierra del Fuego) आणि पूर्वेला आइला द लॉस एस्टॅडोस (Isla de los Estados) हे बेट यांच्यामधला १५ सागरी मैल रुंदीचा पट्टा म्हणजे ही सामुद्रधुनी आहे. बंदराला लवकरात लवकर लागण्याची ही इच्छा माझ्या थकव्यामुळे निर्माण झाली होती, गेल्या महिन्याभरातल्या अनिश्चिततेमुळे निर्माण झाली होती की हवामानामुळे, हे सांगता येत नाही किंवा हॉर्नला वळसा घातल्यामुळे जे धाडस निर्माण झालं होतं त्यामुळेही असेल कदाचित; पण ती सामुद्रधुनी मला खुणावत होती, हे निश्चित. सुदैवानं, माझी सदसद्विवेकबुद्धी अजून जागृत होती आणि कोणताही निर्णय घेण्याआधी मी 'सेलिंग डायरेक्शन्स'चा सल्ला घेण्याचं ठरवलं. कोणत्याही क्षेत्रात नौकानयन करण्यासाठी कशी परिस्थिती आहे, याबाबतची तपशीलवार माहिती या पुस्तकामध्ये दिलेली आहे. सगळ्या नाविकांनी ही पुस्तकं वाचलीच पाहिजेत असं माझं त्यांना आग्रहाचं सांगणं आहे. माझा निर्णय किती चुकीचा ठरला असता हे मला लवकरच कळून चुकलं; कारण त्या पुस्तकात त्या क्षेत्रातल्या तीव्र सागरी प्रवाहांचं, वाऱ्याच्या तीव्र झोतांचं आणि खडकांचं सविस्तर वर्णन केलं होतं. अंधाऱ्या, वादळी रात्री त्या सामुद्रधुनीतून प्रवास करणं आणि तेसुद्धा सुकाणूची अवस्था नाजूक असताना, खूपच धोकादायक ठरलं असतं. 'काही मैल वाचवण्यासाठी असं करणं योग्य नाही. त्यापेक्षा सुरक्षित खुल्या समुद्रात राहणंच बरोबर ठरेल,' आधी ठरलेल्याच मार्गानं जाण्याचा निर्णय घेत मी विचार केला.

त्या रात्री अर्धमिटल्या डोळ्यांनी अंथरुणावर पडलो असताना बोटीच्या हालचालीत मला काहीतरी वेगळेपण जाणवलं. थोड्या काळजीनंच मी चार्ट प्लॉटरकडे बघितलं तर जीपीएसवर आम्ही नियमित ताशी १४ नॉट्सच्या वेगाने जात असल्याचं पाहून मला आश्चर्यच वाटलं. 'म्हादेई'च्या नेहमीच्या कमाल वेगापेक्षा हा वेग ताशी पाच नॉट्सने जास्त होता! आम्ही शक्य तितकी कमी शिडं उभारून चाललो होतो, मुख्य शिडाला चौथी घडी घातली होती आणि डोलकाठीच्या पुढची शिडं (Headsail) तर उभारलीच नव्हती, वारा मागच्या बाजूने कोन करून येईल अशा पद्धतीने उंच

लाटा मागच्या बाजूने येत असताना आम्ही चाललो होतो आणि अशा परिस्थितीत 'म्हादेई' पळत-पळत पुढे चालली होती! साहजिकच, दक्षिण महासागरातला प्रवाह आम्हाला मदत करत होता असं दिसत होतं. तरीही, बोटीला योग्य मार्गावर ठेवण्याचं काम विंड वेन चोख बजावत होता.

'मला करण्यासारखं विशेष काही दिसत नाही,' असा विचार करून मी बंककडे वळलो. काळजी न करण्याचा प्रयत्न करत थोडी झोप घेण्याचा माझा विचार होता. काही वेळा गोष्टी जशा घडत असतात, तशा घडू देणंच बरं असतं!

१४ जानेवारीच्या सकाळी सव्वानऊच्या सुमाराला फॉकलंड बेट समूहातलं सगळ्यात दक्षिणेकडचं बूशेन बेट मला दिसलं. वाऱ्याचा वेग कमी होत होता; त्यामुळे पोर्ट स्टॅन्लेपर्यंतचं साधारण १०० सागरी मैलांचं अंतर त्याच दिवशी आम्ही पार करू शकू याची मला खात्री नव्हती. म्हणून, माझं आगमन १५ जानेवारीच्या सकाळी होईल अशी आगाऊ सूचना देणारा इ-मेल मी पाठवला. हवामानाच्या अंदाजानुसार काही काळाच्या शांततेनंतर तुफानाचा आणखी एक तडाखा बसणार होता, तो मला काही झालं तरी टाळायचाच होता. आम्ही मध्यरात्रीपर्यंतच पोचू शकतो, असं मला संध्याकाळी वाटलं म्हणून मी पोर्ट स्टॅन्लेचा आमचा एजंट जॉन पोलार्डला फोन केला. मध्यरात्री बंदरात प्रवेश करणं शक्य आहे का, की मी बाहेरच राहून वादळाचा सामना करावा आणि तांबडं फाकलं की बंदरात यावं, हे मी त्याला विचारलं. त्यानं रॉयल आर्मीमध्ये हवाई छत्रीधारी सैनिक म्हणून काम केलं होतं हे मला नंतर कळलं. त्याचं उत्तर मासलेवाईक होतं.

"अशा वातावरणात बाहेर राहण्याचा प्रश्नच येत नाही, ते टाळता येण्यासारखं असेल तर टाळायचंच. तुला मार्ग दाखवण्यासाठी रात्री अकरा वाजता बंदराच्या मुखाशी बोट हजर असेल."

"पण इतक्या कमी अवधीमध्ये कोणतीही पूर्वसूचना न देता इतक्या रात्री कस्टम्स आणि इमिग्रेशनच्या औपचारिकता पूर्ण करण्यात काही अडचण येणार नाही?" मायदेशी कशा पद्धतीने कामं होतात हे माहीत असल्यामुळे मी शंका विचारली.

"तू नको त्याची काळजी करू, तू फक्त ये. मला कामाला लागू दे; मी बघतो काय करायचं ते," हे त्यावरचं तुटक पण अत्यंत दिलासादायक उत्तर होतं.

ठरल्याप्रमाणे, रात्री अकरा वाजेपर्यंत आम्ही पोर्ट स्टॅन्लेच्या जवळ पोचलो होतो आणि मोठ्या मोठ्या लाटांमधून मला पायलट बोटीचा छोटा दिवा लुकलुकताना दिसत होता. आम्ही बंदराच्या बंदिस्त पाणक्षेत्रात शिरल्यावर गेल्या महिनाभर मला सतत सोबत करत असलेल्या लाटा अचानक दिसेनाशा झाल्या. शांत पाण्यातून 'म्हादेई'ला घेऊन जाताना मला अगदी चुकल्याचुकल्यासारखं झालं. १५ जानेवारी

रोजी पहाटे एक वाजता आम्ही सुरक्षितपणे बंदराला लागलो होतो आणि मला अगदी हायसं वाटत होतं. बोटीवर इतक्या अडचणी उभ्या राहिलेल्या असताना आणि त्यामुळे चिंतेचं वातावरण असतानाही आम्ही प्रशांत महासागराचा मोठा हिस्सा पार केला होता आणि केप हॉर्नलाही यशस्वीपणे वळसा घातला होता. त्या रात्री मी लाकडाच्या ओंडक्यासारखा गाढ झोपलो. दुसऱ्या दिवशी सकाळी नऊ वाजता जॉनने आणि कस्टम्स अधिकाऱ्यानं उठवलं तेव्हा कुठे मला जाग आली.

फॉकलंड्सना निरोप

▲ पोर्ट स्टॅन्लेमध्ये प्रवेश करताना

▼ 'सॅमी', सील - पोर्ट स्टॅन्ले

▲ केप टाउनच्या 'टेबल माउंटन'खाली

◀ मॅजेलॅनिक पेंग्विन्स

▼ केप टाउनला भेटलेला फर सील

# एका झेपेत अटलांटिक पार

पोर्ट स्टॅन्लेमधला पहिला दिवस माझे 'जमिनीवरचे पाय' परत मिळवण्यात आणि लोकांच्या गाठीभेटी घेण्यात गेला. मला भेटायला येणाऱ्यांमध्ये भारतीय संरक्षण सल्लागाराचाही समावेश होता; ते १६ तासांचा विमान प्रवास करून थेट लंडनहून मला भेटायला आले होते. रॉयल नेव्हीने माझी विनाशुल्क निवासव्यवस्था केली होती आणि मी त्यांचा हा प्रस्ताव आनंदाने स्वीकारला. नेव्हीने उपलब्ध करून दिलेल्या निवासव्यवस्थेमुळे आणि त्यांच्या वॉर्डरूममध्ये जेवायला जाता येत असल्यामुळे मला अगदी घरी असल्यासारखं वाटत होतं! कदाचित माझं कामाला लागल्यानंतरचं सगळं आयुष्य नेव्हीत गेल्याचा हा परिणाम असावा. शिवाय, काही दिवसांतच आम्हाला समजलं की त्या गावात सगळ्यात चविष्ट जेवण वॉर्डरूममध्येच मिळत होतं; आणि माझी तब्येत पूर्ववत करण्यासाठी मला पौष्टिक जेवण आवश्यक होतं. पहिल्याच रात्री जॉनबरोबर एका स्थानिक पबमध्ये गेल्यानंतर त्यानं जाहीर केलं की, त्याच्यासोबत शिडाच्या बोटीतून एकट्यानं केप हॉर्न पार करणारा मनुष्य आला आहे. क्षणभरासाठी अचानक तिथे शांतता पसरली आणि त्यानंतर माझ्यावर अभिनंदनाचा वर्षाव झाला. तिथे उपस्थित असलेल्या लोकांमध्ये मला ड्रिंक देऊ करण्याची अहमहमिकाच लागली. त्या रात्री एकही ड्रिंक मी विकत घेतल्याचं मला स्मरत नाही!

१६ जानेवारी रोजी आम्हाला समारंभपूर्वक पोर्ट स्टॅन्लेला घेऊन येण्याची योजना रॉयल नेव्हीने आखली होती; परंतु दक्षिण महासागरातल्या तीव्र प्रवाहांनी आम्हाला एक दिवस आधीच मिट्ट काळोखात तिथे आणून सोडलं होतं. हॉर्नला वळसा घातल्यानंतर मला नौदल मुख्यालयाने माझं आगमन १६ जानेवारीपर्यंत लांबवायला सांगितलं होतं आणि दक्षिण महासागराच्या थपडा खाल्ल्यानंतरही मला कोणत्याही प्रकारचं सहकार्य करण्याचं त्यांनी साफ नाकारलं होतं. म्हणून मग १६ जानेवारीच्या सकाळी आम्ही फॉकलंड बेटांवर नियुक्त केल्या गेलेल्या 'टाइप ४२ डिस्ट्रॉयर' प्रकारच्या एचएमएस यॉर्क या जहाजाला भेटायला बाहेर पडलो. तो

दिवस छान उगवला होता; निळं आकाश होतं, समुद्र शांत होता आणि आल्हाददायक वारा सुटला होता. लिट्लटन सोडल्यापासून इतका स्वच्छ दिवस मी बघितला नव्हता. अशा हवेत 'म्हादेई'ला बंदरात फिरवून आणताना छान वाटत होतं. त्या जहाजानं, त्याच्या बोटींसह आणि हेलिकॉप्टरसह आम्हाला समारंभपूर्वक बंदराच्या अरुंद मुखाजवळ आणलं, आम्ही दोघंही परस्परांचं कौतुक करत एकमेकांचे फोटो काढत होतो. पोर्ट स्टॅन्लेवर लोकांची संख्या तीन हजारांपेक्षाही कमी आहे आणि मेंढ्यांची संख्या सात लाख ५० हजारांपेक्षाही जास्त आहे. त्यातल्या बहुतांश रहिवाशांनी आमच्याकडे दुर्लक्ष करून टेकड्यांवर चरणं पसंत केलं असलं तरी अल्पसंख्याक मानवी रहिवाशांना आमच्या आगमनाची वार्ता मिळाली होती. माझ्या स्वागताला कमीत कमी सहा शिडाच्या होड्या, दोन घोडेस्वार आणि एक छोटी होडी आली होती आणि ते सगळे हात हलवून आमचं स्वागत करत होते. पोर्ट स्टॅन्लेत प्रवेश करणारी 'म्हादेई' ही पहिली भारतीय शिडाची बोट होती. हवा मस्त होती आणि 'म्हादेई'चं प्रदर्शन पूर्ण शिडं उभारून त्या रंगीबेरंगी, स्वागतोत्सुक गावासमोर करण्याची ही चांगली संधी होती. मन प्रफुल्लित करणारा अनुभव होता तो!

समारंभ संपल्यावर आता बोटीच्या दुरुस्त्यांची यादी बनवून, त्या पूर्ण करून पुढच्या टप्प्यासाठी 'म्हादेई'ला तयार करण्याची वेळ झाली होती. सुटे भाग, विविध उपकरणं यांनी भरलेली बॅग घेऊन अभिलाष लवकरच येऊन दाखल झाला. उरलेलं सामान अमेरिका आणि युरोपातून थेट पोर्ट स्टॅन्लेला मागवण्यात आलं होतं. पोर्ट स्टॅन्लेला जेव्हा आम्ही कामाला सुरुवात केली, तेव्हा ही जागा जगापासून, म्हणजे जगातल्या नेहमीच्या वाहतुकीच्या मार्गांपासून किती दूर होती, हे मला जाणवलं. चिलीतल्या सँटियागो इथून आठवड्यातून फक्त एक विमान इथे यायचं. याचाच अर्थ बाहेरून मागवलेले सुटे भाग वेळेत विमानात चढवण्यात आले नाहीत, तर एका आठवड्यानंतर येणाऱ्या विमानाची वाट पाहावी लागणार होती. त्या बेटावर यॉटसाठी लागणारं सामान ठेवू शकेल असं कुणीच नव्हतं, हे सांगण्याची काही गरज नाही. अशी सगळी बंधनं असताना कामांचा प्राधान्यक्रम ठरवणं आणि त्यानुसार नियोजन करणं आवश्यक होतं, जे मी समुद्रावर असतानाच सुरू केलं होतं. पहिलं प्राधान्य विंड वेन आणि सुकाणू पूर्णपणे विश्वासार्ह बनवणं, या गोष्टीला होतं.

माझ्या विंड वेनला येत असलेल्या अडचणींबाबत मी अमेरिकेतल्या स्कॅनमार इंटरनॅशनल कंपनीतल्या विंड वेन डिझायनर रॉन गीक याच्याशी चर्चा करत होतो; कारण त्यानं ते उपकरण आम्हाला पुरवलं होतं. त्याला अडचण सांगितल्या सांगितल्या नक्की काय झालं असावं, हे त्याच्या ताबडतोब लक्षात आलं आणि

त्यावर त्यानं लगेच उपायही सुचवला. बहुतेक सगळ्या बोटींच्या सुकाणूच्या चाकांना सहा किंवा आठ आऱ्या (spokes) असतात, त्यामुळे प्रमाणित विंड वेनचा ड्रम त्यानुसार बनवलेला असतो. पण, काही कारणानं आमच्या चाकांना सात आऱ्या होत्या आणि आम्हाला यातला काहीच अनुभव नसल्यामुळे आम्ही ते प्रमाणित उपकरण या चाकांना जोडलं होतं; त्यामुळे होणाऱ्या परिणामांची जाणीवच आम्हाला नव्हती. हा प्रश्न सोडवायला इतका सोपा असेल यावर माझा विश्वासच बसेना. रॉननं कोणतंही शुल्क न आकारता नवीन ड्रम पाठवण्याचं कबूल केलं आणि त्यासोबत विंड वेनची कामगिरी आणखी सुधारण्यासाठी दोन उत्तम दर्जाचे ब्लॉक्सही पाठवले. इलेक्ट्रॉनिक स्वयंचालकांची दुरुस्ती करणं मात्र अवघड दिसत होतं, म्हणून ते पूर्णपणे दुरुस्त न करताच मी केप टाउनपर्यंत प्रवास करण्याचं ठरवलं. मुख्यतः विंड वेनचा वापर करायचा आणि अगदीच गरज पडली तर थोड्या काळासाठी मधूनच इलेक्ट्रॉनिक स्वयंचालक वापरायचे, अशी माझी योजना होती. जनरेटरची दुरुस्तीही तितकीच कटकटीची ठरली. स्थानिक तंत्रज्ञांनी त्यांचं सगळं कौशल्य पणाला लावूनही, अगदी रॉयल नेव्हीच्या तंत्रज्ञ टीमनंही प्रयत्न करूनसुद्धा आम्हाला तो नीट सुरू करता आला नाही.

### *शुक्रवार, २२ जानेवारी २०१० - पोर्ट स्टॅन्लेहून अभिवादन*

*एक आठवड्यापूर्वी केप हॉर्नला वळसा घातल्यानंतर आम्ही कोठे गायब झालो असा विचार बरेच लोक करत असतील! याआधी ब्लॉगवर काही लिहू शकलो नाही म्हणून सगळ्यात आधी दिलगिरी व्यक्त करतो; पण काय करणार? केप हॉर्न सोडल्यापासून इतक्या वेगाने घडामोडी घडल्या की विचारता सोय नाही. बंदरात शिरल्यापासून 'म्हादेई'ला पुढच्या टप्प्यासाठी तयार करण्याच्या महत्त्वाच्या कामात तिचा खलाशी इतका बुडून गेला की क्षणभराचीही उसंत त्याला मिळाली नाही. सध्या आम्ही स्टॅन्ले बंदराला लागलो आहोत. एकीकडे सुकाणू आणि जनरेटर दुरुस्तीचे काम चालले आहे, तर दुसरीकडे 'म्हादेई'च्या छोट्या छोट्या मागण्या पुरवून तिचे लाड करणे सुरू आहे. या मागण्या जेव्हा सोप्या असतात, तेव्हा किनाऱ्याला लागल्यानंतर त्या पूर्ण करता येतात. तिने एका धावेत प्रशांत महासागर पार केला आहे, त्यामुळे ती हे लाड करवून घ्यायला पात्र आहे! दरम्यान, मी पोचल्याच्या दुसऱ्याच दिवशी माझ्या मदतीसाठी दाखल झालेल्या लेफ्टनंट कमांडर अभिलाष टॉमीची आणि माझी काळजी ब्रिटिश सशस्त्र सेना दल आणि बेटावरचे स्नेहशील रहिवासी घेत आहेत. बहुधा ही पहिलीच भारतीय नौका या बेटाच्या किनाऱ्याला लागली आहे, त्यामुळे आमच्याकडे नवलाईनं बघितले जाते. 'ओशन वॉच' बोटीला आणि तिच्या खलाश्यांना आम्हाला भेटता आले; आम्ही अगदी*

*वेळेवर येथे पोचलो, असे म्हणायला हवे. तिच्या कप्तानाशी- मार्क श्रेडरशी विचारांची देवाणघेवाण करता आली. त्याने एकट्याने आतापर्यंत दोन वेळा पृथ्वी प्रदक्षिणा केली आहे. 'हजार शब्दांपेक्षा एक चित्रच किंवा छायाचित्र कितीतरी गोष्टी सांगून जाते' या उक्तीला अनुसरून मी आता लिखाण थांबवतो आणि केप हॉर्नपासून स्टॅन्लेला पोचेपर्यंतच्या प्रवासाचे काही फोटो वाचकांसाठी देतो. गेल्या काही दिवसांच्या माझ्या ब्लॉगवरच्या अनुपस्थितीची भरपाई त्यामुळे काही अंशी होईल, अशी आशा आहे!*

अमेरिकन खंडाभोवती फेरी मारणाऱ्या 'ओशन वॉच' या बोटीच्या कप्तानाला मार्क श्रेडरला भेटून छान वाटलं. एका संशोधन प्रकल्पाचा भाग म्हणून त्यांनी अमेरिकेच्या पश्चिम किनाऱ्यावरच्या सिएटलपासून प्रवासाला सुरुवात केली होती, आर्क्टिक खंडात उन्हाळा असतानाच उत्तर अमेरिका खंड पार केला होता आणि हॉर्नला वळसा घालून पुन्हा उत्तरेकडे जाण्याची तयारी चालवली होती. मार्क हा बऱ्याच काळापासून विंड वेनचा वापर करत होता; 'म्हादेई'वर त्याच प्रकारचा विंड वेन बसवलेला होता. तो आमच्या बोटीवर आला, त्यानं नौकावहनाच्या सगळ्या व्यवस्थांची पाहणी केली आणि ते उपकरण जास्तीत जास्त चांगल्या रीतीनं कसं वापरता येईल, याबाबत सल्ला दिला. पहिल्यांदाच कुणीतरी असा सल्ला दिला होता. त्याचा उपयोग झाला, मी विंड वेन अधिक चांगल्या रीतीनं हाताळू लागलो आणि त्यामुळे माझा त्यावरचा विश्वासही वाढला.

### गुरुवार, २८ जानेवारी - फॉकलंड्समधील मित्र

*पोर्ट स्टॅन्लेला पोचून आठवड्यापेक्षा जास्त काळ लोटला आहे आणि हा काळ कसा दुडक्या पावलांनी पुढे धावत आहे. दुरुस्तीची कामे चांगल्या प्रकारे चालली आहेत आणि ठरल्याप्रमाणे आम्ही १ फेब्रुवारीला प्रस्थान ठेवू शकू, अशी चिन्हे आहेत. स्वयंचालकांची चाचणी घेण्यासाठी आज सकाळी मारलेली फेरी चांगली झाली, फक्त सोसाट्याच्या वाऱ्यामुळे किनाऱ्याला बोट लावताना तारांबळ उडाली. असा सोसाट्याचा वारा हा येथे अपवाद मानला जात नसून, नेहमीचा- सवयीचाच भाग आहे असे दिसते! याआधीच्या नोंदीत म्हटल्याप्रमाणे आम्ही 'अराउंड अमेरिकाज'फेम ओशन वॉचला भेटण्यासाठी आणि त्यांना पुढच्या प्रवासासाठी निरोप देण्यासाठी वेळेत हजर होतो. येथील स्थानिक रहिवासी सहकार्य करणारे आणि मनमिळाऊ आहेत. आमच्याकडे वेळ कमी आहे आणि आम्ही फार फिरू शकणार नाही, याची जाणीव ठेवून त्यातील काही आम्हाला भेटायला आले. माझा हौशी फोटोग्राफर सहखलाशी अभिलाषने त्यांना*

*कॅमेऱ्यात बंदिस्त केले. बंदरात काम करत असणाऱ्या मित्रांबाबत बोलत असताना माझे विचार नेहमी जेसिकाचा मागोवा घेत असतात. ती दक्षिण अटलांटिक महासागराशी झुंजत आहे आणि वादळवाऱ्याचे तडाखे खाल्लेल्या तिच्या ईपीएल (Ella's Pink Lady) बोटीची काळजी घेत आहे. जेव्हा जेव्हा एखादे वादळ पोर्ट स्टॅन्लेला भेट देते; खरेतर गेले काही दिवस ते रोजच भेट देते; तेव्हा तेव्हा मी वाऱ्याकडे पाहून म्हणतो, 'अरे, जरा हळू! एक शूर मुलगी त्याच मार्गाने जातेय!' पंतप्रधान केव्हिन रड यांच्याशी बातचीत करून आणि दक्षिण अटलांटिकमध्ये वेगाने दौड करत जेस २६ जानेवारीचा 'ऑस्ट्रेलिया दिन' साजरा करत असताना माझ्या सहखलाशाने आणि मी भारताचा ६० वा प्रजासत्ताक दिन जनरेटर आणि सुकाणू दुरुस्त करण्याच्या कामी जास्तीचे तास खर्च करून साजरा केला. दोन्ही देश हा दिवस एकसाथ साजरा करतात हे किती लोकांना माहीत आहे, याबद्दल मला शंकाच आहे!*

बंदराच्या आतल्या भागात, जिथे बोट धक्क्याला बांधली होती, तिथे इतका जोरदार वारा होता की काही वेळा बोट तोंड वर करून उभं राहण्याचा प्रयत्न करायची, त्यामुळे काम करणं कठीण व्हायचं. एके दुपारी, वारा ताशी ३५ नॉट्स वेगाने वाहत असताना डोलकाठीच्या वरच्या टोकावर बसवलेला नॅव्हिगेशन लाइट केव्हा बदलणं सोईचं ठरेल यावर आम्ही विचार करत होतो. आम्ही काही दिवसांपासून हे काम करण्यासाठी थांबलो होतो, पण वारा कमी होण्याचं नाव घेत नव्हता आणि आमचा संयम आता संपत आला होता. शीड वर-खाली करण्याच्या दोराच्या साहाय्याने मला वर चढवायला मी अभिलाषला सांगितलं, जेणेकरून तो दिवा मी बदलू शकेन. त्याला माझ्या सुरक्षेची काळजी वाटत होती आणि वारा कमी होण्याची आणखी एक दिवस वाट पाहावी की काय, असा विचार तो करत होता.

''मर्फीचा खेळ पुन्हा सुरू झाला आहे असं मला वाटतं. आपण हे काम आज केलं तर वारा उद्या नक्की कमी होईल, पण आज जर हे केलं नाही तर उद्या त्याचा जोर आणखी वाढेल आणि आपल्याला काम करणं अशक्य होऊन बसेल,'' एखाद्या अंधश्रद्धाळू माणसासारखं मी त्याला बजावलं. ''मी जर वाऱ्याने उडतोय असं वाटलं तर दोर सोडून दे आणि मला खाली पाण्यात पडू दे. डोलकाठीवर आपटून हाडं मोडून घेण्यापेक्षा मी पाण्यात पडणं पसंत करेन,'' मी म्हणालो. शेवटी, मी वर चढून दिवा बदलण्यात यशस्वी ठरलो, तेही वाऱ्याने उडवून न लावता. वारा मात्र दुसऱ्याच दिवशी कमी झाला!

या वेळच्या मुक्कामाचं वेळापत्रकही मागच्या दोन मुक्कामांसारखंच भरगच्च होतं, तरीही अधूनमधून आम्ही काही तास आमच्यासाठी मोकळे काढू शकत होतो

आणि त्या ओबडधोबड बेटाची सैर करत होतो. तिथल्या निसर्गानं मला तिबेटच्या निसर्गाची आठवण करून दिली. दहा वर्षांपूर्वी मी तिबेटमध्ये पदभ्रमण केलं होतं त्याची मला आठवण झाली; वैराण, एकही झाड नसलेला आणि मनुष्यवस्तीचं कोणतंही चिन्हं मैलो न् मैल नसलेला प्रदेश! या ठिकाणीसुद्धा सोसाट्याचा वारा आणि अति थंडी यामुळे कोणत्याही प्रकारची एतद्देशीय झाडं उगवत नाहीत, पण समुद्राच्या औदार्यानं अस्तित्वात असलेलं वन्य प्राणिजीवन मात्र विविधतेनं नटलेलं आहे. पेंग्विन्स, सील्स, डॉल्फिन्स, करढोक पक्षी (पाणकावळा) मात्र मुबलक प्रमाणात आहेत. ही यादी वाढत जाणारी आहे.

एका संध्याकाळी वॉर्डरूममध्ये जेवताना अभिलाष माझी चेष्टा करत होता, मी भेट देत असलेल्या प्रत्येक बंदरात मला कुणी न कुणी भारतीय मित्र किंवा नातेवाईक भेटतोच भेटतो, असं त्याचं म्हणणं होतं.

"नाही हं, फॉकलंड्समध्ये मात्र नाही! इथे आपण दोघंच भारतीय आहोत याची मला खात्री आहे!" मी अगदी खात्रीच्या स्वरात म्हणालो. मात्र काही मिनिटांतच दरवाजापाशी मोठमोठ्यानं वाद घालण्याचे आवाज आले आणि साठीच्या सुमाराचा एक भारतीय दिसणारा माणूस आत आला; त्याच्या मागे त्याला थांबवायला चौकीदार धावत होता!

"हेलो, मी डॉक्टर भारद्वाज. मी एका भारतीय बोटीबद्दल ऐकलं आणि म्हणून तुम्हाला भेटायला आलो आहे," ते म्हणाले.

मला भास होतोय् की काय, असं क्षणभर वाटलं; तर अभिलाष गालातल्या गालात खुदुखुदु हसू लागला. 'मी म्हटलं होतं ना!' असा मिस्कील भाव त्याच्या चेहऱ्यावर होता. तर त्याचं असं झालं होतं की, आता ब्रिटिश नागरिक असलेले डॉक्टर भारद्वाज भारतात केवळ जन्मले किंवा वाढलेच नव्हते, तर त्यांनी त्यांच्या वैद्यकीय कारकिर्दीची सुरुवात भारतीय सैन्य दलात पाच वर्षं नोकरी करून केली होती. ते त्या वेळी पोर्ट स्टॅन्लेमधल्या भूलतज्ज्ञांच्या जागी काही काळासाठी बदलून आले होते, कारण तो सुटीवर गेला होता. आता मला जर कुणी म्हणालं, की जगाच्या पाठीवर अशी एकही जागा नाही जिथे भारतीय सापडणार नाही, तर मी त्या माणसाशी वाद घालण्याच्या फंदात पडत नाही!

एका संध्याकाळी, एका वाय-फाय सुविधा देऊ करणाऱ्या रेस्टॉरंटमध्ये आम्ही बिलाचा हिशेब करत असताना अभिलाषने कॅश काउंटरवरच्या महिलेला इंटरनेटला लागणाऱ्या पैशांबद्दल विचारलं.

"इंटरनेटचा प्रत्येक तासाला काय दर आहे?"

"ताशी दहा पौंड असा दर आहे, सर."

"तुमचे काही दुसरे प्लॅन्स आहेत का?" आणखी स्वस्त दर असतील तर

पाहावं, या हेतूनं निरागसपणे अभिलाषनं विचारलं आणि मी हसायला लागलो. कारण आता काय गोंधळ उडू शकतो, हे माझ्या लक्षात आलं.

"नाही, मी संध्याकाळी मोकळीच आहे," अभिलाषच्या ध्यानीमनीही नसताना त्या महिलेनं अचानक म्हटलं.

"अरे! नाही, नाही. तुमच्याकडे इंटरनेटचे दुसरे काही प्लॅन्स आहेत का ते विचारत होतो," आपण काय गोंधळ उडवला आहे ते जाणवून अभिलाषनं घाईघाईनं सारवासारव करण्याचा प्रयत्न केला.

"नाही. दुसरे प्लॅन्स नाहीत. पण तरीही मी संध्याकाळी मोकळीच आहे," ती म्हणाली आणि हास्याचे फवारे उडाले.

"मला या बेटावर येऊन दहा महिन्यांपेक्षा जास्त दिवस झाले आणि मला असा प्रश्न याआधी कुणीही विचारला नाही!" एक उसासा टाकून ती महिला म्हणाली.

पोर्ट स्टॅन्लेला दिवस असे भराभर निघून गेले आणि नियत तारखेला म्हणजे १ फेब्रुवारीला निघण्याआधी जेवढं शक्य होतं तेवढ्या चांगल्या पद्धतीनं आम्ही 'म्हादेई'ला तयार करू शकलो. इथल्या वास्तव्याची आम्ही मजा घेतली होती, थकलेल्या हाडांना आराम दिला होता आणि आता दक्षिण अटलांटिक पार करण्यासाठी पुन्हा समुद्रावर जाण्याची वेळ झाली होती. १ फेब्रुवारीला सकाळी आम्हाला स्थानिक पाद्र्यांनी आशीर्वाद दिले आणि गव्हर्नर व त्यांची पत्नी निरोप द्यायला आले होते. पाद्री त्यांच्या तरुणपणी पाणबुडीवर काम करत होते. आम्ही बंदराबाहेर आलो तर आमचा राजेशाही सोबती एचएमएस यॉर्क आम्हाला उपसागराबाहेरपर्यंत सोडण्यासाठी सज्ज होता.

### *बुधवार, ३ फेब्रुवारी २०१० - निघालो पुन्हा!*

*संस्मरणीय निरोप समारंभानंतर आम्ही पुन्हा समुद्रावर आलो. निरोप द्यायला इतर लोकांबरोबरच फॉकलंड बेटांचे गव्हर्नर आणि एचएमएस यॉर्कही आले होते. १ फेब्रुवारी २०१० रोजी सकाळी दहा वाजता आम्ही निघालो. फॉकलंडच्या रहिवाशांनी केलेल्या आदरातिथ्यामुळे आणि ब्रिटिश सैन्य दलाने देऊ केलेल्या सुविधांमुळे बोटीवरच्या दुरुस्तीच्या कामात व्यग्र असूनही खलाश्यांचे वास्तव्य अत्यंत आरामदायी झाले. आता खलाशी आराम उपभोगल्यानंतर त्यांचे 'समुद्री पाय' परत मिळवण्याच्या प्रयत्नांना लागले आहेत. सुकाणूच्या दुरुस्तीनंतर फिरवायला हलके झालेले चाक घेऊन 'म्हादेई' मजेत निघाली आहे. मागच्या टप्प्यापेक्षा इथे लाटाही खूपच कमी प्रमाणात उसळत आहेत. काल एक चक्रवात येऊन गेल्यामुळे एक-दोन तास ताशी ४० नॉट्सच्या वेगाने वाहणाऱ्या वाऱ्यांना सामोरे जावे लागले; पण त्यानंतर मध्यम गतीने वाहणारा वारा आणि निरभ्र*

*आकाश यामुळे प्रवास चांगला चालला आहे. मी हे लिहीत असताना कोजागरीच्या आटीव दुधासारखा रंग असलेला सुंदर पिवळसर चंद्र माझ्यासमोर उगवला आहे; अटलांटिक पार करून तीन हजार सागरी मैलांवर असलेल्या आफ्रिकेच्या रस्त्याची वाट तो जणू आम्हाला दाखवायला आला आहे! पुढचे दोन दिवस वादळांचा अंदाज वर्तवण्यात आला आहे, पण त्यांची भेट झाली की त्यांच्याशी दोन हात करता येतील. आता छान चांदण्या रात्री नौकानयनाचा आनंद लुटू या! वाऱ्याच्या वेगावर छोटी बोट चालवणाऱ्याची मानसिक अवस्था कशी अवलंबून असते ते पुढे दिलं आहे :-*

**ब्यूफोर्ट / डिंघी विंड स्केल**

मानसशास्त्रीय आलेख

मला वाटतं, बहुतेक लोक याची कल्पना करू शकतात.

| वेग | मानसशास्त्रीय आलेख प्रमाण |
|---|---|
| १ | कंटाळा |
| २ | थोडीशी मजा |
| ३ | आनंद |
| ४ | फार जास्त गंमत |
| ५ | अत्यानंद |
| ६ | काळजीची किनार असलेला अत्यानंद |
| ७ | भीतीयुक्त काळजी |
| ८ | दहशतयुक्त भीती |
| ९ | अत्याधिक दहशत |
| १० | घबराट |
| ११ | मला माझी आई पाहिजे |

***सोमवार, ८ फेब्रुवारी २०१० - हवामान प्रणालीच्या शेपटावर बसून सैर!***

*पूर्वेकडे सरकणाऱ्या हवामान प्रणालीच्या शेपटावर बसून आम्ही सकाळपासून प्रवास करत आहोत, असे वाटते. या प्रणालीमुळे उंच लाटा उसळत आहेत, वारा जोरदार आहे आणि बोटीच्या मागून सागरी प्रवाह येत आहेत. अशी अनुकूल परिस्थिती असताना दिवसभरात सुमारे १०० सागरी मैलांचे अंतर आम्ही पार केले नसते, तरच नवल! ही सैर जरा जास्तच जोरात झाली हे मान्य, पण बोट नीट तग धरून आहे आणि मैल गिळले जात आहेत, त्यामुळे थोडी*

आदळआपट झाली तरी हरकत नाही! असे आम्ही किती वेळ करू शकतो ते बघू या! आम्ही एकदाचे 'खवळलेल्या पन्नासां'ना मागे टाकले आहे आणि आता घाईघाईने 'गरजणाऱ्या चाळिसां'ना पार करण्याच्या प्रयत्नांत आहोत; कारण आमच्या पश्चिमेला पुढचे वादळ तयार होण्याच्या बेतात आहे. त्याने आम्हाला गाठण्याआधीच पुढे निसटले पाहिजे. आता हळूहळू निश्चितच हवा उबदार व्हायला लागली आहे आणि स्वच्छ आकाशात तळपणाऱ्या सूर्याची ऊब शरीराला जाणवायला लागली आहे.

बऱ्याच वाचकांनी मला लिहिले आहे की, नौकानयनासंबंधी वापरली जाणारी भाषा त्यांना समजत नाही, त्यामुळे मी गोष्टी सोप्या करण्यासाठी वर ब्यूफोर्ट विंड स्केलची सोपी केलेली आवृत्ती दिली आहे. ती मला फ्रीमँटलचे माझे यजमान पिप आणि जॉन यांनी दिली होती, ते दोघेही खूप अनुभवी खलाशी आहेत. खऱ्या ब्यूफोर्ट प्रमाण आलेखापेक्षा हा प्रमाण आलेख मला वास्तवाच्या जास्त जवळ जाणारा आणि स्वानुभवाशी जोडणारा वाटला!

**गुरुवार, ११ फेब्रुवारी २०१० - मोकळे आकाश! कितीतरी दिवसांनंतर!**

तीन दिवस सतत घोंघावणाऱ्या वादळांनंतर आज कितीतरी दिवसांनंतर मोकळे आकाश बघायला मिळाले. सूर्य पूर्ण तेजाने तळपत होता, ऊन हवेहवेसे वाटत होते आणि मी चक्क अनवाणी व कोणतेही उबदार कपडे न घालता डेकवर काम करू शकत होतो. असे मी कधी केले होते, आठवत नाही; पण नोव्हेंबरमध्ये ऑस्ट्रेलिया सोडल्यापासून तर नक्कीच नाही! पश्चिम वायव्येकडून येणारा वारा ताशी १० ते १५ नॉट्सची गती राखून आहे, लाटाही प्रमाणात उंची गाठत आहेत. त्या पश्चिमेकडूनच येत असल्याने 'म्हादेई' आपली आपण ईशान्येकडे चालली आहे. वाईट हवामानाचा काळ मन किती लवकर विसरते आणि चांगल्या दिवसांची मजा घ्यायला लागते नाही! बाहेर चांदणी रात्र पडली आहे, मी लिहीत बसलो आहे. वारा मंद-मंद ताशी १२ नॉट्सच्या गतीने वाहत आहे आणि बोटीच्या मागून सागरी प्रवाह येत आहे; त्यामुळे बोट न हिंदकळता आरामात ताशी सात नॉट्सपेक्षा थोड्या जास्त वेगाने चालली आहे. पोर्ट स्टॅन्लेच्या धक्क्याला बांधलेली असताना ती यापेक्षा जास्त हिंदकळत होती, असे मला वाटते. रात्री उशिरा शीत वातपट्टा आम्हाला पार करून जाण्याची शक्यता आहे. त्यामुळे वाऱ्याचा वेग वाढेल आणि शिडे कमी करावी लागतील. तोपर्यंत आहे तो आनंदाचा क्षण जगून घेऊ या!

चांगल्या हवामानाने मला जी उसंत दिली होती, तिचा फायदा घेऊन मी इ-

मेलद्वारा काही मुलाखती देण्याचं काम पूर्ण केलं. आता बरेचसे प्रश्न पुनःपुन्हा विचारले जात होते आणि हवा चांगली असेल त्या दिवशी त्यांची उत्तरं पटापट देता येत होती. हे करताना मजा यायची, विशेषतः पुढे दिलेल्या प्रकारचे प्रश्न मुलाखतीदरम्यान विचारले गेले —

**प्रथमतः खलाश्यांविषयी–**

१. तुमच्याबरोबर आणखी किती लोक बोटीवर आहेत आणि ते आधीपासून तुमचे मित्र आहेत का? तुम्ही ब्लॉगमध्ये नेहमी 'कप्तान' असा उल्लेख करता. त्याच्याबद्दल अधिक सांगू शकता का? त्या सगळ्यांची नावं आणि अनुभव काय आहे?
*आम्ही तीन खलाशी आहोत आणि मला जेव्हापासून आठवतं, तेव्हापासून आम्ही एकमेकांना ओळखतो. सगळे एकमेकांचे जिवलग मित्र आहोत. यापेक्षा एकजीव टीम तुम्हाला कधी मिळणार नाही. नावं? मी, मी आणि मी स्वतः! मी एकटाच मोहिमेवर आलो आहे. मला वाटलं की तुम्हाला माहीत असेल!*

२. मला स्वयंपाक्याबद्दलही थोडं सांगा, त्याचं नाव काय? तो फारच रागीट दिसतो, तुम्ही सांगितलं तसं तो समुद्र खवळलेला असताना स्वयंपाक करायला नकार देतो; कारण गॅसवर भांडी स्थिर राहत नाहीत.
*इतका उद्धटपणा करूनही स्वयंपाकी सहीसलामत माझ्या तावडीतून कसा निसटतो, याचं उत्तर मला वाटतं वर दिलेल्या उत्तरातून तुम्हाला मिळू शकेल!*

**प्रवास :-**

३. आता काही गंभीर प्रश्न; समुद्रात बोट चालवणं किती सोपं आहे किंवा किती तणावाचं आहे?
*इतर गोष्टींशिवाय हवामान आणि बोटीला येत असणाऱ्या अडचणींवर ते अवलंबून आहे. वारा जर योग्य गतीने वाहत असेल, हवा चांगली असेल आणि बोटीवरच्या सगळ्या यंत्रणा व्यवस्थित काम करत असतील, तर बोट चालवणं सोपं आणि आनंददायी असतं. बोटीवरच्या यंत्रणा बिघडायला लागल्या किंवा वाईट असलेलं हवामान आणखी खराब झालं, तर अडचणींची आणि तणावाची पातळी वाढायला लागते.*

४. कुणीही खलाशी होऊ शकतं का? अशा प्रकारची सफर करण्यासाठी फक्त ज्ञान आणि अनुभव यांच्याशिवाय नक्कीच आणखी काहीतरी लागतं. तुमचं मत काय?
*अर्थात, खलाशी कुणीही होऊ शकतं! मी २१ वर्षांचा होईपर्यंत शिडाच्या*

*होडीत पाय ठेवला नव्हता आणि गेल्या वर्षापर्यंत कधी एकट्यानं बोट चालवली नव्हती! ज्ञान आणि अनुभव यांना पर्याय नाही, पण कोणतीही गोष्ट करण्यासाठी लागणारे आवश्यक ते प्रयत्न करण्याची इच्छा असणारा कुणीही ज्ञान आणि अनुभव मिळवू शकतो.*

**'म्हादेई' बद्दल–**

५. तुम्ही तुमच्या कपड्यांची व्यवस्था कशी लावता... म्हणजे मला म्हणायचं आहे की कपडे धुवायला लागू नयेत म्हणून तुम्ही खूप कपडे बरोबर नेता का? (सॉरी, हे फारच घरगुती प्रश्न झाले, पण त्यामुळे तुमची कहाणी आणखी लज्जतदार होईल.)

*एकट्यानं नौकानयन करण्याचा सगळ्यात मोठा फायदा म्हणजे तुम्ही तुमच्या मनाला वाटेल ते कपडे घालू शकता, मग ते कसे दिसतात किंवा त्यांना वास येतो का, याची चिंता करण्याची तुम्हाला गरज नसते! समुद्रात कपडे धुवायला नको म्हणून मी जास्तीचे कपडे बरोबर नेतो.*

६. तुम्ही जर कपडे धुतले तर मजा येईल, म्हणजे तुम्हाला लोकांना काही मजेदार किस्से सांगता येतील.

*कपडे धुण्याचा विचार करण्यापेक्षा बोटीवर करण्यासारख्या इतक्या गोष्टी असतात की त्यातच वेळ निघून जातो! पण जर कपडे धुवायची वेळ आलीच तर सगळ्यात सोपा पर्याय हा असेल की एका दोराला कपड्यांचा जोड बांधायचा आणि तो समुद्रात सोडून देऊन काही तास बोटीच्या मागे-मागे येऊ द्यायचा. नैसर्गिक वॉशिंग मशिन! खाऱ्या पाण्याने कपडे निर्जंतुक होतील. जर वाळल्यावर ते कपडे मऊ व्हायला हवे असतील तर खाऱ्या पाण्यातून काढल्यावर गोड्या पाण्यात खळबळावे किंवा कपड्यांना स्टार्च हवा असेल तर खाऱ्या पाण्यातून काढल्यावर खाली सरळ पसरवून मग वाळवावेत!*

**तुमच्याबद्दल–**

७. तुम्ही आणि तुमच्या सहखलाश्यांनी हाती घेतलेली मोहीम अद्‌भुत तर आहेच पण तिच्यासाठी अनुभवाबरोबरच अंगात धाडसही असणं गरजेचं आहे. अशी मोहीम हाती घेण्याचा विचार करण्याआधी तुम्ही तुमच्या मनाची तयारी कशी केलीत!

*मी ज्या वेळी या प्रकल्पात भाग घेण्याची तयारी दाखवली, तेव्हा मी नक्की काय करायला चाललो आहे याची मला पुसटशीदेखील कल्पना नव्हती. ती कल्पना ऐकायला छान वाटली आणि कोणताही विचार न करता मी त्यासाठी*

*नाव दिलं. या विषयावर जेव्हा मी वाचायला सुरुवात केली, तेव्हा आपण कल्पना केली होती त्याहीपेक्षा हे काहीतरी खूप मोठं आणि अवघड काम असल्याची जाणीव मला झाली; त्यामुळे मग माझं औत्सुक्य आणखीनच वाढलं. या प्रकल्पात आम्ही जसजसे गुंतत गेलो, तसतसा इतर कशालाही वेळ मिळेनासा झाला आणि असं करता-करता एक दिवस निघायचीच वेळ झाली! मनाची तयारी करण्यासाठी माझ्याकडे न वेळ होता, न इच्छा होती न ताकद होती!*

८. शिवाय, हे तर स्पष्टच आहे की कोणतीही परिस्थिती हाताळण्यासाठी एक टीम म्हणून तुम्हाला परस्परांना समजून घेण्याची आणि एकमेकांना सहकार्य करण्याची गरज पडत असणार. म्हणून, तांत्रिक बाबींवर चर्चा करण्याव्यतिरिक्त तुमच्यात कशा प्रकारचं संभाषण होतं? काही किस्से आठवत असतील तर सांगा.
*बोटीवरची टीम कशी आहे हे समजल्यावर त्यांच्यातलं संभाषण हे तोंड न उघडताच होत असणार हे तुम्हाला कळून येईल अशी मला खात्री आहे. त्या संभाषणासंबंधी काही किस्से घडणं ही प्रक्रिया खूपच गुंतागुंतीची ठरेल!*

९. तुम्ही तुमच्या ब्लॉगवर लिहिलं नाही अशा गोष्टींबद्दल सांगा... म्हणजे तुम्हाला वाटलेली भीती, बाकीच्या खलाश्यांबरोबर झालेली वादावादी, दिवसच्या दिवस बोटीवर घालवताना होणारे भावनांचे चढ-उतार इत्यादी.
*जमिनीवर असताना असतात तसेच इथेही काही दिवस चांगले असतात तर काही वाईट. भावनांचं इंद्रधनुष्यच तुम्हाला इथे अनुभवायला मिळतं; अगदी भीतीपासून ते उत्सुकता आणि परमोच्च आनंदापर्यंत. कधी तुम्ही निराशेच्या खोल गर्तेत जाता, तर कधी आनंदाच्या शिखरावर असता! माझ्या सहखलाश्यांबरोबर वादावादी? खूपदा. सुदैवानं कुणीही कुणावर ओरडत नाही!*

उत्तर देऊन संपवताना मी हसून हसून बेजार झालो! ही विशिष्ट मुलाखत कधीच प्रसिद्ध झाली नाही, हे सांगण्याची गरज नाही, म्हणून या पुस्तकाच्या वाचकांसाठी ती देण्याचं स्वातंत्र्य मला घेता आलं.

### *रविवार, १४ फेब्रुवारी २०१० - एक वर्ष आणि २३,००० मैल*

*१२ फेब्रुवारी २०१० रोजी 'म्हादई'ने नेव्हीच्या सेवेतले एक वर्ष पूर्ण केले; तिच्या छोट्याशा आयुष्यात तिने सुमारे २३ हजार सागरी मैलांचा प्रवास पूर्ण केला. देशात अशा प्रकारची ही पहिलीच यॉट बांधली गेली होती हे लक्षात घेता, ही कामगिरी काही वाईट नाही. ती नेव्हीचे जहाज असती तर तिचा वाढदिवस मोठ्या*

थाटात साजरा झाला असता, कदाचित केकबिक कापून. आम्ही तो जलदगतीने आणि सुरळीतपणे १७० सागरी मैल पार करून साजरा केला! गेल्या काही दिवसांपासून प्रवास छान चालला आहे; अधूनमधून वारा ताशी ३० नॉट्सचा वेग गाठतो, त्यामुळे अगदी शांतपणे चालला आहे असे नाही म्हणता येणार, पण जलदगतीने चालला आहे, हे नक्की. दिवसभर सोनेरी ऊन आणि रात्री चांदण्यांचा चंदेरी प्रकाश यांची मजा लुटत डेकवर बसता येते, थंडी अजिबात नाही. प्रशांत महासागरात होत्या तेवढ्या लाटा इथे नाहीत आणि ते बरेच आहे. पुढच्या काही दिवसांचा हवामानाचा अंदाज सांगतो की वारा ताशी २० नॉट्सपेक्षा जास्त वेगाने वाहणार आणि सोबत अटळ असणारी वादळे घेऊन येणार. आम्ही आता अगदी 'गरजणाऱ्या चाळिसांच्या प्रदेशातून बाहेर पडण्याच्या बेतात आहोत आणि नैर्ऋत्येकडून येणारा जोरदार वारा आम्हाला उत्तरेकडे ढकलत आहे. याच भागात जास्त काळ राहायला आवडेल म्हणजे चांगल्या वाऱ्याचा फायदा घेता येईल आणि पुढे उत्तरेला जास्त दाबाच्या क्षेत्रात बोटीचा वेग मंदावणे टाळता येईल. या ब्लॉगचा शेवट दक्षिण अटलांटिकच्या मध्यावरून 'व्हॅलेंटाइन्स डे'च्या शुभेच्छा देऊन करतो! मजा करा!

**बुधवार, १७ फेब्रुवारी २०१० - 'गरजणाऱ्या चाळिसां'ना रामराम!**

जवळजवळ ३६ तास घोंघावणाऱ्या वादळांचे अखेरचे नाट्य अनुभवल्यानंतर अखेर एकदाचे आम्ही 'गरजणाऱ्या चाळिसां'च्या कचाट्यातून बाहेर पडलो, असे वाटते. वादळांनी आम्हाला अपेक्षेपेक्षा जास्त उत्तरेला ढकलले. पण उच्चदाब क्षेत्रापर्यंत जाऊन वेग कमी होण्याची शक्यता मात्र अजून लांब आहे. उच्चदाब प्रणालीच्या काठावर आम्ही आहोत आणि सकाळपासून पश्चिमेकडून वारा छान वाहतो आहे. बेताच्या वेगाने मागून येणाऱ्या लाटांवर डुलत निरभ्र आकाशातल्या सूर्याचा मागोवा घेत 'म्हादेई' आपल्याच नादात पुढे चालली आहे! पुढच्या काही दिवसांचा हवामानाचा अंदाज दिलासा देणारा आहे. त्यानंतर वारा अग्नेयेकडून वाहू लागेल. याचाच अर्थ, केप टाउनपर्यंत वारा समोरून येणार आणि आम्हाला लाटांवर आपटत जावे लागणार. ठीक आहे, तिथे पोचू तेव्हा बघू! सध्या, दिवसागणीक उबदार होत जाणाऱ्या हवेत नौकानयनाचा आनंद लुटत आहोत. दिवसा लोकरीचे कपडे किंवा बूट घालायची गरज पडत नाही आणि सकाळची कॉफी आत स्टोव्हच्या उबेला राहून घेण्याऐवजी मस्त बाहेर डेकवर बसून घेता येत आहे!

## शुक्रवार, १९ फेब्रुवारी २०१० - पूर्व गोलार्धात पुनरागमन

*आज रात्री दहा वाजून ५३ मिनिटांनी आम्ही मूळ रेखावृत्त (Prime Meridian) ओलांडले आणि दोन महिन्यांपेक्षाही जास्त काळानंतर पूर्व गोलार्धात परत आलो. आजचाही दिवस मस्त गेला! फार वेगाने प्रवास झाला नाही; पण सपाट समुद्रात, मंद वाऱ्यात आणि स्वच्छ आकाशाखाली शांतपणे झाला. अशा हवेत स्वयंपाक्याला मस्त काहीतरी शिजवण्याची हुक्की नसती आली तरच नवल! त्याने अत्यंत रुचकर अशी 'रिसोट्टो कॉन गाम्बेरी इ फुंगी' (पास्ता विथ मशरुम्स अ‍ॅन्ड श्रम्प्स (कोळंबी)) डिश बनवली. निळ्या आकाशाखाली बसून लोकरीचे कपडे न घालता भरपेट जेवण, त्यावर न्यूझीलंडहून आणलेली मॉन्सून बिअर आणि त्यानंतर आवश्यकच असणारी वामकुक्षी. आयुष्य यापेक्षा आणखी सुखाचे कसे असू शकते! या सुखाच्या काळातील उद्या शेवटचा दिवस असणार. त्यानंतर हवामानबाबाने केप टाउनच्या डॉक्टरची अपॉइंटमेंट घेऊन ठेवली आहे; म्हणजेच समोरच्या बाजूने जोरदार वारा आणि लाटा येणार आणि हा खेळ केप टाउनपर्यंत असाच चालू राहणार!*

आणखी एक दिवस आमचा प्रवास सुरळीत चालला. त्यानंतर अग्नेयेकडून वाहणाऱ्या वाऱ्यांनी धडका मारायला सुरुवात केली. ही परिस्थिती आफ्रिकेच्या नैर्ऋत्य किनारी भागात नेहमीच असते. आम्ही जात असलेल्याच दिशेकडून तोंडावर वारा आणि लाटा येत असल्यामुळे आणि सागरी प्रवाहही विरोधात असल्याकारणाने केप टाउनपर्यंतचा हा टप्पा तसा त्रासदायकच होता. केप टाउनला पोचण्याच्या आदल्या रात्री, समोरून येणाऱ्या वाऱ्यामुळे आपटत बोट मार्ग काढत असताना ती डावी-उजवीकडे घुसळल्यासारखी हलत असल्याचा मला भास झाला. ही हालचाल नेहमीपेक्षा वेगळी वाटली. पण, इच्छित दिशेकडे जात असल्यामुळे मी फारसं लक्ष दिलं नाही. एरवी, मी ताबडतोब यामागचं कारण शोधून काढण्याचा प्रयत्न केला असता, पण गेले काही दिवस वाऱ्याचे तडाखे सहन करून आणि लाटांचा मार खाऊन मीही थकलो होतो आणि म्हणून तिला जायचं त्या पद्धतीनं मी जाऊ देत होतो. सकाळी केप टाउनच्या जवळ आल्यावर बंदरात प्रवेश करण्याच्या दृष्टीनं मी बोटीवर सर्वसाधारण पाहणी करत असताना माझ्या लक्षात आलं की विंड वेनचा एक महत्त्वाचा भाग असलेलं विंड वेन वॉटर पेडल तुटलं होतं आणि नाहीसं झालं होतं! याचाच अर्थ, संतुलित असलेली आणि वारा तोंडावर झेलणारी 'म्हादेई' रात्रभर कोणताही स्वयंचालक मदतीला नसताना स्वतःच्या बळावर प्रवास करत होती. तिनं हळुवारपणे तिच्या थकल्याभागल्या कप्तानाला, काहीतरी गडबड असल्याचं सांगण्याचा प्रयत्न

केला होता आणि अंग घुसळून आपल्याकडे त्याचं लक्ष वेधण्याचाही निष्फळ प्रयत्न केला होता, पण त्याच्याकडून काहीच प्रतिसाद येत नाही असं पाहून निमूटपणे आपल्या मुक्कामाच्या दिशेनं कूच केलं होतं.

२५ फेब्रुवारीला पहाटे सहा वाजण्याच्या सुमाराला हातात गरम कॉफीचा मग असताना मला केप टाउनला वेढून असलेले उंचच उंच डोंगर दिसले. ते दृश्य अतिशय ओळखीचं आणि स्वागतार्ह होतं! मी जवळजवळ अटलांटिक पार केल्यासारखाच होता. मी याआधीही केप टाउनला भेट दिली होती आणि मी आजवर पाहिलेल्या शहरांपैकी एक अत्यंत सुंदर शहर ते होतं, यात शंकाच नाही. महाकाय 'टेबल माउंटन'च्या कुशीत विसावलेल्या या शहराचं मूळ रूप म्हणजे डच ईस्ट इंडिया कंपनीनं खलाश्यांच्या मागणीनुसार तयार केलेला एक छोटा थांबा किंवा सीमा चौकी असं होतं. हे ठिकाण त्याला मिळालेली 'समुद्रांची मधुशाला' ही उपाधी सार्थ ठरवणारं होतं!

चारशे वर्षांपूर्वी हे दृश्य किती दिलासा देणारं असलं पाहिजे. लांबवरून प्रवास करून आल्यानंतर टेबल माउंटनचं दर्शन नक्कीच मन प्रसन्न करणारं असेल!'' किनाऱ्याजवळ जाता-जाता मनात विचार आला. बंदरात प्रवेश करण्यासाठी मी बोटीला तयार करत असताना स्टे सेल (छोटं शीड) फाटलेलं दिसलं आणि मुख्य शीड खाली-वर करण्याच्या दोराचंही नुकसान झालेलं दिसलं. लिट्लटनमधून बाहेर पडताना सोसाट्याच्या वाऱ्याचे तडाखे सोसून स्टे सेल फाटलं असावं. 'दुरुस्तीच्या यादीत आणखी दोन कामांची भर पडलो,' ही मोडतोड आधी झाली नाही यासाठी मनातल्या मनात मी आभार मानले.

लवकरच काही बोटी आम्हाला 'व्हिक्टोरिया अ‍ॅन्ड अल्बर्ट वॉटरफ्रंट'मध्ये मुक्कामाच्या ठिकाणी नेण्यासाठी आल्या, त्यात दक्षिण आफ्रिकेच्या नौदलाच्या यॉटचाही समावेश होता. मला तर अगदी घरी आल्यासारखंच वाटत होतं; दक्षिण आफ्रिकेच्या नौदलातल्या जुन्या मित्रांना भेटून बरं वाटत होतं. शिवाय, आमच्या स्वागताला भारतीय संरक्षण सल्लागार आणि संयुक्त राष्ट्रांमध्ये नियुक्त झालेले भारतीय हवाईदल अधिकारी विंग कमांडर वाय.वाय.पी. रावही खास काँगोहून आले होते. आम्ही दोघं २४ वर्षांपूर्वी राष्ट्रीय संरक्षण प्रबोधिनीत (NDA) एकत्र शिकत होतो आणि या प्रकल्पात मी नाव नोंदवलं तेव्हाही ते माझ्यासोबत पोर्ट ब्लेअरला होते. त्यांनी परिधान केलेली सन्मानचिन्हं बघून एका पत्रकारानं न राहवून प्रश्न केला, ''संयुक्त राष्ट्र संघ इथे काय करतोय?''

अगदी कोरा चेहरा ठेवून मी उत्तरलो, ''आमचं स्वागत करायला संयुक्त राष्ट्रांनी त्यांची खास नियुक्ती केली आहे.''

त्या रात्री माझ्या आगमनाचा अहवाल नौदल मुख्यालयाला पाठवताना मी

लिहिलं की, माझा किनाऱ्यावरचा मदतनीस अभिलाष अजून दिल्लीत कागदपत्रांच्या जंजाळात अडकलेला असल्यामुळे संयुक्त राष्ट्र संघानं माझ्या मदतीला त्यांचा एक प्रतिनिधी पाठवला आहे. 'म्हादई'ने दक्षिण महासागर पार करताना प्रत्येक बंदरात तिच्या मदतनिसाला मात दिली होती. तिनं ठासून हे सिद्ध केलं होतं की, 'साउथ ब्लॉक'चे अडथळे पार करण्यापेक्षा 'सदर्न ओशन' पार करणं जास्त सोपं आहे!' (दिल्लीतल्या 'साउथ ब्लॉक' या इमारतीत संरक्षण व परराष्ट्र व्यवहार खात्यांची कार्यालयं आहेत.)

▲ अब दिल्ली दूर नही!

▼ शेवटचं केप

▲ केप ऑफ गुड होप

▼ अंतिम रेष

# घराकडे धाव

**मा**झे 'जमिनीवरचे पाय' परत मिळवत आणि 'म्हादेई'ला पुढच्या टप्प्यासाठी तयार करत आम्ही लवकरच बंदरातल्य दिनक्रमाला सरावलो. इतर बंदरांसारखी बोटीच्या दुरुस्त्यांबाबत मला इथे केप टाउनला चिंता वाटत नव्हती. हे बंदर फारच 'यॉटस्नेही' आहे आणि दुरुस्ती सुविधा इथे मुबलक प्रमाणात उपलब्ध आहेत. आम्ही डोलकाठी आणि तिला जोडलेलं दोरांचं जाळं (Rigging) केप टाउनहूनच मागवलं होतं आणि डोलकाठी बनवणाऱ्या 'सदर्न स्पार्स' यांनी निःशुल्क दुरुस्ती करून देण्याचं आश्वासन दिलं होतं; शिवाय आम्हाला आमच्या पायांवर पुन्हा उभं करण्यासाठी रत्नाकरनंही तिथे येण्याचं कबूल केलं होतं. 'सागरपरिक्रमा' मोहीम जवळजवळ संपल्यासारखीच वाटत होती! कामाच्या वेळापत्रकाबाबत काही काळ विचार करायचा नाही, असं मी ठरवलं होतं. तो वेळ स्वतःच्या तब्येतीकडे लक्ष देण्यासाठी मी वापरणार होतो. अगदी पहिल्यांदा टेबल माउंटन पाहिल्यावर तो चढून जाण्याची इच्छा मनात निर्माण झाली होती आणि माझे पाय मूळ पदावर सुस्थितीत आणायचे असतील तर तो चढून जाणं हाच त्यावरचा सर्वोत्तम उपाय आहे, असं मला वाटत होतं.

***गुरुवार, १८ मार्च २०१० - केप टाउनहून अभिवादन***

*गेले २० दिवस ब्लॉग लिहिण्यापासून रजा घेऊन मी गायब झालो होतो त्याबद्दल दिलगिरी व्यक्त करूनच या ब्लॉगची सुरुवात मी करू शकतो! त्याचा दोष मग माझ्या व्यग्रतेला द्या किंवा आळशीपणाला किंवा विस्कळीत झालेल्या इंटरनेट सेवेला द्या!*

*सूर्यप्रकाशात न्हाऊन निघालेल्या केप टाउनमध्ये वेळ कसा पंख लावून भुर्रकन उडून जात आहे; काही वेळ 'म्हादेई'च्या दुरुस्तीत तर काही वेळ विश्रांती आणि करमणुकीत चालला आहे. दुरुस्त्यांपैकी बहुतेक कामे ही 'आवश्यक'पेक्षा 'केलेली बरी' अशा रकान्यात टाकण्याजोगी आहेत. खरेतर, ती न करताही मी घरापर्यंत पोचू*

*शकेन; पण इथे सुटे भाग आणि कुशल कारागीर उपलब्ध असल्यामुळे ती आताच करून घेण्याचा निर्णय मी घेतला. लवकरच, आवश्यक असलेले सुटे भाग आणि यॉटसाठी कुशल कारागीर भारतातच उपलब्ध होतील अशी आशा आहे. शिवाय, आम्ही डोलकाठी आणि दोरांचे जाळे केप टाउनहूनच विकत घेतलेले असल्यामुळे त्यांची देखभाल येथेच करून घेणे शहाणपणाचे ठरेल. रत्नाकर दहा दिवसांसाठी आल्यामुळे छोट्या छोट्या दुरुस्त्या आमच्या आम्हालाच करता आल्या. आता फ्रान्सहून येणाऱ्या बदली फर्लर फॉइल्स, स्थानिक नॉर्थ सेल्सकडून होणारी नेहमीची शीड-दुरुस्ती आणि देखभाल झाल्यानंतर जनरेटर पुन्हा बसवणे, या कामांची मी वाट बघत आहे. येथून २९ मार्च रोजी निघण्याचा विचार आहे, म्हणजे १६ मेच्या आसपास मुंबईला पोचता येईल. केप टाउनला थोडा जास्त मुक्काम करण्याचं कारण म्हणजे दक्षिण महासागरात निर्माण होणाऱ्या चक्री वादळांचा काळ टाळायचा विचार आहे. तो साधारण एप्रिल महिन्याच्या अखेरीला संपतो. मार्च महिन्याच्या शेवटी प्रवासाला सुरुवात केली की उष्णकटिबंधीय चक्री वादळे जिथे जास्त प्रमाणात उद्‌भवतात, त्या व्यापारी वाऱ्यांच्या प्रदेशात आम्ही एप्रिलच्या शेवटी-शेवटी पोचू असा अंदाज आहे. याचा आणखी एक फायदा असा की, मे महिन्याच्या पूर्वार्धात आम्ही विषुववृत्त पार करू शकू आणि नैर्ऋत्य मॉन्सूनच्या आगमनाच्या आधी त्याच्या आसपास असणारा निर्वात पट्टा (डोलड्रम्स) विस्कळीत अवस्थेत असेल, अशी आशा आहे. जर मॉन्सून ठरलेल्या वेळेआधी दाखल झाला (गेल्या वर्षी त्याने खूपच उशीर केला होता) तर आम्हाला थेट घरापर्यंत मागून येणाऱ्या वाऱ्यांची साथ मिळेल!*

*ही माझी केप टाउनला तिसरी भेट आहे, तरी या शहराच्या आणि आसपासच्या सौंदर्याने मी अजूनही विस्मयचकित होतो. विश्रांती आणि करमणूक कार्यक्रमातील सगळ्यात उत्कर्षबिंदू हा टेबल माउंटनवर चढाई करणे हा होता, त्यामुळे मला माझे जमिनीवरचे पाय लवकर परत मिळवता आले. मला वाटते, जो माणूस खरोखरच तंदुरुस्त असेल आणि त्याच्याकडे या शहरात घालवण्यासाठी एक जास्तीचा दिवस असेल तर त्याने ही चढाई नक्कीच करून बघायला हवी!*

*बंदरात आमच्या जोडीला सील माशांव्यतिरिक्त आणखी एक दिलचस्प कंपनी होती, ती म्हणजे 'फिनिशिया' ही बोट! ख्रिस्तपूर्व ६०० मध्ये फिनिशियन लोकांनी ज्या शिडाच्या बोटीने आफ्रिकेची प्रदक्षिणा करण्याचा प्रयत्न केला होता, त्यांनी बनवलेल्या बोटीची प्रतिकृती होती ती. तुम्ही या मोहिमेबद्दल त्यांची वेबसाइट www.phoenicia.org.uk वर अधिक माहिती वाचू शकता.*

आमच्या शेजारीच बांधलेली 'फिनिशिया' बोट बघून खूप छान वाटत होतं.

तिने सुरक्षितपणे हिंदी महासागर पार केला होता, ही बाबच तिच्या कप्तानाच्या-फिलिप बीलच्या आणि त्याच्या स्वयंसेवक खलाश्यांच्या सागरी कौशल्याला दाद देण्यासाठी पुरेशी आहे. फिनिशियन लोकांनी ख्रिस्तपूर्व ६०० मध्ये जी बोट बांधली होती, तिच्याचसारखी तंतोतंत ही पण बोट बनवली गेली आहे. तिच्याकडे बघताना, तिच्या तुलनेत 'म्हादेई' अगदी आधुनिक तंत्रकौशल्याने परिपूर्ण अशी अत्याधुनिक बोट दिसत होती.

मला नेहमी एक प्रश्न विचारला जातो, "बोट सदैव चालवावी लागते, तर तुम्ही तुमची झोप कशी काय घेऊ शकता?" मी 'शक्य असेल तेव्हा छोट्या छोट्या डुलक्या काढतो,' असं उत्तर देतो, पण हे मी नक्की कसं करतो हे लोकांना समजावून सांगणं मला अवघड जातं. एक दिवस, दक्षिण आफ्रिकन हवामान सेवा (वेधशाळा) कार्यालयातल्या लोकांना मी बोट फिरून दाखवत असताना, त्यांच्यातल्या एका महिलेने मला या प्रश्नाचं अचूक उत्तर दिलं!

"तुम्ही हे कसं करत असाल हे मला कळलं आहे," ती म्हणाली. "असं बघा, मला दोन महिन्यांचं बाळ आहे. रात्री, जेव्हा बाळाला माझी गरज भासते, तेव्हा मी त्याला दूध पाजते, त्याचं दुपटं बदलते आणि पुन्हा त्याला माझी गरज भासेपर्यंत झोपी जाते. हा माझा कार्यक्रम काही निश्चितप्णे आखलेला नसतो; पण मी तो बरोबर पाळू शकते. तुमच्या बाबतीत बाळाऐवजी ही बोट आहे, जिच्याकडे तुम्हाला वरचेवर लक्ष द्यावं लागतं." किती सोपं आणि चपखल स्पष्टीकरण होतं हे!

केप टाउनमध्ये वेळ भराभर निघून चालला होता. सगळा देश सॉकर (फुटबॉल) वर्ल्ड कपच्या तयारीत गुंतला होता आणि त्याचा जोश सर्वत्र जाणवत होता! हिवाळ्यानं दक्षिण गोलार्धात आपली पावलं ठेवण्याआधी मला दक्षिण अक्षांश पार करून जायचं होतं. एक जनरेटर सोडला तर बाकी सगळ्या गोष्टींची दुरुस्ती करण्यात आम्ही यशस्वी ठरलो होतो. त्याचं बेताल वागणं काही सुधारत नव्हतं. शेवटी, त्याला उर्वरित प्रवासात तसंच वागू देण्याचा निर्णय घेत मी ३ एप्रिल ही तारीख प्रस्थानासाठी नक्की केली. ती आणखी पुढे ढकलण्यात काही अर्थ दिसत नव्हता.

सगळं शहर निवांतपणे ईस्टर वीकेंड साजरा करत असताना सकाळी निरभ्र आकाशाखाली मित्रांच्या एका गटाने आम्हाला व्हिक्टोरिया अ‍ॅन्ड आल्फ्रेड वॉटरफ्रंटहून निरोप दिला. हा मुक्काम अतिशय संस्मरणीय झाला आणि नजीकच्याच भविष्यकाळात या रम्य शहराला 'म्हादेई'सकट पुन्हा भेट देण्याचं वचन देऊन मी निघालो. हे केवळ एक मनोरथ नव्हतं, तर साधारण योजना आकारही घेऊ लागली होती. त्या योजनेबरहुकूम गोष्टी घडल्या असत्या तर एक वर्षाच्या आत आम्ही पुन्हा केप टाउनकडे कूच करणार होतो. अखेरीस, पुढे ती योजना आकाराला आली आणि वर्ष

संपायच्या आतच आम्ही पुन्हा इथे आलो! पण, ती कहाणी पुस्तकाच्या पुढच्या भागात!

### *सोमवार, ५ एप्रिल २०१० - समुद्रावर परत - घराच्या दिशेनं!*

*३ एप्रिलला सकाळी साडेदहा वाजता केप टाउन सोडल्यानंतर आम्ही पुन्हा समुद्रावर आलो आहोत. प्रेमळ केप टाउनवासीयांनी केलेल्या आदरातिथ्याचा आणि लाडाकोडाचा भरपूर पाहुणचार घेऊन 'म्हादेई' आणि तिचा खलाशी तृप्त झाले! आम्हाला दोघांनाही येथे परत यायला नक्कीच आवडेल.*

*पूर्व दिशेला वळण्याआधी बरेच अंतर दक्षिणेला जायचे अशी योजना होती, म्हणजे आगलस किनाऱ्याला लांब ठेवता येईल; कारण हा किनारा पश्चिमेकडे वाहणारा प्रवाह आणि उसळत्या लाटा यांच्यासाठी कुप्रसिद्ध आहे. पण, नेहमी होते त्याप्रमाणे ठरल्यानुसार गोष्टी घडल्या नाहीत. दक्षिणेकडे जाणाऱ्या वाऱ्याने केप टाउन सोडल्यापासून पहिल्या दिवशी आणि रात्री आम्हाला नैर्ऋत्येकडे ढकलायला सुरुवात केली. म्हणजे, आम्ही ज्या दिशेकडून, पोर्ट स्टॅन्लेकडून, आलो होतो त्या दिशेला! ईस्टरच्या सकाळपर्यंत, चुकीच्या दिशेकडे पिटाळले जाण्याचा कप्तानाला इतका वैताग आला की, त्याने अग्नेयेकडून येणाऱ्या कमी वेगाच्या वाऱ्यांचा सहारा घेत पूर्वेकडे जाण्याचा निर्णय केला. हा वारा सातत्यानं ताशी १० ते १५ नॉट्सच्या वेगाने दिवसभर वाहत होता, त्यामुळे हळूहळू का होईना; पण निश्चितपणे पूर्वेकडे प्रवास सुरू झाला. अशा गतीने, दोनेक तासांतच आम्ही आफ्रिका खंडाच्या अगदी दक्षिणेला असणारा केप आगलस पार करायला हवा आणि अटलांटिक महासागराचा निरोप घ्यायला हवा.*

### *सोमवार, १२ एप्रिल २०१० - दक्षिण महासागराला निरोप*

*'गरजणाऱ्या चाळिसां'च्या प्रदेशात न शिरता आगलसचा किनारा आणि प्रवाह पार केल्यानंतर आणि पश्चिमेकडून मोठे तुफान घोंघावत येत असलेले पाहून आम्ही आणखी दक्षिणेकडे सरकायचा विचार रद्द केला आणि दक्षिण महासागरात जाणे टाळण्याचे ठरवले. पण, नशिबाची साथ नव्हती! दक्षिण महासागराने थोडे वर सरकून त्याची एक शेवटची झलक पेश करायचे ठरवले होते, आम्ही त्याला घाईघाईत विसरून जावू, अशी भीती त्याला वाटली असावी! त्यामुळे तीन दिवस नुसता वादळाचा थयथयाट आणि लाटांचे तांडवनृत्य! त्यांनी आम्हाला ईशान्य दिशेला धाडून दिले. अर्थातच आमची काहीही तक्रार नव्हती, कारण आधी ठरल्याप्रमाणे गरजणाऱ्या चाळिसांच्या प्रदेशात शिरलो असतो तर याहीपेक्षा वाईट परिस्थितीचा सामना करावा लागला असता. नव्याकोऱ्या स्टे सेलला आणि फर्लरला बांधलेल्या साखळदंडाने त्यांची साथ सोडण्याचा निर्णय घेतला. कितीही पक्के*

*बांधले तरी वादळांचा जोर वाढल्यावर तो काही टिकायचे नाव घेईना. अशा हवामानात त्या जागी नवीन साखळदंड बांधण्याचा प्रयत्न करणेही व्यर्थ होते; त्यामुळे शिडाची गुंडाळी केली आणि मुख्य शिडाचा आकार शक्य तितका कमी करून 'म्हादेई' पुढे चालू लागली. वारा मागून कोन करून येत असताना आणि इतक्या वेगात पुढे जात असताना ती आपला मार्ग सोडत नव्हती, ते पाहून मला खरोखर आश्चर्य वाटले. तिच्यासोबत २५ हजार सागरी मैलांपेक्षा जास्त प्रवास करूनही मी अजून तिला चालवायला शिकतोच आहे! वादळांनी आम्हाला अगदी उच्चदाब क्षेत्रात आणून सोडले आणि ती गायब झाली, आमच्या वाट्याला अगदी मंद आणि सारखी दिशा बदलणारा वारा आला! काही काळासाठी ही शांतता हवीशी वाटली; कारण त्यामुळे बोटीवरच्या आणि स्वयंपाकघरातील पसाऱ्याची आवराआवर तरी करता आली. पण आता पुन्हा थोड्या जास्त वाऱ्याची वाट पाहणे सुरू झाले आहे!*

मंद गतीने वाहणारा वारा आणि शांत समुद्र हे एक प्रकारचं वरदानच होतं हे मला लवकरच कळून चुकलं. एका सकाळी, नेहमीप्रमाणे बोटीवर टेहळणी करत असताना जे दिसलं ते पाहून माझ्या काळजाचा ठोकाच चुकला. सुकाणूला जोडलेला मुख्य अक्ष (Rudder Stock) त्याच्या जागेवरून ढळला होता आणि त्याच्या अगदी वरच्या बेअरिंगपासून सुटण्याच्या बेतात होता. तो जर आणखी घसरला असता, विशेषतः खवळलेल्या समुद्रात बोट जोराने पुढे जात असताना सुकाणूने आपल्याबरोबर बोटीचा मागचा भागही उखडून टाकला असता! 'म्हादेई'चं सुकाणू खूप मोठं आणि जड आहे. ते फक्त क्रेनच्याच साहाय्यानं उचललं जाऊ शकतं. ते जर निघून आलं असतं तर मला ते उचलणं शक्यच झालं नसतं. सुदैवानं, त्या अक्षाचा काही भाग अजून वरच्या बेअरिंगमध्ये अडकलेला होता आणि वाऱ्याचा वेग कमी असल्यामुळे काहीतरी उपाय करणं शक्य होतं. मी शिडं गुंडाळून ठेवली; तळकाठीच्या तळाशी असलेल्या दोराचा फास केला आणि सुकाणूचा अक्ष त्यात अडकावून खेचला व जागेवर बसवला. रोज तपासणी करण्याच्या यादीत आणखी एका कामाची भर पडली!

### *गुरुवार, २२ एप्रिल २०१० - व्यापारी वाऱ्यांच्या शोधात*

*दक्षिण महासागराला निरोप देऊन उच्चदाब प्रणालीत शिरल्याला आता दहापेक्षा जास्त दिवस उलटून गेले आहेत. ही प्रणाली नेहमीच्या दिशेकडे म्हणजे पूर्वेकडे सरकायला आणि आम्हाला जरा चांगल्या गतीचा वारा पुरवायला नाखूश आहे. थोड्या दिवसांपुरते मंदगती वाऱ्याचे खलाश्यांनी स्वागत केले; कारण दक्षिण महासागराने दाखवलेल्या हिसक्याने आम्ही चांगलेच हैराण झालो होतो. या काळात*

*थंड वाऱ्यात डेकवर बसून स्वादिष्ट भोजनाचा आनंद लुटता आला, काही देखभालीची कामं उरकता आली आणि गॅब्रिएल गार्शिया मार्केझ याचे अर्धवट राहिलेले 'वन हंड्रेड इयर्स ऑफ सॉलिट्यूड' हे पुस्तक वाचता आले. स्वयंपाक्यालाही स्फुरण चढले, त्यानेही वेगवेगळे पदार्थ बनवण्याचा सपाटा लावला : मुंबईच्या स्पेशल भेळपुरीपासून ते थाय करी, पास्ता आणि रिसोट्टोपर्यंत! खलाश्यांचा वेळ मजेत चालला होता, तर कप्तान हिंदी महासागराचे चार हजारांपेक्षा जास्त सागरी मैल पार करण्याबद्दल विचार करत होता!*

*उच्चदाब प्रणाली जसजशी संथपणे पूर्वेकडे सरकायला लागली, तसतसा वाऱ्याचा वेग वाढायला लागला; पण दुर्दैवाने उत्तर ईशान्येकडून. नेमक्या त्याच दिशेला तर आम्हाला जायचे होते. वाऱ्याच्या अशा दिशेमुळे आणि त्यामुळे उसळत असलेल्या लाटांमुळे आम्ही आठवड्यापासून समोरच्या बाजूने कोनात वारा अंगावर घेत आहोत. त्यामुळे सारखे बोटीचे तोंड वाऱ्यातून वळवत, शिडे बदलत आणि बोट सी-सॉ खेळत असताना कधी ईशान्येकडे जात आहोत, तर कधी आग्नेयेकडे. आम्ही मकरवृत्तापासून अजून ३०० सागरी मैलांवर असलो तरी हवामानाने आपले उष्णकटिबंधीय रंग दाखवायला सुरुवात केली आहे. दिवसाचे तापमान ३० अंश सेल्सिअसच्या घरात जाऊन पोचत आहे आणि मधूनच वादळे उठत आहेत. ती आपल्यासोबत कोणत्याही दिशेकडून सोसाट्याचा वारा घेऊन येतात आणि जाताना तो वारा आपल्यासोबत नेतात; आमच्या सोबतीला फक्त उंच उंच लाटा सोडून जातात! आतापर्यंत सतत साथ करणारे अल्बॅट्रॉस पक्षी आता दिसेनासे झाले आहेत आणि आम्ही लवकरच डॉल्फिन्सच्या आणि उडणाऱ्या माशांच्या क्षेत्रात प्रवेश करणार आहोत.*

*हवामानाच्या अंदाजानुसार आणखी काही दिवस ईशान्येकडूनच वारा वाहणार आहे, त्यानंतर आम्हाला एकाच वेगाने आग्नेयेकडून वाहणारे व्यापारी वारे भेटतील आणि मग आम्ही विषुववृत्ताकडे धाव घेऊ शकू.*

*जेसिकाबद्दल वाचत होतो. विशेष म्हणजे ती ज्या हवामानाला तोंड देत आहे ते वाचत होतो. आम्ही मंदगतीने प्रगती करत असलो तरी मला तिचा हेवा वाटत नाही. ती वेगाने तिच्या घराकडे चालली आहे असे दिसते!*

त्या रात्री मी बंकमध्ये शिरून झोपायच्या तयारीत असताना वादळानं थैमान घातलं. त्यानं जेनोआ टरकावला. मागच्या वेळेसारखा फार जास्त नाही; पण तो न वापरता येण्याजोगा मात्र झाला. अर्ध्या तासापूर्वी मी नेहमीसारखी चक्कर मारली तेव्हा या वादळाचं रडारवरही नामोनिशाणही नव्हतं आणि दूरवर ते नजरेलाही पडलं नव्हतं. ही बातमी काही चांगली नव्हती, विशेषतः आता घरी पोचेपर्यंतच्या प्रवासात

आम्हाला कमी गतीनं वाहणाऱ्या वाऱ्याची अपेक्षा होती आणि बोटीला गती प्राप्त करून देण्यासाठी मोठ्या शिडाची गरज होती. फाटलेलं शीड बदलून माझ्याकडे असलेलं दुसरं शीड बसवण्यासाठी आणखी काही दिवस वाट पाहावी लागेल.

२७ एप्रिलच्या पहाटे साडेचारच्या सुमारास आम्ही मॉरिशस बेटांच्या आसपास असल्याचं मला चार्ट बघून समजलं. मी माझा एफएम रेडिओ लावून बघितला तर ओळखीच्या बॉलिवूडच्या फिल्मी गाण्यांनी माझं स्वागत केलं. अगदी घरी आल्यासारखं वाटलं! पूर्व आग्नेयेकडून येणाऱ्या वाऱ्यांनी माझी द्विधा मनःस्थिती झाली. जोरदार वाऱ्यांच्या व लाटांच्या मदतीने बेटाच्या पूर्वेला जावं आणि बेटाकडे ओढलं जाण्याचा धोका पत्करावा की बेटाच्या पश्चिमेकडून जावं, म्हणजे वाऱ्यापासून आडोसा मिळेल, हे ठरवता येत नव्हतं. शेवटी मी सोपा मार्ग निवडायचं ठरवलं आणि पश्चिमेकडून बेट पार करण्याचं ठरवलं. मला कसलीही घाई नव्हती आणि दिवस उजाडत असताना, बॉलिवूडची गाणी ऐकत, पोर्ट लुइसवरून येत-जात असलेल्या वर्दळीचं निरीक्षण करत, आणि जेमतेम एक वर्षापूर्वी दिलेल्या भेटीच्या आठवणी जागवत शांतपणे बेटाच्या शेजारून जाताना छान वाटलं.

### *शनिवार १ मे २०१० - व्यापारी वाऱ्यांच्या साथीने*

*२७ एप्रिलच्या सकाळी आम्ही रमणीय मॉरिशस बेट पार केले. बेटापासून केवळ पाच सागरी मैल अंतरावरून जाताना एक वर्षापूर्वी तिथे दिलेल्या भेटीदरम्यान झालेल्या मित्रांची भेट घेऊन पुढे जावे, असा मोह होत होता. गेल्या वर्षी ९ जून रोजी मी पोर्ट लुइस सोडले होते. तो एकट्याने केलेला माझा पहिला प्रवास होता आणि सागरपरिक्रमेला सुरुवात करण्यापूर्वीची 'म्हादेई'ची शेवटची चाचणी होती आणि आता त्याच ठिकाणी आम्ही परत आलो होतो, पण जगाच्या दुसऱ्या टोकाकडून! मायभूमी अजून दोन हजार सागरी मैल लांब असली तरी एका अर्थाने आम्ही पृथ्वीप्रदक्षिणा पूर्ण केली होती.*

*मकरवृत्त पार केल्यानंतर चकवा देणारे व्यापारी वारे एकदाचे भेटले आणि तेव्हापासून 'म्हादेई'ने थेट मुंबईचा रस्ता धरला आहे. ही सुस्थिती फार तर एक-दोन दिवस टिकेल, त्यानंतर सहनशक्तीचा अंत पाहणारे डोलड्रम्स स्वागताला उभेच असतील. मग मंद आणि दिशा बदलणाऱ्या वाऱ्याबरोबर आमचा उंदीर-मांजराचा खेळ सुरू होईल. विषुववृत्ताच्या उत्तरेला वारा थोडा पश्चिमेकडे तोंड करून वाहायला लागेल; कारण नैर्ऋत्य मॉन्सूनचा काळ जवळ येत चालला आहे. आम्ही विषुववृत्त ओलांडू, त्या सुमारास म्हणजे आठवडाभरात मॉन्सून सुरू झाला असेल अशी आशा आहे; म्हणजे मागून येणाऱ्या वाऱ्याच्या पाठबळावर आम्ही सुसाट घराकडे निघू शकू.*

*उष्णकटिबंधीय प्रदेश आपली वैशिष्ट्यं दाखवून देत आहे. बोटीच्या आतलं तापमान सदैव ३० अंश सेल्सिअसच्या वरच असते, त्यामुळे उकाड्याने अस्वस्थ व्हायला होते. त्यामुळे बराचसा वेळ, विशेषतः रात्री, बाहेर चांदण्यात शीतल हवेच्या झुळका अंगावर घेत घालवत आहे!*

मॉरिशस आणि भारत यांच्यादरम्यान समुद्री चाच्यांच्या उपद्रवाचा धोका लक्षात घेऊन नौदलाने आम्हाला सुरक्षितपणे घरी नेण्यासाठी एका नौदलाच्या जहाजाची नियुक्ती केली होती. उष्णकटिबंधीय प्रदेशातल्या सागरी प्रवाहात शिडाची होडी करत असलेल्या चित्रविचित्र कसरतींचा सराव व्हायला त्या जहाजाला जरा वेळ लागला. वाऱ्याचा वेग वाढला की, आम्ही अगदी सरळ रेषेत जरी नाही तरी, आमच्या मुक्कामाच्या दिशेनं सुसाट धावायला लागायचो. त्या वेळी ते जहाज धापा टाकत टाकत आमच्या मागे यायचं. वारा पडला की आम्ही दिशाहीन भरकटायला लागायचो आणि ते पाहून आम्हाला काय झालं असावं या विचारानं ते बिचारं बुचकळ्यात पडायचं आणि आम्हाला मदत हवी का, ते विचारायचं. आम्ही अर्थातच त्यांनी देऊ केलेली मदत नम्रपणे नाकारायचो. त्यामुळे आमच्या अवतीभोवती राहून आम्हाला नजरेच्या टप्प्यात ठेवण्याशिवाय त्याच्याकडे काही उपाय उरायचा नाही. असं करता करता आम्हाला एकमेकांची सवय होऊ लागली आणि आम्ही परस्परांकडे बहुतेक वेळा दुर्लक्ष करायला लागलो. कधी जवळ येण्याची संधी मिळाली की एकमेकांचे फोटो घेण्याव्यतिरिक्त दुसरं काही काम नसायचं.

### *गुरुवार, ६ मे २०१० - विषुववृत्त ओलांडलं*

*संस्मरणीय घटनांनी भरलेले आठ महिने दक्षिण गोलार्धात घालवल्यानंतर आज आम्ही त्याचा निरोप घेतला आणि स्थानिक वेळेनुसार दुपारी चार वाजून ३९ मिनिटांनी उत्तर गोलार्धात प्रवेश केला. एक वर्षाच्या आत आम्ही चौथ्यांदा विषुववृत्त ओलांडलं; त्यामुळे नेपच्यून राजाच्या सैनिकांनी आमच्याकडे साधा कटाक्षही न टाकता आम्हाला जाऊ दिलं! आतापर्यंत अपेक्षेपेक्षा चांगल्या गतीने प्रवास सुरू आहे. डोलड्रम्स सूर्याबरोबर उत्तरेला सरकले आहेत आणि आम्ही उत्तरेला जाऊ तेव्हा त्यांची गाठ पडेलच, पण तोपर्यंत तरी काही चिंता नाही. गेले दोन दिवस, हवामानाचे सगळे अंदाज खोटे ठरवत वारा पश्चिमेकडून वाहत आहे. ही चिन्हे मॉन्सूनच्या वेळेआधी होणाऱ्या आगमनाची असतील तर आम्ही खूपच सुदैवी आहोत असे म्हटले पाहिजे, कारण यामुळे डोलड्रम्स विस्कळीत अवस्थेत असतील आणि आम्ही त्यांच्या तावडीतून सहजपणे निसटून जाऊ.*

*दिवसागणीक तापमान वाढतच आहे. बोटीच्या आत तर पारा कोणत्याही वेळी*

*३२ अंश सेल्सिअसच्या खाली उतरायचं नावच घेत नाही! दिवसा समुद्राचे जे पाणी उष्णतेमुळे बाष्पीभवन होऊन वर जाते, ते रात्री वादळी पावसाच्या रूपाने खाली कोसळते, साथीला वेगवान वाराही असतो. पावसाची भिंतच उभी राहते! म्हणून आमचा दिनक्रम आता फारच रोचक झाला आहे : रात्री बोटीवर नियंत्रण ठेवण्यासाठी जागं राहायचं आणि दिवसा उकाड्यामुळे डोळ्याला डोळा लागत नाही.*

*एक गोष्ट आढळून आल्यामुळे किंवा न आढळल्यामुळे म्हणू या, आज स्वयंपाक्याला मोठा धक्का बसला. गॅस सिलिंडरमध्ये त्याला ब्युटेन गॅस आढळला नाही! गॅस संपला असल्याचा शोध त्याला लागला. त्यामुळे बोटीवर काहीही शिजवण्याला आता पूर्णविराम मिळाला. मायभूमीपर्यंतचे एक हजार २०० सागरी मैलांचे अंतर पार करताना हवाबंद डब्यातील पदार्थ गरम न करता चवदार बनवण्यासाठी स्वयंपाक्याला त्याचे सगळे पाककौशल्य पणाला लावावे लागणार आहे!*

स्वयंपाकाचा गॅस संपणं ही गोष्ट सुरुवातीला वाटली होती तितकी सहज सोपी घटना नव्हती, तर चिंताजनक बाब होती. असं घडणं अपेक्षित नव्हतं कारण केप टाउनला पोचण्याआधी काही दिवस मी नवं सिलिंडर लावलं होतं. आधीचं सिलिंडर जितके दिवस चाललं ते पाहता हे नवं सिलिंडर इतक्यात संपायला नको होतं. असं दिसत होतं की जवळजवळ नऊ महिने बोटीवर राहून ते थोडं थोडं गळायला लागलं असावं आणि गॅस बाहेर पडून हवेत विरून गेला असावा. केप टाउनला अन्नपदार्थ भरून घेताना मी त्यांचं दोन गटांत वर्गीकरण केलं होतं— आफ्रिकेच्या दक्षिण दिशेला असताना खवळलेल्या समुद्रात प्रवास करताना लागणारं ‘गरम करा आणि खा’ प्रकारचे अन्नपदार्थ आणि नीट शिजवून खाण्याचे पदार्थ, जे मी उष्णकटिबंधीय प्रदेशातून घरी जाईपर्यंत मला पुरले असते. ‘गरम करा आणि खा’ गटातले बहुतेक पदार्थ मी आधीच संपवले होते. आता मी अशा विचित्र परिस्थितीत सापडलो होतो की बोटीवर अन्नपदार्थ खूप होते, पण शिजवण्याची सोय नव्हती. वाऱ्याची गती मंदावली होती आणि तो दिशाही बदलत होता त्यामुळे कमी वेगाने चालणारी बोट सरळ मार्गावर ठेवण्यात अडचणी येत होत्या. आमच्या अडचणींमध्ये भर टाकण्यासाठी ७ मे रोजी आणखी एक तुफान येऊन आदळलं आणि त्याने जेनोआ आणखीनच टरकलं! थोड्याच दिवसांपूर्वी मोठ्या कष्टांनी हे अतिरिक्त शीड मी उभारलं होतं आणि आता तेही गेलं होतं! त्याच्या जागी बसवायला आता बोटीवर एकही शीड शिल्लक नव्हतं. मी समुद्राला, वाऱ्याला, बोटीला, अगदी मला स्वतःलाही खूप शिव्या घातल्या, ओरडलो आणि सगळ्यात मोठ्या पुढच्या शिडाविना कमी होत जाणाऱ्या वेगाला अखेरीस शरण गेलो.

***गुरुवार, १३ मे २०१० - घरापासून ५०० मैलांवर!***

*डोलड्रम्सने शेवटी आम्हाला गाठलंच. काही दिवस वाऱ्याशिवाय गेले. एका रात्री तर परिस्थिती इतकी वाईट झाली की मी सगळी शिडे गुंडाळून ठेवली, तळकाठी पक्की बांधली आणि 'म्हादेई'ला भरकटत ठेवून झोपी गेलो. दुसराही दिवस वाऱ्याविनाच चालला होता; म्हणून मग समुद्रात मनसोक्त पोहून घेतले, या सफरीतील हे पहिलेच पोहणे होते आणि दुपारपर्यंत वाऱ्याने थोडा वेग पकडल्यावर पुन्हा शिडे उभारून प्रवास सुरू केला. तेव्हापासून ईशान्येकडे जाणारा मंद वारा वाहत आहे; त्यामुळे आम्ही हळूहळू पण निश्चित पुढे जात आहोत.*

*इंजिनाच्या कूलंटचा वापर करून वॉटर हीटर ६० अंश सेल्सिअसपर्यंत पाणी गरम करू शकत असल्यामुळे ते पाणी वापरून अन्न शिजवण्याचा प्रश्न काही अंशी सोडवण्यात मला यश आले आहे. जनरेटरऐवजी इंजिन चालवून त्यावरून बॅटऱ्या चार्ज करतच होतो, आता काही दिवसांतून एकदा त्याच्याने पाणी तापवत आहे. अन्नपदार्थांचे रेशनिंगही सुरू केले आहे, कारण खराब हवामानासाठी राखून ठेवलेले खाण्यासाठी तयार पदार्थ फार उरलेले नाहीत आणि वाऱ्याचा काही भरवसा देता येत नसल्याने फक्त ५०० मैलांवर असलेल्या घरी नक्की कधी पोचेन, तेही सांगता येत नाही. तयार पदार्थांच्या जोडीला सटरफटर खाण्याचे पदार्थ बरेच आहेत : सीरिअल, चॉकलेट बार्स, सुके मांस, बिस्किटे, हवाबंद फळे इत्यादी. त्यामुळे काळजीचे काही कारण नाही. तसेही, उकाड्याने भूक कमी होतेच आणि अशा हवेत पिण्यायोग्य पदार्थांची जास्त गरज असते, जे भरपूर प्रमाणात आहेत. पुढच्या काही दिवसांत आम्ही किती अंतर कापू शकतो त्यावरून आम्ही अंतिम रेषेपर्यंत कोणत्या दिवशी पोचू शकतो याची चांगली कल्पना येईल; अर्थात नक्की वेळ सांगत येणार नाहीच!*

तळपत्या उन्हात वारा नसताना बोट चालवण्याचा निष्फळ प्रयत्न करत असताना मधूनच केलेलं 'समुद्रस्नान' हा एकदम ताजातवाना करणारा अनुभव ठरला. वाऱ्याची एकही झुळूक नसताना आणि शिडं गुंडाळलेली असताना 'म्हादेई' माझ्यापासून लांब पळण्याचीही शक्यता नव्हती. मी तिच्याखाली बुडी मारली, तिच्या पृष्ठभागावरून एक नजर फिरवून तिच्या अवतीभोवती तिचा दिमाख न्याहाळत पोहत राहिलो. समुद्राच्या मध्यावर मी तिला बाहेरून पाहण्याचा हा पहिलाच प्रसंग. तिच्यावरून माझी नजर हटायला तयार नव्हती. ती अत्यंत देखणी दिसत होती. तिच्या गुळगुळीत पृष्ठभागावर सपाट समुद्राचं प्रतिबिंब पडलं होतं. गेल्या काही महिन्यांमध्ये झेललेल्या तडाख्यांच्या कोणत्याही खुणा तिच्या अंगावर दिसत नव्हत्या. थंड आणि ताजंतवानं करणाऱ्या पाण्यावर उताणा पडून मी तिच्याभोवती गोल चकरा मारत होतो, तेवढ्यात आमच्यावर नजर ठेवून असलेल्या जहाजाला

जवळ आलेलं पाहून मी भानावर आलो. संपूर्ण दिगंबरावस्थेत आपण पोहत असल्याची जाणीव मला तेव्हा झाली! हा काय प्रकार चालला आहे ते पाहण्यासाठी ते जहाज आमच्या जवळ आलं होतं.

सावकाश चाललेल्या कंटाळवाण्या प्रवासाला सुसह्य करण्यासाठी गणवेशातला विनोद धावून आला. आमच्या आगमनाप्रीत्यर्थ नेव्ही एका भव्य स्वागत समारंभाचं आयोजन करत होती. भारताच्या राष्ट्रपतींनी या सोहळ्याला उपस्थित राहण्याचं मान्य केलं होतं आणि त्यांना १६ मे ही तारीख सांगण्यात आली होती, जी लहरी वाऱ्यांमुळे आम्ही पाळू शकणार नव्हतो. आम्ही १६ तारखेला पोचू शकणार नाही हे राष्ट्रपतींना सांगावं लागल्यामुळे नेव्हीने मध्ये काही दिवस जाऊ देऊन उपराष्ट्रपतींना निमंत्रण दिलं होतं आणि त्यांना २२ मे ही तारीख सांगितली होती. आता आमचं नशीब असं की, आम्ही २२ मेच्या आधीच पोचू असा अंदाज होता. शिष्टाचार कसोशीनं पाळण्यावर भर देणारं नौदल मुख्यालय आता तारखेत कोणताही बदल करायला राजी नव्हतं. त्यांनी आम्हाला २२ मेस पोचण्याच्या दृष्टीनं बोटीचा वेग कमी करण्याच्या सूचना दिल्या.

वारा जवळजवळ नसताना आम्ही पुढे जातच नव्हतो, त्यातच उकाड्यानं माझा मेंदू शिजायची वेळ आली होती आणि गॅस नसल्याने अन्नपदार्थ पुरवून वापरावे लागत होते. अशा परिस्थितीत केवळ शिष्टाचार पाळायचा म्हणून नेव्ही मला आणखी काही काळ समुद्रावरच काढायला कसं काय सांगू शकते, हे मला समजत नव्हतं, तर दुसरीकडे एका नौदलाच्या बोटीवरचा सेवेत असलेला नौदल अधिकारी त्यांच्या आदेशाला इतक्या उद्धटपणे प्रतिप्रश्न कसा करू शकतो, हे दिल्लीत बसलेल्या नोकरशहांना समजत नव्हतं. सॅटेलाइट फोनवर होणाऱ्या गरमागरम आणि लांबलचक संभाषणांनी मी आधी अस्वस्थ होत होतो. पण, काहीही झालं तरी मी मुंबईत प्रवेश करणारच, अशा निर्णयावर मी शेवटी येऊन ठेपलो. एकदा माझ्या मनाचा निश्चय झाल्यावर मला या परिस्थितीतला विनोद दिसायला लागला! माझ्याकडे खरंच काही पर्याय नव्हता. ज्या दिवशी मी पोचलो, त्या दिवशी मी बोटीवरचं शेवटचं चॉकलेट आणि सीरिअल बार खाल्ला. त्याव्यतिरिक्त बोटीवर फक्त तांदूळ आणि डाळी उरल्या होत्या ज्या मी शिजवू शकत नसल्यामुळे माझ्या काहीच उपयोगाच्या नव्हत्या.

***सोमवार, १७ मे २०१० - शेवटचे शंभर मैल!***

*काल रात्री आम्ही 'म्हादेई'चे जन्मठिकाण असलेले गोवा पार केले आणि आत्ता हे लिहीत असताना रत्नागिरी बंदर पार करून जात आहोत, ते आमच्या पूर्वेला ३० मैलांवर आहे. बऱ्याच जणांना माहीत असेल की तेथील हापूस आंबे प्रसिद्ध आहेत आणि सध्या त्यांचाच सीझन आहे. मला या शहराबद्दल एक गोष्ट नंतर कळली,*

*जी बऱ्याच लोकांना माहीत नसेल. ती अशी की, बर्मा (ब्रह्मदेश - आता म्यानमार) चा शेवटचा सम्राट इथे गेल्या शतकात त्याच्या मृत्यूपर्यंत बंदिवासात होता. यापुढे मुंबईला अंतिम रेष गाठण्यासाठी फक्त शंभर मैल पार करायचे आहेत!*

*बाहेर निरभ्र आकाश आहे, पिवळसर अर्धचंद्र उगवला आहे आणि थंडगार वारा सुटला आहे. बहुतेक 'म्हादेई'सोबतची ही शेवटची शांत रात्र असावी; अर्थात काही काळासाठी; स्थानिक रेडिओवरचे प्रसारण ऐकत या शांततेची मजा घेत आहे. उद्या रात्रीपर्यंत आम्ही किनाऱ्याच्या इतक्या जवळ असू की असा निवांतपणा मिळणार नाही.*

*जेसिकाचे जे जंगी स्वागत झाले त्याबद्दल वाचले, ती नक्कीच या सन्मानाला, अभिनंदनाला आणि कौतुकाला पात्र आहे. एकल पृथ्वीप्रदक्षिणा करणाऱ्यांच्या यादीत तिच्या पाठोपाठ आमचेही नाव समाविष्ट करताना आम्हाला नक्कीच अभिमान वाटेल!*

१८ मेच्या सकाळपर्यंत आम्ही मुंबईच्या नैर्ऋत्येला ५० सागरी मैल अंतरावर पोचलो होतो आणि उत्तरेकडून येणारा वारा आम्हाला आफ्रिकेच्या दिशेनं ढकलत होता. इतका मोठा प्रवास करून आल्यावर घराकडे जायला न मिळणं अत्यंत क्लेशकारक होतं. आमच्या आगमनाची वेळ आणि उपराष्ट्रपतींसाठी आम्ही २२ तारखेपर्यंत समुद्रातच थांबावं का याबाबतची चर्चा अजून सुरूच होती! शेवटी दुपारी दीड वाजण्याच्या सुमारास वारा वायव्येकडून यायला लागला आणि बोटीचं तोंड वळवून आम्हाला सरळ मुंबईचा रस्ता धरता आला. मी आमच्या आगमनाची वेळ '१८ मे मध्यरात्र' अशी कळवली आणि कोणत्याही प्रकारे मार्ग बदलायला किंवा दुसऱ्या दिवशी सकाळपर्यंत समुद्रात वेळ काढायला साफ नकार दिला. किनाऱ्याजवळ नेहमीच असणाऱ्या मच्छीमार बोटी व जहाजांची वर्दळ टाळण्यासाठी गेल्या दोन रात्री मी डोळ्यांत तेल घालून पहारा करण्यात घालवल्या होत्या आणि त्यामुळे मी प्रचंड दमलो होतो. दोन वेळा टकरी होता होता राहिल्या होत्या. एक व्यापारी जहाज माझ्यापासून केवळ ५० मीटर अंतरावरून जोरात गेलं होतं आणि एका बोटीला दुसरी बोट ओढून नेत असता त्या दोघींच्या मध्ये घुसण्याचा प्रयत्न 'म्हादेई'ने केला होता.

संध्याकाळी सात वाजेपर्यंत नौदलाच्या गोदीत बोट बांधण्याची परवानगी आम्हाला मिळाली आणि मध्यरात्र होत असताना समुद्राकडून येणाऱ्या वेगवान वाऱ्याच्या मदतीनं आम्ही मुंबई बंदरात प्रवेश केला. मला त्या वेळी विशेष काही वेगळं वाटलं नाही. मला आतून उचंबळून आल्याची किंवा प्रचंड आनंद वगैरे झाल्याची भावना निर्माण झाल्याचं आठवत नाही. बंदरातली वाहतूक टाळण्याकडे माझं सगळं लक्ष लागलं होतं आणि बोट सुरक्षितपणे किनाऱ्याला लावण्यात मी व्यग्र होतो, म्हणून असेल कदाचित. १८ च्या मध्यरात्रीनंतर म्हणजे १९ च्या अगदी पहाटे साडेबारा वाजता मी इंजिन सुरू करून 'म्हादेई'ला नौदलाच्या गोदीत नेलं.

तिथे फार मोठ्या समारंभाशिवाय पण अतिशय प्रेमानं जवळचे कुटुंबीय, मित्र आणि गोदीत त्या वेळी उपस्थित असलेले सगळे गणवेशधारी ॲडमिरल्स यांनी आमचं स्वागत केलं! मी 'म्हादेई'चे दोर तराफ्यावर उभ्या असलेल्या अभिलाषकडे सोपवले तेव्हा तोंडभर हसून तो मला म्हणाला, ''तुमच्याआधी बंदरात पोचण्यात शेवटी मी यशस्वी झालो, सर!''

***सोमवार, ३१ मे २०१० - घरी परत!***

*हा ब्लॉग खरेतर खूप आधीच लिहायला हवा होता आणि त्यासाठी मी सगळ्या वाचकांची मनापासून माफी मागतो. अशा प्रकारची एक मोहीम पूर्ण केल्यावर आयुष्य किती घाईगडबडीचे होऊन जाते! खरेतर त्या वेळी तुम्हाला एका मोठ्या सुटीची गरज असते!*

*१९ मे रोजी रात्री साडेबारा वाजता आम्ही मुंबईला पोचलो आणि बरोब्बर नऊ महिन्यांत पृथ्वीप्रदक्षिणा पूर्ण केली. १८ मेच्या दुपारपर्यंत आम्ही मुंबईकडे न जाता आफ्रिकेच्या दिशेने निघालो होतो, हे याआधी तुम्ही वाचलेच असेल. आगमनाच्या वेळेच्या अनिश्चिततेमुळे पुन्हा एकदा हे सिद्ध झाले की, 'शिडाच्या बोटींना कोणत्याही प्रकारची आगमनाची वेळ नसते, तर त्यांच्यासाठी मुक्कामाचे ठिकाण हे ध्येय असते. त्या मुक्कामाच्या ठिकाणी नाही तर मुक्कामाच्या ठिकाणाकडे जातात.' १२ तास आधीपर्यंतही आगमनाची वेळ निश्चित नसल्यामुळे अधिकृत स्वागत समारंभाचे आयोजन करता आले नव्हते. त्यामुळे आम्ही गुपचूप नौदलाच्या गोदीत प्रवेश केला आणि नऊ महिन्यांपूर्वी ज्या ठिकाणाहून निघालो होतो तेथे परत आलो. तिथे आमच्या स्वागताला जवळचे कुटुंबीय, मित्र आणि वेस्टर्न नेव्हल कमांडचे उच्चपदस्थ अधिकारी उपस्थित होते, हेही तुम्ही वाचलेच. २२ मे रोजी पहाटेच आम्ही पुन्हा समुद्रात गेलो आणि अधिकृतपणे बंदरात प्रवेश केला. आमचे स्वागत राजशिष्टाचारांचे पालन करत भारताचे उपराष्ट्रपती माननीय श्री. एम. हमीद अन्सारी, नौदलप्रमुख, फ्लॅग ऑफिसर कमांडिंग इन चीफ, वेस्टर्न नेव्हल कमांड आणि इतर अनेक मान्यवर यांनी केले. घरी परत येऊन छान वाटत होते! त्याच दिवशी सकाळी मंगलोरजवळ एअर इंडियाचे विमान अपघातग्रस्त झाल्याच्या बातमीचे गालबोट मात्र या समारंभाला लागले.*

आल्यानंतरचा एक आठवडा वर्तमानपत्रांना मुलाखती आणि वृत्तान्त देण्यात कसा गेला ते कळलेच नाही. आणि सगळ्यात महत्त्वाचे म्हणजे 'म्हादेई'ची नीट काळजी घेतली जात आहे ना, तिची नीट व्यवस्था राखली जात आहे ना, हे पाहण्यासाठी वेळ गेला. कोणत्याही मोठ्या तक्रारी न करता तिने मला सुरक्षितपणे जगाची सफर करवून आणली आहे. काही अशा क्षणांमध्ये, जे मी दुसऱ्या कोणाही

बरोबर वाटून घेऊ शकत नाही, ती माझ्यासाठी अत्यंत क्षमाशील आणि विश्वासू सोबती सिद्ध झाली आहे. मी तिच्यावर करत असलेल्या तरल प्रेमाला आणि मी घेत असलेल्या तिच्या काळजीला आपण पात्र असल्याचे तिने दाखवून दिले आहे! म्हणूनच, मोहीम जरी संपलेली असली तरी जोपर्यंत तिच्या देखभालीची आणि भविष्यात तिचा योग्य वापर करण्याची एक पद्धत आम्ही आखत नाही, तोपर्यंत काम चालूच राहणार आहे.

मी या ब्लॉगचा शेवट काही फोटो देऊन आणि आमच्या आगमनासंबंधीच्या वृत्तान्तांच्या लिंक्स देऊन करत आहे. http://sagarparikrama.blogspot.in या ब्लॉगच्या सगळ्या वाचकांचे मी मनापासून खूप आभार मानतो. त्यांनी देऊ केलेल्या सहकार्यामुळेच प्रवासभर खलाशाचे मनोधैर्य उंचावलेले राहू शकले! आणि सगळ्यात महत्त्वाची आणि आयुष्यभर हृदयात जपून ठेवावीशी वाटणारी गोष्ट म्हणजे मी एकल पृथ्वीप्रदक्षिणा करणाऱ्या क्लबचा १७५ वा सदस्य झालो म्हणून सर रॉबिन नॉक्स-जॉन्स्टन यांच्या वेबसाइटवर माझ्या नावाचा समावेश करण्यात आला त्याची लिंक! http://www.robinknox-johnston.co.uk/da/20103 या विशेष गोतावळ्यात माझे सर रॉबिन यांनी स्वतः स्वागत केले यापेक्षा अधिक सन्मानाची गोष्ट माझ्यासाठी असूच शकत नाही!

परिक्रमा पूर्ण करून आल्यावर झालेल्या स्वागताच्या लिंक्स—

https://www.youtube.com/watch?v=Yp5_qRiKat4&Feature=related

https://www.youtube.com/watch?v=c3D4XijwC18&Feature=related

भारताच्या उपराष्ट्रपतींकडून स्वागत

# परिक्रमापूर्ती

ॲडमिरल आवटींच्या कल्पनेतून साकार झालेला आणि नेव्हीने वित्तसाहाय्य दिलेला 'सागरपरिक्रमा' हा प्रकल्प पूर्ण झाला. भारतीय बनावटीच्या बोटीतून एकट्याने विनासाहाय्य पृथ्वीप्रदक्षिणा करण्याच्या या मोहिमेला मोठं यश मिळालं. माझ्यासाठी मात्र ही मोहीम पूर्ण झाली नव्हती, याला काही कारणं होती. २००६मध्ये ही मोहीम आखताना मी स्वतःसाठी एक वैयक्तिक ध्येय आखलं होतं. त्याचा कुणाकडेही मी उल्लेख केला नव्हता. मी असं ठरवलं होतं की, मोहीम संपण्याआधी मी 'म्हादेई'साठी एखादा कप्तान तयार करण्यात यशस्वी झालो असलो पाहिजे. या प्रकल्पादरम्यान मिळवलेलं ज्ञान आणि अनुभव वाया जाऊ नये असा एक हेतू तर होताच, पण आपल्या देशात जी एक विचित्र धरणा आहे तिला छेद देण्याचाही हेतू होता. ती अशी की, थोडाफार अनुभव मिळालेला माणूस इतरांबरोबर तो वाटून घ्यायला सहसा तयार होत नाही; कारण त्याला स्वतःचं महत्त्व गमावून बसण्याची निरर्थक भीती वाटत असते. शिवाय, 'म्हादेई'नं सतत प्रवास करत राहावं, मग तो मला घेऊन असो वा माझ्याविना असो, आणि कोणत्याही कारणासाठी असो, अशीही माझी इच्छा होती. तिला सुस्थितीत राखण्याचा हा एकमेव मार्ग होता. फक्त १५ महिन्यांच्या वापरानंतर ती खरंतर नवीच बोट होती आणि आणखी काही दशकं नेव्हीची सेवा करण्याची क्षमता तिच्यात होती. मी तिला हे देणं लागत होतो. ती विनावापर आणि विनादुरुस्ती खितपत पडून राहिलेली मला बघवली नसती.

सुदैवानं, मी केप हॉर्न पार केल्यावर जेव्हा मोहिमेचं यश जवळपास नक्की झालं तेव्हा ॲडमिरल आवटी यांनी असं सुचवलं की आपण याहीपेक्षा मोठं स्वप्न बघायला हरकत नाही, ते म्हणजे, एकट्या भारतीयानं न थांबता पृथ्वीप्रदक्षिणा करण्याचं! आमचा संघ म्हणजे रत्नाकर, अभिलाष आणि मी या गोष्टीला लगेच तयार झालो. या मोहिमेसाठी बोट कोणती वापरायची आणि तिचा कप्तान कोण असणार यावर दुमत होण्याचा प्रश्नच नव्हता. ती 'म्हादेई'च असणार होती आणि तिचा कप्तान असणार होता अभिलाष! 'म्हादेई'पेक्षा स्वतःला सिद्ध केलेली दुसरी

बोट देशात नव्हती आणि अभिलाषपेक्षा अन्य कुणी अनुभवी नव्हतं. नोकरशाहीशी मुकाबला करण्याच्या माझ्या अनुभवावरून एकच मोठा अडथळा मला समोर दिसत होता, तो म्हणजे, नेव्हीला ही कल्पना 'विकण्यात' किंवा 'गळी उतरवण्यात' येणारी अडचण.

नशीब कसं साथ देतं बघा, केप टाउनमधल्या वास्तव्यादरम्यान दक्षिण आफ्रिकन नेव्हीतल्या आमच्या काही मित्रांनी जानेवारी २०११ मध्ये होणाऱ्या केप टाउन ते रिओ द जानेरो या शर्यतीत भाग घेण्यासाठी निमंत्रण दिलं. आमच्या आकार घेत असलेल्या पुढच्या मोहिमेचा उल्लेख न करता नवीन कप्तानाला तयार करण्यासाठी ही चांगली संधी होती. एका रात्री, केप टाउनमध्ये मस्तपैकी सुशी जेवणाचा आस्वाद घेता घेता आम्ही भविष्याची आखणी केली आणि कागदाच्या एका तुकड्यावर ती लिहून काढली. केप ते रिओ या शर्यतीसाठी आम्हाला खलाश्यांसह भाग घेऊ देण्याची परवानगी नेव्हीकडे मागण्याची योजना आम्ही आखली. याआधी कोणत्याही भारतीय बोटीनं असं केलं नव्हतं. रिओला शर्यत संपल्यावर अभिलाष, नवीन कप्तान या नात्यानं एका खलाशाला घेऊन केप टाउनपर्यंत परत येणार होता आणि तिथपासून गोव्यापर्यंत एकटा बोट घेऊन येणार होता; अशी ती योजना होती.

ही योजना किंवा कल्पकता शंभर टक्के यशस्वी झाली! २६ नोव्हेंबर २०१० रोजी मी अभिलाष आणि आणखी दोन स्वेच्छेने आलेल्या खलाश्यांना घेऊन केप टाउनला, केप ते रिओ शर्यतीत भाग घेण्यासाठी गेलो. २३ फेब्रुवारी २०११ या दिवशी मी जेव्हा रिओच्या धक्क्यावर आत्मविश्वासाने परिपूर्ण अशा अभिलाषला हात हलवून निरोप देत होतो आणि माझी लाडकी 'म्हादेई' माझ्याशिवाय अटलांटिक महासागरात जाताना बघत होतो, तेव्हा कुठे हळूहळू मला या गोष्टीची जाणीव व्हायला लागली की, संपूर्ण अज्ञानानिशी पाच वर्षांपूर्वी मी ज्या मोहिमेसाठी स्वतःचं नाव पुढे केलं होतं, ती 'सागरपरिक्रमा' मोहीम अखेरीस सुफळ संपूर्ण झाली होती. सगळी ध्येयं गाठली गेली होती, सगळ्या कालमर्यादा पाळल्या गेल्या होत्या आणि ठरवलेल्या अंदाजपत्रकानुसार सगळ्या गोष्टी पार पडल्या होत्या. आता अचानक करण्यासारखं काहीच राहिलं नव्हतं. हो! पण एक गोष्ट मात्र होती, ती म्हणजे, 'म्हादेई'चा मागोवा घेणं आणि अभिलाषने जे माझ्यासाठी केलं होतं त्याची भरपाई करणं- त्याच्या पुढच्या मोहिमेसाठी एक चांगला मदतनीस म्हणून काम करणं!

◆

# उपसंहार

हे पुस्तक १९ ऑगस्ट २०१४ रोजी सायंकाळी साडेचार वाजता इंग्रजीत प्रकाशित झालं. नेव्हीच्या नोकरीत असून पुस्तक प्रकाशित झालं. नेव्हीच्या नोकरीत असून पुस्तक प्रकाशित करणं म्हणजे काय दिव्य असतं, यावर मी एक वेगळं पुस्तक सहज लिहू शकेन! तोपर्यंत अभिलाषची पृथ्वीप्रदक्षिणा सुखरूप पार झाली होती आणि म्हादेई तिच्या पुढच्या आवाहनाची जणू वाटच बघत होती.

"आता आपण महिलांना प्रोत्साहन द्यायला हवं," ॲडमिरल आवटींनी सुचवलं. भारतीय नौदलात महिला अधिकारी गेल्या वीस वर्षांपेक्षा जास्त वर्षं कार्यरत आहेत; पण त्यांची नियुक्ती कधी बोटींवर किंवा जहाजांवर केली जात नाही. त्यामुळे तशा प्रकारचं प्रशिक्षणही त्यांना दिलं जात नाही. कधीही समुद्रात न गेलेल्या आणि त्याबद्दलचं प्रशिक्षण न घेतलेल्या महिलांना एकदम पृथ्वीप्रदक्षिणेसाठी तयार करणं म्हणजे जरा महत्त्वाकांक्षी मोहीमच होती.

हळूहळू आम्ही सहा महिला नौदल अधिकाऱ्यांचा चमू तयार केला. प्रत्यक्ष कामाचं प्रशिक्षण घ्यायला म्हादेई व तांत्रिकी प्रशिक्षणासाठी रत्नाकर दांडेकर होतेच. नौदलानंही थोडी मूठ सैल केली व म्हादेईसारखी आणखी एक बोट बांधायची परवानगी दिली. महिला चमूनं तिचं नाव ठेवलं तारिणी.

म्हादेईवर प्रशिक्षण पूर्ण करून महिला चमूनं तारिणीवर समुद्रात भराऱ्या मारायला सुरुवात केली. १० सप्टेंबर २०१७ला त्यांनी गोव्यातून पृथ्वीप्रदक्षिणेला सुरुवात केली व २१ मे, २०१८ रोजी परत गोव्याला पोचून त्या प्रदक्षिणेची सांगता केली.

२०१० सालापर्यंत एकाही भारतीयानं शिडाच्या बोटीनं पृथ्वीप्रदक्षिणा केली नव्हती. त्यानंतर आठ वर्षांत एकूण आठ भारतीयांनी (दोन पुरुष व सहा महिला) अशी प्रदक्षिणा केली. सरासरी पाहिली तर दर वर्षी एक पृथ्वीप्रदक्षिणा!

२००६ मध्ये ॲडमिरल आवटींच्या कल्पनेनं लावलेलं पृथ्वीप्रदक्षिणेचं रोपटं छान जम घेऊन बहरायला लागलेलं दिसत आहे. त्याचा पुढे वृक्ष होईल, अशी आशा करू या.

◆

# शब्दावली

| | | |
|---|---|---|
| **AIS** | : | Automatic Identification System. स्वयंसूचन प्रणाली<br>इलेक्ट्रॉनिक माहितीची देवाण-घेवाण करून या प्रणालीमार्फत जहाजं एकमेकांना ओळखतात आणि एकमेकांची स्थिती जाणून घेतात. |
| **Backing** | : | घड्याळाच्या काट्यांच्या विरुद्ध दिशेने बदलणारी वाऱ्याची दिशा |
| **CNS** | : | चीफ ऑफ नेव्हल स्टाफ - नौदलप्रमुख |
| **Corkscrewing** | : | डचमळणे, भेलकांडणे |
| **Dinghy** | : | डिंघी - अगदी छोटी होडी |
| **Doldrums** | : | डोलड्रम्स - आंतरवृत्तीय निर्वात मंडळ. |
| **EPL** | : | Ella's Pink Lady , एला'ज पिंक लेडी (जेसिकाची बोट) |
| **ETA** | : | Expected Time of Arrival, आगमनाची अपेक्षित वेळ |
| **ETD** | : | Expected Time of Departure, प्रस्थानाची अपेक्षित वेळ |
| **Furious Fifties** | : | 'खवळलेले पन्नास' (वारे) ५० ते ६० अंश दक्षिण अक्षांशादरम्यान पश्चिमेकडून वाहणारे जोरदार वारे. |
| **Gennaker** | : | जेनेकर - वाऱ्याच्या दिशेबरोबर जाताना वापरण्याचे असमान भुजा असलेले शीड. हे बोटीच्या अग्रभागी जोडलेले असते. |
| **Genoa** | : | जेनोआ - कमी दाबाच्या पट्ट्यात वापरण्याचे पुढे असलेले शीड (हेडसेल). हे आकाराने मोठे असते. |

**Gybing** : जायबिंग - बोटीचा मागचा भाग वाऱ्यातून वळवून बोटीची दिशा बदलणे. उदाहरणार्थ बोट उजव्या बाजूच्या टॅकवर असेल तर ती डाव्या बाजूच्या टॅकवर घेणे आणि याच्या उलट.

**Halyard** : हालयार्ड - शीड किंवा ध्वज उभारण्यासाठी वापरण्यात येणारा दोर.

**Headsail** : हेडसेल - डोलकाठीच्या (Mast) पुढे बांधलेली शिडं. मग ते Jib (जिब) - त्रिकोणी असेल, Spinnaker (स्पिनेकर) - समभुज असेल किंवा Gennaker (जेनेकर) - विषमभुज असेल.

**Heeling** : हीलिंग - झुकणे. वाऱ्याचा वा लाटांचा जोर वाढल्याने बोट एका बाजूला झुकते किंवा बोट वळवताना निर्माण झालेल्या केंद्रत्यागी बलामुळे (Centrifugal Force) बोट एका बाजूला कलते.

**Hindustani** : हिंदुस्तानी - हिंदी व ऊर्दू भाषांचे मिश्रण.

**J 24 Boat** : २४ फूट लांबीची दिवसा चालवण्याची बोट.

**Jury Rig** : ज्युरी रिग - उपलब्ध उपकरणे व साधने यांच्या मदतीने बनवलेले तात्पुरते दोरांचे जाळे.

**Keel** : कील - आडे, कणा, नौतलाभ, नौकातल, नाळ. बोटीच्या दोन्ही बाजूंना होणाऱ्या हालचालींचं रूपांतर पुढे जाण्यासाठी लागणाऱ्या गतीत करते. वाऱ्याच्या शिडांवर पडणाऱ्या जोरामुळे बोट कलंडू नये म्हणून विरुद्ध दिशेला वजन टाकून बोट स्थिर करते.

**Ketch** : केच - दोन डोलकाठ्या असलेली शिडाची होडी. यात पुढची डोलकाठी (मुख्य डोलकाठी) मागच्या डोलकाठीपेक्षा उंच असते. मागची डोलकाठी सुकाणूच्या पुढे असते.

**Knot (Kt)** : नॉट - गती मोजण्याचे परिमाण - ताशी एक नॉटिकल (सागरी) मैलाच्या बरोबरीचे.

**Leeward** : लीवर्ड - वारा ज्या दिशेला जात असेल ती दिशा.

**Mainsail** : मेनसेल - मुख्य डोलकाठीच्या मागे डोलकाठीला जोडलेले शीड.

**Nautical Mile** (nm): नॉटिकल माईल - सागरी मैल.

समुद्रावर वापरले जाणारे अंतर मोजण्याचे परिमाण, १ सागरी मैल = १.८५२ किमी.

**NBCD** : न्यूक्लिअर, बायोलॉजिकल, केमिकल ॲन्ड डॅमेज कंट्रोल - आण्विक, जैविक, रासायनिक हानी नियंत्रण.

**NHQ** : नेव्हल हेडक्वार्टर्स - नौदल मुख्यालय.

**OOW** : ऑफिसर ऑफ द वॉच - टेहळणी अधिकारी.

**Ocean Currents** : ओशन करंट्स - सागरी प्रवाह.

**Open 60** : ६० फूट लांब, उच्च कामगिरी करणारी शिडाची होडी. एकट्याने सागरी शर्यतीत भाग घेण्यासाठी वापरतात.

**Pitching** : पिचिंग - बोटीचा अग्रभाग व मागचा भाग सी-सॉसारखा डोलणे.

**Port Side** : पोर्ट साइड - बोटीची डावी बाजू.

**Reefing** : रीफिंग - वेगवान वाऱ्याने बोट जरुरीपेक्षा जास्त कलंडू नये म्हणून शिडांची घडी घालण्याची प्रक्रिया.

**Roaring Forties** : रोअरिंग फोर्टीज, 'गरजणारे चाळीस' - ४० अंश ते ५० अंश दक्षिण अक्षांशादरम्यान पश्चिमेकडून वाहणारे वारे.

**Rolling** : रोलिंग - अंग घुसळणे, अनुलंबी (longitudinal) अक्षाभोवती दोन्ही बाजूंना डोलणे.

**Screaming Sixties** : स्क्रीमिंग सिक्स्टीज - 'किंचाळणारे वारे' - ६० अंश ते ७० अंश दक्षिण अक्षांशादरम्यान वाहणारे पश्चिमेकडून येणारे जोरदार वारे.

**Sheet** : शीट - शिडांची फडफडणारी टोके नियंत्रणात आणण्यासाठी वापरला जाणारा दोर.

**Starboard Side** : स्टारबोर्ड साइड - बोटीची उजवी बाजू.

**StaySail** : स्टेसेल - छोटे शीड

**Tack** : टॅक - बोटसापेक्ष वाऱ्याची दिशा. जर वारा बोटीच्या उजव्या बाजूकडून (starboard side) येत असेल तर बोट स्टारबोर्ड टॅकवर आहे असं म्हणतात. जर बोटीच्या डाव्या बाजूने (port side) येत असेल तर बोट पोर्ट टॅकवर आहे, असं म्हणतात.

**Tacking** : टॅकिंग - बोटीच्या दृष्टिकोनातून वाऱ्याची दिशा बदलण्यासाठी बोटीचा अग्रभाग वाऱ्यातून वळवणं.

| | | |
|---|---|---|
| | | उदाहरणार्थ - स्टारबोर्ड टॅकवरून पोर्ट टॅकवर घेणं व याच्या उलट. |
| **Transom** | : | ट्रॅन्सम - बोट किंवा जहाजाची मागची बाजू, पृष्ठभाग. |
| **Traveller** | : | ट्रॅव्हलर - चरक- शिफ्ट (दोर)च्या जोडणीबिंदूला सरकवण्यासाठी वापरण्यात येणारे एक यांत्रिक उपकरण. |
| **VHF** | : | Very High Frequency Radio : अतिकंपी किरणोत्सार. |
| **Veering** | : | व्हीअरिंग - घड्याळाच्या काट्याच्या दिशेने बदलणारी वाऱ्याची दिशा. |
| **Wardroom** | : | वॉर्डरूम - जहाजावरील अधिकाऱ्यांचे जेवायचे व भेटायचे स्थान. |
| **Wind Direction** | : | विंड डायरेक्शन - ज्या दिशेने वारा येत आहे ती दिशा. |
| **Windward** | : | विंडवर्ड - वाताभिमुख, वातसन्मुख. ज्या दिशेकडून वारा येत आहे ती दिशा. त्या दिशेकडे तोंड करणे. |

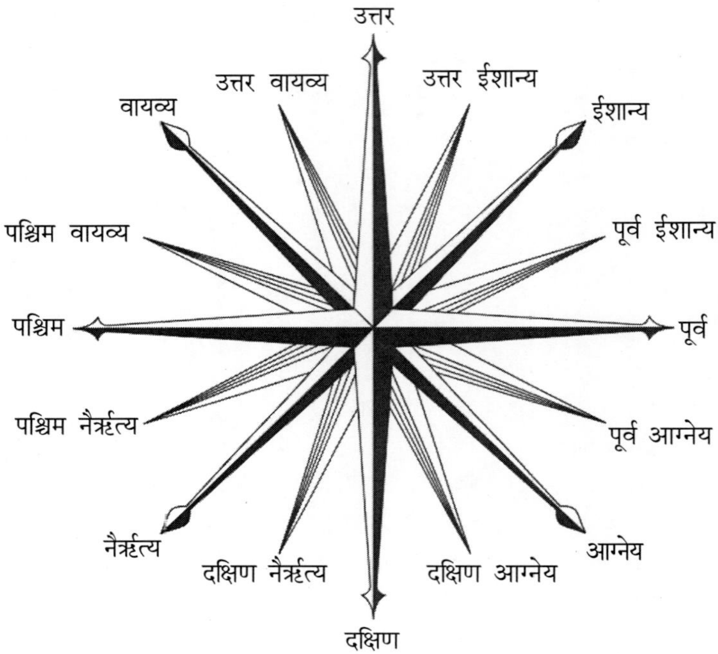


**शिडाच्या होडीतून पृथ्वीप्रदक्षिणा करण्यासंबंधीची स्वीकृत मानके**

- ज्या बंदरातून प्रवासाला सुरुवात केली त्याच बंदरात प्रवासाचा शेवट झाला पाहिजे.
- सगळी रेखावृत्ते पार केली पाहिजेत.
- दोन वेळा विषुववृत्त ओलांडले पाहिजे.
- बाह्य स्वरूपाची मदत लागेल किंवा इंजिनाचा वापर करावा लागेल अशा कोणत्याही कालव्यांमधून किंवा सामुद्रधुन्यांमधून प्रवास करता येणार नाही.
- प्रवासाचं एकूण अंतर २१,६०० सागरी मैलांपेक्षा (४० हजार किमी) जास्त झालं पाहिजे, जो पृथ्वीचा परीघ आहे.

# नौकानयनासंबंधीच्या संज्ञा

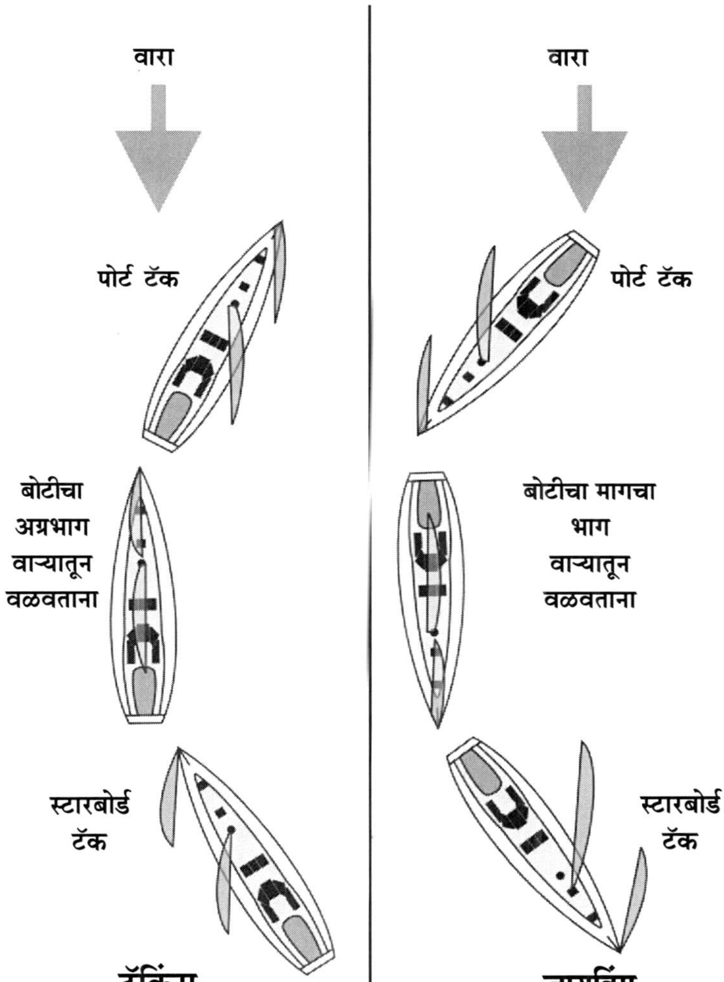


वाऱ्यातून बोटीचा अग्रभाग वळवून टॅक बदलणे

वाऱ्यातून बोटीचा मागचा भाग वळवून टॅक बदलणे

# वाऱ्याची दिशा आणि नौकानयनाची तंत्रे

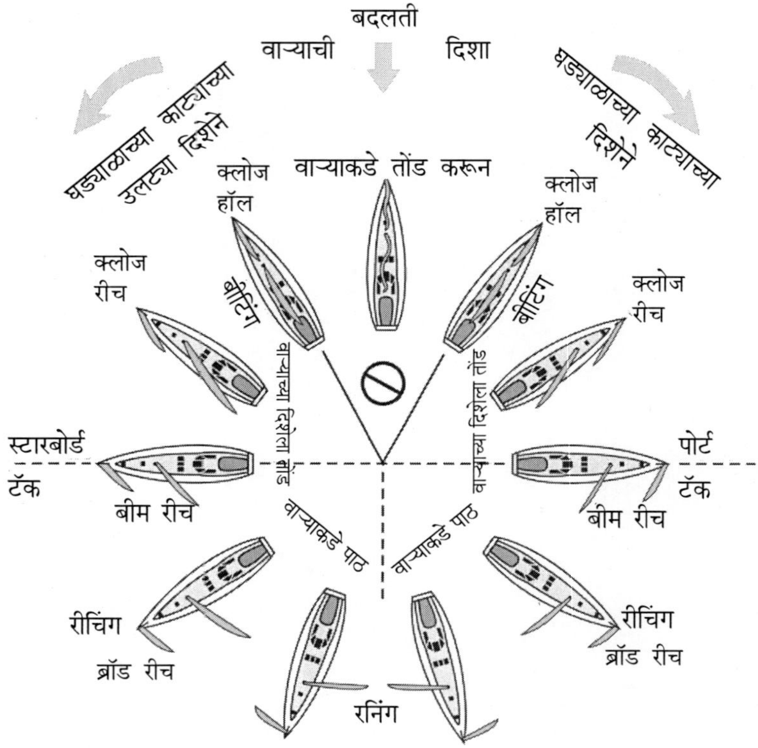

# ‘म्हादेई’चे भाग

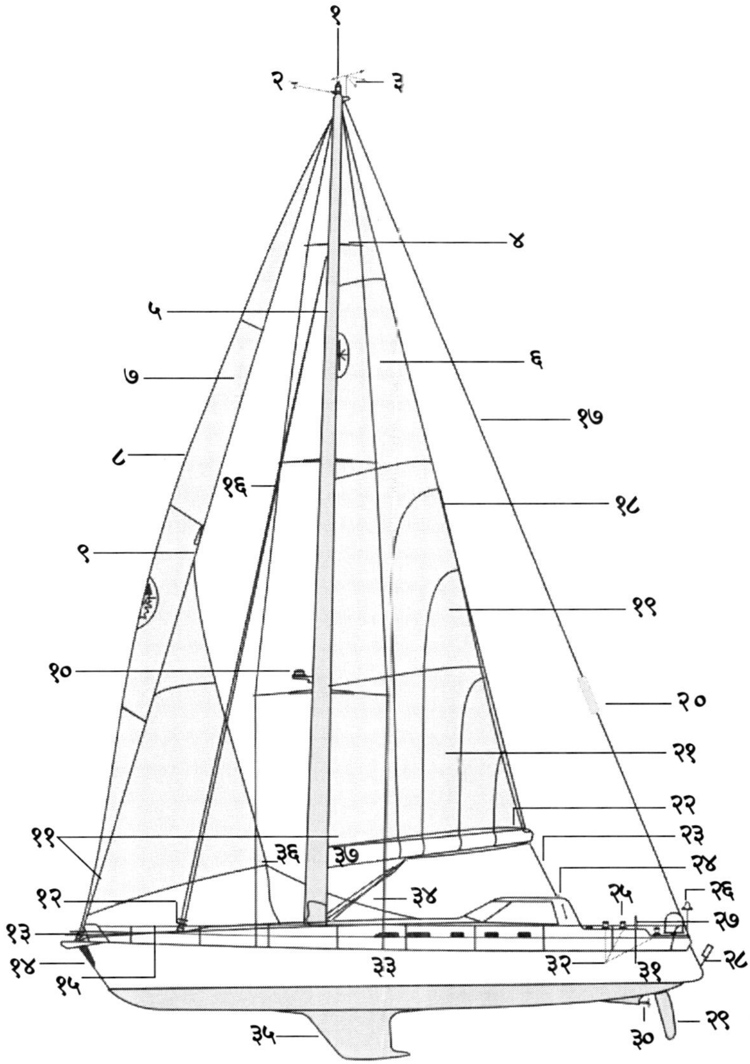
१
२
३
४
५
६
७
८
९
१०
११
१२
१३
१४
१५
१६
१७
१८
१९
२०
२१
२२
२३
२४
२५
२६
२७
२८
२९
३०
३१
३२
३३
३४
३५
३६
३७

# 'म्हादेई'च्या भागांची नावे

१. दिक्चालन मार्गदर्शक दिवा
२. वात-संवेदी
३. वात-निर्देशक
४. स्प्रेडर
५. डोलकाठी
६. बाजूची वादी
७. बोटीचा अग्रभाग आणि डोलकाठी यांना जोडणारी स्टेनलेस स्टीलची वायर (वादी)
८. पुढे बसवलेले सर्वांत मोठे शीड
९. शिडाची पुढे असलेली कड/बाजू
१०. रडार/संवहन यंत्रणा
११. टॅक
१२. छोटे शीड गुंडाळण्याचे रीळ
१३. मोठे शीड गुंडाळण्याचे रीळ
१४. बोटीचा अग्रभाग
१५. संरक्षक कठडा
१६. छोटे शीड
१७. मागची वादी
१८. शिडाचा झोळ
१९. रीफिंग लाइन - शीड लहान करण्यासाठी वापरायची दोरी
२०. संवहन यंत्रणा/रडार परिवर्तक
२१. मुख्य शीड
२२. क्लू - शीड डोलकाठीला जोडायचा साखळदंड
२३. तळकाठीला बांधलेला दोर
२४. तळकाठीला बांधलेल्या दोराला आणि बोटीला जोडणारा भाग
२५. चालकाची जागा
२६. इन्मारसॅट 'सी' आकाशग (अँटेना)
२७. फ्लीट ब्रॉडबँड आकाशग (अँटेना)
२८. विंड वेन
२९. सुकाणू
३०. परिचालक, पंखा
३१. चक्र, चाक
३२. रहाटयंत्रे
३३. सांगाडा, नौकाया, नौकापृष्ठ
३४. व्हॅन्ग
३५. आडे, कणा, नाळ, नौतलाभ, नौकातल
३६. क्लू - शीड सांभाळायला वापरलेल्या दोराचा साखळदंड
३७. तळकाठी

◆